AF517691

'प्रसन्नतेचा सर्वश्रेष्ठ स्त्रोत आपल्या आतच असतो.'

– दलाई लामा

'आपल्या दयाळूपणाची जेव्हा कसोटी लागते, तेव्हा तो अधिक प्रगल्भ होत जातो.'

– डेस्मंड टुटू

5

* संवादांच्या सोयीसाठी पुस्तकात His Holinessसाठी पर्यायी शब्द म्हणून 'गुरुदेव' शब्दाचा वापर करण्यात आला आहे.

आपल्या स्नेहीजनांना पुस्तके भेट द्या

'The Book of Joy' या इंग्रजी पुस्तकाचा अनुवाद

बदलत्या जगातला शाश्वत आनंद

परमसुखाची पर्वणी

परमपूज्य **दलाई लामा**

आणि

आर्चबिशप **डेस्मंड टुटू**

सहलेखक

डग्लस अब्राम्स

अनुवाद

मुक्ता देशपांडे

मेहता पब्लिशिंग हाऊस

Please contact us at **Mehta Publishing House,** Pune.
✆ +91 020-24476924 / 24460313 / Mob. No. 9545000513
Email : production@mehtapublishinghouse.com
Website : www.mehtapublishinghouse.com

- *या पुस्तकातील लेखकाची मते, घटना, वर्णने ही त्या लेखकाची असून त्याच्याशी प्रकाशक सहमत असतीलच असे नाही.*

Translated into Marathi Language by Mukta Deshpande

परमसुखाची पर्वणी / मार्गदर्शनपर

अनुवाद : मुक्ता देशपांडे
Email : author@mehtapublishinghouse.com

मराठी अनुवादाचे व प्रकाशनाचे हक्क : मेहता पब्लिशिंग हाऊस, पुणे.

प्रकाशक : सुनील अनिल मेहता, मेहता पब्लिशिंग हाऊस,
१९४१, सदाशिव पेठ, माडीवाले कॉलनी, पुणे - ४११०३०.

मुद्रक : पार्कसन्स ग्राफिक्स

मुखपृष्ठ : मेहता पब्लिशिंग हाऊस

प्रथमावृत्ती : डिसेंबर, २०१९

किंमत : ₹ ३९५

P Book ISBN 9789353173715
E Book ISBN 9789353173845
E Books available on : amazonkindle Apple Books Google Play Books

---

प्रसन्नतेचं आमंत्रण

आमच्या विशेष वाढदिवसांपैकी एक वाढदिवस साजरा करायला आम्ही धरमशालाला एक आठवड्यासाठी भेटलो. आम्हाला आमच्या मैत्रीची मजा घ्यायची होती आणि असं काहीतरी निर्माण करायचं होतं, जे इतरांसाठी वाढदिवसाची भेट ठरलं असतं. जन्मापेक्षा जास्त आनंददायी बहुधा दुसरं काहीच नसतं आणि तरीही आयुष्याचा बराचसा भाग दुःखात, ताणात आणि त्रासात घालवला जातो. हे छोटंसं पुस्तक जास्त प्रसन्नता आणि आनंद अनुभवण्याचं आमंत्रण ठरेल, अशी आम्हाला आशा आहे.

कोणतंही दुर्भाग्य भविष्य ठरवत नसतं; आपण ठरवत असतो. प्रत्येक दिवशी आणि प्रत्येक क्षणी, आपण आपलं आयुष्य निर्माण करू शकतो आणि पुनःपुन्हा निर्माण करू शकतो, त्याचबरोबर या ग्रहावरची मानवी जीवनाची गुणवत्ताही निर्माण करू शकतो. ही शक्ती आपण उपयोगात आणू शकतो.

कोणत्यातरी ध्येयाच्या मागे जाण्यानं किंवा कामगिरीच्या मागे लागण्यानं चिरकाल टिकणारा आनंद मिळू शकत नाही. तो कोणत्याही भाग्यात किंवा कीर्तीत लपलेला नसतो. तो फक्त माणसाच्या मनात आणि हृदयात असतो आणि तो तुम्हाला सापडेल, अशी आम्हाला आशा आहे.

आमच्या सहलेखकानं, डग्लस अब्राम्स यानं, या प्रकल्पात आमची मदत करण्याचं मोठ्या मनानं मान्य केलं आहे आणि धरमशालामधील एका आठवड्याच्या वास्तव्यात त्यानं आमची मुलाखत घेतली आहे. आमचे दोघांचे आवाज एकत्र गुंफून त्यानं त्यात स्वतःचा आवाज एक निवेदक म्हणून मिसळावा असं आम्ही त्याला सांगितलं, जेणेकरून आम्ही फक्त आमचीच मतं आणि अनुभव नव्हे, तर शास्त्रज्ञांनी आणि इतर लोकांनी शोधून काढलेले प्रसन्नतेचे झरे इतरांसोबत वाटू शकू.

तुम्ही आमच्या सांगण्यावर विश्वास ठेवलाच पाहिजे असं नाही. खरंच, आम्ही सांगतो तेच ब्रह्मवाक्य, असं अजिबात समजू नये. दोन भिन्न जगांमधून आलेल्या दोन मित्रांनी त्यांच्या दीर्घ आयुष्यात जे अनुभवलं आणि ग्रहण केलं, ते फक्त आम्ही तुमच्यासमोर मांडत आहोत. या पुस्तकात सांगितलेल्या गोष्टींचा अवलंब तुमच्या आयुष्यात करून, त्या खऱ्या आहेत का याचा शोध तुम्ही घ्याल, अशी आम्हाला आशा आहे.

पुन्हा नव्यानं सुरुवात करण्यासाठी रोजचा दिवस ही नवीन संधी आहे. प्रत्येक दिवस हा तुमचा जन्मदिवस आहे.

सगळ्या सजीवांसाठी आणि तुमच्यासह ईश्वराच्या सगळ्या लेकरांसाठी हे पुस्तक एक वरदान ठरो.

तेंझीन ग्यात्सो,
परमपूज्य दलाई लामा

डेस्मंड टुटू,
आर्चबिशप इमेरिटस ऑफ सदर्न आफ्रिका.

प्रस्तावना
डग्लस अब्राम्स

त्या लहानशा विमानतळावर आम्ही विमानातून बाहेर पाऊल ठेवल्यावर, कानठळ्या बसवणारा विमानाच्या इंजिनाचा आवाज आणि मागे बर्फाच्छादित हिमालयाच्या पायथ्याच्या टेकड्या यांच्या पार्श्वभूमीवर त्या दोन जुन्या मित्रांनी एकमेकांना आलिंगन दिलं. आर्चबिशपनं दलाई लामांच्या गालांना हळुवारपणे स्पर्श केला आणि दलाई लामांनी ओठांचा चंबू करून आर्चबिशपकडे उडतं चुंबन फेकण्याचा आविर्भाव केला. अत्यंत उत्कट स्नेहभाव आणि मैत्रीचा तो क्षण होता. या भेटीसाठी गेलं वर्षभर तयारी करत असताना या भेटीचं जगासाठी काय महत्त्व असेल हे आम्ही जाणून होतो; पण या दोघांसाठी तो एक आठवडा एकत्र घालवणं किती महत्त्वाचं असणार होतं, याची जाणीव आम्हाला कधी झाली नाही.

दलाई लामांच्या विजनवासातल्या निवासस्थानी, भारतातील धरमशाला इथे झालेल्या या आठवडाभराच्या विलक्षण संवादसत्राचा वृत्तान्त जगापर्यंत पोहोचवणं हे आमचं परमभाग्य होतंच; पण आव्हानात्मक जबाबदारीही होती. या पुस्तकात त्या दोघांमधली खासगी संभाषणं देण्याचा प्रयत्न मी केला आहे, जी न संपणाऱ्या हास्यकल्लोळानं भरलेली होती आणि मध्येमध्ये प्रेम आणि वियोगाच्या स्मृतींनी भारलेले अनेक क्षण त्यात खंड पाडत होते.

ते दोघं फक्त अर्धा डझन वेळा भेटले असले तरी त्यांच्यातला अनुबंध त्या चुटपुटत्या भेटींपलीकडे जाणारा होता आणि प्रत्येकजण दुसऱ्याला स्वतःचा 'खोडकर आध्यात्मिक भाऊ' मानत होता.

त्याआधी कधीही त्यांना एकमेकांच्या सहवासात इतका वेळ घालवायला मिळाला नव्हता, मैत्रीच्या आनंदसागरात डुंबायला मिळालं नव्हतं आणि पुढेही

मिळणार नव्हतं.

मृत्यूच्या पावलांची चाहूल आमच्या संभाषणापासून फार लांब नव्हती. आर्चबिशपना त्यांच्या मित्रांच्या, सहकाऱ्यांच्या अंत्यविधींना हजर राहता यावं म्हणून या भेटीचं वेळापत्रक दोनदा बदलावं लागलं होतं. तब्येत आणि जागतिक राजकारण यांनी कट करून दोघांना वेगळं ठेवायचं कारस्थान रचलेलं असल्यामुळे ही त्यांची कदाचित शेवटचीच भेट असणार होती, हे आम्ही ओळखून होतो.

आम्ही मंद, सौम्य दिव्यांच्या प्रकाशात आठवडाभर बसलो होतो; दलाई लामांच्या संवेदनशील डोळ्यांना त्रास होऊ नये म्हणून मुद्दाम अशी व्यवस्था केली गेली होती; कारण आमच्याभोवती पाच व्हिडिओ कॅमेरे या ऐतिहासिक क्षणांचं चित्रण करत होते. आनंदाला समजून घेण्याच्या या शोध मोहिमेदरम्यान, आम्ही आयुष्यातल्या अत्यंत गहन विषयांचा धांडोळा घेतला. परिस्थितीच्या चढ-उतारांवर अवलंबून न राहणाऱ्या खऱ्या आनंदाच्या, प्रसन्नतेच्या शोधात आम्ही होतो. आनंदाकडे जाणाऱ्या मार्गावर हुलकावणी देणारे अडथळे पार करावे लागणार असल्याची जाणीव आम्हाला होती. संवादसत्राच्या दरम्यान त्यांनी आनंदाचे आठ स्तंभ स्पष्ट करून सांगितले– मनाचे चार स्तंभ आणि हृदयाचे चार स्तंभ. सर्वांत महत्त्वाच्या तत्त्वांवर या दोन महान नेत्यांचं एकमत झालं आणि या सतत बदलणाऱ्या, वेदनेनं ठसठसणाऱ्या जगात चिरकाल टिकणारा आनंद शोधण्यात वाचकांना मदत होईल, असे विचार एकत्रित करण्याचा आम्ही प्रयत्न करत असताना त्यांच्यातली उजळून टाकणारी, वेगळा प्रकाश टाकणारी मतभिन्नताही आम्हाला बघायला मिळाली.

दररोज गरमागरम दार्जिलिंग चहाचे घुटके घेण्याची आणि चपटा तिबेटी ब्रेड खाण्याची संधी आम्हाला मिळाली. या संवादसत्रांचं चित्रीकरण करणाऱ्या सगळ्यांना या रोजच्या चहापानात आणि भोजनात सामील होण्याचं निमंत्रण असायचं. एका अपवादात्मक सकाळी, दलाई लामांनी आर्चबिशपना त्यांच्या खासगी निवासस्थानी ध्यानसाधनेसाठी बोलावलं आणि केवळ ख्रिश्चन धर्मीयांसाठी आरक्षित असलेला प्रसाद देण्याचा विधी आर्चबिशपनी दलाई लामांसाठी केला.

शेवटी, आठवडा संपताना आम्ही दलाई लामांचा वाढदिवस 'तिबेटन चिल्ड्रन्स व्हिलेज'मध्ये साजरा केला. तिबेटी संस्कृती आणि भाषा यांवर आधारित शिक्षण घ्यायला चिनी अधिकाऱ्यांनी मज्जाव केला म्हणून तिबेटहून पलायन करून आलेल्या मुलांसाठी या ठिकाणी निवासी शाळा आहे. पालकांनी आपली मुलं पर्वतांच्या खिंडींतून खडतर प्रवास करणाऱ्या मार्गदर्शकांबरोबर पाठवली आहेत, जे दलाई लामांच्या शाळेत त्यांना पोहोचवण्यासाठी वचनबद्ध आहेत. आपल्या मुलांना इतक्या दूर पाठवणारे पालक आपल्या मनावर कसा दगड ठेवत असतील याची

कल्पना करणंसुद्धा कठीण आहे. दशकापेक्षाही जास्त काळ आपण आपल्या मुलांना पाहू शकणार नाही, या कल्पनेनंच त्यांच्या काळजाचं पाणी पाणी होत असणार.

या आघातग्रस्त शाळेत, आर्चबिशपच्या उत्साहित करणाऱ्या बूगी नृत्यानं प्रेरित होऊन भिक्खू पंथाच्या शपथांनी बांधले गेलेले दलाई लामा जेव्हा प्रथमच नृत्याच्या आविर्भावात पावलं टाकू लागले, तेव्हा दोन हजारांपेक्षा जास्त विद्यार्थ्यांनी आणि त्यांच्या शिक्षकांनी त्यांना जल्लोषात प्रोत्साहन दिलं.

दलाई लामा आणि आर्चबिशप हे आपल्या काळातले दोन महान आध्यात्मिक गुरू आहेत; पण ते असे नैतिक पुढारी आहेत, जे त्यांच्या धार्मिक परंपरा लंघून पुढे जात एकूणच मानवजातीच्या कल्याणासाठी झटत असतात, काळजीने बोलत असतात. माणुसकीबाबत असलेली त्यांची अढळ आशा, त्यांचं धैर्य आणि विचारसरणीतली लवचीकता लाखो लोकांना प्रेरणा देते; कारण आपल्याला गिळंकृत करणाऱ्या धोकादायक आधुनिक उपेक्षावादाला शरण जायला ते नकार देतात. हे तर स्पष्टच आहे की, त्यांची प्रसन्नवृत्ती सोपी नाही, वरवरची, कृत्रिम तर मुळीच नाही; तर ती विरोधाच्या, विपरीततेच्या, दडपशाहीच्या आणि संघर्षाच्या धगधगत्या आगीतून तावूनसुलाखून निघालेली आहे. दलाई लामा आणि आर्चबिशप आपल्याला याचं स्मरण करून देतात की, प्रसन्नता हा आपला जन्मसिद्ध हक्क आहे आणि आनंदापेक्षाही मूलभूत हक्क आहे.

त्या आठवड्यात आर्चबिशप म्हणाले तसं, ''प्रसन्नता ही आनंदापेक्षाही खूप मोठी गोष्ट आहे. आनंद जसा बाह्य परिस्थितींवर अवलंबून असतो, तशी प्रसन्नता नसते.'' आपलं आयुष्य कशामुळे चैतन्यमय होतं आणि कोणत्या गोष्टींमुळे समाधानी व अर्थपूर्ण आयुष्य जगता येतं, याविषयी दलाई लामा आणि आर्चबिशप यांचं जे आकलन आहे, त्याचं आणि मनाच्या व हृदयाच्या या अवस्थेचं खूप जवळचं नातं आहे.

दलाई लामा ज्याला 'जीवनाचा हेतू' म्हणत आले आहेत, त्याविषयी हे संवादसत्र होतं- म्हणजेच दुःखाला टाळून आनंदाचा शोध घेण्याचं ध्येय. आयुष्यात येणाऱ्या अटळ दुःखांना प्रसन्नतेनं तोंड देत कसं जगावं, याचं त्यांनी कष्टानं मिळवलेलं ज्ञान सगळ्यांसमोर खुलं केलं. प्रसन्नतेचं रूपांतर क्षणभंगुर अवस्थेपासून दीर्घकाळ टिकणाऱ्या गुणवत्तेत कसं करावं याचा त्यांनी धांडोळा घेतला; प्रसन्नता ही एक कालांतराने नाहीशी होणारी भावना न ठरता जीवन जगण्याचा एक मार्ग कशी होऊ शकते, याचा शोध घेतला.

सुरुवातीपासून, या पुस्तकाकडे वाढदिवसाचा एक त्रिस्तरीय केक असावा तशा दृष्टीनं पाहिलं गेलं.

पहिला स्तर आहे, दलाई लामा आणि आर्चबिशप टुटू यांच्या प्रसन्नतेच्या 'शिकवणी'चा. आपल्या दैनंदिन प्रश्नांच्या पार्श्वभूमीवरसुद्धा प्रसन्न राहता येतं? सकाळची रस्त्यावरची गर्दी पाहून होणारी चिडचिड ते आपल्या कुटुंबाचं पोषण न करू शकण्याची भीती, आपल्याला फसवणाऱ्या माणसांविषयीचा राग ते आपल्या प्रियजनांना कायमचं गमावण्याचं दुःख, आजारपणानं झालेलं तब्येतीचं नुकसान ते मृत्यूची खोल खाई; या सगळ्या कल्लोळात खरंच कुणी प्रसन्न राहू शकतं? आपल्या जीवनाची वास्तविकता आपण कशी आपलीशी करू शकतो? काहीच न नाकारता वेदना आणि दुःख या अटळ बाबींच्या पलीकडे आपण कसं जाऊ शकतो? आणि जरी आपलं आयुष्य सुखानं चाललं असलं, तरी आजूबाजूचे अनेक लोक त्रास भोगत असताना आपण आनंदात कसे राहू शकतो? जेव्हा चिरडून टाकणारी गरिबी लोकांच्या भविष्याचा चुराडा करते, जेव्हा हिंसाचार आणि दहशत रस्त्यांवर थैमान घालतात आणि जेव्हा पर्यावरणाचा होणारा ऱ्हास या ग्रहावरच्या सजीव सृष्टीच्या मुळावरच घाव घालायला निघतो? या आणि अशा अनेक प्रश्नांची उत्तरं द्यायचा प्रयत्न म्हणजे हे पुस्तक होय.

पुस्तकाचा दुसरा स्तर प्रसन्नतेवर अद्ययावत विज्ञान काय भाष्य करतं याच्याशी संबंधित आहे; शिवाय टिकून राहणाऱ्या आनंदासाठी इतर कोणते गुणधर्म आवश्यक आहेत यावर त्या दोघांची मते मांडली गेली आहेत. मेंदूविज्ञान आणि प्रायोगिक मानसशास्त्रात लागणाऱ्या नवनवीन शोधांमुळे मानवजात समृद्ध होण्याच्या संदर्भात आता अनेक विद्वत्तापूर्ण निरीक्षणं नोंदवली जात आहेत. या भेटीच्या आधी दोन महिने आनंदावर संशोधन करणाऱ्या मज्जातंतूशास्त्रज्ञ (न्यूरोसायंटिस्ट) रिचर्ड डेव्हिडसन या अग्रणी संशोधकासोबत मी भोजन घेत होतो. ध्यानधारणा करणाऱ्या लोकांचा त्यांनी त्यांच्या प्रयोगशाळेत अभ्यास केला होता आणि ध्यान केल्याने मेंदूला लक्षणीय फायदे होत असल्याचं त्यांच्या ध्यानात आलं होतं. सॅन फ्रान्सिस्कोमधील एका व्हिएतनामी उपाहारगृहाच्या बाहेर एका टेबलावर आम्ही बसलो होतो; सतत वाहणारा वारा लहान मुलासारख्या दिसणाऱ्या त्यांच्या केसांच्या राखाडी-काळ्या बटा उडवत होता. आम्ही स्प्रिंग रोल्स खात असताना डेव्हिडसन म्हणाले की, दलाई लामांनी एकदा त्यांच्याकडे ही कबुली दिली होती की, ध्यानावरचं हे विज्ञान त्यांना खूपच प्रेरणादायी वाटलं होतं, विशेषतः सकाळी लवकर उठून ध्यान करण्यासाठी बिछान्यातून उठता यावं म्हणून! जर दलाई लामांना विज्ञान मदत करू शकतं, तर आपल्या सगळ्यांना तर ते आणखी उपयोगी ठरू शकतं.

आपण नेहमी अध्यात्म्य आणि विज्ञान या परस्परविरोधी शक्ती आहेत असं

मानत आलो आहोत, जणू त्या एकमेकींचा गळा धरतात असंच वाटतं. तरीही, आर्चबिशप टुटू ज्याला 'स्वतःलाच पुष्टी देणारं सत्यं' म्हणतात, त्यांच्यावरचा विश्वास त्यांनी वेळोवेळी बोलून दाखवला आहे– हे ते सत्य आहे जेव्हा विविध ज्ञानशाखा एकाच निष्कर्षाकडे बोट दाखवतात. हे पुस्तक केवळ बौद्ध किंवा ख्रिश्चन परंपरांना अनुसरून लिहिलं जात नाही, या मुद्द्याचं महत्त्व दलाई लामांनी ठामपणे प्रतिपादित केलं. हे पुस्तक फक्त कुणाच्या मतांच्या किंवा परंपरांच्या पाठिंब्यावर उभं नसून ते विज्ञानाच्या पाठबळावर सगळ्या जगासाठी लिहिलं जात आहे, याकडे त्यांनी जातीनं लक्ष पुरवलं. (संपूर्ण रहस्यभेद : मी स्वतः ज्यू आहे, अर्थात मी स्वतःला निधर्मी मानतो– हे वाचताना एका विनोदाची आठवण झाली– एक बौद्ध, एक ख्रिश्चन आणि एक ज्यू बारमध्ये जातात...)

या वाढदिवसाच्या केकचा तिसरा थर आहे; आठवडाभर दलाई लामा आणि आर्चबिशप यांच्यासोबत धरमशालात घालवलेल्या दिवसांच्या 'कहाण्यांचा'. पहिल्या आलिंगनापासून ते अखेरच्या निरोपापर्यंतच्या प्रवासात वाचकाला सामील होता यावं म्हणून यामध्ये खासगी गप्पागोष्टींच्या आणि हास्यविनोदाच्या प्रकरणांचा समावेश केला आहे.

प्रसन्नतेच्या काही निवडक साधना आम्ही पुस्तकाच्या शेवटी समाविष्ट केल्या आहेत. दोन्ही गुरूंनी त्यांच्या दैनंदिन साधनांची माहिती आम्हाला दिली, ज्या त्यांच्या स्वतःच्या भावनिक आणि आध्यात्मिक जीवनाचा पाया आहेत. प्रसन्न आयुष्य कसं जगावं याची तयार 'रेसिपी' देण्याचा उद्देश यामागे नाही; तर दलाई लामा आणि आर्चबिशप आणि आणखी असंख्य लोक यांना हजारो वर्षांपासून मदत करत आलेल्या तंत्रांची, पद्धतींची आणि परंपरांची माहिती सगळ्यांना द्यावी; हा हेतू आहे. या प्रत्यक्ष आचरणात आणण्याच्या साधना तुम्हाला त्यांची शिकवण, त्यामागचं शास्त्र आणि कहाण्या ग्रहण करण्यासाठी आणि तुमच्या दैनंदिन जीवनात त्यांचा समावेश करण्यासाठी मदत करतील अशी आशा आहे.

अनेक मोठ्या आध्यात्मिक नेत्यांबरोबर, गुरूंबरोबर आणि अग्रगण्य शास्त्रज्ञांबरोबर काम करण्याचं सौभाग्य मला प्राप्त झालं आहे, त्यांचे आरोग्याबाबतचे आणि आनंदाबाबतचे विचार इतरांपर्यंत पोहोचवण्यासाठी मी मदत केली आहे. (यांपैकी अनेक शास्त्रज्ञांनी उदारपणे त्यांच्या संशोधनांचा वापर या पुस्तकासाठी करण्यास संमती दिली आहे.) प्रसन्नतेबद्दलचं मला असलेलं आकर्षण– किंवा वेडच म्हणू या– एका प्रेमळ घरात लहानाचा मोठा होताना सुरू झालं, याची मला खात्री आहे; पण त्या प्रेमळ घरावर नैराश्याच्या काळ्याकुट्ट ढगांची सावली पडली होती. अगदी लहान वयापासून असं दुःख अनुभवल्यामुळे आणि बघितल्यामुळे मी हे जाणतो की, माणसाचं दुःख त्याच्या स्वतःच्या डोक्यात आणि हृदयात जन्म घेतं. धरमशालात

घालवलेला हा आठवडा म्हणजे प्रसन्नता आणि क्लेश यांना समजून घेण्याच्या प्रवासातलं एक असामान्य आणि आव्हानात्मक शिखर होतं, असं वाटतं.

सगळ्या लोकांचा प्रतिनिधी म्हणून या ग्रहावरच्या दोन सर्वांत दयाळू व्यक्तींच्या डोळ्यांत डोळे घालून पाच दिवस मी त्यांच्याशी वार्तालाप करत होतो. आध्यात्मिक गुरूंच्या संगतीत काही चमत्कारांचा अनुभव येतो, असं सांगणाऱ्या लोकांविषयी माझ्या मनात नेहमी उपहासाची भावना असायची; पण अगदी पहिल्या दिवसापासून माझ्या डोक्याला झिणझिण्या आल्याचं जाणवायला लागलं. ते खरंच धक्कादायक होतं, पण कदाचित ते, माझे मिरर न्यूरॉन्स– म्हणजे विशेष प्रभावी मेंदूच्या पेशी, या दोन आत्यंतिक प्रेमळ माणसांच्या डोळ्यांत मी जे काही पाहत होतो, त्याचं समावेशन करत असल्याचं उदाहरण होतं.

सुदैवानं, त्यांच्या ज्ञानसागरातून नेमका अर्क काढण्याच्या या आव्हानात्मक कामगिरीत मी एकटाच सहभागी नव्हतो. तीस वर्षांहून अधिक काळ दलाई लामांचे दुभाषी म्हणून काम बघणारे एक बौद्ध विद्वान थुप्टेन जिनपा माझ्यासोबत सुरुवातीपासून शेवटपर्यंत होते. ते अनेक वर्षं एक बौद्ध भिक्खू होते; पण कॅनडात गृहस्थाश्रमात प्रवेश करण्यासाठी त्यांनी साधूवेशाचा त्याग केला आणि त्यामुळे ते दोन्ही जगांना व भाषांना जोडणारे अचूक जोडीदार बनू शकले. संवाद सत्रांदरम्यान आम्ही एकमेकांबरोबर बसत होतो. जिनपांनी मला प्रश्न तयार करण्यात आणि उत्तरांचे अर्थ सांगण्यात मदत केली. ते माझे विश्वासू सहकारी, सहयोगी व प्रिय मित्र आहेत.

सगळे प्रश्न काही आमचे नव्हते. आम्ही जगाला प्रसन्नतेबाबत प्रश्न पाठवण्याचं आवाहन केलं होतं आणि ते गोळा करण्यासाठी आमच्याकडे फक्त तीन दिवस होते. आमच्याकडे हजारपेक्षाही जास्त प्रश्न आले. आम्हाला स्वतःला प्रसन्नता कशी मिळेल, यासारखे सगळे प्रश्न नव्हते हे बघून खरंच आश्चर्यानंद झाला; त्याऐवजी दुःख, क्लेश, यातना यांनी भरलेल्या जगात आपण आनंदानं कसं जगू शकतो अशा प्रकारचे प्रश्न जास्त प्रमाणात विचारले गेले.

संपूर्ण आठवडाभर त्या दोघांची बोटं एका क्षणी एकमेकांना चिडवण्यासाठी एकमेकांच्या चेहऱ्यासमोर नाचत होती, तर दुसऱ्याच क्षणी त्यांचे हात प्रेमानं एकमेकांच्या हातात गुंफले जात होते. आमच्या पहिल्या माध्यान्ह-भोजनाच्या वेळी आर्चबिशपनी त्या दोघांनी दिलेल्या एकत्रित भाषणाची गोष्ट सांगितली. ते दोघं व्यासपीठावर जायला निघाले, तेव्हा दलाई लामांनी– जागतिक करुणा आणि शांतीचं प्रतीक असलेल्या दलाई लामांनी– आपल्या मोठ्या आध्यात्मिक बंधूंचा गळा दाबण्याचं नाटक केलं. आर्चबिशप दलाई लामांकडे वळले अन् म्हणाले, ''अहो! कॅमेरे आपल्यावर रोखलेले आहेत, आध्यात्मिक गुरू असल्याचा अभिनय करा.''

प्रत्येक दिवशी आपण कसं वागायचं ठरवतो, ते महत्त्वाचं असतं; याची आठवण हे दोघं आपल्याला करून देतात. साधुपुरुषांनाही साधुपुरुषांसारखं वागावं लागतं; पण आपण साधुपुरुषांच्या वागण्यासंबंधी जी कल्पना करतो, म्हणजे गंभीर आणि कठोर, धार्मिक आणि अबोल; त्याउलट हे दोघं एकमेकांशी आणि जगाशी वागत असतात.

आर्चबिशपनी कधीही आपण संत असल्याचा दावा केला नाही आणि दलाई लामा स्वतःला एक साधा भिक्खू समजतात. ते आपल्याला खऱ्याखुऱ्या आयुष्याचं– दुःखानं आणि उलथापालथीनं भरलेल्या आयुष्याचं– प्रतिबिंब दाखवतात, अशा गदारोळात त्यांनी जो शांतीचा, धैर्याचा, प्रसन्नतेचा स्तर गाठला आहे, तो गाठण्याची आकांक्षा आपण आपल्या आयुष्यात करू शकतो. हे पुस्तक लिहिण्यामागची त्यांची इच्छा केवळ त्यांचं ज्ञान, त्यांचं शहाणपण लोकांपर्यंत पोहोचवावं ही नाही, तर त्यांच्यातल्या माणुसकीचंही दर्शन सगळ्यांना घडावं ही आहे. दुःख, यातना अटळ आहेत; पण आपण त्यांना कसा प्रतिसाद देतो ते आपल्या हातात आहे, असं ते म्हणतात. या प्रतिसादाची निवड करण्यापासून आपल्याला कोणतीही दडपशाही किंवा सत्ता रोखू शकत नाही.

अगदी शेवटच्या क्षणापर्यंत आर्चबिशपचे डॉक्टर त्यांना प्रवास करण्याची परवानगी देतील की नाही, हे आम्हाला माहीत नव्हतं. प्रोस्टेट कॅन्सर परत आला होता आणि तो उपचारांना या वेळी धीम्या गतीनं प्रतिसाद देत होता. आर्चबिशप सध्या प्रायोगिक औषधोपचार घेत आहेत आणि ते कॅन्सरला चार हात लांब ठेवू शकतात का याची चाचणी घेत आहेत. आम्ही धरमशालाच्या जमिनीवर उतरत असताना मला सगळ्यात जास्त आश्चर्य कसलं वाटलं, तर ते त्यांच्या तोंडभरून हसण्यातल्या आणि लुकलुकणाऱ्या निळ्या-राखाडी डोळ्यांतल्या उत्सुकतेचं, प्रतीक्षेचं आणि मधूनच डोकावणाऱ्या काळजीचं.

अनुक्रमणिका

दिवस चौथा आणि पाचवा
परमानंदाचे आठ स्तंभ । १५३

आगमन : आपण दुर्बल प्राणिमात्र आहोत

"आपण या पृथ्वीतलावरचे दुर्बल प्राणिमात्र आहोत आणि या दुर्बलतेतूनच खऱ्या आनंदाच्या वाटा शोधणं आपल्याला शक्य होतं, ही दुर्बलता नसती तर कदाचित हे शक्य झालं नसतं," ग्रेहाउंडच्या आकाराची, चांदीची नूठ असलेली काळ्या रंगाची त्यांची सडसडीत बांबूची काठी मी आर्चबिशप यांच्या हाती सोपवत असताना ते म्हणाले. "आपलं आयुष्य आव्हानांनी आणि प्रतिकूलतेनं भरलेलं असतं," आर्चबिशप आपलं बोलणं पुढे चालू ठेवत म्हणाले, "त्यामुळे भीती ही अटळ आहे आणि त्याचप्रमाणे दुःख, वेदना आणि सरतेशेवटी मृत्यूही! हा प्रोस्टेट कॅन्सर परतून येण्याचीच घटना पाहा ना– मन सारखं त्याभोवतीच घोटाळत असतं."

आर्चबिशप घेत असलेल्या औषधाच्या दुष्परिणामांपैकी एक होता अनीव थकवा आणि त्यामुळेच भारतात येताना विमानप्रवासातला बहुतेक वेळ त्यांनी पिवळसर रंगाचे ब्लँकेट डोक्यावरून ओढून झोप घेण्यात घालवला होता. खरं तर विमानप्रवासात आम्ही बोलायचं ठरवलं होतं; परंतु झोप सगळ्यात महत्त्वाची होती आणि आता जसजसे आम्ही धरमशालाच्या जवळ चाललो होतो, तसतसे ते त्यांचे विचार भराभर मांडायच्या प्रयत्नात होते.

रात्री आम्ही अमृतसरला मुक्काम केला होता, जेणेकरून त्यांना जरा विश्रांती मिळावी; शिवाय धरमशालाचा विमानतळ दिवसातले काही तासच उघडा ठेवला जात होता. त्यानंतरच्या सकाळी आम्ही शीख धर्माचं सर्वांत पवित्र स्थान असलेल्या हरमंदिर साहिबला भेट दिली होती. या वास्तूच्या वरचे मजले सोन्यानं मढवलेले आहेत; त्यामुळेच त्याला 'सुवर्णमंदिर' या नावानं ओळखलं जातं. गुरुद्वारात प्रवेश करण्यासाठी चार दरवाजे आहेत. हे दरवाजे म्हणजे सर्व प्रकारच्या लोकांबाबत

आणि धर्मांबाबत शीख परंपरेच्या उदार दृष्टिकोनाचं प्रतीक आहेत. आमचा आदरभाव व्यक्त करण्यासाठी ही अगदी योग्य जागा होती, असं म्हणायला पाहिजे कारण... जगातील ख्रिश्चन आणि बौद्ध या दोन महान धर्मांमध्ये वैचारिक देवाण-घेवाण घडवून आणणाऱ्या दोन नेत्यांच्या भेटीची वेळ नजीक येऊन ठेपली होती.

सुवर्णमंदिराला दररोज भेट देणाऱ्या एक लाख भाविकांच्या गर्दीनं घेरलो असतानाच आम्हाला फोन आला. दलाई लामांनी विमानतळावर आर्चबिशप यांच्या स्वागतासाठी येण्याचा निर्णय घेतला होता. त्यांना भेट देणाऱ्या अनेक सन्माननीय व्यक्तींपैकी काही मोजक्याच व्यक्तींना हे सौभाग्य प्राप्त होत असतं. दलाई लामांनी विमानतळाकडे प्रस्थान ठेवलं असल्याचा संदेश आम्हाला आला. विमानतळ गाठण्यासाठी मंदिरातल्या गर्दीतून वाट काढताना आमची धांदल उडाली.

व्हीलचेअरवर बसलेल्या आर्चबिशपना ढकलत आम्ही घाईघाईनं निघालो. त्यांच्या केसविरहित डोक्याला नारिंगी रंगाचा रुमाल गुंडाळलेला होता – मंदिरात जाताना आदर व्यक्त करण्याची ती एक आवश्यक प्रथा आहे – त्यामुळे ते 'डे ग्लो (Day Glo) पायरेट' या म्युझिक बँडमधल्या कलाकारासारखे दिसत होते.

अमृतसरच्या गर्दीनं फुललेल्या रस्त्यांवरून इंच इंच वाट लढवत आमची गाडी पुढे जाण्याचा प्रयत्न करत होती. शेकडो गाड्यांच्या हॉर्न्सची वैविध्यपूर्ण सुरावट वातावरणात रंग भरत होती. सर्व प्रकारांच्या आणि आकारांच्या गाड्या, पादचारी, सायकली, स्कूटर्स आणि प्राणी यांची झुंबड रस्त्यावर जागा मिळवण्यासाठी धडपडत होती. रस्त्याच्या दुतर्फा सिमेंट-कॉंक्रीटच्या इमारती होत्या; त्यांच्या माथ्यावरचे लोखंडी गज भविष्यात गगनचुंबी होऊ पाहण्याची त्या इमारतींची मनीषा दर्शवत होते; कदाचित भविष्यात कधीही पूर्ण न होऊ शकणाऱ्या त्यांच्या विस्ताराची ग्वाही देत उभे होते. एकदाचे आम्ही विमानतळावर जाऊन पोहोचलो आणि त्यानंतर विमानात बसलो. फक्त वीस मिनिटांचा तो प्रवास आणखी जलदगतीनं व्हावा असं आम्हाला वाटत होतं, कारण दलाई लामा सडकेवर आमच्यासाठी ताटकळत उभे असतील, अशी काळजी आम्हाला वाटत होती.

"मला हे सांगताना खेद होतो की, आनंदाचा कितीही मोठा ठेवा जरी आपल्याला सापडला, तरी तो आपल्याला अटळ संकटांपासून, अडचणींपासून आणि अतीव दुःखापासून वाचवू शकत नाही," विमान जमिनीकडे झेपावत असताना आर्चबिशपनी पुस्ती जोडली. "खरं तर आपल्याला सहजपणे रडू येऊ शकतं; पण त्यापेक्षाही सहजतेनं आपण हसू शकू. आपण कदाचित पहिल्यापेक्षा जास्त जिवंत भासू. आनंदाचा अधिक ठेवा आपल्याला मिळाला, तर आपण मनात कटुभाव ठेवून नव्हे, तर अधिक उमद्या मनानं संकटांशी सामना करू शकू. म्हणजेच, मन कडवट न करता अडचणी झेलू आणि मोडून न पडता दुःख झेलू."

आर्चबिशप यांच्या आसू आणि हसू यांचा मी भूतकाळापासून अनेक वेळा साक्षीदार होतो. खरं तर अश्रूंपेक्षा हास्याच्याच जास्त वेळा; पण त्यांच्या डोळ्यांत बऱ्याचदा आणि सहजपणे अश्रू उभे राहतात; जे अजून बंधमुक्त झालं नाही आणि जे अजून पूर्णत्वाला गेलं नाही त्यासाठी. त्या सगळ्या गोष्टी त्यांच्यासाठी महत्त्वाच्या असतात, त्यांचा त्यांच्यावर खोलवर परिणाम होतो. त्यांच्या प्रार्थना; ज्यांची पाखर त्यांनी माझ्यावरही घातलेली आहे, त्या संपूर्ण जगभरात जाऊन पोहोचतात; जे दुःखी आहेत, कष्टी आहेत त्या सगळ्यांपर्यंत त्या जातात. त्यांच्या पुस्तकांच्या संपादकांपैकी एका संपादकाचा नातू आजारी होता आणि त्याचा समावेश आर्चबिशप रोज ज्यांच्यासाठी प्रार्थना करत अशा लोकांच्या भल्याथोरल्या यादीत त्यांनी केला होता. त्यानंतर अनेक वर्षांनी त्या संपादकांनी त्यांच्या त्या नातवासाठी आर्चबिशप पुन्हा प्रार्थना करतील का? अशी विचारणा केली, कारण त्याचा आजार पुन्हा परतला होता. त्यावर त्या मुलासाठी प्रार्थना करणं आपण कधीच थांबवलं नव्हतं, असं उत्तर आर्चबिशपनी दिलं.

विमानातून आम्हाला बर्फाच्छादित शिखरांचं जे दर्शन होत होतं, ते एखाद्या चित्रातल्या देखाव्याप्रमाणे भासत होतं. दलाई लामांच्या निर्वासित अवस्थेतील वसतिस्थानाला ही रमणीय पार्श्वभूमी लाभली होती. चीन तिबेटवर चालून आल्यानंतर दलाई लामांसह लाखो तिबेटी नागरिकांनी भारतात आश्रय घेतला होता. या निर्वासितांची तात्पुरती व्यवस्था भारतातील सखल मैदानी प्रदेशांत केली गेली; परंतु तिथला असह्य उकाडा आणि डासांचा उपद्रव यांमुळे त्यातले बरेचसे निर्वासित आजारी पडले; त्यामुळे भारत सरकारने दलाई लामांना धरमशाला येथे राहण्याची व्यवस्था करून दिली आणि या समुद्रसपाटीपासून उंचावर असलेल्या थंड हवेच्या ठिकाणी जागा दिल्याबद्दल त्यांनी कृतज्ञभावानं सरकारचा हा प्रस्ताव स्वीकारला. कालांतराने बरेच तिबेटी लोक येथे स्थायिक होण्यासाठी आले; जणू काही पर्वतराजीनं नटलेल्या आणि उंचावर असलेल्या या ठिकाणानं त्यांना त्यांच्या मायभूमीची आठवण करून दिली आणि अर्थातच, त्यांना त्यांच्या आध्यात्मिक आणि राजकीय नेत्याच्या सान्निध्यात राहण्याची इच्छा होती, हे प्रबळ कारण त्यामागे होतंच.

भारताच्या उत्तरेला असलेल्या हिमाचल प्रदेश या राज्यात धरमशाला वसलेलं आहे आणि ब्रिटिश जेव्हा भारतावर राज्य करत होते, तेव्हा भारताच्या असह्य उन्हाळ्यापासून सुटका करून घेण्यासाठी तेही काही काळ येथे घालवायचे. पूर्वी ब्रिटिशांच्या ताब्यात असलेल्या या थंड हवेच्या ठिकाणाच्या जवळ जसजसे आम्ही पोहोचू लागलो, तसतसा सूचीपर्णी वृक्षांचा हिरवागार गालिचा आणि हिरवीगार शेतं आमच्या नजरेला सुखावू लागली. तिथला छोटासा विमानतळ नेहमीच दाट वादळी ढगांनी आणि धुक्याने वेढलेला असतो, माझ्या मागच्या भेटीच्या वेळीही हा अनुभव मला आला होता;

पण आज मात्र आकाश निळंभोर होतं आणि ढगांना डोंगरांनी आपल्या कुशीत घेतलं होतं. विमान अगदी खाली नाक करून जमिनीकडे झेपावत होतं.

"एक गहन प्रश्नचिन्ह आपल्या अवघ्या अस्तित्वाला वेढून बसलेलं आहे," या आमच्या भेटीपूर्वी दलाई लामा म्हणाले होते. "आपल्या जीवनाचा नेमका हेतू कोणता असावा? खूप विचारांती मला असं वाटतं की, आनंदाचा शोध घेणं, हा आपल्या जीवनाचा हेतू असतो."

"त्यासाठी तुम्ही माझ्यासारखे बौद्ध आहात की आर्चबिशप यांच्यासारखे ख्रिश्चन आहात की अन्य कोणत्या धर्माचे आहात किंवा कोणत्याच धर्माचे नाही, हा मुद्दा गौण आहे. जन्मल्या क्षणापासून प्रत्येक मनुष्यप्राण्याची इच्छा असते ती त्रास, दुःख टाळण्याची आणि आनंदाचा शोध घेण्याची! या इच्छेवर संस्कृती-भेदाचा, शिक्षणातील फरकाचा किंवा धर्माच्या वेगळेपणाचा कोणताही परिणाम होत नाही. अगदी मनापासून आपल्याला आनंद आणि समाधान हवं असतं; परंतु बहुतेक वेळा या भावना आपल्याला क्षणार्धात इकडून तिकडे उडणाऱ्या फुलपाखरासारखी हुलकावणी देतात."

"खरंतर आनंदाचा हा झरा, स्त्रोत आपल्या आतच असतो. तो संपत्तीत, सत्तेत किंवा प्रतिष्ठेत सापडत नाही. माझे काही मित्र अब्जाधीश आहेत; पण ते अत्यंत दुःखी आणि असमाधानी आहेत. सत्ता आणि पैसा आंतरिक शांती प्रदान करू शकत नाही. बाह्यतः दिसणारं यश खरा आंतरिक आनंद मिळवून देऊ शकत नाही. आपण आपल्या आत डोकावून बघायला हवं."

"खेदानं सांगावसं वाटतं की, आपल्या आनंदात आणि प्रसन्नतेत बाधा आणणाऱ्या गोष्टी आपण स्वतःच निर्माण करतो. बहुधा त्या आपल्याच नकारात्मक दृष्टिकोनामुळे, भावनिक उद्दीपनामुळे किंवा आपल्या आत वसलेल्या स्त्रोतांना जाणण्याच्या आणि त्यांचा उपयोग करण्याच्या आपल्या असमर्थतेमुळे निर्माण होतात. नैसर्गिक आपत्तींमुळे येणाऱ्या संकटांवर व होणाऱ्या त्रासावर आपलं नियंत्रण नसतं; पण आपल्या दैनंदिन आयुष्यात सामोऱ्या येणाऱ्या छोट्या-मोठ्या अडचणींवर आपण मात करू शकतो. आपल्या बऱ्याच अडचणी आपण स्वतःच निर्माण करतो; त्यामुळे खरं तर अधिकाधिक आनंद निर्माण करण्याची आपली क्षमता असायला हवी. ही क्षमता आपल्या दृष्टिकोनांवर, परिस्थितीचा अर्थ लावण्याच्या पद्धतींवर, प्रसंगानुरूप उमटणाऱ्या आपल्या प्रतिक्रियांवर आणि इतर लोकांशी असलेल्या संबंधांवर अवलंबून असते. जेव्हा आपल्या वैयक्तिक आनंदाचा व प्रसन्नतेचा प्रश्न येतो, तेव्हा त्यासाठी आपण कितीतरी गोष्टी करू शकतो."

ब्रेक्स लागून विमानाच्या चाकांची गती मंदावली, तेव्हा आम्ही पुढे झुकलो, विमान थरथरलं आणि थबकत थबकत लगेचच त्या छोट्या धावपट्टीवर थांबलं. खाली धावपट्टीवर आमची वाट बघत असलेले दलाई लामा विमानाच्या खिडकीतून आम्हाला दिसले. भारतातील तळपत्या सूर्यापासून बचाव करण्यासाठी त्यांच्या डोक्यावर पिवळ्या रंगाची मोठी छत्री धरलेली होती. त्यांनी त्यांचा काळसर लाल रंगाचा अंगरखा परिधान केला होतं आणि लाल रंगाची शाल पांघरली होती. त्यातून त्यांनी घातलेली पिवळसर केशरी रंगाचो बिनबाह्यांची बंडी अस्पष्टशी दिसत होती. त्यांच्या दोन्ही बाजूंना कार्यालयीन कर्मचाऱ्यांची व विमानतळ अधिकाऱ्यांची पलटण सुटाबुटात उभी होती. खाकी गणवेशधारी भारतीय सैनिक त्यांच्या सुरक्षेसाठी सज्ज होते. प्रसारमाध्यमांना विमानतळाबाहेरच रोखून धरण्यात आलं होतं. ही भेट अत्यंत खासगी स्वरूपाची होती, तिथे दलाई लामांच्या स्वीय छायाचित्रकारालाच फक्त छायाचित्र काढण्याची मुभा होती. निळा कोट घातलेले आणि त्यांची नेहमीची, मच्छिमारांसारखी टोपी घातलेले आर्चबिशप विमानाच्या पायऱ्या उतरत असतानाच दलाई लामा पुढे झाले. दलाई लामांच्या चेहऱ्यावर सौम्य हास्य विलसत होतं, त्यांच्या मोठ्या चौकोनी फ्रेमच्या चष्म्यामागून त्यांचे डोळे चमकत होते. त्यांनी लवून अभिवादन केलं आणि मग आर्चबिशपनी आपले हात पुढे केले. दोघांनी एकमेकांची गळाभेट घेतली. दोघंही अलग होऊन, एकमेकांच्या खांद्यावर हात ठेवून दृष्टिभेट घेत होते, जणू काही दोघंही पुन्हा खरोखरच भेटल्याची खात्री पटवून घेत होते.

"मी कितीतरी दिवसांनी तुम्हाला बघतोय," आपल्या बोटांनी दलाई लामांच्या गालाला हळुवारपणे स्पर्श करत आणि त्यांच्याकडे निरखून पाहत आर्चबिशप टुटू म्हणाले. "तुम्ही चांगले दिसताय," अजूनही उभ्या असलेल्या दलाई लामांनी आर्चबिशप टुटूंचे छोटे खांदे पकडून उडते चुंबन फेकत असल्याप्रमाणे ओठांचा चंबू केला. आर्चबिशपनी आपला डावा हात उचलून, आपल्या लाडक्या नातवाची पकडावी तशी दलाई लामांची हनुवटी पकडली, तेव्हा त्यांच्या बोटात असलेली लग्नातली अंगठी लखलखली. नंतर त्यांनी दलाई लामांच्या गालाचं हलकंसं चुंबन घेतलं. कोणाहीकडून अशा प्रकारे चुंबन घेतलं जाण्याची सवय नसलेले दलाई लामा किंचित मागे हटले; पण आनंदानं त्यांना हसू फुटलं. त्या हास्याला प्रतिसाद म्हणून आर्चबिशप उंच स्वरात खळखळून हसले.

तुम्हाला चुंबन घेतलेलं आवडत नाही, असं म्हणून आर्चबिशपनी त्यांच्या दुसऱ्याही गालावर ओठ टेकवले. दलाई लामांना त्यांच्या संपूर्ण आयुष्यात किती चुंबनांचा अनुभव असेल, असा विचार मी करू लागलो. दोन वर्षांचे असताना

आपल्या पालकांपासून दूर, सर्वसामान्यांपेक्षा वेगळं आयुष्य ते आजवर जगले होते. हे अशा प्रकारच्या चुंबनांपासून कोसो मैल दूर असलेलं असामान्य आयुष्य होतं.

पारंपरिक तिबेटी पद्धतीनं 'खाता' हा पांढरा रुमाल देऊन आदर सत्कार करण्याची औपचारिक रीत पाळण्यासाठी ते थांबले. आपले दोन्ही हात हृदयाशी धरून दलाई लामा किंचित पुढे झुकले. सर्वांप्रती एकात्म भाव व्यक्त करून, स्वागत करण्याची ही पद्धत होती. आर्चबिशपही प्रत्युत्तरादाखल आपल्या डोक्यावरची मच्छिमारासारखी टोपी काढून अभिवादन करण्यासाठी झुकले. मग दलाई लामांनी तो लांब रेशमी पांढरा रुमाल त्यांच्या गळ्याभोवती गुंडाळला. त्यांनी एकमेकांच्या कानात कुजबुजत वार्तालाप करण्याचा प्रयत्न केला, कारण जेट विमानाची घरघर अजून थांबली नव्हती. दलाई लामांनी आर्चबिशपचा हात हाती घेतला आणि जणू काही त्यांची वयं ऐंशी नसून आठ असावीत अशा पद्धतीनं हसत आणि विनोद करत ते दोघं पिवळ्या छत्रीच्या सावलीतून हळूहळू चालत टर्मिनलकडे निघाले. तो रेशमी पांढरा रुमाल जरी आर्चबिशपच्या गळ्याभोवती गुंडाळला होता, तरी तो त्यांच्या लहानखुऱ्या शरीरावरून खाली लोंबत होता. या रुमालाच्या लांबीवरून सन्मानप्राप्त व्यक्ती किती महत्त्वाची आहे ते ठरत असतं. उच्चपदस्थ लामांना सर्वांत जास्त लांबीचा खाता प्रदान केला जातो. हा खाताही मी पाहिलेला सगळ्यात लांब खाता होता. आठवडाभराच्या त्यांच्या वास्तव्यात आर्चबिशपच्या गळ्याभोवती इतके खाते गुंडाळले गेले की, आपण कोट लटकावण्याचं एक मानवी खुंटाळं आहोत, असं आपल्याला वाटत असल्याचं ते गमतीनं म्हणत राहिले.

तपकिरी रंगाचे कोच ठेवलेल्या एका खोलीत आम्हाला नेण्यात आलं; धरमशालातून इतरत्र जाताना बऱ्याचदा विमानं रद्द झाल्यावर किंवा त्यांना उशीर झाल्यावर दलाई लामांना विश्रांती घेता यावी म्हणून या खोलीची सोय केलेली होती. त्या खोलीच्या बाहेर काचेला लागून प्रसारमाध्यमांचे प्रतिनिधी प्रतीक्षेत उभे असलेले आम्हाला दिसत होते. ते एखादं छायाचित्र घेण्याची किंवा प्रश्न विचारण्याची संधी शोधत होते. ही भेट किती ऐतिहासिक आणि उत्सुकता वाढवणारी होती, याची मला तेव्हा जाणीव झाली. प्रवासाची आणि दौऱ्याची रूपरेषा ठरवण्याच्या धांदलीत त्या दोघांचं एकत्र वास्तव्य, सहवास ही जगासाठी खूप महत्त्वाची घटना होती हे विसरायला झालं होतं. त्या विश्रामगृहात आर्चबिशप कोचावर आरामात बसले, तर त्यांच्या शेजारील मोठ्या खुर्चीत दलाई लामा विसावले. आर्चबिशपच्या शेजारी हिरव्या-लाल रंगाची आफ्रिकन नक्षी असलेला ड्रेस परिधान करून त्यांची मुलगी उम्फो बसली होती. तिनं डोक्याला त्याच प्रकारची नक्षी असलेला रुमाल बांधला होता. चार अपत्यांमध्ये सर्वांत धाकटी असलेल्या उम्फोनं

वडिलांच्या पाठोपाठ मंत्रिमंडळात प्रवेश केला होता आणि आता ती 'डेस्मंड अँड ली टुटू लेगसी फाउंडेशन'ची कार्यकारी संचालक म्हणून काम करत होती. या आमच्या दौऱ्यादरम्यान उम्फो गुडघ्यांवर बसून तिच्या मैत्रिणीला – मार्सलीन व्हान फर्थ – हिला लग्नाची मागणी घालणार होती. अमेरिकन सुप्रीम कोर्टाने समलिंगी विवाहसंबंध वैध ठरवले, त्याच्या दोन महिने आधी आम्ही भारतभेटीवर आलो होतो; परंतु गेल्या अनेक दशकांपासून आर्चबिशपचा अशा प्रकारच्या संबंधांना पाठिंबा होता. 'आपण समलैंगिक संबंधांना विरोध करणाऱ्या स्वर्गातही प्रवेश करणार नाही,' हे त्यांचं वक्तव्य सर्वश्रुत होतं. त्यांच्या या नैतिक आक्षेपाची धार ज्यांना बोचत होती, ते हे विसरत होते की, कोणत्याही प्रकारच्या भेदाभेदांना आणि दडपशाहीला आर्चबिशप नेहमीच विरोध करत आले होते. तिच्या विवाहानंतर उम्फोला मंत्रिपदावरून काढून टाकण्यात आलं, कारण दक्षिण आफ्रिकेचं आंग्लिकन चर्च समलिंगी विवाहांना मान्यता देत नाही.

तुमच्या वाढदिवसाला उपस्थित राहायला मिळेल याची मी वाट बघत होतो, दलाई लामा म्हणाले; पण तुमच्या सरकारला त्यात काही अडचणी होत्या. त्या वेळी तुम्ही काही अत्यंत कठोर शब्द वापरले होते, आर्चबिशपच्या हातावर हात ठेवत दलाई लामा म्हणाले आणि त्याबद्दल मला तुमचं कौतुक वाटलं. 'अत्यंत कठोर शब्द' हे खरं तर फारच मवाळ विशेषण होतं!

दलाई लामांच्या वाढदिवसानिमित्त एक आठवडा धरमशाला येथे घालवण्याच्या कल्पनेचं बीज चार वर्षांपूर्वीच पेरलं गेलं होतं, तेव्हा दक्षिण आफ्रिकेत केपटाउनला आर्चबिशप टुटू यांनी त्यांचा ऐंशीवा वाढदिवस साजरा केला होता. त्या प्रसंगी दलाई लामांना सन्माननीय अतिथी म्हणून आमंत्रित केलं गेलं होतं, परंतु चीन सरकारच्या दबावाला बळी पडून दक्षिण आफ्रिका सरकारनं दलाई लामांना व्हिसा नाकारला होता. दक्षिण आफ्रिकेत सापडणाऱ्या खनिजांचा आणि कच्च्या मालाचा चीन हा मोठा ग्राहक आहे.

वाढदिवसाच्या समारंभाआधी आर्चबिशप दक्षिण आफ्रिकेतील वृत्तपत्रांमध्ये रोज पहिल्या पानावर झळकत होते, ते त्यांनी सरकारवर केलेल्या टीकेमुळे! कपट आणि विश्वासघात केला, अशी टीका करून त्यांनी सरकारला आरोपीच्या पिंजऱ्यात उभं केलं होतं. ज्या आफ्रिकन नॅशनल काँग्रेस पक्षाच्या सदस्यांसाठी त्यांनी अनेक दशकं लढा देऊन, त्यांना विजनवासातून आणि तुरुंगवासातून बाहेर काढण्यासाठी जिवाचं रान केलं, त्याच पक्षाच्या विद्यमान सरकारची तुलना तिरस्करणीय ठरलेल्या पूर्वीच्या वर्णभेदी सरकारशी करायलाही त्यांनी मागे-पुढे पाहिले नाही. त्या सरकारपेक्षाही हे सरकार रोषाला अधिक पात्र आहे असा त्यांचा दावा होता, कारण वर्णभेदी सरकारचा अधमपणा हा निदान उघडपणे केलेला होता.

"माझ्यामुळे कोणतीही बाधा निर्माण होऊ नये असा माझा प्रयत्न असतो," दलाई लामा हसतच आर्चबिशपकडे अंगुलीनिर्देश करत म्हणाले, "पण दुसरा कुणीतरी ती बाधा, असुविधा निर्माण करत असल्याचं पाहून मला फार आनंद झाला... फारच आनंद झाला."

"मला माहीत आहे," आर्चबिशप म्हणाले, "तुम्ही माझा वापर करता, ही खरी अडचण आहे. तुम्ही माझा वापर करता आणि मी त्यापासून काहीच शिकत नाही."

मग आर्चबिशपनी आपला हात पुढे केला आणि हळुवारपणे दलाई लामांचा हात हातात घेतला.

"माझ्या ऐंशीव्या वाढदिवशी जेव्हा दक्षिण आफ्रिकेनं तुम्हाला हजर राहण्याची परवानगी नाकारली, तेव्हा तो प्रसंग आणखी संस्मरणीय आणि देखणा झाला, कारण गूगलने आपल्या दोघांचा संवाद घडवून आणला आणि त्या घटनेमध्ये प्रसारमाध्यमांनी एरवीपेक्षा अधिक जास्त प्रमाणात रस घेतला; पण जाऊ दे – तुम्ही जिथे असता, तिथे लोकांचा जास्त ओघ असतो. मला त्याबद्दल असूया वाटत नाही."

"तुम्हाला माहीत आहे, आपण सिॲटलमध्ये होतो, तेव्हा तुम्हाला बघायला येणाऱ्या लोकांना सामावून घेईल अशी जागा ते शोधत होते आणि अखेरीस त्यांनी फुटबॉल स्टेडियमची निवड केली. या माणसाला ऐकण्यासाठी सत्तर हजार लोकांनी गर्दी केली होती आणि या माणसाला धड इंग्लिशही बोलता येत नाही."

त्यावर दलाई लामा खळखळून हसले.

"हे बरोबर नाही," आर्चबिशप पुढे म्हणाले. "मी तुमच्यापेक्षा थोडं अधिक लोकप्रिय व्हावं, यासाठी तुम्ही प्रार्थना करणं गरजेचं आहे."

एकमेकांना चिडवणं, हे जवळिकीचं आणि मैत्रीपूर्ण संबंधांचं द्योतक असतं. एक असा प्रेमाचा साठा असतो, ज्यातून आपण मजेदार आणि दोषयुक्त मानव हवं तितकं मधुर जल प्राशन करू शकतो आणि तरीही त्या दोघांनी केलेले विनोद हे जितके एकमेकांवर केलेले होते, तितकेच स्वतःवरही केलेले निखळ विनोद होते. त्यात दुसऱ्याला उणेपणा आणण्याचा कोणताही हेतू नव्हता, उलट त्यांच्यातले मैत्रीचे बंध अधिकाधिक घट्ट करण्याचाच प्रयत्न होता.

ही भेट घडवून आणण्यात ज्यांचा वाटा होता, त्या सगळ्यांची ओळख करून देण्याची आणि त्यांना धन्यवाद देण्याची आर्चबिशपची इच्छा होती. त्यांची मुलगी उम्फो, समाजसेवक व शांतिदूत पाम ओमिद्यार आणि मी यांची त्यांनी ओळख करून दिली; पण आम्हाला ते ओळखतात, असं दलाई लामा म्हणाले. मग माझी पत्नी राचेल हिची आपली अमेरिकन डॉक्टर म्हणून ओळख करून दिली; शिवाय ओमिद्यार ग्रुपमधील पामचे सहकारी पॅट ख्रिश्चन आणि बालरोगतज्ज्ञ

व हॉलंडमधील 'महामारी' या विषयाची प्राध्यापक असलेल्या त्यांच्या मुलीची वाग्दत्त वधू मार्सलीन यांची ओळख करून दिली. आमच्या मंडळातील अखेरचा सदस्य आदरणीय लामा तेंजिन ढोंतेन यांची ओळख करून देण्याची गरज नव्हती, कारण ते दलाई लामांच्या स्वतःच्या 'नामग्याल' मोनस्ट्रीचे/मठाचे सदस्य होते.

आता दलाई लामा मोठ्या मायेनं आर्चबिशपचा हात चोळू लागले, असं ते आठवडाभर करत होते. ते आता आमच्या प्रवासाबद्दल आणि अमृतसरच्या मुक्कामाबद्दल बोलत होते. "हे फार चांगलं झालं. विश्रांती गरजेचीच असते," दलाई लामा म्हणाले, "मी रात्री नेहमीच आठ-नऊ तास झोपतो."

"पण तुम्ही पहाटे फार लवकर उठता, नाही का?" आर्चबिशपनी विचारलं.

"हो बरोबर. तीन वाजता."

"तीन वाजता?"

"हो, नेहमीच!"

"आणि तुम्ही पाच तास प्रार्थना करता?" आपला प्रश्न अधिक स्पष्ट करण्यासाठी आर्चबिशपनी हाताची पाच बोटं दाखवली.

"हो."

आर्चबिशपनी आभाळाकडे पाहिलं आणि मान हलवत म्हटलं, "नाही, हे जरा जास्तच आहे."

"काही वेळा आत्मस्वरूपाचं ध्यान करण्यासाठी मी 'सात पदरी' विश्लेषणाचा मार्ग अवलंबतो," दलाई लामा म्हणाले. जिनपानी नंतर हे स्पष्ट करून सांगितलं की, हा बौद्ध ध्यानधारणेचा एक प्रकार आहे, ज्यामध्ये आपण स्वतःचा शोध घेण्यासाठी आपल्या शरीराच्या व मनाच्या भौतिक आणि मानसिक पैलूंशी आपलं स्वतःचं काय नातं आहे याचं विश्लेषण करतो. उदाहरणार्थ, दलाई लामा पुढे बोलू लागले, "आता मी तुमच्याकडे पाहतो आहे आणि मनोमन विश्लेषण करतो आहे, मला दिसतंय की, हे माझे प्रिय, आदरणीय मित्र बिशप टुटू आहेत. नाही, हे त्यांचं शरीर आहे, ते स्वतः नाहीत. हे त्यांचं मन आहे; पण ते स्वतः नाहीत." आपल्या मुद्द्यावर भर देण्यासाठी ते पुढे झुकले, बौद्ध धर्माइतकंच जुनं असलेलं हे मिथ्याभासी कोडं त्यांनी मांडलं. "बिशप टुटू यांचा आत्मा कुठे आहे? आम्हाला तर तो दिसत नाही," त्यांनी गमतीनं त्यांचं कपाळ थोपटलं!

आर्चबिशप काहीसे बुचकळ्यात पडलेले दिसले आणि त्यांना गंमतही वाटली. "खरंच?" ते म्हणाले.

"परिमाणिक भौतिक शास्त्राचाही दृष्टिकोन काहीसा असाच आहे," दलाई लामांनी निष्कर्ष मांडला. कोणतीही भौतिक वस्तू खरं तर अस्तित्वात नसतेच. आपण शोधू शकू, असं काही नसतंच. हे विश्लेषणात्मक ध्यानाच्या अगदी

जवळ जाणारं आहे.

आर्चबिशपनी आश्चर्य दर्शवत आपले दोन्ही हात चेहऱ्यावरून फिरवले, मला हे नाही करता आलं. खरेखुरे बिशप टुटू सापडत नसल्याचा मुद्दा दलाई लामा भलेही मांडण्याचा प्रयत्न करत असले, तरीही त्याच वेळी तिथे जी व्यक्ती उपस्थित होती, ती त्यांच्या इतर लोकांप्रति असलेल्या मैत्रीभावनेपेक्षा कितीतरी जास्त जवळचा मित्र होती, त्यांच्यासाठी खूप खास आणि अत्यंत महत्त्वाची होती, हे तितकंच खरं. त्या दोघांनाही महत्त्वाचं वाटत असलेलं हे नातं नेमकं खास कसं होतं, याविषयी जिनपा आणि मी चर्चा केली. त्या दोघांसाठीही खरा मित्र लाभणं ही बाब दुर्मिळ होती. खरं सांगायचं तर आध्यात्मिक नेत्यांच्या प्रभावळीत फार सदस्यही नाहीत आता. त्यांच्याभोवती असलेले लोक त्यांच्याकडे एक आदर्श म्हणून बघतात. आपल्याबरोबर फोटो काढून घेण्यासाठी उत्सुक नसणारं कुणीतरी आहे, ही बाब त्यांच्यासाठी दिलासादायक असणार. खरोखर, सगळ्या धर्मांचा गाभा जिथे एकवटला आहे, त्या ठिकाणी त्यांची मूल्यं एकसारखीच आहेत आणि अर्थातच दोघांचीही विनोदबुद्धी अफाट आहे. आमच्या आनंदानुभवाचा केंद्रबिंदू मैत्री आणि एकूणच मानवाचे परस्परांशी असलेले संबंध हा आहे, हे मला हळूहळू दिसू लागलं होतं. आम्ही एकत्र घालवलेल्या त्या आठवड्यात ही संकल्पना वारंवार दृग्गोचर होत होती.

''तुमचं शांतचित्त असणं, हा तुमच्यातला सगळ्यात मोठा गुण आहे, असं मी लोकांना सांगत असतो,'' आर्चबिशप म्हणाले. ''आणि मी त्यांना सांगतो, तुम्हाला हे माहीत आहे का, ते रोज सकाळी पाच तास ध्यानधारणा करतात, ही तपस्या तुम्ही त्रासदायक बाबींना देत असलेल्या प्रतिसादातून दिसून येते– तुमच्या देशाचं दुःख आणि अखिल जगताचं दुःख! मी म्हणालो तसं, मी प्रयत्न करतो पण पाच तास म्हणजे फार होतात.'' स्वभावतःच विनम्र आणि स्वतःचं गुणगान न करणारे आर्चबिशप स्वतःच्या तीन-चार तासांच्या दैनंदिन प्रार्थनेला कमी लेखत होते. हे खरं आहे की, ते जरा जास्तच झोपतात... पहाटे चारपर्यंत!

हे आध्यात्मिक नेते प्रार्थनेसाठी आणि ध्यानासाठी लवकर का बरं उठत असतील, असा विचार माझ्या मनात येत होता. त्यांचा दिनक्रम ते कसा आखतात, यावर या लवकर उठण्याचा निश्चितच परिणाम होत असणार. दलाई लामा पहाटे तीन वाजता उठतात, हे ऐकल्यावर मला आता एका अतिमानवी श्रद्धेची कहाणी ऐकावी लागणार आणि यांना दोन-तीन तास रात्रीची झोप कशी पुरते याचं गुणगान ऐकावं लागणार, असं वाटू लागलं होतं; पण ते खूप लवकर म्हणजे संध्याकाळी सातलाच झोपी जातात, हे ऐकल्यावर मला हायसं वाटलं. (गृहस्थाश्रमातील स्त्री-पुरुषांसाठी ही वेळ व्यवहार्य नाही, कारण मुलाबाळांना

खाऊपिऊ घालून झोपवण्याची जबाबदारी त्यांच्यावर असते; पण कदाचित नेहमीपेक्षा एक तास लवकर झोपण्याची आणि एक तास लवकर उठण्याची सवय लावणं शक्य आहे; त्यामुळे अधिक आध्यात्मिक प्रगती होणं शक्य आहे का? त्यातून जास्त आनंद मिळू शकेल का?)

दलाई लामांनी आर्चबिशपचा हात उचलून आपल्या गालाजवळ नेला आणि म्हणाले, "चला, आता आपण माझ्या घरी जाऊ."

आम्ही विमानतळाबाहेर चालत आलो, तसे दोन्ही नेत्यांभोवती प्रसारमाध्यमांच्या प्रतिनिधींनी गराडा घातला आणि आर्चबिशपच्या या दौऱ्याबद्दल प्रश्नांचा भडिमार केला. त्या प्रश्नांची उत्तरं द्यायला आणि माध्यमांनी त्यांच्यावर केंद्रित केलेलं लक्ष अन्यायाकडे वळवावे, असा विचार करून आर्चबिशप थबकले. कॅमेऱ्यांच्या लखलखाटात ते बोलू लागले. "माझ्या प्रिय मित्राला भेटून मला खूप आनंद झाला आहे. बऱ्याच गोष्टी आणि माणसं आम्हाला एकमेकांपासून दूर ठेवण्याचा प्रयत्न करतात; पण आमच्या एकमेकांवरच्या प्रेमामुळे आणि भगवंताच्या या दुनियेतील चांगुलपणामुळे आम्ही एकत्र येऊ शकतो. माझ्या ऐंशीव्या वाढदिवसाला ते येणार होते, तेव्हा दक्षिण आफ्रिका सरकारने त्यांना व्हिसा नाकारला; त्या वेळी मी त्यांना विचारलं, तुमच्या सैन्यात तुकड्या तरी किती आहेत? चीन तुम्हाला एवढा का घाबरतो? आणि याच गोष्टीचं मला आश्चर्य वाटतं– कदाचित त्यांचं बरोबर असावं– एका आध्यात्मिक नेत्याकडे अतिशय गांभीर्यानं बघितलं पाहिजे. ईश्वरानं निर्माण केलेली ही पृथ्वी, चांगुलपणा, करुणा, उदारता, सहिष्णुता यांना अधिक चांगल्या प्रकारे सामावून घेणारी होईल अशी आपग आशा करू या, जेणेकरून रशिया आणि युक्रेन यांच्यात जे चाललं आहे, ते होणार नाही किंवा केनिया किंवा सीरिया यांच्यात जे चाललं आहे, ते होणार नाही! या सगळ्यामुळे ईश्वराला अतिशय दुःख होतं."

हे बोलून आर्चबिशप जायला निघाले; पण तेवढ्यात एका पत्रकारानं त्यांना त्यांच्या या भेटीचा हेतू विचारल्यावर ते मागे वळले आणि म्हणाले, "आम्ही केवळ आमच्या मैत्रीची मजा घेण्यासाठी आणि आनंद, प्रसन्नता यांबद्दल बोलण्यासाठी एकत्र आलो आहोत."

वाट बघत असलेल्या गाड्यांच्या ताफ्यानं त्यांना आणि दलाई लामांना बाहेर काढलं. विमानतळापासून दलाई लामांचं निवासस्थान पाऊण तासाच्या अंतरावर होतं. दलाई लामांना विमानतळावर जाता यावं, यासाठी इतर वाहनांना रस्ते बंद करण्यात आले होते. त्यांची व त्यांच्या खास पाहुण्यांची एक झलक बघायला मिळावी म्हणून रस्त्याच्या दुतर्फा तिबेटी, भारतीय आणि अन्य पर्यटकांनी गर्दी

केली होती. दलाई लामा विमानतळावर फारसे का जात नाहीत, याचं कोडं मला त्या वेळी उलगडलं; कारण त्यामुळे मुख्य रस्ता बंद करण्याचा खटाटोप करावा लागत असणार आणि त्याचा परिणाम सगळ्या शहरावर होत असणार. आयुष्यातील अडचणींना तोंड देत असतानाच मनाची प्रसन्नता कशी राखावी यावर चर्चा करण्यासाठी आम्ही इथे आलो होतो आणि धरमशालात त्याचं ठायीठायी प्रत्यंतर येत होतं. या समाजानं दडपशाही आणि विजनवास यांचे आघात सोसले होते. टेकड्यांना वळसे घालून वळणावळणानं जाणाऱ्या रस्त्यांच्या कडेनं हे शहर वसलेलं आहे. डोंगरकड्यांवर कलाकुसरीच्या वस्तू विकणारी दुकानं, टपऱ्या लटकल्यासारख्या दिसत होत्या. भारत आणि अन्य विकसनशील देशांत सर्रास बघायला मिळतं, त्याप्रमाणे इमारत बांधकामासंबंधीचे आणि सुरक्षासंबंधीचे सगळे नियम धाब्यावर बसवून फोफावणाऱ्या लोकसंख्येला सामावून घेण्याची धडपड करत इथेही बांधकामं झालेली दिसत होती. भूकंपासारख्या एखाद्या आपत्तीत ही बांधकामं कशी तग धरू शकतील, असा विचार माझ्या मनात आला. निद्रेतून आळोखेपिळोखे देत जाग्या होणाऱ्या एखाद्या प्राण्याच्या पाठीवरून पान घरंगळून पडावं, तशी या डोंगरांच्या कुशीतली गावं निखळून पडतील की काय अशी भीती माझ्या मनाला स्पर्शून गेली.

गाड्यांचा ताफा वळणं घेत घेत पुढे चालला, तसतशी भक्तगणांची गर्दी वाढू लागली. त्यातले काही लोक धूप जाळत होते आणि बऱ्याच लोकांच्या जोडलेल्या हातांना मण्यांच्या माळा गुंडाळलेल्या होत्या. तिबेटी लोकांसाठी, विशेषतः इथल्या निर्वासित समाजासाठी दलाई लामा काय आहेत हे कदाचित अन्य लोकांना समजणार नाही; दलाई लामा हे त्यांचा राष्ट्रीय व राजकीय चेहरा आहेत आणि त्यांच्या आध्यात्मिक आकांक्षांचं मूर्तिमंत प्रतीक! करुणामयी बोधिसत्त्वाचं मूर्तिमंत प्रतीक असणं म्हणजे जवळजवळ ख्रिस्तस्वरूपाशी साधर्म्य असणं! ही जबाबदारी पेलत असताना आपण 'कुणी विशेष' नसून सात अब्ज लोकांपैकीच एक आहोत हे अधोरेखित करणं दलाई लामांसाठी किती जिकिरीचं असेल, याची मी फक्त कल्पनाच करू शकत होतो. रस्ते अरुंद होत चालले होते आणि लोकांच्या वाढत्या गर्दीतून आम्ही कसे पुढे जाणार असं वाटत होतं; पण एखादी पवित्र गाय मार्गात आली, तरच आम्ही वेग कमी करत होतो. गायीसुद्धा या दोन पवित्र व्यक्तींच्या दर्शनासाठी रस्त्यात येऊन थांबत होत्या बहुधा!

आम्ही ज्या जलदगतीनं चाललो होतो, ती सुरक्षेच्या कारणास्तव राखली गेली होती किंवा लोकांनी रस्त्यातून बाजूला व्हावं यासाठी असेल; पण बहुतेक पहिलंच कारण असावं. भारतातील इतर शहरांप्रमाणेच हे शहरसुद्धा विविध संस्कृतींच्या घुसळणीतून तयार झालेलं आहे. ओळख पटवण्याच्या आणि भक्तिभाव

प्रदर्शित करण्याच्या विविध सामाजिक घटकांच्या एकमेकांशी चाललेल्या अहमहमिकेतून आणि अस्वस्थ व अशांत घुसळणीतून तयार झालेलं, डोंगरमाथ्यावर वसलेलं मॅक्लीओड गंज हे तिबेटी बौद्ध गाव भारतीय हिंदू शहराच्या वर खडकाळ भागात आहे, ते अप्पर धरमशाला म्हणूनही ओळखलं जातं. धरमशाला किंवा हिंदी उच्चाराप्रमाणे धरमशाला या नावाचा अर्थ 'धर्माचा निवास' असा होतो. 'यात्रेकरूंचं विश्रामगृह' असंही आपण म्हणू शकतो. वर्तमानात या ठिकाणाला प्राप्त झालेला तीर्थक्षेत्राचा दर्जा पाहता या शहराला हे नाव अगदी शोभून दिसतं.

दलाई लामांच्या निवासस्थानाबाहेर असलेल्या साध्यासुध्या लोखंडी फाटकातून आम्ही घाईनं आत गेलो. आतमध्ये त्यांची कार्यालयं आणि खासगी निवासस्थान आहे. अर्धचंद्राकृती रस्त्याच्या कडेला असलेल्या वाफ्यांमधून वसंत ऋतूनं फुलांची नुसती उधळण केलेली दिसत होती. या दौऱ्याची आखणी करण्यासाठी या ठिकाणी दलाई लामांच्या कार्यालयाला मी जानेवारी महिन्यात भेट दिली होती. त्या वेळी हे गाव ढगांच्या दुलईत गुरफटलेलं आणि थंडीनं गोठलेलं होतं; पण आता सूर्य तेजानं तळपत होता. फुलं उमलण्यासाठी उत्सुक होती. उंच ठिकाणी कमी कालावधीसाठी असलेला वाढीचा काळ त्यांना जणू सत्कारणी लावायचा असावा. जणू या अल्पायुषी फुलांना उमलण्याची आणि कौतुक करून घेण्याची नुसती घाई झाली होती.

दोन्ही नेत्यांमध्ये संभाषण सुरू होण्याची वेळ जशी जवळ येत होती, तसा मी जरा अस्वस्थ होत होतो; पण असं वाटणारा मी एकटाच नव्हतो हे मला माहीत होतं. या दौऱ्याची आखणी करतेवेळी मी बरेच वेळा आर्चबिशपना भेटलो; त्यातील एका भेटीदरम्यान त्यांनी दलाई लामांबरोबर बौद्धिक चर्चा करताना वाटू शकणाऱ्या धाकधुकीची प्रामाणिक कबुली मला दिली होती आणि ते पाहून मी भारावून गेलो होतो. त्यांची बुद्धी माझ्यापेक्षा कितीतरी अधिक तल्लख आहे, आर्चबिशप म्हणाले होते. त्यांचा रोख दलाई लामांना असलेली वादविवादाची आवड, त्यांची चौकस बुद्धी आणि वैज्ञानिक अन्वेषण करण्याची ताकद यांकडे होता. मी अधिक उत्स्फूर्ततेकडे झुकणारा आहे, ते तेव्हा म्हणाले होते. त्यांच्या आयुष्याला वळण देणाऱ्या प्रमुख घटनांच्या आणि वर्णभेद हटवण्यासाठीच्या संघर्षाच्या मागे त्यांना असलेलं सखोल अंतर्ज्ञान आणि प्रार्थनेतून आलेला शरणागत भाव यांचं मार्गदर्शन त्यांना लाभलं होतं, असं आर्चबिशप म्हणाल्याचं मला स्मरत होतं. अज्ञात मार्गावर प्रवास करताना महान आध्यात्मिक नेतेही अस्वस्थ होत असावेत, असा मी तर्क केला.

आर्चबिशपना आवश्यक असणारी एक दिवसाची विश्रांती घेऊन आम्ही खऱ्या आनंदाच्या स्वरूपावर चर्चा करण्यासाठी सज्ज होणार होतो.

दिवस पहिला

खऱ्या आनंदाचं स्वरूप

तुम्ही उदास / खिन्न का नसता?

संभाषणाला सुरुवात करण्याआधी मी आर्चबिशपना प्रार्थना करण्याची विनंती केली, कारण ते ज्या परंपरेतून आले होते, त्यात कोणत्याही महत्त्वाच्या संभाषणाची सुरुवात ही प्रार्थना करून होत असते.

"हो, धन्यवाद!" आर्चबिशप सुरुवात करताना म्हणाले, "जेवढी मदत मिळेल, तेवढी मला नेहमी हवीच असते."

"एक क्षणभर आपण अगदी शांत बसू या. ये, पवित्र आत्म्या, ये. तुझ्या श्रद्धाळू भक्तांची अंतःकरणं भरून टाक आणि तुझ्यावरच्या प्रेमाची ज्योत त्यांच्या हृदयात जागृत कर. तुझं अस्तित्व त्यांच्याकडे पाठव आणि त्यांचा नवा जन्म होऊ दे आणि या पृथ्वीला– जगाला नवचैतन्य दे. आमेन."

"आमेन," दलाई लामांनीही दुजोरा दिला. त्यानंतर आम्ही एकत्र घालवणार असलेल्या वेळाबाबत त्यांच्या काय आकांक्षा आहेत, हे मी दलाई लामांना विचारलं. ते मागे रेलले आणि आपल्या हातांचे तळवे त्यांनी एकमेकांवर घासले. "आपण आता एकविसाव्या शतकात आहोत. विसाव्या शतकातल्या नवपरिवर्तनात आपण आता सुधारणा घडवत आहोत आणि सातत्यानं आपलं भौतिक जग अधिक चांगलं बनवण्याचा प्रयत्न करत आहोत. अर्थात, पुरेसं अन्न मिळू न शकणारे खूप गरीब लोक अजूनही या जगात आहेत, तरीही सर्वसाधारणपणे हे जग खूपच विकसित झालं आहे. अडचण अशी आहे की, आपलं हे जग आणि आपलं शिक्षण या दोन गोष्टींचं लक्ष पूर्णपणे बाह्य, भौतिक मूल्यांवर एकवटलेलं आहे. आपल्या अंतस्थ मूल्यांबाबत आपण फारसा विचार करत नाही. अशा प्रकारचं शिक्षण घेत मोठे झालेले लोक भौतिक आयुष्य जगतात आणि पर्यायानं सगळा

समाजच भौतिकतावादी होतो; परंतु ही संस्कृती मानवापुढील अडचणी दूर करण्यासाठी पुरेशी ठरत नाही. खरी समस्या 'इथे' आहे,'' आपल्या मस्तकाकडे अंगुलीनिर्देश करत दलाई लामा म्हणाले.

आर्चबिशपनी आपल्या छातीवर बोटांनी थोपटलं. मस्तकाबरोबरच हृदयाचंही महत्त्व त्यांना अधोरेखित करायचं होतं.

''आणि 'इथे', मन आणि हृदय,'' दलाई लामांनी त्यांची पुनरुक्ती केली. ''भौतिक मूल्यं आपल्याला मानसिक शांती देऊ शकत नाहीत. म्हणूनच, आपण आपल्या अंतस्थ मूल्यांकडे, खऱ्या मानवतेकडे अधिक लक्ष दिलं पाहिजे. केवळ याच मार्गानं आपल्याला मानसिक शांती मिळू शकेल आणि आपल्या सभोवतीच्या जगाला शांतता. आपण आज ज्या समस्यांना तोंड देत आहोत, त्या आपणच निर्माण केल्या आहेत. जसं युद्ध आणि हिंसा. या काही नैसर्गिक आपत्ती नाहीत. आपण मानवांनीच हे प्रश्न निर्माण केले आहेत.

''हा फार मोठा विरोधाभास आहे, असं मला वाटतं,'' दलाई लामा पुढे म्हणाले, ''सात अब्ज माणसं आहेत आणि त्या कुणालाच समस्या आणि दुःख नको आहे; पण तरीही अनेक प्रश्न, अनेक व्यथा आहेतच, बहुतांश आपणच निर्मिलेल्या का?'' आता ते थेट आर्चबिशपना उद्देशूनच बोलत होते. त्यावर ते संमतीदर्शक मान डोलवत होते. ''कुठेतरी काहीतरी कमतरता आहे. त्या सात अब्ज माणसांपैकीच एक म्हणून हे जग अधिक आनंदी बनवण्याची जबाबदारी प्रत्येकाचीच आहे, असं मी मानतो. अंततः आपणच इतरांच्या कल्याणाची चिंता करण्याची गरज आहे. दुसऱ्या शब्दांत सांगायचं तर, दयाळूपणा किंवा करुणा यांचाच अभाव आहे. आपल्या आध्यात्मिक मूल्यांकडे आपण जास्त लक्ष दिलं पाहिजे. आपण आपल्या आत डोकावून बघितलं पाहिजे.''

असं म्हणून ते आर्चबिशपकडे वळले आणि त्यांनी आपले जोडलेले हात आदरभावानं वर उचलले. ''तर मग आता, माझे दीर्घकाळापासूनचे मित्र असलेले तुम्ही, आर्चबिशप टुटू,'' दलाई लामांचे ते जोडलेले हात आर्चबिशपनी हळुवारपणे आपल्या दोन्ही हातांत धरले, ''मला वाटतं, तुमच्यात महान क्षमता आहे...''

''क्षमता!'' आपले हात काढून घेत आर्चबिशप खोट्या कृतककोपानं उद्गारले.

''हो, खूप मोठी क्षमता. म्हणजे, या जगातील माणसांना अधिक आनंदी बनवण्याची मोठी क्षमता, असं मला म्हणायचं आहे.''

मोठ्यानं हसत डोकं मागे करत आर्चबिशप म्हणाले.

''हो, हो, खरंच!''

''लोक जेव्हा फक्त तुमच्या चेहऱ्याकडे पाहतात,'' दलाई लामांनी आपलं बोलणं पुढे चालू ठेवलं. ''तेव्हा तुम्ही नेहमी हसताना दिसता; नेहमीच प्रसन्न,

आनंदी! हा खूपच सकारात्मक संदेश देता तुम्ही.'' दलाई लामांनी पुन्हा आर्चबिशपचा हात हातांत घेऊन थोपटला.

''काही वेळा तुम्ही राजकीय किंवा आध्यात्मिक नेत्यांकडे बघता, तेव्हा त्यांचे चेहरे गंभीर दिसतात–'' आपल्या खुर्चीत ताठ बसत त्यांनी चेहरा कठोर करून कपाळाला आठ्या घातल्या. ''ते पाहून आपण बिचकतो; पण जेव्हा लोक तुमचा चेहरा पाहतात, तेव्हा–''

''त्यांना मोठ्ठं नाक दिसतं,'' आर्चबिशप मध्येच बोलले आणि दोघंही खळखळून हसले.

''म्हणूनच या गप्पा मारायला तुम्ही आलात, यासाठी मी मनापासून तुमचं कौतुक करतो,'' दलाई लामा म्हणाले. ''आपलं मन विकसित करायचं असेल, तर आपल्याला अधिक खोलात डोकावून बघावं लागेल. प्रत्येकजण आनंदाचा, समाधानाचा शोध घेत असतो; पण बाहेरून– पैशातून, सत्तेतून, मोठी गाडी, मोठा बंगला यांतून. पण, आनंदाची गुरुकिल्ली बाहेर नाही तर आतमध्ये दडलेली आहे, याकडे बहुतेक लोक लक्ष देत नाहीत. अगदी शारीरिक स्वास्थ्याचं गमकही बाहेर नाही तर आतच असतं.

''तर, आपल्यात काही किरकोळ मतभेद असू शकतील. तुम्ही सामान्यतः श्रद्धेवर भर देता. मी स्वतः एक बौद्ध आहे आणि मीही श्रद्धेला खूप महत्त्व देतो; पण त्याच वेळी आमच्या सात अब्ज लोकांपैकी या पृथ्वीतलावरचे एक अब्जापेक्षा जास्त लोक अश्रद्ध आहेत. आपण त्यांना वगळू शकत नाही. एक अब्ज हा मोठा आकडा आहे. शिवाय, ते आपले बंधु-भगिनी आहेत - बांधव आहेत. त्यांनाही आनंदी होण्याचा अधिकार आहे आणि या मानवजातीचे चांगले सदस्य बनण्याचा हक्क आहे, म्हणून आपल्या आत वसणाऱ्या मूल्यांचं शिक्षण देण्यासाठी धार्मिक श्रद्धेवरच विसंबण्याची आवश्यकता नाही, असं मला वाटतं.''

''तुमची गहन विधानं समजून घेणं खरंच खूप कठीण आहे,'' आर्चबिशप बोलू लागले. ''मला वाटलं की, तुम्ही म्हणाल, जर तुम्ही आनंदाच्या शोधार्थ त्याच्या मागे जाल, तर तो तुम्हाला सापडणार नाही. तो फार हुलकावणी देणारा आहे. 'मी बाकी सगळं विसरून आनंदाच्याच शोधात जाईन,' असं म्हटल्यानं तो तुम्हाला सापडणार नाही. 'सरप्राइज्ड बाय जॉय' या नावाचं सी. एस्. लुइस यांचं एक पुस्तक आहे. त्यात हे कसं घडतं, हे सांगितलं आहे.

''खूप लोक तुमच्याकडे बघतात आणि तुमच्या बाबतीत घडलेल्या भयानक गोष्टींचा विचार करतात,'' आर्चबिशप पुढे म्हणाले, ''आपल्या स्वतःच्या घरापासून, आपल्यासाठी अत्यंत मौल्यवान असलेल्या गोष्टींपासून जबरदस्तीनं लांब जावं लागणं, विजनवास पत्करावा लागणं यापेक्षा भयंकर दुसरं काही असूच शकत

नाही आणि तरीही, लोक जेव्हा तुमच्या जवळ येतात, त्यांना अलौकिक शांततेचा अनुभव येतो... ते भावस्पर्शी करुणा अनुभवतात... आणि मिश्कीलपणा–खोडकरपणा...''

''हा शब्द अगदी योग्य आहे,'' दलाई लामांनी पुष्टी दिली, ''मला फार औपचारिक वागणं आवडत नाही.''

''मला मध्येच तोडू नका,'' संभाषणाची सूत्रं पुन्हा आपल्याकडे घेण्यासाठी आर्चबिशप म्हणाले.

''ओह!'' त्यांच्या या दटावणीवर दलाई लामा मोठ्यानं हसले.

''आपण ज्याचा शोध घेत आहोत; तो खरं तर फक्त आनंद, खुशी नाही हे समजणं मोठं छान आहे. मी त्याच्याबद्दल बोलणारच नव्हतो. मी प्रसन्नतेबद्दल, संतोषाबद्दल बोलणार होतो. प्रसन्नतेचा, संतोषाचा आवाका खूप मोठा आहे; आनंद हा त्यातला एक भाग झाला. प्रसन्नता ही खूप मोठी, सर्वसमावेशक गोष्ट आहे. अपत्याला जन्माला घालू पाहणाऱ्या एखाद्या मातेचा विचार करा. आपल्या सगळ्यांनाच वेदना, त्रास नको असतो आणि माता हे जाणून असतात की, त्यांना वेदना होणार आहेत, मूल जन्माला घालतानाच्या अपार वेदना; पण त्या वेदनेचा त्या स्वीकार करतात आणि असह्य प्रसूती कळांनंतर जेव्हा बाळ जन्माला येतं, तेव्हा आईला झालेला परमानंद हा कशातच मोजता येत नाही. वेदनेतूनही प्रसन्नता, परमानंद, संतोष यांची प्राप्ती किती जलदपणे होऊ शकते याचं हे चक्रावून टाकणारं उदाहरण आहे.

''एखादी आई कामामुळे अतिशय थकली आहे आणि संसाराच्या इतर काळज्यांनी पोखरली आहे,'' आर्चबिशप बोलत होते, ''तिचं मूल आजारी आहे; अशा वेळी आई तिचा सगळा शीण, थकवा विसरून जाते. रात्रभर तिच्या आजारी मुलाच्या उशाशी बसून राहते आणि जेव्हा तिचा मुलगा आजारातून बरा होतो, तेव्हा तिला झालेला परमोच्च आनंद पाहण्यासारखा असतो.''

ही प्रसन्नता, संतोष असतो तरी काय आणि त्यातून इतक्या विविधरंगी भावनांची उत्पत्ती कशी काय होऊ शकते? प्रसन्नतेचा अनुभव अपत्यजन्मामुळे आलेल्या आनंदाश्रूंपासून ते एखाद्या विनोदावर पोट दुखेपर्यंत हसण्यापर्यंत आणि ध्यान केल्यावर चेहऱ्यावर उमटणाऱ्या शांत समाधानी हास्यापर्यंत, इतक्या भावनांना कसा काय सामावून घेऊ शकतो? प्रसन्नतेच्या, संतोषाच्या, परमानंदाच्या पंखाखाली या इतक्या भावभावना एकवटलेल्या असतात. एक विख्यात भावना-संशोधक आणि दलाई लामांचा अनेक वर्षांपासूनचा मित्र पॉल एकमन यानं प्रसन्नतेशी निगडित विविध भावनांचं विवेचन असं केलं आहे –

- सुख (पाच ज्ञानेंद्रियांद्वारे मिळणारं)
- गंमत वाटणं (स्मितहास्यापासून ते पोट धरून हसण्यापर्यंत)
- तुष्टता / तृप्ती (समाधानाचा एक अधिक शांतवणारा प्रकार)
- उत्साह / खळबळ (एखाद्या नावीन्यपूर्ण प्रसंगाला / वस्तूला किंवा आव्हानाला दिलेला प्रतिसाद)
- शमन / सुटकेचा निःश्वास (भीती, चिंता आणि कधीकधी सुख या भावनांनंतर येणारी भावना)
- विस्मय (काहीतरी चकित करणारं आणि कौतुकास्पद घडण्याआधीची भावना)
- हर्ष / उन्माद (स्वतःला विसरून आनंदाचा आविष्कार करणं)
- अत्यानंद (एखादी अवघड किंवा आव्हानात्मक कामगिरी पार पाडल्यानंतर होणारा आनंद)
- अभिमानानं फुलणं (आपल्या मुलांनी विशेष यश संपादन केल्यावर मनात उमटणारी भावना)
- विकृत आनंद / जर्मन भाषेत 'स्कॅडेनफ्रूडी' schadenfreude (परपीडनात आनंद मानणं)
- उचंबळून येणं (एखादी दयाळूपणानं, उदारतेनं केलेली किंवा करुणेनं केलेली कृती बघून कंठ दाटून येणं)
- कृतज्ञता (आपल्याला कुणी निःस्वार्थपणे वागवल्यावर मनात दाटून येणारी भावना)

आनंदावर लिहिलेल्या आपल्या पुस्तकात बौद्ध विद्वान आणि माजी शास्त्रज्ञ असलेले मॅथ्यू रिचर्ड्स यांनी आनंदाच्या आणखी तीन उन्नत अवस्थांचं वर्णन केलं आहे.

- प्रमुदित होणं (इतरांच्या आनंदामुळे आनंदित होणं; बौद्ध या अवस्थेला 'मुदित' अवस्था म्हणतात.)
- सुखावणं (समाधानाचं / तुष्टतेचं अधिक प्रकट स्वरूप)
- आध्यात्मिक तेज (आंतरिक प्रसन्नतेमुळे आणि मनाच्या उमेदपणामुळे झालेला शांत परमानंद)

प्रसन्नतेच्या साम्राज्याचं हे वर्गीकरण त्याची गुंतागुंत आणि त्यातले सूक्ष्म भेद दर्शवतं. प्रसन्नतेची व्याप्ती, ज्याला बौद्ध लोक 'मुदित होणं' म्हणतात; म्हणजेच इतरांच्या आनंदात सुख मानण्यापासून ते जर्मन ज्याला स्कॅडेनफ्रूडी (परपीडनातला विकृत आनंद) म्हणतात, त्या भावनेपर्यंत पसरलेली आहे. आर्चबिशप ज्याचं

वर्णन करत होते; ते केवळ सुख नसून अपत्यजन्मानंतरच्या शमन, विस्मय आणि हर्ष या भावना होत्या हे स्पष्टच आहे.

या सगळ्या मानवी अनुभवांमधून मिळणारे विविध प्रकारचे आनंद हे प्रसन्नतेचेच पैलू आहेत; पण चिरकाल टिकणारी प्रसन्नता – किंवा प्रसन्न मनोवृत्ती – जी आपल्याला आर्चबिशप आणि दलाई लामा यांच्यात दिसून येते ती बहुधा 'समाधानाचं / तुष्टतेचं अधिक प्रकट स्वरूप' किंवा आंतरिक प्रसन्नतेमुळे व मनाच्या उमदेपणानुळे आलेलं 'आध्यात्मिक तेज' यांच्याशी जवळीक साधणारी आहे.

प्रसन्नतेच्या या गुंतागुंतीच्या रचनेचा शोध घेण्यासाठीच आम्ही इथे आलो होतो, हे मी जाणून होतो.

ग्लासगो युनिव्हर्सिटीतील 'इन्स्टिट्यूट ऑफ न्यूरोसायन्स अँड सायकॉलॉजी'मध्ये केल्या गेलेल्या संशोधनात असं सूचित केलं गेलं आहे की, वास्तवात केवळ चार मूलभूत भावना असतात. त्यातल्या तीन या तथाकथित नकारात्मक भावना असतात; भीती, क्रोध आणि दुःख. एकच सकारात्मक भावना असते, ती म्हणजे प्रसन्नता किंवा आनंद. या प्रसन्नतेचा मागोवा घेणं म्हणजेच जणू काही मानवाचं अनुभवविश्व समाधानानं कसं भरता येईल, याचा शोध घेणं.

''प्रसन्नता ही अशी भावना आहे का की, जी अचानक मनात उमटते आणि आपल्याला चकित करते की ती एक टिकून राहणारी वृत्ती आहे?'' मी विचारलं. ''तुमच्या दोघांपुरतं बोलायचं झालं तर प्रसन्नता ही टिकून राहणारी, दीर्घकाल टिकणारी मनोवस्था आहे, असं वाटतं. तुमच्या आध्यात्मिक आचरणामुळे तुम्ही उदास आणि गंभीर झाला आहात, असं दिसत नाही. उलट, तुम्ही अधिक आनंदी, प्रसन्न झाला आहात. तर मग प्रसन्नतेची, आनंदाची ही भावना तात्पुरती न अनुभवता एक मनोवृत्ती म्हणून लोकांनी विकसित करण्यासाठी काय करावं लागेल?''

आर्चबिशप आणि दलाई लामांनी एकमेकांकडे बघितलं; आर्चबिशपनी दलाई लामांकडे हात केला. दलाई लामांनी त्यांचा हात दाबला आणि बोलायला सुरुवात केली.

''हो, हे खरं आहे. प्रसन्नता आनंदापेक्षा काहीशी वेगळी आहे. मी जेव्हा 'आनंद' असा शब्द वापरतो, तेव्हा एका अर्थी मला 'समाधान' असं म्हणायचं असतं. काही वेळा आपल्याला वेदनादायी अनुभव येतो, जसं तुम्ही अपत्यजन्माचं उदाहरण दिलंत; पण तो अनुभव अत्युच्च समाधान आणि प्रसन्नता देऊन जातो.''

''मला एक विचारायचं आहे,'' आर्चबिशप मध्येच म्हणाले.

''तुम्ही पन्नास वर्षांपासून निर्वासित आहात?''

“छप्पन!”

“कशाहीपेक्षा जास्त आवडत्या असलेल्या तुमच्या देशापासून छप्पन्न वर्षं दूर! मग तुम्ही उदास का नसता?”

“उदास?” इंग्लिशमधील ‘morose’ या शब्दाचा अर्थ न कळून दलाई लामांनी पृच्छा केली.

‘Morose’ या शब्दाचं तिबेटीत भाषांतर करण्यासाठी जिनपा सरसावले असतानाच आर्चबिशपनी स्पष्ट केलं, “दुःखी.”

त्या दुःखदायक प्रसंगांची उजळणी करताना जणू काही सांत्वन करण्यासाठी म्हणून दलाई लामांनी आर्चबिशपचा हात हातांत घेतला. तेव्हाच्या दलाई लामांचा आताच्या पुनर्जन्मित दलाई लामांपर्यंतचा प्रवास टप्प्याटप्प्यानं उलगडत गेला तो असा – पूर्व तिबेटच्या ‘आमडो’ खेड्यातील घरातून फक्त दोन वर्षांचे असताना त्यांना नेण्यात आलं आणि ल्हासा या राजधानीतल्या एक हजार खोल्यांच्या राजवाड्यात नेऊन ठेवण्यात आलं. तिथे भव्य एकान्तवासात त्यांना तिबेटचा भावी आध्यात्मिक आणि राजकीय नेता म्हणून आणि करुणासागर बोधिसत्त्वाचा ईश्वरी अवतार म्हणून वाढवण्यात आलं. १९५० मध्ये चीनने तिबेट ताब्यात घेतलं, तेव्हा दलाई लामा राजकारणात ओढले गेले. वयाच्या अवघ्या पंधराव्या वर्षी सहा अब्ज लोकांचा अधिपती म्हणून त्यांची नियुक्ती झाली आणि अजिबात तुल्यबळ नसलेल्या असमान व निर्णायक युद्धाला सामोरं जावं लागलं. आपल्या लोकांच्या कल्याणासाठी व राजकीय तोडगा काढण्यासाठी नऊ वर्षं त्यांनी कम्युनिस्ट चीनबरोबर वाटाघाटी करण्याचा प्रयत्न केला, जेणेकरून त्यांचा देश गिळंकृत केला जाऊ नये. १९५९ मध्ये मात्र, एका उठावादरम्यान रक्तपात/कत्तल होण्याची शक्यता लक्षात घेऊन जड अंतःकरणानं दलाई लामांनी आपला देश सोडण्याचा निर्णय घेतला.

भारतात यशस्वीरीत्या पळून जाण्याच्या मार्गातले अडथळे फार मोठे नव्हते; पण युद्ध आणि रक्तपात टाळण्यासाठी त्यांनी रात्रीच्या अंधारात राजवाड्याच्या रक्षकाच्या वेषात पलायन केलं. सहज ओळखण्याची खूण असलेला चष्मा त्यांना काढून ठेवावा लागला. त्यांच्या अधू दृष्टीमुळे त्यांना ‘पीपल्स लिबरेशन पार्टी’च्या रक्षकांबद्दल वाटणारी भीती व अनिश्चितता यांच्यात भरच पडली असणार. तीन आठवडे चाललेल्या या सुटकेच्या प्रवासात एकोणीस हजार फुटांची पर्वतशिखरं पार करताना त्यांना वाळूच्या आणि बर्फाच्या वादळांचा सामना करावा लागला.

“माझी एक शिकवण मी एका प्राचीन भारतीय गुरूकडून घेतली आहे,” दलाई लामांनी आर्चबिशपच्या प्रश्नाचं उत्तर द्यायला सुरुवात केली, “त्यांनी असं शिकवलं की, जेव्हा तुम्ही एखादी दुःखद परिस्थिती अनुभवता, तेव्हा त्याबद्दल

विचार करा. त्यावर मात करण्याचा कोणताच मार्ग तुम्हाला दिसत नसेल, तर त्याबद्दल फार काळजी करण्यात अर्थ नसतो. म्हणून, मी तसं वागतो.'' दलाई लामांचा रोख आठव्या शतकातील बौद्ध-गुरू शांतिदेवांकडे होता, त्यांनी लिहिलं होतं, 'त्या परिस्थितीबाबत काही करता येत असेल तर विषाद वाटण्याचं काय कारण? आणि जर काही करता येत नसेल, तर विषाद वाटून घेऊन तरी काय उपयोग?'

त्यावर आर्चबिशप खळखळून हसले. एखादी गोष्ट निरर्थक आहे म्हणून माणूस काळजी करणं थांबवू शकतो, ही गोष्ट त्यांना जवळजवळ अविश्वसनीय वाटली असावी.

''हो, माणसांच्या बुद्धीला ते पटत असावं, असं मला वाटतं,'' आपल्या दोन्ही तर्जनींनी डोक्याला स्पर्श करत ते म्हणाले.

''काळजी करून काही उपयोग नसतो हे माहीत असतं; पण तरीही ते काळजी करतच राहतात.''

''आमच्यापैकी अनेकजण निर्वासित आहेत,'' दलाई लामा आपला मुद्दा स्पष्ट करत म्हणाले, ''आणि माझ्या स्वतःच्या देशात खूप अडचणी आहेत. मी जेव्हा फक्त त्याकडे बघतो,'' दोन्ही हातांच्या तळव्यांनी एक छोटा गोल बनवत ते म्हणाले, ''तेव्हा मला काळजी वाटते.'' मग त्यांनी हात पसरले, गोल मोडला.

''पण जेव्हा मी या जगाकडे बघतो, तेव्हा मला खूप त्रास आणि समस्या दिसतात; अगदी चीनमध्येही! उदाहरणार्थ, चीनमधला हुई मुस्लीम समाजही अनेक अडचणींचा सामना करतो. चीनच्या बाहेरच्या जगात आणखी कितीतरी समस्या आणि दुःख आहेत. हे सगळं पाहिलं की, आपल्याला जाणवतं की, समस्या फक्त आपल्यालाच नाहीत तर आपल्या बंधु-भगिनींनाही आहेत. आपण आपला दृष्टिकोन विशाल केला आणि वेगळ्या नजरेनं या प्रश्नाकडे बघितलं, तर आपल्या काळज्या आणि दुःख आपण कमी करू शकतो.''

दलाई लामांच्या बोलण्यातला साधेपणा आणि गहन विचार माझ्या मनाला स्पर्शून गेला. 'डोन्ट वरी, बी हॅपी!' या बॉबी मॅकफेरिनच्या लोकप्रिय गाण्यापेक्षा हा विचार कितीतरी पुढचा होता. वेदना आणि दुःख यांना नाकारण्याची, त्याबाबत कुरकुरत राहण्याची ही वृत्ती नव्हती; पण दृष्टिकोनात केलेला बदल होता– स्वतःपासून इतरांपर्यंत, उद्वेगापासून करुणेपर्यंत - इतरांनाही त्रास होत आहे, दुःख आहेत याची जाण होती. दलाई लामांच्या बोलण्यातली ही गोष्ट लक्षणीय होती की, इतरांचं दुःख आपण जाणलं आणि आपण एकटेच नाही याची जाणीव झाली की, आपलं दुःख कमी होतं.

इतर कुणाच्या शोकांतिकेबद्दल आपण नेहमी ऐकतो आणि आपली परिस्थिती बरी वाटू लागते. दलाई लामा जे करत होते त्यापेक्षा हे फार वेगळं आहे, ते त्यांच्या परिस्थितीला इतरांच्या परिस्थितीशी तोलून बघत नव्हते; तर तिच्याशी जोडू पाहत होते. ते स्वतः आणि तिबेटी लोक एकटेच अशा प्रकारच्या समस्यांना तोंड देत नव्हते, ही जाणीव ठेवून आपला 'स्व' ते अधिक विस्तारत होते. आपण सगळे एकमेकांशी जोडले गेलेलो आहोत– मग ते तिबेटी बौद्ध असोत वा हुई मुस्लीम– या भावनेतूनच समवेदना आणि करुणा यांचा जन्म होतो.

'वेदना अटळ आहे, तिचा त्रास करून घेणं किंवा न घेणं आपल्या हातात आहे - त्रासाला पर्याय आहे.' या उक्तीचा दलाई लामांच्या दृष्टिकोन विस्तारण्याच्या क्षमतेशी कसा संबंध लावता येईल, याचा मी विचार करू लागलो. कोणताही त्रास न होता, त्रास करून न घेता एखाद्या जखमेमुळे किंवा निष्कासनामुळे होणाऱ्या वेदना अनुभवणं खरंच शक्य होतं का? 'सल्लथ सूत्त' नावाची बुद्धाची एक शिकवण आहे, त्यात 'वेदनेचा अनुभव' आणि त्या वेदनेला 'प्रतिसाद म्हणून आलेला/अनुभवलेला त्रास' यातला फरक सांगितला आहेः 'दुःखाचा, वेदनेचा अनुभव आला की, सामान्य, अडाणी, अज्ञानी माणूस दुःख करतो, शोकाकुल होतो आणि रडतो, छाती बडवून घेतो, निराश होतो. म्हणजेच, त्याला दोन प्रकारे वेदना होतात, शारीरिक आणि मानसिक. ज्या प्रकारे एखाद्या माणसाला एका बाणानं मारल्यावर पुन्हा एक बाण मारला तर जशा वेदना होतील, तशाच! दोन बाणांच्या वेदना तो अनुभवेल.' असं दिसतं की, दलाई लामा हे सांगत आहेत : आपला दृष्टिकोन अधिक विशाल, करुणामय केला तर दुसऱ्या बाणामुळे होणाऱ्या वेदना आपण टाळू शकतो.

"आणखी एक गोष्ट," दलाई लामा पुढे म्हणाले. "कोणत्याही प्रसंगाचे वेगवेगळे पैलू असतात. उदाहरणार्थ, आम्हाला आमचा देश सोडावा लागला आणि निर्वासित व्हावं लागलं; पण याच अनुभवानं आम्हाला कितीतरी गोष्टी पाहण्याची संधी मिळवून दिली. मला व्यक्तिगतरीत्या, वेगवेगळ्या लोकांना भेटण्याची संधी मिळाली, तुमच्यासारख्या वेगवेगळ्या आध्यात्मिक साधकांना आणि शास्त्रज्ञांनासुद्धा भेटता आलं. ही संधी मिळाली, कारण मी निर्वासित झालो. मी जर ल्हासामधील पोटाला इथेच राहिलो असतो, तर ज्याला सोन्याचा पिंजरा म्हणतात, तशा परिस्थितीत राहिलो असतो : लामा, पवित्र दलाई लामा." 'प्रतिबंधित राजवटी'चा आध्यात्मिक मठाधिपती नेता म्हणून त्यांना त्या वेळी बसावं लागलं असतं, तशा ताठरपणे ते आता बसले होते.

"माझ्यापुरतं सांगायचं झालं तर ही निर्वासित अवस्थेतली पाच दशकं मला अधिक भावतात. ती अधिक उपयुक्त आहेत; शिकण्यासाठी, जीवनाचा अनुभव

घेण्यासाठी. म्हणूनच, एका बाजूनं तुम्ही बघितलं तर तुम्हाला वाटेल, किती वाईट, दुःखी परिस्थिती आहे ही; पण या शोकांतिकेकडे दुसऱ्या बाजूनं बघितलं तर याच घटनेनं मला नवीन संधी उपलब्ध करून दिल्या. फार सुंदर आहे हे! मी दुःखी किंवा उदास नाही, त्यामागे हे मुख्य कारण आहे. एक तिबेटी म्हण आहे : जिथे तुमचे मित्र असतात, तो तुमचा देश आणि जिथे कुठे तुम्हाला प्रेम दिसतं तेच तुमचं घर.''

या मर्मभेदक विधानामुळे आणि छप्पन वर्षं निर्वासित अवस्थेत काढतानाच्या वेदनांवर फुंकर घालण्याच्या त्यांच्या क्षमतेमुळे खोलीतल्या सगळ्यांचेच श्वास रोखले गेल्याचं स्पष्टपणे ऐकू आलं.

''फार छान बोललात तुम्ही,'' आर्चबिशप म्हणाले.

''शिवाय, जे तुमच्यावर प्रेम करतात, तुम्हाला प्रेम देतात तेच तुमचे आई-बाप असतात,'' दलाई लामा बोलू लागले. ''म्हणूनच, तुम्ही माझ्यापेक्षा फक्त चारच वर्षांनी मोठे असलात तरी मला पित्यासमान आहात. अर्थात, तुम्हाला वयाच्या चौथ्या वर्षी मुलं होणं शक्य नाही; त्यामुळे तुम्ही माझे खरे वडील होऊ शकत नाही; पण मी तुम्हाला माझे वडीलच मानतो.''

''तुम्ही जे सांगताय, ते खरंच खूप छान आहे,'' दलाई लामांच्या विजनवासावरच्या प्रतिक्रियेनं हेलावून गेलेले आर्चबिशप म्हणाले, ''मी इथल्या आपल्या बंधु-भगिनींसाठी यात आणखी एक संदेश जोडू इच्छितो : उद्विग्नता आणि दुःख या गोष्टींवर बऱ्याचदा आपण नियंत्रण ठेवू शकत नाही. त्या होतातच. समजा, कुणी तुम्हाला मारलं. त्या वेदनेमुळे तुम्ही उद्विग्न होता आणि तुम्हाला राग येऊन तुम्ही प्रत्युत्तर देण्याचा विचार करता; पण जसजशी तुमची आध्यात्मिक क्षमता बळकट होत जाते, मग ती बौद्ध परंपरेतून आलेली असो, ख्रिश्चन असो वा अन्य कोणत्या; तुम्ही तुमच्या बाबतीत घडणाऱ्या कोणत्याही गोष्टींचा स्वीकार करायला शिकता. तुम्ही पाप केलं आहे, म्हणून तुम्ही दोषी आहात यासाठी तुम्ही ते स्वीकारत नाही; तर उभे-आडवे विणलेले आयुष्याचे धागे म्हणून स्वीकारता. तुम्हाला आवडो वा नावडो, या गोष्टी घडणारच. आयुष्यात अनेक प्रकारच्या निराशांचा सामना करावाच लागणार. प्रश्न हा नाही की, यातून मी सुटका कशी करून घेऊ? प्रश्न हा आहे : हे मी सकारात्मक गोष्टींसाठी कसं वापरू शकतो? जसं तुम्ही, दलाई लामा, आत्ता सांगत होता तसंच. आपल्या स्वतःच्या देशातून हकालपट्टी होणं यापेक्षा जास्त विध्वंसक, वेदनादायी काही असूच शकत नाही आणि देश म्हणजे काही केवळ भौगोलिक प्रदेश नसतो, तो तुमच्या अस्तित्वाचाच एक भाग असतो. तुम्हीही त्या देशाचा एक भाग कसे असता, हे इतरांना वर्णन करून सांगणं कठीण आहे. खरं बघायला गेलं तर

दलाई लामांनी सदैव रुसलेल्या चेहऱ्यानं वावरायला हवं (sourpuss).''

दलाई लामांनी जिनपांना sourpuss शब्दाचा अर्थ विचारला.

आर्चबिशपनी त्याचा अर्थ स्पष्ट करून सांगण्याचं ठरवलं : ''तुम्ही जेव्हा असा चेहरा करता ना...'' ओठ घट्ट मुडपून विचित्र चेहरा केलेल्या दलाई लामांकडे ते निर्देश करत होते; जणू काही लिंबू चोखून व्हावा तसा त्यांचा चेहरा दिसत होता... आंबट चेहरा! ''हां, असाच चेहरा, अगदी असाच, तुम्ही आता अगदी आंबट चेहऱ्याचे दिसता.''

एखाद्याचा चेहरा आंबट कसा काय दिसू शकतो हे अजूनही दलाई लामांना समजत नव्हतं आणि जिनपा अजूनही त्यांना समजावून सांगण्याच्या प्रयत्नात होते.

''आणि मग जेव्हा तुम्ही हसता, तेव्हा तुमचा चेहरा उजळून निघतो. आणि तो कशामुळे, तर नकारात्मक भावनांना तुम्ही पूर्णपणे बदलवून टाकलंत म्हणून! नकारात्मकतेचं रूपांतर तुम्ही चांगुलपणात केलं, कारण पुन्हा तुम्ही असं नाही म्हणालात, 'मी कसा आनंदी होऊ शकेन?' तुम्ही म्हणालात, 'मी प्रेम आणि करुणा यांचा प्रसार कसा करू शकेन?' आणि मग जगभरातले लोक तुमचं इंग्लिश त्यांना समजत नसतानाही येतात आणि स्टेडियम त्यांना अपुरं पडतं. मला खरंच असूया नाही वाटत. मी तुमच्यापेक्षा खूप चांगलं इंग्लिश बोलतो आणि तरीही मला ऐकायला इतके लोक येत नाहीत, जितके तुमच्यासाठी येतात. आणखी काय माहीत आहे, मला नाही वाटत की, ते ऐकायला येतात. ते थोडंफार ऐकतही असतील. तुम्ही कशाचं तरी प्रतीक आहात, असं त्यांना वाटतं; ते अनुभवण्यासाठी ते येतात, कारण तुम्ही सांगता त्यातल्या बऱ्याचशा गोष्टी अर्थाअर्थी स्वाभाविकच असतात. तरीही, केवळ शब्द नाहीत, तर त्या शब्दांमागच्या भावना! त्या अनुभवायला लोक येतात. तुम्ही जेव्हा समोर बसता आणि सांगता की, आपण कोण आहोत हे आपण भोगलेले त्रास, निराशा यांमुळे ठरत नाही. या नकारात्मक दिसणाऱ्या भावनांना आपण सकारात्मकतेत कसं परिवर्तित करू शकतो, यावर ठरतं.

''ईश्वराची लेकरं त्याची किती लाडकी आहेत, हे त्यांच्यापर्यंत आपण पोहोचवू शकू अशी मला आशा आहे. ती त्या ईश्वरासाठी किती, किती मौल्यवान आहेत! अगदी तो तिरस्कृत निर्वासितही, ज्याचं नावही कुणाला माहीत नसेल.

''हिंसेपासून लांब पळणाऱ्या लोकांची छायाचित्रं मी नेहमी बघत असतो, किती काय काय असतं त्यात. त्यातल्या मुलांकडे बघा. मी तर म्हणतो की, ईश्वर रडत असेल, कारण आपण असं जगणं त्याला नक्कीच अपेक्षित नसेल. पण पाहा, या अशा परिस्थितीतसुद्धा जगाच्या कानाकोपऱ्यांतून लोक मदतीसाठी,

परिस्थिती सुधारण्यासाठी पुढे येतात आणि मग, अश्रूंच्या पडद्याआडून ईश्वराच्या चेहऱ्यावर हसू उमलतं आणि जेव्हा तुम्ही त्याच्या लेकरांना कशी मदत केलीत हे तो पाहतो व ऐकतो, तेव्हा तो 'हसू लागतो'.'' हे बोलताना आर्चबिशपचा चेहरा फुलून गेला होता. 'हसू लागतो' हे शब्द त्यांनी जणू काही ईश्वराचं पवित्र नाव घ्यावं, तसे हळुवारपणे उच्चारले.

''याला आणखी एक प्रश्न विचारायचा आहे,'' मी बोलायला पुढे झुकल्याचं पाहून आर्चबिशप म्हणाले. प्रसन्नता आणि त्रास यावर बोलण्यात ते दोघं किती गुंग झाले होते हे ऐकताना, बघताना भान विसरायला झालं होतं; पण आम्ही ज्या गतीनं बोलण्यात पुढे जात होतो, त्या गतीनं ठरवलेल्या प्रश्नांपैकी एक दशांश प्रश्नांवरसुद्धा चर्चा होऊ शकली नसती.

दलाई लामांनी आर्चबिशपच्या हातावर एक हलकीशी चापटी मारली आणि ते म्हणाले, ''आपल्याकडे पुष्कळ दिवस आहेत; त्यामुळे काही प्रश्न नाही. आपली बातचीत जर फक्त तीस मिनिटं किंवा एक तास ठरली असेल, तर आपण थोडक्यात उत्तरं द्यायला हवीत.''

''तुम्ही थोडक्यात उत्तरं द्या,'' आर्चबिशप म्हणाले.

''मी कमीच बोलतो.''

''पण आधी चहा घेऊ या आणि मग मी थोडक्यात उत्तरं देतो.''

थोडा त्रास भोगल्याशिवाय काहीही सुंदर घडत नाही

“आर्चबिशप, दलाई लामांना त्यांच्या विजनवासात खूप त्रास सहन करावा लागला असं तुम्ही म्हणत होता. वर्णद्वेषाच्या काळात तुम्ही आणि तुमच्या देशानंही मोठा त्रास भोगला आणि तुमच्या व्यक्तिगत जीवनातसुद्धा तुम्हाला प्रोस्टेट (पूरस्थ) ग्रंथीच्या कर्करोगाचा सामना करावा लागला– आताही तुम्ही त्याच्याशी दोन हात करता आहात. लोक जेव्हा आजारी असतात, तेव्हा फारसे प्रसन्न नसतात. त्रास, वेदना सहन करूनही तुम्ही प्रसन्न राहण्याची किमया साध्य केली आहे. हे कसं शक्य झालं?”

“मला नक्कीच यामध्ये खूप लोकांनी मदत केली आहे. तुम्ही एकाकी नाही आहात याची जाणीव होणं, ही एक चांगली गोष्ट आहे. तुम्ही एका खूप छान समाजाचा हिस्सा आहात, हे जाणवल्यामुळे गोष्टी सोप्या झाल्या. आपण मघाशी बोलत होतो, तसं तुम्ही जर ठरवून प्रसन्न राहण्याचा प्रयत्न केलात, तर ती प्रसन्नता तुम्हाला कधीच लाभणार नाही. स्वतःला आतून उमलवता आलं पाहिजे. एखाद्या फुलासारखं आहे हे. तुम्ही उमलता, बहरता, ते खरं तर इतर लोकांमुळे आणि मला वाटतं, त्रास, दुःख किंवा कदाचित तीव्र दुःख हा जीवनाचा अविभाज्य आणि अनिवार्य भाग आहे; त्यामुळे करुणा निर्माण व्हायला मदत होते.

“तुम्हाला माहीत आहे, नेल्सन मंडेला जेव्हा जेलमध्ये गेले, तेव्हा ते तरुण होते आणि तुम्ही अगदी म्हणू शकता की, रक्तपिपासू होते. ‘आफ्रिकन नॅशनल काँग्रेस’ या त्यांच्या पक्षाच्या सशस्त्र विभागाचे ते प्रमुख होते. त्यांनी सत्तावीस

वर्षं जेलमध्ये घालवली आणि खूप लोक म्हणतील, बाप रे! सत्तावीस वर्षं! वाया गेला एवढा काळ; पण मी जेव्हा म्हणतो की नाही, ही सत्तावीस वर्षं घालवणं गरजेचं होतं, तेव्हा लोकांना आश्चर्य वाटतं. त्यांच्या मनात भिनलेलं विष काढण्यासाठी ती वर्षं गरजेची होती. जेलमध्ये भोगलेल्या कष्टांनी त्यांना अधिक उदार बनवलं, दुसरी बाजू ऐकून घेण्याइतकं सहनशील! आपण ज्यांना शत्रू मानतो तीही माणसंच आहेत, त्यांनाही भय आहे आणि त्यांच्याही आकांक्षा, अपेक्षा आहेत हे त्यांना समजलं. ते ज्या समाजात राहत होते, त्यानं त्यांना घडवलं होतं आणि मला नाही वाटत की, ती सत्तावीस वर्षं त्यांनी घालवली नसती तर नंतरचे ते करुणामयी, उदारमतवादी आणि समवेदना, सहवेदना जागृत झालेले मंडेला आपल्याला बघायला मिळाले असते; ज्यांच्यात इतरांच्या ठिकाणी स्वतःला ठेवून विचार करण्याची क्षमता निर्माण झाली होती.''

ज्या वेळी वंशवादी, वर्णभेदी दक्षिण आफ्रिका सरकारनं नेल्सन मंडेला आणि इतर अनेक लोकांना तुरुंगात डांबलं, तेव्हा वर्णभेदविरोधी संघर्षाचे खरेखुरे दूत म्हणून आर्चबिशप यांनी मोठी कामगिरी बजावली. १९८४ मध्ये मिळालेल्या नोबेल पुरस्काराचं आणि धर्मगुरूच्या वेषाचं संरक्षण घेऊन, त्यांना दक्षिण आफ्रिकेत काळ्या व अन्य वर्णाच्या गौरेतर लोकांच्या होणाऱ्या दडपशाहीच्या विरोधात मोहीम उघडता आली. त्या रक्तरंजित लढ्यादरम्यान त्यांनी असंख्य स्त्री-पुरुषांना आणि मुलांना मूठमाती दिली आणि त्यांच्या अंत्यविधींच्या वेळी लोकांना अथकपणे शांती आणि क्षमेची शिकवण दिली.

नेल्सन मंडेलांच्या सुटकेनंतर आणि स्वतंत्र दक्षिण आफ्रिकेचा पहिला राष्ट्राध्यक्ष म्हणून त्यांची निवड झाल्यानंतर आर्चबिशपना प्रख्यात 'ट्रूथ अँड रिकन्सिलिएशन कमिशन' ('सत्य आणि सलोखा' कमिशन)ची निर्मिती करण्यास सांगण्यात आलं. वर्णभेदामुळे झालेल्या अत्याचारांचा शांततामय मार्गानं सामना करण्याचा मार्ग हे कमिशन शोधणार होतं आणि सूडबुद्धी व बदला या भावनांशिवाय नव्या भविष्यात पाऊल ठेवणार होतं.

''एक प्रकारच्या विरोधाभासात्मक मार्गानं आपण आपल्या आयुष्यातील तथाकथित नकारात्मक गोष्टींचा सामना करतो; त्यामुळेच आपण पुढे कोण होणार आहोत, हे ठरतं. या सगळ्या नकारात्मक गोष्टी निराशाजनक आहेत असं आपण मानलं, तर त्या भावनांची आपल्यावरची पकड अधिक घट्ट होईल आणि आपण सगळ्याचा राग राग करू, सगळं तोडून-फोडून नष्ट करावं असं आपल्याला वाटायला लागतं.

''मी जेव्हा माता आणि अपत्यजन्म यांबद्दल बोललो, तेव्हा ते एक छान रूपक म्हणून समोर आलं. खरंच शेवटी प्रत्येक सुंदर गोष्टीच्या आधी काही

प्रमाणात दुःख, वेदना, थोडी निराशा वाट्याला येतेच. ते त्या गोष्टीचं स्वरूपच असतं. अशाच प्रकारे आपली सृष्टी, हे ब्रह्मांड बनलेलं आहे.''

जन्मापूर्वीच्या अवस्थेचा संशोधक पथिक वाधवा याच्याकडून मी नंतर असं ऐकलं की, अशा परिस्थितींमागे खरोखरच एक प्रकारचा जैविक नियम असतो. ते ऐकून मी थक्क झालो. गर्भाशयातील आपल्या वाढीला दबाव आणि विरोधच कारणीभूत ठरतात. आपले स्टेम सेल्स पुरेसा जैविक दबाव/ताण असल्याशिवाय विभाजनासाठी उद्युक्त होत नाहीत आणि आपण अस्तित्वात येत नाही. दबाव, ताण आणि विरोध नसता तर मानवी शरीरासारखी गुंतागुंतीची गोष्ट कधी अस्तित्वातच आली नसती. आपला जन्मच झाला नसता.

''तुम्हाला जर चांगला लेखक बनायचं असेल,'' आर्चबिशप आपलं बोलणं संपवताना म्हणाले, ''तर सारखं चित्रपट पाहून आणि पॉपकॉर्न्स खाऊन तसं होता येणार नाही. तुम्हाला एका जागी मांडी ठोकून बसावं लागेल आणि लिहावं लागेल. कधीकधी हे फार निराशाजनकही वाटू शकेल आणि तरीही त्याशिवाय तुम्हाला चांगले परिणाम दिसणार नाहीत.''

आर्चबिशप जे सांगत होते, त्यात खोल सत्य दडलं होतं आणि तरीही त्यांनी दलाई लामांना जे सांगितलं होतं, तेच पुन्हा मी त्यांना सांगू इच्छित होतो. दुःख, त्रास यांचं महत्त्व ओळखणं ही एक बाब झाली आणि तुम्ही जेव्हा चिडलेले असता, निराश असता किंवा वेदनेनं तळमळत असता, तेव्हा ते लक्षात ठेवणं ही वेगळी गोष्ट आहे. ''आर्चबिशप, तुम्ही आम्हाला हॉस्पिटलमध्ये किंवा डॉक्टरच्या क्लिनिकमध्ये घेऊन चला. तिथे ते तुम्हाला कापत असतात, कोरत असतात, टोचत असतात आणि खूप दुखत असतं. ते सगळं वेदनादायी आणि अस्वस्थ करणारं असतं. तुम्ही वाट पाहत राहता आणि या सगळ्याला खूप वेळ लागतो. अशा वेळी मनातल्या मनात, राग न येऊ देण्यासाठी किंवा तक्रारीचा सूर न उमटू देण्यासाठी किंवा स्वतःची कीव न करण्यासाठी तुम्ही काय करता? अशा प्रसंगीसुद्धा तुम्ही प्रसन्न, आनंदी राहण्याची निवड करू शकता असं तुम्हाला म्हणायचं आहे; पण ते कसं हे सांगा.''

''मला वाटतं, जेव्हा लोकांना वेदना होतात, तेव्हा त्या झाल्या हे मान्य करताना त्यांना अपराधी वाटू द्यायला नको. ते नक्कीच वेदनादायी 'असतं' आणि तुम्हाला ते मान्य करावंच लागतं; पण प्रत्यक्षात, त्या वेदनादायी अनुभवादरम्यान, तुमची काळजी घेणाऱ्या नर्सचा हळुवारपणा तुम्ही ओळखू शकता. तुमच्यावर शस्त्रक्रिया करणाऱ्या सर्जनचं कौशल्य तुम्ही बघू शकता. तरीही काही वेळा त्या वेदना इतक्या तीव्र असतात की, हे सगळं करण्याची क्षमताच तुमच्यात उरत नाही.''

"सांगायची गोष्ट अशी की, त्याची खंत वाटून घेऊ नका. अपराधीपणाची भावना निर्माण होऊ देऊ नका. आपल्या वाटण्यावर आपलं कोणतंही नियंत्रण नसतं. भावना या उत्स्फूर्तपणे व्यक्त होतात." या मुद्द्यावर आर्चबिशप आणि दलाई लामा यांची मतं येत्या आठवड्यात भिन्न असणार होती. आपल्या भावनांवर आपलं किती नियंत्रण असतं? आर्चबिशपचं मत होतं की, फार थोडं नियंत्रण असतं, तर दलाई लामा म्हणत होते की, आपल्याला वाटतं त्यापेक्षा ते अधिक असतं.

"काही वेळा तुम्ही खूप उद्विग्न होता," आर्चबिशप पुढे म्हणाले, "ख्रिश्चन परंपरेत सांगितलं जातं की, आपला त्रास, दुःख ईश्वराला नैवेद्य म्हणून द्यायचं आणि आपल्या 'तारणहारा'च्या दुःख व वेदनेशी ते एकरूप करायचं आणि अशा प्रकारे जगाच्या उन्नतीसाठी त्याचा वापर करायचा; त्यामुळे आपल्या आत्मकेंद्री वृत्तीचा त्याग करायला तुम्हाला मदतच होते. स्वतःपासून अलग होऊन इतरांकडे बघण्यासाठी त्याची मदत होते आणि ती उद्विग्नता, क्लेश बरेचसे सुसह्य होतात. अरे! माझ्याकडे बघायला डॉक्टर आहेत, कुशल अशा नर्स माझी काळजी घेत आहेत आणि मी हॉस्पिटलमध्ये भरती होऊ शकतो; हे म्हणण्यासाठी तुम्हाला कोणत्यातरी धर्मावर श्रद्धा असण्याची गरज नसते. सतत आत्मकेंद्री असण्यापासून आणि मी-मी करण्यापासून थोडं-थोडं लांब सरकण्याची ही सुरुवात असू शकते. अरे, आपल्या एकट्याच्याच वाट्याला हे भोग आलेले नाहीत, याची जाणीव व्हायला लागते. इतर बऱ्याच लोकांकडे पाहा आणि यापेक्षा अधिक वेदना भोगणारे कितीतरी असतील, त्यांचा विचार करा. भट्टीतून तावूनसुलाखून निघालेल्या सुवर्णासारखं असतं हे!"

आर्चबिशपच्या म्हणण्यातली सत्यता अधोरेखित करण्यासाठी दलाई लामांनी संभाषणाचा तो धागा पकडून बोलायला सुरुवात केली. "फार आत्मकेंद्री विचार करणं, हे सगळ्या त्रासाचं मूळ आहे. करुणामय हृदयानं इतरांच्या कल्याणाची काळजी करणं, हा आनंदाचा स्रोत आहे. मला तुमच्याइतका शारीरिक वेदनेचा अनुभव नाही. एकदा मी बोधगयेला गेलो होतो, त्या ठिकाणी बुद्धाला साक्षात्कार झाला होता. बुद्धाची महत्त्वाची शिकवण आत्मसात करायला मी तिथे गेलो होतो. बौद्ध लोकांचं हे सगळ्यात पवित्र तीर्थक्षेत्र आहे."

"तिथे ती शिकवण प्राप्त करायला आलेले सुमारे एक लाख लोक होते; पण अचानक माझ्या पोटात तीव्र वेदना होऊ लागल्या. माझ्या पित्ताशयात त्या वेदना होत होत्या हे त्यांना कळलं नाही; पण मला तातडीनं हॉस्पिटलमध्ये दाखल होण्याची गरज आहे, असं मला सांगण्यात आलं. पोटातली कळ काही वेळा इतकी तीव्र असायची की, मला दरदरून घाम फुटत असे. आम्हाला गाडीनं

पाटण्याला जावं लागणार होतं. ही बिहारची राजधानी तिथून गाडीनं दोन तासांच्या अंतरावर होती. आम्ही गाडीतून जात असताना रस्त्याच्या दोन्ही बाजूंना आम्हाला अठरा विश्वे दारिद्र्याचं दर्शन घडत होतं. बिहार हे भारतातील अगदी गरीब राज्यांपैकी एक आहे. मला खिडकीतून दिसत होतं की, लहान मुलं अनवाणी होती, त्यांना योग्य शिक्षण मिळत नव्हतं हे तर उघडच होतं. आम्ही पाटण्याच्या जवळ आलो, तसं एका झोपडीबाहेर एक म्हातारा माणूस जमिनीवर झोपलेला मला दिसला. त्याचे केस विस्कटलेले होते, कपडे मळके होते आणि तो आजारी दिसत होता. त्याची काळजी घेणारं तिथे कुणीच दिसत नव्हतं. तो अगदी मरणासन्न अवस्थेत होता. हॉस्पिटलकडे जाता-जाता मी याच माणसाचा विचार करत होतो. त्याचं दुःख माझ्या हृदयाला भिडलं आणि मला माझ्या वेदनांचा पूर्णपणे विसर पडला. दयाळू भावना आपलं लक्ष स्वतःवरून दुसऱ्या व्यक्तीकडे वेधते, तसंच झालं. माझ्या वेदना आता मला तितक्या तीव्र वाटेनाशा झाल्या. शारीरिक पातळीवरही करुणा अशा प्रकारे काम करते.''

''तुम्ही बरोबर बोललात. आत्मकेंद्रीपणा हे सगळ्या समस्यांचं मूळ आहे. आपण आपली काळजी घेतली पाहिजे; पण स्वार्थभाव त्यागून. आपण स्वतःची काळजी घेतली नाही, तर आपण जगूच शकणार नाही. हे तर आपण केलंच पाहिजे. स्वार्थीपणा हा मूर्खपणे नाही तर शहाणपणानं केला पाहिजे. मूर्खासारखा स्वार्थीपणा म्हणजे तुम्ही फक्त स्वतःपुरताच विचार करता, इतरांची तुम्हाला पर्वा नसते, दुसऱ्यांवर तुम्ही सत्ता गाजवता, त्यांचं शोषण करता. खरं तर इतरांची काळजी घेणं, त्यांना मदत करणं हाच तुमचा आनंद शोधण्याचा आणि आनंदी आयुष्य जगण्याचा खरा मार्ग आहे. याला मी शहाणपणानं केलेला स्वार्थीपणा म्हणतो.''

''तुम्ही खूप शहाणे आहात,'' आर्चबिशप म्हणाले.

''शहाणे स्वार्थी आहात, असं मी म्हणणार नाही. तुम्ही शहाणे आहात.''

तिबेटी भाषेत ज्याला 'लोजोंग' म्हणतात ती मनाला प्रशिक्षित करणारी आचरण-पद्धती दलाई लामांच्या परंपरेचा एक महत्त्वाचा भाग आहे. मूळ बाराव्या शतकातील 'लोजोंग' संहितेतील मूलभूत संदेशांमधल्या एका संदेशात, आता दलाई लामा आणि आर्चबिशप ज्या 'स्व'पासून दूर जाऊन इतरांचा विचार करण्याबाबत बोलत होते, त्याविषयी लिहिलं आहे : 'सगळ्या धर्मांचं एका मुद्द्याबाबत एकमत आहे - ते म्हणजे स्वतःला स्वतःतच गुंतून घेणं कमी केलं पाहिजे.'

या संहितेत स्पष्टपणे सांगितलं आहे की, जेव्हा आपण फक्त स्वतःवर लक्ष केंद्रित करतो, तेव्हा आपण नाखूश होतो हे नक्की : 'यावर विचार करा,

जोपर्यंत तुम्ही स्वतःच्या महत्त्वाचा अतिविचार कराल आणि आपण किती चांगले किंवा वाईट आहोत याच विचारात गुंतून पडाल, त्या त्या वेळी तुम्हाला त्रास होईल. आपल्याला काय हवं आहे याचाच विचार करत राहणं आणि जे नको आहे ते टाळत राहणं; यामुळे नक्कीच तुम्ही प्रसन्न, आनंदी राहू शकत नाही.' सरतेशेवटी या संहितेत एक सल्ला दिला आहे : 'मन नेहमीच प्रसन्न ठेवा.'

तर मग, प्रसन्न मन म्हणजे नेमकं काय? या पवित्र संहितेचा अनुवाद आणि त्यावर टिप्पणी केलेल्या जिनपांनी आम्ही या प्रवासाची तयारी करत असताना स्पष्ट करून सांगितलं की, प्रसन्नता हाच खरा स्वभावधर्म, जो प्रत्येकाला जाणवू शकतो, कळू शकतो. आनंदी होण्याची आपली इच्छा एका दृष्टीनं, आपला मूळ स्वभावधर्म शोधून काढण्याचाच एक प्रयत्न आहे, असं आपण म्हणू शकतो.

असं दिसतं की, प्रसन्नता ही एक स्वाभाविक अवस्था आहे; पण त्याचा अनुभव घेण्याची क्षमता एक कौशल्य म्हणूनही विकसित करता येते, यावर बौद्धांचा विश्वास आहे. आम्ही जे ऐकत होतो, ते असं : आपण आपलं लक्ष कशावर केंद्रित करतो, यावर कितीतरी गोष्टी अवलंबून असतात. आपलं स्वतःचं दुःख की इतरांचं; आपणच मनानं ठरवलेल्या अलगतेवर की आपल्या अतूट संबंधांवर.

आनंद निर्माण करण्याच्या आपल्या क्षमतेवर जितका बारकाईनं शास्त्रीय अभ्यास केला गेला आहे, तितका प्रसन्नता निर्माण करण्याच्या क्षमतेचा केला गेला नाही. १९७८ मध्ये, फिलिप ब्रिकमन, डॅन कोट्स आणि रॉनी जेनॉफ-बुलमन या मानसशास्त्रज्ञांनी एक महत्त्वपूर्ण संशोधन अहवाल प्रसिद्ध केला. त्यात असा शोध लावला होता की, एखाद्या अपघातामुळे पांगळा झालेला माणूस एखाद्या लॉटरी लागलेल्या माणसापेक्षा जास्त आनंदी असू शकतो. या आणि अशाच इतर अभ्यासांनंतर अशी कल्पना समोर आली की, माणसं त्यांच्या आयुष्यात किती आनंदी होणार आहेत, हे ठरवणारा एक 'स्थापित बिंदू' असतो. दुसऱ्या शब्दांत, आपल्याला एखाद्या नवीन परिस्थितीची सवय होते आणि आपण आपल्या आनंदाच्या सर्वसाधारण अवस्थेकडे परत येतो.

मात्र, अलीकडे झालेल्या एका संशोधनानुसार मानसशास्त्रज्ञ सोन्जा ल्यूबोमर्स्की असं सुचवतात की, बहुधा आपल्या आनंदाच्या ५० टक्के आनंद हा आपले जीन्स/जनुकं किंवा स्वभाव या अपरिवर्तनीय घटकांमुळे निश्चित होतो; जे आपले 'स्थापित बिंदू' असतात. उरलेला पन्नास टक्के आनंद हा आपल्या भोवतीच्या परिस्थितीमुळे, ज्यावर आपलं मर्यादित नियंत्रण असतं आणि आपले दृष्टिकोन व कृती, ज्यांच्यावर आपलं बऱ्यापैकी नियंत्रण असतं, यामुळे ठरवला जातो. ल्यूबोमर्स्की यांच्या मते, आपला आनंद वाढण्यावर जे तीन घटक सर्वांत जास्त प्रभाव

टाकतात, ते म्हणजे परिस्थितीकडे अधिक सकारात्मक दृष्टीनं बघण्याची आपली क्षमता, कृतज्ञ भाव अनुभवण्याची क्षमता आणि प्रेमळ व उदार होण्याची आपली इच्छा! अगदी याच दृष्टिकोनांचा आणि कृतींचा उल्लेख दलाई लामांनी आणि आर्चबिशपनी केला होता आणि प्रसन्नतेच्या विशाल छत्राचे मध्यवर्ती स्तंभ हेच आहेत, हे ते पुन्हा प्रतिपादित करणार होते.

तुम्ही कधी सुख नाकारलं आहे का?

बहुतेक सगळ्या धर्मांनी असं ठाम प्रतिपादन केलं आहे की, आपल्या इंद्रियांमार्फत आपण शाश्वत आनंद मिळवू शकत नाही. म्हणून, इंद्रियांद्वारे जे सुख आपल्याला मिळतं; ते तात्पुरतं, वरवरचं असतं; त्यामुळे दीर्घकाळ टिकणारं समाधान मिळत नाही. बौद्ध धर्मात असं म्हटलं आहे की, इंद्रियसुखातून आनंदाचा शोध घेणं म्हणजे खारं पाणी पिऊन तहान भागवण्यासारखं आहे. प्रसन्नता / परमोच्च आनंद आणि सुख यांत नेमकं काय नातं आहे आणि दलाई लामा ज्याला शारीरिक पातळीवरचा आनंद आणि मानसिक पातळीवरचा आनंद म्हणत आहेत, त्यांच्यात काय संबंध आहे?

"गुरुदेव, (युवर होलीनेस) अनेकांना असं वाटतं की, तुम्ही एक साधुपुरुष असल्यामुळे सुख किंवा मौज यांचा त्याग केला असेल."

"आणि लैंगिक संबंध (सेक्स)," दलाई लामांनी पुस्ती जोडली, खरं तर माझा विचारण्याचा उद्देश असा नव्हता.

"काय?" आर्चबिशपनी पृच्छा केली.

"सेक्स, सेक्स," दलाई लामा पुन्हा म्हणाले.

"तुम्ही खरंच असं म्हणालात?" विश्वास न बसून आर्चबिशप म्हणाले.

"अरे! अरे!" आर्चबिशपना वाटलेलं आश्चर्य बघून हसतच दलाई लामा म्हणाले आणि त्यांनी त्यांना आश्वासकपणे स्पर्श केला; त्यामुळे आर्चबिशप गमतीनं खळखळून हसले.

"तर, सेक्स सोडून!" मी संभाषणाची गाडी पुन्हा रुळावर आणण्याचा प्रयत्न करत म्हणालो, "तुम्ही कधी सुख आणि मजा यांचा अस्वीकार केला आहे

का? जेवताना मी तुमच्या शेजारी बसलो होतो आणि तुम्ही त्या सुग्रास अन्नाचा मनसोक्त आस्वाद घेत होता, असं मला दिसलं. जीवनातील सुखांची मजा घेण्याबाबत तुमची काय भूमिका आहे?''

''मला अन्न आवडतं. अन्नाशिवाय माझं हे शरीर तग धरू शकणार नाही, तुम्हीसुद्धा फक्त 'देव, देव, देव' करत राहू शकणार नाही.'' आर्चबिशपकडे वळून ते म्हणाले, ''मीसुद्धा फक्त करुणा, करुणा, करुणा असं करू शकत नाही. करुणेनं माझं पोट भरणार नाही; पण असं पाहा, प्रत्येक वेळी जेवताना त्याबद्दल आसक्ती ठेवून जेवायचं नाही, अशी क्षमता आपण स्वतःमध्ये निर्माण केली पाहिजे.''

''आं?'' आर्चबिशपनी दलाई लामा 'आसक्ती' ही बौद्ध संज्ञा कशी वापरत आहेत हे न कळून विचारलं. शिवाय, एखादा माणूस आपल्या अन्नाविषयी आसक्ती बाळगत नाही म्हणजे नेमकं काय करतो, हे त्यांना समजलं नसावं.

''म्हणजे, हावरटासारखं खायचं नाही,'' दलाई लामांनी स्पष्ट केलं, ''शरीर चालत राहावं एवढ्यासाठीच फक्त खायचं. शरीराचं पोषण कसं होईल, असाही विचार प्रत्येकानं केला पाहिजे.''

आमच्या एका जेवणाच्या वेळी दलाई लामांनी तिबेटी पद्धतीनं केलेल्या भाताचा आणि योगर्ट पुडिंगचा त्यांचा वाडगा मला दाखवला होता आणि म्हणाले होते, ''हे तिबेटी साधुसंतांचं खाणं आहे– मला ते फार आवडतं.'' ते अगदी मजेनं खात होते. साधुपुरुषांनी आयुष्यातली छोटी-छोटी सुखं नाकारण्याची काही गरज नसते, हे जाणल्यावर मला खूप बरं वाटलं होतं; जसं छान जेवण आणि विशेषतः पुडिंग!

ते मिष्टान्न खाल्ल्यावर त्यांना त्यातून बऱ्याच प्रमाणात सुख मिळालं असेल, याची मला पूर्ण खात्री होती. त्यांच्या इंद्रियांद्वारे त्यांना नक्कीच आनंद मिळत होता हे दिसतच होतं. मौज आणि हाव किंवा लोभ यातल्या सीमारेषेबाबत मी विचार करत होतो. एखादा पदार्थ दुसऱ्या-तिसऱ्या वेळी घेणं आणि तो जास्त प्रमाणात खाणं यावर की प्रत्येक घास आपण कोणत्या भावनेनं घेत आहोत यावर ती सीमारेषा अवलंबून असते? जेवणाआधी म्हणण्याच्या एका प्रसिद्ध तिबेटी बौद्ध प्रार्थनेबद्दल जिनपांनी मला सांगितलं : 'हे अन्न म्हणजे माझ्यासाठी औषध आहे, त्याची मजा मी लोभाशिवाय किंवा क्रोध न करता घेईन, अतिखादाडपणा न करता आणि गर्व न करता, मला धष्टपुष्ट करण्यासाठी नाही तर केवळ शरीराचं पोषण करण्यासाठी मी अन्न ग्रहण करेन.'

बहुधा दलाई लामा असं म्हणत होते की, शरीराचं पोषण करण्यासाठी अन्न ग्रहण करणं म्हणजे त्यातून मिळणारा आनंद आणि त्या अनुभवातून मिळणारं

समाधान नाकारणं नव्हे.

"तर, आता तुमच्या प्रश्नाकडे वळू या." दलाई लामा म्हणाले.

"आपण जेव्हा आनंदाचा अनुभव घेण्याबाबत बोलतो, तेव्हा ते दोन वेगळ्या प्रकारचे आहेत, हे जाणून घेणं गरजेचं आहे. पहिला अनुभव आपल्या इंद्रियांद्वारे मिळणाऱ्या सुखांचा आहे. इथे, मघाशी मी म्हटलं त्याप्रमाणे सेक्सचा संबंध येतो; पण अधिक खोल पातळीवर जाऊन आनंदाचा अनुभव आपण प्रेम, करुणा आणि उदारता यांच्या माध्यमांतूनही घेऊ शकतो. या अधिक उत्कट अनुभवांचं वैशिष्ट्य म्हणजे त्यातून मिळणारं पूर्ण समाधान, संतुष्टता. इंद्रियांद्वारे मिळणारा आनंद हा क्षणभंगुर असतो, तर अधिक खोलवरचा आनंद ह दीर्घकाळ टिकणारा असतो. ही खरी प्रसन्नता!

"ईश्वरावरील प्रगाढ श्रद्धेतून भक्ताला असा उत्कट आनंद मिळतो. त्यातून त्याला आंतरिक शक्ती आणि शांती प्राप्त होते. माझ्यासारख्या अश्रद्ध किंवा नास्तिक माणसाला हा उत्कट, प्रगाढ आनंद मिळवण्यासाठी मनाला प्रशिक्षित करावं लागतं. या प्रकारची प्रसन्नता किंवा आनंद आतून येतो. मग इंद्रियांद्वारे मिळणारी सुखं दुय्यम वाटू लागतात.

"गेल्या अनेक वर्षांपासून मी शास्त्रज्ञांबरोबर चर्चा करत आलो आहे की, इंद्रिय पातळीवरचं सुख आणि दुःख, वेदना आणि खोलवर जाणवणारा मानसिक आनंद आणि पीडा यांत कसा फरक आहे. आपण आजच्या भौतिक जगाकडे पाहिलं, तर लोक बहुतकरून इंद्रियगोचर अनुभवांचा विचार करत असतात. म्हणून, त्यांना मिळणारं समाधान हे मर्यादित आणि क्षणभंगुर असतं; कारण त्यांचा आनंदाचा अनुभव हा बाह्य प्रेरकांवर अवलंबून असतो. उदाहरणार्थ, जोपर्यंत संगीत वाजत असतं, तोपर्यंत ते आनंदी असतात." जणू काही संगीताचा आनंद घेत असल्यासारखी मान तिरकी करून ते हसून बघू लागले, "जेव्हा काही चांगलं घडत असतं, तेव्हा ते आनंदी असतात. चांगलं खायला मिळालं की, त्यांना आनंद होतो. जेव्हा अशा गोष्टी घडत नाहीत, तेव्हा ते कंटाळतात, अस्वस्थ होतात आणि दुःखी होतात. अर्थात, हे काही नवीन नाही. बुद्धाच्या काळातसुद्धा लोकांचा असा समज होता की, इंद्रियांद्वारे मिळालेल्या अनुभवांनी आपण आनंदी, सुखी होऊ.

"म्हणून जेव्हा फक्त शारीरीक नाहीतर मानसिक पातळीवर तुम्ही प्रसन्न होता, तेव्हा तुम्हाला एक प्रकारचं आंतरिक समाधान लाभतं, जे दीर्घकाळ टिकतं– अगदी चोवीस ताससुद्धा!

"त्यामुळेच मी लोकांना नेहमी सांगत असतो की, तुम्ही मानसिक पातळीवरच्या आनंदाकडे आणि प्रसन्नतेकडे जास्त लक्ष पुरवायला पाहिजे. केवळ शारीरिक

पातळीवरचं सुख नाही, तर मानसिक समाधान! ही खरी प्रसन्नता. जेव्हा तुम्ही आंतरिक, मानसिक पातळीवर आनंदी, प्रसन्न असता; तेव्हा शारीरिक वेदनांचं तुम्हाला काही वाटत नाही; परंतु तसा आनंद, प्रसन्नता तुम्हाला मिळवता आली नाही आणि उलट खूप जास्त काळजी, जास्त भीती यांनी तुम्ही ग्रस्त असाल; तर शारीरिक सुख आणि आराम तुमच्या त्रस्त मनाला शांतवू शकणार नाहीत.''

''आपल्या वाचकांपैकी बरेचजण शारीरिक सुख किंवा आनंद आणि प्रसन्नतेची शारीरिक पातळीवरची जाणीव कशी असते, हे समजू शकतील. चांगलं अन्न आणि चांगलं गाणं यांमुळे कसं वाटतं हे त्यांना माहीत आहे; पण तुम्ही म्हणता त्याप्रमाणे चोवीस तास टिकणारा मानसिक आनंद, मानसिक सुख म्हणजे नक्की काय?'' मी विचारलं.

''प्रेम आणि स्नेहभाव यांची खरीखुरी जाणीव.'' दलाई लामा म्हणाले.

''तुम्ही रोज ही प्रसन्नता घेऊन जागे होता?'' मी विचारलं.

''कॉफीच्याही आधी?''

''तुम्हाला जर सगळ्या संवेदनशील जीवांच्या आणि विशेषतः मनुष्यप्राण्याच्या कल्याणाची काळजी असेल, तर सकाळी ही भावना तुम्हाला आनंदित करते, अगदी कॉफीच्याही आधी!''

''हे करुणेचं, सहवेदनेचं महत्त्व आहे, इतरांबद्दलच्या आपुलकीच्या, दयाळूपणाच्या भावनेचं महत्त्व. दिवसातली अगदी दहा मिनिटं किंवा तीस मिनिटं या करुणेवर ध्यान केंद्रित केलंत, तर त्याचे परिणाम तुम्हाला दिवसभर दिसतील. मन स्थिर, शांत आणि प्रसन्न ठेवण्याचा हा मार्ग आहे.

''प्रत्येकाला हा अनुभव येतो की, मनःस्थिती चांगली असली की, एखादं संकट जरी आलं तरी तुम्ही ठीक असता; पण जेव्हा ती बिघडलेली असेल, तर तुमचा अगदी जवळचा मित्र आला, तरी तुम्हाला फारसा आनंद होत नाही.''

''मी आल्यावर तुम्हाला असंच वाटलं का?'' आर्चबिशपनी मिश्कील सुरात विचारलं.

''हो, म्हणूनच मी तुम्हाला घ्यायला विमानतळावर आलो होतो– जेणेकरून मी दुःखी व्हावं... आणि तुम्हाला त्रास व्हावा!''

फक्त सुखाच्याच मागे जाणाऱ्या असमाधानी स्वभावासाठी विज्ञानात एक संज्ञा वापरली आहे : चंगळवादी, विलासलोलुप दृष्टिकोन. ही संज्ञा एका ग्रीक विचारधारेतून आली आहे, जी फक्त भौतिक सुख म्हणजेच खरं सुख असं मानते. आजपर्यंतच्या इतिहासात चंगळवादाचे पुरस्कर्ते ठायी ठायी दिसून येतात; अगदी लेखन-संस्कृतीच्या उगमापासून. एका गिल्गामेश कथेत सिदुरी ही मदिरा-

देवता सल्ला देते. 'पोट भरून घ्या. रात्रंदिवस मजा करा. दिवस मौजमजेत जाऊ द्या. दिवसरात्र गा-नाचा... लोकांना एवढंच हवं असतं.' दलाई लामांच्या तिबेटी परंपरेचं उगमस्थान असलेल्या प्राचीन भारतीय आध्यात्मिक संस्कृतीतही ही चंगळवादी, सुखलोलुप विचारधारा होती, चार्वाकाची. अनेक प्रकारे, बहुतांश लोकांचं हेच तत्त्वज्ञान असतं आणि सध्या सर्वत्र दिसत असलेल्या 'थकेपर्यंत खरेदी' (Shop till you drop) संस्कृतीचा ठाम दृष्टिकोन.

असं असूनही शास्त्रज्ञांचं असं म्हणणं आहे की, जसजसा आपण सुखाचा अनुभव घेऊ, तसतसे आपण त्या बाबतीत बधिर होत जातो; आपण त्या सुखाला गृहीत धरू लागतो. आइस्क्रीमचा पहिला वाडगा अत्युत्कृष्ट लागतो, दुसरा चविष्ट लागतो आणि तिसऱ्यानं अपचन होतं. अशा प्रकारचं सुख हे एखाद्या अमली पदार्थासारखं असतं. पहिल्याइतकीच झिंग चढण्यासाठी तो आधीपेक्षा जास्त मात्रेत सेवन करावा लागतो, तसं; परंतु आपल्यामध्ये समाधानाची, आनंदाची भावना दीर्घकालासाठी आणि ताकदीनं निर्माण करणारी एकच एक गोष्ट साहित्यात सांगितलेली कुठे दिसत नाही. याच बाबीचा पुरस्कार दलाई लामा आणि आर्चबिशप पहिल्या दिवसभरात करत होते : आपले नातेसंबंध आणि खास करून आपल्या आयुष्यात असलेल्या लोकांप्रति आपलं प्रेम आणि दयाळूपणा.

रिचर्ड डेव्हिडसन या मेंदूतज्ज्ञाबरोबर - मज्जासंस्था शास्त्रज्ञाबरोबर - न्यूरोसायंटिस्टबरोबर मी सॅनफ्रान्सिस्कोला जेवायला गेलो होतो, तेव्हा त्यानं जो सिद्धान्त सांगितला, तो ऐकून मी थक्क झालो. न्यूरोइमेजिंग / मेंदूप्रतिमा यात झालेल्या संशोधनांवरून त्यानं एक एकत्रित 'आनंदी मेंदू' सिद्धान्त तयार केला होता. मी त्यात इतका गुंतून गेलो की, माझ्या स्प्रिंग रोल्सकडेही माझं लक्ष गेलं नाही; खरं तर ते खूप चविष्ट होते. किमान शारीरिक पातळीवर तरी! आपल्या दीर्घकालीन स्वास्थ्यावर प्रभाव टाकणारी चार स्वतंत्र मंडलं मेंदूत असतात, असं डेव्हिडसननं स्पष्ट केलं. पहिलं आहे, 'सकारात्मक अवस्था टिकवून ठेवण्याची आपली क्षमता.' सकारात्मक भावना टिकवून ठेवण्याची एखाद्याची क्षमता त्याच्या आनंदाच्या अनुभवावर थेट परिणाम करते, यात तथ्य आहे खरं. या अवस्थेकडे जाण्याचा सर्वांत जलद मार्ग प्रेम आणि करुणा यांपासून सुरू होतो, हे दोघंही आध्यात्मिक नेते सांगत होतेच.

दुसरं मंडल हे 'नकारात्मक अवस्थेतून बाहेर पडण्याची आपली क्षमता.' याला जबाबदार असतं. ही सगळी मंडलं एकमेकांपासून पूर्णतः स्वतंत्र असतात हाच विचार मला झपाटून टाकत होता. एखादा मनुष्य सकारात्मक अवस्था चांगल्या प्रकारे राखू शकत असेल; पण नकारात्मक अवस्थेच्या खाईतही सहजपणे जाऊन पडत असेल, ज्यातून बाहेर पडणं त्याला कठीण जात असेल. माझ्या

आयुष्यातल्या अनेक प्रसंगांचं स्पष्टीकरण या सिद्धान्तात दडलेलं होतं.

तिसरं मंडल, जे स्वतंत्र तर असतंच; पण इतरांसाठी आवश्यक असतं ते आहे 'मन भरकटू न देता एकाग्र करण्याची आपली क्षमता.' हेच ते मंडल जे विकसित करण्यासाठी सर्वत्र इतक्या प्रकारची ध्यान-धारणा चाललेली असते. मग ती श्वासावर लक्ष केंद्रित करण्याची असो वा मंत्रावर लक्ष केंद्रित करण्याची असो किंवा रोज सकाळी दलाई लामा करतात, त्याप्रमाणे विश्लेषणात्मक ध्यान असो, आपलं चित्त एकाग्र करण्याची ही क्षमता फार महत्त्वाची आहे हे नक्की!

चौथं आणि शेवटचं मंडल म्हणजे 'दयाळूपणे वागण्याची आपली क्षमता.' चारपैकी एक संपूर्ण मंडल फक्त दयाळूपणासाठी – दयाळूभावनेसाठी असतं, हे ऐकून मी चकित झालो. आपण कुणाला मदत केली किंवा इतरांनी आपल्याला मदत केली किंवा कुणी इतरांना मदत करताना दिसलं की, आपल्याला/आपल्या मेंदूला छान वाटतं, यात काही आश्चर्य नाही. प्रसन्नतेचा एक पैलू, उत्थान असं याचं वर्णन एकमननं केलं होतं. आपण सहकार्य, करुणा आणि दयाभाव हे सोबत घेऊनच येतो, असं एका ठोस संशोधनात म्हटलं होतं.

नकळतेपणाच्या - अजाणतेपणाच्या शास्त्राचा (Science of the unconscious) जगातला एक अग्रगण्य तज्ज्ञ असलेला जॉन बार्घ या शास्त्राचं वर्णन आपल्या तीन जन्मजात (आणि बहुतेक वेळा नकळत मनात असणाऱ्या) उद्दिष्टांपैकी एक असं करतो; तगून राहणं, पुनरुत्पादन करणं आणि सहकार्य करणं. प्रयोगशाळेतील एका प्रयोगात अठरा महिन्यांच्या मुलांना एकमेकींकडे तोंड करून असलेल्या दोन बाहुल्या दाखवल्या; तेव्हा ती मुलं, ज्या मुलांना अशाच बाहुल्या एकमेकींकडे पाठ करून असलेल्या दाखवल्या, त्या मुलांपेक्षा जास्त सहकार्य करत होती. मानव विकासाच्या अगदी सुरुवातीच्या टप्प्यापासून अस्तित्वात असलेली आणि उत्क्रांत होत गेलेली ही सहकार्याची ऊर्मी आहे हे दाखवणारं हे एक रोचक उदाहरण आहे. ही ऊर्मी अजाणतेपणानं आपल्यात बिंबलेली असते आणि हा गुणधर्म आपण हवा, तेव्हा अमलात आणू शकतो किंवा बाजूला सारू शकतो, असा दावा बार्घ करतो.

साध्या शब्दांत सांगायचं, तर आपली काळजी घेणाऱ्यांप्रति दयाळूभाव दाखवणं व त्यांना सहकार्य करणं ही अंगभूत समज या ऊर्मीमुळे आपल्यात असते. आपल्यापेक्षा वेगळे दिसणाऱ्यांबाबत आपण नकळतपणे सावध पवित्रा घेतो. पूर्वग्रहांची ही न दिसणारी मुळं आहेत, जी अजाणतेपणी आपल्यात रुजलेली असतात. आपल्या 'गटा'बाहेरच्या लोकांबद्दल आपल्याला समवेदना वाटत नाही; म्हणूनच बहुधा आर्चबिशप आणि दलाई लामा आपल्याला सतत आपण कोण

आहोत याची आठवण करून देतात, ते म्हणजे खरं तर एकच गट– मानवजात / मानवधर्म. काहीही असो, सहकार्य करण्याची आणि इतरांबाबत दयाळूभाव दाखवण्याची क्षमता व इच्छा आपल्या मेंदूतल्या मंडलांमध्ये असते आणि तिचा उपयोग आपण व्यक्तिगत, सामाजिक आणि जागतिक पातळीवर करू शकतो.

आपला परमोच्च आनंद

मी पुढचा प्रश्न आर्चबिशपना विचारला, ''तुम्ही ज्या प्रसन्नतेबद्दल, आनंदाबद्दल बोलत आहात, ती एक नुसती जाणीव नाही. ती आली आणि गेली असं होत नाही. ती खूप अधिक गूढ, गहन आहे. प्रसन्नता हा जगाकडे पाहण्याचा एक दृष्टिकोन आहे असं तुम्हाला म्हणायचं आहे, असं वाटतं. अनेक लोक प्रसन्नता किंवा आनंद प्राप्त होण्याची वाट बघत असतात. जेव्हा त्यांना नोकरी मिळेल, जेव्हा ते प्रेमात पडतील, जेव्हा ते श्रीमंत होतील, तेव्हा ते आनंदी, प्रसन्न होतील. तुम्ही ज्याबद्दल बोलत आहात ते आत्ताच उपलब्ध आहे, त्यासाठी वाट पाहावी लागणार नाही.''

उत्तर देण्यापूर्वी आर्चबिशपनी थोडा विचार केला, ''मला सोप्या शब्दांत असं म्हणायचं आहे की, आपण इतरांचं भलं व्हावं म्हणून जेव्हा प्रयत्न करतो, तेव्हा आपल्याला परमोच्च आनंद मिळतो.'' हे खरोखरंच इतकं साधं, सरळ होतं का? दयाळूपणासाठी असलेल्या मेंदूतल्या मंडलाला प्रेरित आणि संतुष्ट करण्यासाठी केवळ आपण असं करतो का? माझ्या मनात उमटलेल्या तिरकस प्रतिक्रिया जणू आर्चबिशपना कळल्या असाव्यात अशा प्रकारे त्यांनी पुढे बोलायला सुरुवात केली, ''आपण असेच बनलो आहोत. म्हणजे, आपल्यात उपजतच दयाळूपणा, करुणा असते. तशी जोडणीच आपल्या मेंदूत झालेली असते.'' डेव्हिडसनच्या संशोधनानुसार शब्दशः 'जोडणी' झालेली असते असं म्हणायला हवं, माझ्या मनात विचार आला.

''इतरांची काळजी करणं आणि एकमेकांविषयी उदारभाव, दयाळूभाव मनात असणं अशीच आपली जडणघडण नैसर्गिकरीत्या झालेली असते. आपल्याला

इतरांशी संवाद साधायला मिळाला नाही तर आपण शुष्क, कोरडे होतो. हे एक कारण आहे की, एकट्या माणसाला एकान्त कैदेची शिक्षा ही खूप भयंकर शिक्षा मानली जाते. आपल्या अस्तित्वाला पूर्णत्व देण्यासाठी आपण इतरांवर अवलंबून असतो. आमच्याकडे 'उबंटू' ही एक संकल्पना आहे. तिच्यापर्यंत मी एवढ्या लवकर पोहोचेन, असं वाटलं नव्हतं. इतर माणसांद्वारे माणसाला माणूसपण येतं, अशी ती संकल्पना आहे.

"उबंटू म्हणते की, माझ्याकडे ब्रेडचा छोटा तुकडा असेल, तर माझ्या फायद्यासाठी मी तो तुमच्याबरोबर वाटून घेईन, कारण आपल्यापैकी कुणीही आपल्या मनानं, स्वतःच्या बळावर या जगात आलेला नाही. त्यासाठी आपल्याला दोन व्यक्तींची गरज लागली. आम्ही ज्यू व ख्रिश्चन ज्या बायबलला मानतो, त्यात एक सुंदर गोष्ट सांगितली आहे. ईश्वर म्हणतो, 'एकटं असणं ॲडमसाठी चांगलं नाही.' तुम्ही असं म्हणू शकला असता की, 'नाही, तो काही एकटा नाही; म्हणजे त्याच्या आजूबाजूला झाडं आहेत, प्राणी आहेत आणि पक्षीही आहेत. तो एकटा आहे, असं तुम्ही कसं म्हणू शकता?'

"आणि मग तुम्हाला जाणवतं की, अगदी खऱ्या अर्थानं आपण परस्परपूरकतेमुळेच टिकून आहोत. तसं गोष्टींचं स्वरूपच असतं. त्यासाठी तुमची कशावर तरी (धर्मावर वगैरे) श्रद्धा असलीच पाहिजे, असं नाही. इतर माणसांकडून शिकलो नसतो, तर मी आता जसं बोलतो आहे, तसं बोलू शकलो नसतो. मी माणसासारखा चालू शकलो नसतो. माणसासारखा विचार करू शकलो नसतो. इतर माणसांकडून शिकलो म्हणूनच या गोष्टी मी करू शकतो. आपण या नाजूक बंधांनी बांधले गेलो आहोत, त्यांचा एक भाग आहोत. हा विषय खरं तर खूप गहन आहे.

"दुर्दैवाने आजकाल आपण खूप मोठं संकट कोसळेपर्यंत आपल्या नातेसंबंधांकडे, स्नेहीजनांकडे कानाडोळा करतो. ज्यांना आम्ही कधी भेटलो नाही आणि या जन्मी कधी भेटण्याची शक्यताही नाही, अशा टिंबक्टूमधील लोकांची काळजी करायला आम्ही सुरुवात केली आणि तरीही आम्ही अगदी प्रेमानं त्यांच्यासाठी करतो. त्यांना आम्ही मदतीचा हात देऊ करतो, कारण आम्ही जोडले गेलो आहोत, ही जाणीव आम्हाला आहे. माणूसपणाचे हे बंध आम्हाला कायम जोडून ठेवणार आहेत."

आर्चबिशपचं बोलणं ऐकताना मी हेलावून गेलो, तरीही माझ्या मनात सुरुवातीला जसा तिरकस विचार आला होता, तसा काही वाचकांच्या मनात उमटलेला मला ऐकू आला. आपण इतरांना कशी मदत करू शकू, असा विचार खूप लोक करत नाहीत. आपल्याला आवडो वा नावडो; पण बहुतेक लोक सकाळी उठतात, तेच

मुळी आपल्या नोकरीधंद्याचा विचार मनात घेऊन तसेच बिलं भरण्यासाठी पुरेसे पैसे मिळवण्याचा विचार, कुटुंबाचा विचार आणि इतर जबाबदाऱ्यांचा विचार करत-करत. 'चांगली माणसं नेहमी मागे पडतात.' या पश्चिमेकडच्या उक्तीतच दयाळूपणा आणि करुणा याबाबतीतल्या परस्परविरोधी भावना दिसून येतात. आपल्या समाजात पैसा, सत्ता, प्रतिष्ठा, कीर्ती आणि प्रभाव यावरूनच यशाचं मोजमाप केलं जातं.

या दोघांकडे फक्त पहिली वस्तू नव्हती, बाकी सगळं होतं; पण त्यांना उपाशी राहावं लागत नव्हतं. आध्यात्मिक नेत्यांना पैशाकडे दुर्लक्ष केल्यानं काही फरक पडणार नव्हता; परंतु आजूबाजूला अवाढव्य बाजार पसरलेला असताना त्यात जगणाऱ्यांचं आणि मरणाऱ्यांचं काय? बहुतेक लोकांच्या आकांक्षा काही आध्यात्मिक उन्नती किंवा ज्ञान प्राप्त करण्याच्या नसतात, तर मुलांच्या शिक्षणासाठी पैसा उभा करण्याची विवंचना असते आणि निवृत्तीनंतरच्या आयुष्यात पैशाची कमतरता भासू नये यासाठी सगळा आटापिटा करावा लागतो. एकदा आम्ही लास वेगासच्या जवळ काही मित्रांच्या घरी गेलो होतो. त्याची आठवण येऊन मला हसू फुटलं. खूप सुंदर घर होतं ते; खरं तर ती एखाद्या पर्शियन जहागिरीसारखी भव्य-दिव्य पसरलेली वसाहतच होती. अनेक सुंदर इमारती, नेत्रसुखद कारंजे आणि खळाळणारे झरे. एखाद्या इस्लामी संस्कृतीतल्या हवेल्यांमधून फिरल्यासारखं होतं सगळं स्वप्नवत! आर्चबिशपच्या वारशाबद्दल चर्चा करायला मी तिथे गेलो होतो. जेव्हा ते आले आणि त्यांनी त्या जागेची भव्यता आणि सौंदर्य पाहिलं, तेव्हा ते हसले आणि गमतीनं म्हणाले, "मी चुकीचा विचार करत होतो - मला श्रीमंत व्हायचं आहे."

"तुम्ही आत्ता असा उल्लेख केलात," दलाई लामा उत्साहानं म्हणाले, "लोक पैसा किंवा कीर्ती किंवा सत्ता यांचा विचार करतात. एखाद्याच्या व्यक्तिगत आनंदाच्या दृष्टिकोनातून बघितलं, तर या गोष्टी संकुचित आहेत. आर्चबिशप म्हणाले त्याप्रमाणे, वास्तव हे आहे की, माणूस हा सामाजिक प्राणी आहे– समाजात राहणारा आहे. कोणतीही एखादी व्यक्ती, मग ती कितीही ताकदवान असू दे वा हुशार असू दे; अन्य मनुष्यप्राण्यांशिवाय जगू शकत नाही. म्हणूनच, तुमच्या सगळ्या इच्छा-आकांक्षा पूर्ण करण्याचा सगळ्यात उत्तम मार्ग म्हणजे इतरांना मदत करणं, अधिकाधिक मित्र जोडणं."

"आपण जास्तीतजास्त मित्र कसे जोडू शकतो?" त्यांनी अलंकारिक शैलीत प्रश्न केला. पुढे त्यांनीच उत्तर द्यायला सुरुवात केली. "विश्वास! आपण विश्वास कसा निर्माण करू शकतो? सोपं आहे ते : त्यांच्या कल्याणाची, भल्याची तुम्हाला मनापासून कळकळ आहे असं दाखवून. विश्वास आपोआप निर्माण

होईल; पण जर कृत्रिम हास्याच्या मागे किंवा एखाद्या भव्य मेजवानीच्या मागे आत्मकेंद्रित विचार असेल, तर विश्वास निर्माण होणारच नाही. तुम्ही जर इतरांपासून कसा फायदा करून घेता येईल किंवा आपली तुंबडी कशी भरून घेता येईल याचाच विचार करत राहिलात, तर तुमच्याविषयी त्या लोकांच्या मनात कधीच विश्वास निर्माण करू शकणार नाही आणि विश्वास नसेल तर मैत्री होऊ शकणार नाही. आधी म्हटल्याप्रमाणे माणूस हा समाजात राहणारा प्राणी आहे आणि आपल्याला मित्र लागतात; खरेखुरे मित्र! पैशासाठी, सत्तेसाठी मैत्री करणारे लोक खरे मित्र नसतात.''

आर्चबिशप मध्येच म्हणाले, ''समाज, बंधुभाव म्हणजे ईश्वराचं रूप. ईश्वरानं आपल्याला समृद्ध बनण्यासाठी घडवलं आहे आणि आपण समाजामुळे समृद्ध होतो. जर आपण स्वतःपुरता विचार केला, केवळ स्वतःकडेच पाहण्यात रमलो तर हे नक्की की, आपल्याला एक ना एक दिवस प्रचंड नैराश्य येईल.''

आम्ही एका विरोधाभासात सापडलो आहोत. प्रसन्नतेमागचं एक गुपीत जर आपल्या आत्मकेंद्रित मनोवृत्तीला बाजूला सारून पलीकडचं बघणं असं असेल, तर आपल्या आनंदावर आणि प्रसन्नेतवर लक्ष केंद्रित करणं म्हणजे स्वार्थी मूर्खपणा आणि स्वतःचा पराजय ठरेल (दलाई लामा जसं म्हणाले तसं) नाही का?आर्चबिशप तर आधीच म्हणाले होते की, आपण फक्त आनंदासाठी आणि प्रसन्नतेसाठी त्यांचा पाठपुरावा करणं बरोबर नाही, मग त्यांच्यावर लक्ष केंद्रित करणं चुकीचं नाही का होणार?

एक संशोधन असं सांगतं की, तुमच्या मनात आनंदाचं आणि प्रसन्नतेचं झाड रुजवल्यामुळे केवळ तुमचाच फायदा होतो असं नाही, तर तुमच्या आयुष्यातल्या इतर लोकांचाही फायदा होतो. आपण जेव्हा आपल्याच दुःखात गुरफटून न राहता त्यातून बाहेर पडतो, तेव्हा आपण इतरांसाठी अधिक प्रमाणात उपलब्ध होऊ शकतो; कारण वेदना, दुःख केवळ आपल्या स्वतःवरच लक्ष केंद्रित करायला भाग पाडतात. ते दुःख– वेदना मग शारीरिक असोत वा मानसिक, आपलं लक्ष खेचून घेतात आणि इतरांकडे लक्ष पुरवायला कमी वाव देतात. दलाई लामांबरोबर लिहिलेल्या त्यांच्या पुस्तकात मानसोपचारतज्ज्ञ हॉवर्ड कटलर यानं काही संशोधनं सारांशरूपानं मांडली आहेत :

'वास्तविक, सर्वेक्षणांमागून सर्वेक्षणांनी हाच निष्कर्ष मांडला आहे की, जे लोक आनंदी नसतात, तेच जास्त आत्मकेंद्री असतात आणि समाजात फारसे न मिसळणारे, विचारमग्न आणि कुणाशीच जुळवून न घेणारे असतात.

याउलट, आनंदी असणारे लोक सामान्यतः लोकांमध्ये मिसळणारे, लवचीक,

उदार मनोवृत्तीचे आणि सर्जनशील असतात. असे लोक दुःखी लोकांपेक्षा दैनंदिन आयुष्यातले निराशेचे प्रसंग अधिक चांगल्या प्रकारे हाताळू शकतात. शिवाय ते जास्त प्रेमळ आणि क्षमाशील असतात.'

तरीही काहीजण विचार करत असतील की, अन्याय आणि असमानता दूर करण्याशी आपल्या मनाच्या प्रसन्नतेचा काय संबंध? जगातील पीडा, दुःख यांचा सामना करण्यासाठी आपण आनंदी का असायला हवं? थोडक्यात, आपण आपल्या दुःखातून जितक्या लवकर बाहेर पडू, तितक्या लवकर आपण इतरांच्या दुःखांकडे वळू शकतो; पण गंमत म्हणजे, आर्चबिशप आणि दलाई लामा हे सांगत होते की, खरं तर इतरांच्या दुःखांकडे अधिक लक्ष देणं हाच आपलं स्वतःचं दुःख कमी करण्याचा मार्ग आहे. हे सदाचाराचं चक्र आहे. आपण जितकं इतरांकडे वळू, तितका आपल्याला जास्त आनंद मिळेल आणि जितका जास्त आनंद आपल्याला मिळेल, तितका जास्त आनंद आपण इतरांमध्ये वाटू शकू. फक्त आपल्यासाठीच आनंद, प्रसन्नता निर्माण करणं हेच उद्दिष्ट असता कामा नये, तर आर्चबिशप जसं काव्यमय भाषेत म्हणाले तसं, 'इतरांपर्यंत ओसंडून वाहणारा आनंदाचा साठा, शांतीची हिरवळ आणि शांततेचं तळं बना.' आपण पुढे पाहणारच आहोत की, प्रसन्नता ही सांसर्गिक असते; ज्याप्रमाणे प्रेम, दया– करुणा आणि सौंदर्य असतं तशी!

म्हणजेच, अधिक आनंदी, प्रसन्न असणं म्हणजे नुसती जास्त मजा लुटणं नव्हे. आपण इथे अधिक परिणामकारक, अधिक सक्षम आणि त्याहूनही अधिक आध्यात्मिक मनाच्या अवस्थेबद्दल बोलत आहोत, जी संपूर्णतः जगाच्या विचारात गुंतलेली असते. अस्वस्थ परिस्थिती असलेल्या प्रदेशांना भेट देण्यासाठी जाणाऱ्या शांतिदूतांना आणि सामाजिक कार्यकर्त्यांना प्रशिक्षण देणारा एक कार्यक्रम मी आणि आर्चबिशप आखत होतो, तेव्हा शांती कशी आपल्या आतून, मनातून आली पाहिजे, हे ते स्पष्ट करत होते. जर आपलं मन शांत नसेल, तर आपण इतरांना कशी शांती देणार? त्याचप्रमाणे, आपलं आयुष्य आनंददायी, प्रसन्न करण्याची इच्छा मनात धरली नाही, तर हे जग अधिक आनंदी, अधिक चांगलं करण्याची मनीषा आपण कशी करू शकणार? या प्रसन्नतेकडे जाण्याच्या मार्गावरचे अडथळे आपण कसे पार करू शकतो, हे ऐकण्यासाठी मी उत्सुक होतो; पण त्यासाठी मला दुसऱ्या दिवसापर्यंत थांबावं लागेल हे ठाऊक होतं. दुपारच्या जेवणापूर्वी फक्त एक छोटा प्रश्न विचारण्याएवढाच वेळ होता.

सकाळी प्रसन्न चित्तानं उठणं कसं असतं, असं मी दलाई लामांना विचारलं आणि त्यांनी त्यांचा प्रत्येक सकाळचा अनुभव मला सांगितला, ''मला वाटतं की, जर तुमची एखाद्या धर्मावर गाढ श्रद्धा असेल, तर जाग आल्या आल्या

दुसरा दिवस दाखवल्याबद्दल तुम्ही आधी परमेश्वराचे आभार मानाल. त्याची इच्छा काय आहे, त्याप्रमाणे तुम्ही वागाल; परंतु माझ्यासारखा नास्तिक बौद्धधर्मीय सकाळी उठल्या उठल्या बुद्धाच्या शिकवणीचं स्मरण करेल. दया आणि करुणा यांचं महत्त्व, इतरांसाठी काहीतरी चांगलं करण्याचा विचार किंवा किमान त्यांचं दुःख कमी व्हावं अशी प्रार्थना. मग सगळं काही एकमेकांशी संबधित आहे, असा विचार मी करतो, परस्परावलंबनाची शिकवण. मग त्या दिवसाच्या उद्दिष्टावर मी लक्ष केंद्रित करतो. तो दिवस अर्थपूर्ण झाला पाहिजे. अर्थपूर्ण म्हणजे, शक्य असल्यास, इतरांची सेवा आणि त्यांना मदत. हे शक्य नसल्यास, किमान इतरांना दुखावू नये असा प्रयत्न करावा. असा असतो अर्थपूर्ण दिवस.''

माध्यान्ह भोजन : दोन खोडकर लोकांची अद्‌भुत भेट

दलाई लामा लोकांशी ज्या कक्षात संवाद साधायचे, तिचं रूपांतर भोजनगृहात केलं गेलं होतं. खोलीच्या दुसऱ्या टोकाला एका रंगीबेरंगी लाकडी पेटीत सोन्यानं मढवलेली बुद्धाची मूर्ती ठेवलेली होती. भिंतींवर बुद्धाची आणि बुद्धाशी संबंधित चित्रं असलेल्या रंगीबेरंगी रेशमी गुंडाळ्या, ज्याला 'थंगका' म्हणतात, सोडलेल्या होत्या. ध्यानधारणेला प्रेरणा मिळावी म्हणून मठाच्या भिंतींवरून काही काळासाठी अशा गुंडाळ्या सोडण्याची परंपरा आहे. प्रबोधनाच्या, साक्षात्काराच्या मार्गावरून साधकांना जाण्यासाठी प्रेरित करावं म्हणून त्या वापरल्या जातात.

खिडक्यांना पांढऱ्या रंगाचे जाळीदार पडदे लावलेले होते आणि टेबलावर टोपल्यांमध्ये तिबेटी पद्धतीचा चपटा ब्रेड आणि बाटलीबंद फळांचे रस ठेवले होते. सगळं वातावरण जणू काही एखाद्या सहलीला आल्यासारखं होतं. साधंसुधं, अनौपचारिक आणि दलाई लामांच्या स्वयंपाकघरात बनवलेलं खास तिबेटी पद्धतीचं जेवण, नूडल्स आणि भाज्यांसोबतच खास तिबेटी मोमोजही होते. (उकडीच्या मोदकांसारखा एक पदार्थ)

दलाई लामा आणि आर्चबिशप समोरासमोर स्थानापन्न झाले. मी दलाई लामांच्या शेजारी बसलो, तेव्हा त्यांच्या बसण्याच्या स्थितीमधून आणि देहबोलीतून त्यांचं नेतेपण मला जाणवत होतं. आम्ही पहिल्यांदा भेटलो होतो, तेव्हा त्यांनी माझा हात किती हळुवारपणे पण घट्ट धरला होता, ते मला आठवलं. त्यांच्या प्रेमळ स्वभावानं त्यांच्या ताकदीला, स्थानाला झाकोळून टाकलं नव्हतं. उलट,

त्यातून हेच प्रतीत होत होतं की, करुणा, दया हे कमजोरीचं नाही तर ताकदीचं, मजबूतीचं लक्षण आहे. हा मुद्दा त्या दोघांच्या संभाषणातून कायम अधोरेखित होत राहिला.

दलाई लामा जेव्हा तुमचा हात हातात घेतात, तेव्हा ते एखाद्या आजोबांसारखा कुरवाळतात. ते तुमच्या डोळ्यांत पाहतात. तुमच्या भावना समजूत घेतात आणि त्यांचं कपाळ तुमच्या कपाळावर टेकवतात. तुमच्या हृदयात आणि चेहऱ्यावर कोणती का भावना असेना, आनंदाची किंवा विषादाची, ती त्यांच्या हृदयात उमटते; पण जेव्हा ते पुढच्या व्यक्तीला भेटतात, तेव्हा त्या आधीच्या भावना बाजूला सारल्या जातात आणि ते त्या नव्या भेटीसाठी आणि क्षणासाठी पूर्णपणे उपलब्ध असतात. एखाद्या क्षणासाठी आणि व्यक्तीसाठी पूर्णपणे उपलब्ध असणं याचा अर्थ बहुधा हाच असावा; भूतकाळाच्या रेंगाळणाऱ्या स्मृतींपासून अलिप्त आणि भविष्यातल्या येऊ घातलेल्या चिंतांनी चिंतित न होणं.

भोजनाची सुरुवात पुन्हा जन्मदिवस, म्हातारपण आणि मृत्यू या संकल्पनांकडे वळून झाली.

''मी माझ्या गुडघ्यांसाठी एका जर्मन विशेषज्ञाकडे गेलो होतो,'' दलाई लामा म्हणाले. ''माझी इतर शारीरिक स्थिती खूपच चांगली असल्याचं त्याला दिसलं. माझे गुडघे काही बरोबर काम करत नसल्याचं त्यानं मला सांगितलं. तो म्हणाला की, तुम्ही अठरा नाही तर ऐंशी वर्षांचे आहात; त्यामुळे फार काही करता येणार नाही. माझ्यासाठी ही खूप मोठी शिकवण होती, असा विचार माझ्या मनात आला. क्षणभंगुरतेबद्दल विचार करणं फार महत्त्वाचं आहे. त्यांनी मला मी ऐंशी वर्षांचा असल्याची जाणीव करून दिली. हे फारच छान झालं; पण मित्रा, तू माझ्यापेक्षाही वयानं मोठा आहेस.''

''तुम्ही प्रौढी मिरवत आहात?'' आर्चबिशपनी विचारलं.

''माझ्या स्वतःच्या स्वयंपाकघरात हे बनलं आहे,'' आपल्या सन्माननीय अतिथीला ब्रेड देऊ करत दलाई लामा म्हणाले.

''तुम्ही तो ब्रेड हातात घेतलात आणि मी तो खाईन, असं वाटलं तुम्हाला?'' आर्चबिशप उत्तरले. ''मला हा आवडला,'' आपल्या अमेरिकन डॉक्टरकडे हसून बघत त्यांनी सर्व धान्यांनी युक्त (मल्टि-ग्रेन) ब्रेडपेक्षा पांढऱ्या ब्रेडला (व्हाइट ब्रेड) पसंती दिली.

विमानतळावर माध्यमांनी विचारलं, 'आर्चबिशप टुटू यांच्या भेटीमुळे तुम्हाला खूप आनंद झाला असेल' दलाई लामा म्हणाले, ''मी त्यांना सांगितलं, अर्थातच, मला खूप आनंद झाला आहे. माझा खूप चांगला मित्र मला भेटायला आला आहे. पहिली गोष्ट, मानवीय पातळीवर बघायला गेलं तर माणूस म्हणून ते उत्तम

आहेतच. दुसरी गोष्ट, ते एक धार्मिक नेते आहेत; वेगवेगळ्या धार्मिक परंपरांचा आदर करणारे एक गंभीर साधक. तिसरी आणि महत्त्वाची गोष्ट. ते माझे अत्यंत जवळचे मित्र आहेत.''

''आता तुम्ही मला हरभऱ्याच्या झाडावर चढवत आहात.''

''मग मी त्यांना सांगितलं की, तुम्ही माझं वर्णन नेहमी एक खोडकर, मिश्कील माणूस असं करता आणि मीसुद्धा तुम्हाला एक मिश्कील माणूस समजतो. अशा दोन खोडकर माणसांची भेट म्हणजे अद्भुत घटना! अगदी अत्यानंदाची पुनर्भेट!'' ते दोघंही मोठ्यानं हसले.

आर्चबिशपनी हातानं क्रॉसची खूण केली आणि ब्रेड खायला सुरुवात करण्यापूर्वी प्रार्थना केली.

''सगळं नीट आहे ना? तापमान ठीक आहे ना?'' दलाई लामांनी विचारलं. ते खूप मोठे आध्यात्मिक नेते आहेत की तिबेटी राष्ट्राचे माजी प्रमुख आहेत आणि भक्तांसाठी बोधिसत्त्वाचा अवतार आहेत, या सगळ्या गोष्टी त्या क्षणी गौण होत्या. त्या क्षणी ते फक्त एक यजमान होते आणि आपले अतिथी भोजनाचा आनंद घेऊ शकत आहेत की नाही, याचीच त्यांना काळजी होती.

''तुमचे खूप आभार!'' आर्चबिशप म्हणाले.

''आमचं स्वागत केलंत त्याबद्दल धन्यवाद आणि या जेवणाबद्दल आणि आमच्या स्वागतासाठी रस्त्याच्या कडेला त्या सगळ्या लोकांना उभं केलंत यासाठी तुमचे आभार!'' ते मोठ्यानं हसले.

''हे सूप फारच चविष्ट आहे.''

आर्चबिशप टुटूंनी कोणाचेही आभार मानण्याची किंवा त्यांना जे दिलं जातं, त्याचं कौतुक करण्याची एकही संधी कधी दवडल्याचं मी आजवर पाहिलेलं नाही. एखादा समारंभ किंवा कार्यक्रम चालू असताना सर्व उपस्थितांची दखल घेण्यासाठी तो कार्यक्रम ते नेहमीच थांबवतात.

''हे सूप खरंच खूप स्वादिष्ट आहे,'' आणखी जेवण वाढायला आलेल्या साधूंना रोखत आर्चबिशप म्हणाले. बाकी सगळ्यांचं जेवण आटोपत आलं होतं आणि ते अजून त्यांचं सूपच भुरकत होते.

''हे फारच छान आहे, प्लीज, मी एवढंच पिणार. मी नंतर तो गोड पदार्थ, म्हणजे ते फ्रूट सॅलड घेईन.'' आता आइस्क्रीम देण्यात येत असल्याचं पाहून ते मोठ्यानं हसले, ''हां, ठीक आहे, थोडंसं आइस्क्रीमही चालेल,'' आपली मान हलवत ते म्हणाले. जणू काही एका बाजूला स्वतःची तब्येत आणि दुसऱ्या बाजूला गोड खाण्याची इच्छा यांचा तोल ते राखू पाहत होते. आर्चबिशपना आइस्क्रीम फार आवडतं, विशेषतः रम रेझिन! ते जेव्हा रेचेल आणि माझ्याबरोबर

राहिले होते, तेव्हा त्यांच्या कार्यालयातून आम्हाला नम्रपणे त्यांच्या आवडीनिवडींबद्दल सांगण्यात आलं होतं. माशांऐवजी चिकन, रम आणि कोक - आता तब्येतीसाठी वर्ज्य - आणि रम रेझिन आइस्क्रीम. सुट्ट्यांव्यतिरिक्त हे आइस्क्रीम बाहेर कुठेच मिळणं अवघड होतं; पण अखेरीस एका गोदामातून डीप फ्रीजरमध्ये ठेवलेलं एक गॅलन आइस्क्रीम आम्हाला मिळालं. आर्चबिशपनी एका वेळी तीन चमचे आइस्क्रीमचा आस्वाद घेतला आणि आम्ही तो उरलेला गॅलन एक महिनाभर ओरपत होतो.

हळूहळू संभाषण त्यांच्या दोन्ही धार्मिक परंपरांना एकत्र कसं आणता येईल, धर्मांमध्ये असलेली तेढ आणि सहिष्णुतेची गरज अशा विषयांकडे गेलं. प्रत्येकालाच ख्रिश्चन किंवा बौद्ध होणं शक्य नाही, अशी सुरुवात करून दलाई लामा म्हणाले, "इतर धर्महीअस्तित्वात राहणार आहेत, हे वास्तव स्वीकारण्याशिवाय सगळ्या धर्मांच्या अनुयायांपुढे दुसरा पर्याय नाही. आपल्या सगळ्यांना एकत्र राहणं भाग आहे आणि हे आनंदानं करण्यासाठी आपण एकमेकांच्या परंपरांचा आदर करायला हवा. मी इतर सगळ्या परंपरांचं कौतुक करतो."

"कोफी अन्नान गेले त्या वर्षात त्यांनी एक आयोग स्थापन केला होता," आर्चबिशप म्हणाले, "त्यांनी त्याला 'उच्चस्तरीय फळी / गट' असं जरा जास्तच भरजरी नाव दिलं होतं. त्यात आम्ही सगळ्या परंपरांमधून आलेलो लोक होतो आणि आमच्यामधल्या भिन्नतांना बाजूला सारत आम्ही एकमतानं अहवाल तयार केला होता. आम्ही निष्कर्ष काढला होता की, 'धर्मांमध्ये काही त्रुटी नाहीत; वेगवेगळे धर्म असण्यात काही गैर नाही. त्यांचे पालनकर्ते, अनुयायी ही खरी समस्या आहे.'

"हे खरं आहे. अगदी खरं आहे." दलाई लामांनी लगेच सहमती दर्शवली.

सगळ्या जगभर पसरत चाललेल्या असहिष्णुतेसंदर्भात आणि धर्मांधतेबाबत आपण काय केलं पाहिजे, असं मी विचारलं.

"शिक्षण आणि लोकांशी व्यापक प्रमाणावर सुसंवाद करणं, हेच यावरचे उपाय आहेत," दलाई लामा उत्तरले. "मी जगभरातील पवित्र क्षेत्रांची तीर्थयात्रा केली आहे – जसं पोर्तुगालमध्ये फातिमा, जेरुसलेममध्ये द वेलिंग वॉल आणि डोम ऑफ द रॉक. या प्रवासात एकदा मी बार्सिलोनात, स्पेनला होतो तिथे मला एक ख्रिश्चन भिक्षू भेटला, त्यानं साधू म्हणून डोंगरदऱ्यांमध्ये पाच वर्षं वास्तव्य केलं होतं. कच्ची कंदमुळं खाऊन राहिलेल्या त्या साधूला क्वचित काही वेळा गरम जेवण मिळालं होतं. तुझी साधना काय, हे विचारल्यावर त्यानं उत्तर दिलं की, मी प्रेम साधना करायचो. हे सांगताना त्याच्या डोळ्यांत वेगळीच चमक

दिसत होती. जगातल्या सगळ्या धर्मांच्या मुळाशी खरी ही साधना आहे– प्रेमाची. त्या पवित्र माणसाला भेटल्यावर माझ्या मनात असा विचार नाही आला की, 'अरेरे, हा बौद्ध नाही ही किती दुर्दैवाची गोष्ट आहे,' किंवा 'तो ख्रिश्चन आहे हे वाईट झालं.'

"मी लोकांना नेहमी सांगतो, तुम्हाला खरंच असं वाटतं का..." आर्चबिशपनी बोलायला सुरुवात केली; पण तेवढ्यात जेवण वाढणाऱ्या एका भिक्षुकाशी दलाई लामा बोलत असलेले त्यांना दिसले. आर्चबिशप लटक्या रागानं त्यांना म्हणाले, "तुम्ही ऐकता आहात नं?"

आर्चबिशप काय म्हणत होते ते दलाई लामांनी ऐकलं नव्हतं; त्यामुळे आपल्या आधीच्याच बोलण्याचा धागा पकडून ते म्हणाले, "म्हणून, यावरून असं दिसतं की, खरंच..."

रुसल्याचं नाटक पुढं चालू ठेवत आर्चबिशप म्हणाले, "बघितलं? ते माझं बोलणं ऐकतच नव्हते."

"तुम्ही जोपर्यंत त्या काठीचा वापर करत नाही, तोपर्यंत मला ऐकू येणार नाही," दलाई लामा मोठ्यानं हसत म्हणाले.

"पण, मला वाटलं होतं की, तुम्ही अहिंसावादी आहात !"

"पण आता कृपा करून तुम्ही जास्त बोला. मी खाण्याकडे लक्ष देतो. हे माझं दिवसातलं शेवटचं जेवण आहे." बौद्ध मठाच्या परंपरेनुसार दलाई लामा दिवसातून फक्त दोनच वेळा भोजन करतात. एकदा न्याहरीच्या वेळी आणि दुपारचं जेवण.

"ठीक आहे. तर मी असं म्हणत होतो, तुम्हाला खरंच असं वाटतं का की, 'जेव्हा' तुम्ही- मी 'जर' तुम्ही म्हणालो नाही- स्वर्गात प्रवेश कराल, तेव्हा ईश्वर म्हणेल, 'अरे! दलाई लामा. तुम्ही फार अद्भुत आहात. तुम्ही ख्रिश्चन नाही हे दुर्दैव. तुम्हाला जास्त उबदार जागी जावं लागेल.' असं झालं तर ते किती विचित्र वाटेल ना?" आर्चबिशप क्षणभर थांबले आणि मैत्रीच्या ओलाव्यानं म्हणाले, "माझ्या बाबतीत घडलेल्या सर्वोत्तम गोष्टींपैकी एक म्हणजे तुमची भेट."

दलाई लामांनी एक स्मित केलं आणि दुसरी एक गोष्ट सांगायला सुरुवात केली.

"मला वाटलं, तुम्ही जेवणाचा प्रयत्न करत होतात!" आर्चबिशप म्हणाले.

दलाई लामा गालातल्या गालात हसले आणि जेवणाकडे वळले.

"हो, पण जगावर तुम्ही अद्भुत प्रभाव टाकला आहे," आर्चबिशप पुढे म्हणाले, "वेगवेगळ्या धर्मांच्या, विविध श्रद्धा असलेल्या कितीतरी लोकांना तुम्ही चांगली माणसं बनण्यासाठी मदत केली आहे. ते पाहू शकतात, त्यांना

जाणवतं – कारण तुम्ही जे सांगता त्यामुळे नाही, असं मला वाटतं, अर्थात तुम्ही जे बोलता ते ठीकच असतं... म्हणजे एका परीनं स्वीकारार्ह असतं. शास्त्रज्ञांनाही असं वाटतं की, तुम्ही अत्यंत हुशार आहात; पण खरंच तुम्ही आहातच हुशार! मला वाटतं, तुम्ही जगभरात कुठेही गेलात तरी लोकांना हे जाणवतं की, तुम्ही प्रामाणिक आहात, खरे आहात. तुम्हाला तसं असण्याचा मुखवटा धारण करावा लागत नाही. तुम्ही जे सांगता तसंच तुम्ही वागता, जगता आणि तुम्ही कितीतरी, अगणित लोकांना त्यांच्या श्रद्धांवरचा विश्वास परत मिळवून दिला आहे, चांगुलपणावर विश्वास ठेवायला शिकवलं आहे. तुम्ही प्रौढांमध्येच नव्हे तर तरुणांमध्येही लोकप्रिय आहात. मी हे मागेच बोललो आहे की, तुम्ही आणि नेल्सन मंडेला हे दोनच लोक आहेत, जे पॉप स्टार्स नसूनही सेंट्रल पार्क भरून गर्दी खेचण्याची क्षमता ठेवतात. म्हणजे, मला असं म्हणायचं आहे की, लोकांना जेव्हा कळतं की, तुम्ही येणार आहात आणि बोलणार आहात, तेव्हा ते जथ्यांनी दाखल होतात. म्हणून, आपण जे म्हणतो की, आपलं जग सर्वधर्मसमभाव मानणारं आहे आणि अजून काय-काय, हे अर्धसत्य आहे.''

दलाई लामांनी हात हलवून ही स्तुतिसुमनं जणू बाजूला सारली. ''मी नेहमीच स्वतःला सात अब्ज लोकांपैकीच एक मानत आलो आहे. मी कुणी खास नाही; त्यामुळे त्या स्तरावर मी लोकांना फक्त याची जाणीव करून देत आलो आहे की, शेवटी खरा आनंद हा सुदृढ शरीर आणि प्रेमळ हृदय यांच्यातच वास करतो.''

ते बोलत असताना मी विचारात पडलो की, खरंच एखाद्या गोष्टीवर विश्वास ठेवणं व त्यानुसार कृती करणं आपल्याला इतकं जड का जातं? आपण सगळे खरं तर सारखेच असायला हवे आहोत, तरी आपल्याला आपण वेगळे आहोत असं का वाटतं? किती एकटेपणा, एकाकीपणा आहे सगळीकडे. एकेकाळी जगातल्या सगळ्यात जास्त लोकसंख्या असलेल्या न्यू यॉर्कसारख्या शहरात मी वाढत असताना हीच भावना माझ्या मनात असायची.

''प्रत्येकाला आनंदी आयुष्य जगायचं असतं – आणि आपलं वैयक्तिक आनंदी आयुष्य हे मानवजातीच्या आनंदावर अवलंबून असतं. म्हणूनच, आपण संपूर्ण मानवजातीचा विचार केला पाहिजे, सगळ्या सात अब्ज मानवांमध्ये एकजुटीची भावना निर्माण झाली पाहिजे.

''चहा की कॉफी?'' आध्यात्मिक गुरूच्या भूमिकेतून बाहेर पडून पुन्हा एकदा यजमानाच्या भूमिकेत शिरत दलाई लामांनी विचारलं.

''मी फळांचा रस घेतला आहे. धन्यवाद!'' आर्चबिशप उत्तरले. ''तुमची तिबेटमधली जडणघडण खूपच खास वातावरणात झाली. एकजुटीचा साक्षात्कार

होण्यासाठी बराच काळ जावा लागला असेल.''

''हो, मला हे शहाणपण, ज्ञान अभ्यासानं आणि अनुभवानं मिळालं आहे. मी जेव्हा पहिल्यांदा चिनी नेत्यांना भेटायला पेकिंगला, आताच्या बीजिंगला गेलो होतो आणि १९५६ मध्ये काही भारतीय नेत्यांना भेटायला आलो होतो, तेव्हा सगळीकडे खूप औपचारिक वातावरण होतं; त्यामुळे मी बेचैन झालो होतो. म्हणून आता जेव्हा मी लोकांना भेटतो, तेव्हा एक माणूस दुसऱ्या माणसाला जसा भेटेल तसा मी भेटतो, मला औपचारिकतेची गरज भासत नाही. आपण जेव्हा जन्मला येतो, तेव्हा औपचारिकता असत नाही. आपण जेव्हा मरतो, तेव्हा औपचारिकता असत नाही. आपण जेव्हा एखाद्या हॉस्पिटलमध्ये दाखल होतो, तेव्हा औपचारिकता असत नाही. म्हणूनच, औपचारिकता ही एक कृत्रिम गोष्ट आहे. ती केवळ अतिरिक्त बंधनं, कुंपण तयार करते. आपले धर्म, श्रद्धा बाजूला ठेवल्या तर आपण सगळी सारखीच माणसं आहोत. आपल्या सगळ्यांना आनंदी आयुष्य हवं आहे.'' सोन्याच्या पिंजऱ्यात अडकल्यासारखं बालपण घालवल्यामुळे ही औपचारिकतेची नावड दलाई लामांमध्ये निर्माण झाली होती की काय, असा विचार माझ्या मनात आल्याशिवाय राहिला नाही.

''तुम्ही निर्वासित झालात, तेव्हा ही औपचारिकता संपली का?'' मी विचारलं.

''हो, खरं आहे हे. म्हणूनच काही वेळा मी म्हणतो, मी निर्वासित झाल्यापासून या औपचारिकतेच्या कैदेतून मी सुटलो आहे; त्यामुळे मी वास्तवाच्या जास्त जवळ जाऊ शकलो. हे जास्त चांगलं आहे. मी नेहमी माझ्या जपानी मित्रांना चिडवतो की, त्यांच्या संस्कृतीतले शिष्टाचार हे फार जास्त औपचारिक आहेत. आम्ही जेव्हा काही चर्चा करत असतो, तेव्हा ते असा प्रतिसाद देतात.'' दलाई लामांनी आपली मान जोरजोरात हलवली. ''ते सहमत आहेत की नाही, ते काहीच सांगता येत नाही. सगळ्यात भयानक म्हणजे त्यांचे औपचारिक भोजन समारंभ. मी त्यांना नेहमी गमतीनं म्हणतो की, त्यांचं भोजन हे अन्नासारखं नाही, तर सजावटीसारखं दिसतं. सगळं खूप सुंदर असतं; पण अगदी थोडं-थोडं! मी औपचारिकता पाळत नाही, म्हणून मी त्यांना म्हणतो, आणखी भात वाढा, आणखी भात. खूप औपचारिकता पाळली तर तुमच्या वाट्याला फार थोडा भाग येतो, जो एखाद्या पक्ष्यासाठी पुरेसा असू शकतो.'' आपल्या मिष्टान्नाचा (आइस्क्रीमचा) शेवटचा घास घेत ते म्हणाले.

''प्रत्येकालाच आनंदी व्हायचं असतं; पण ते कसं व्हायचं हेच बऱ्याच लोकांना समजत नाही, ही खरी समस्या आहे.'' मी म्हणालो. ''तुम्ही प्रेमळ हृदय असण्याच्या महत्त्वाविषयी बोलत होतात; पण बरेच लोक इतरांसमोर मोकळेपणानं बोलायला बुजतात किंवा त्यांना जमत नाही. ते घाबरतात. त्यांना नाकारलं जाण्याची

भीती असते. तुम्ही म्हणालात की, तुम्ही लोकांकडे विश्वासानं गेलात की तोच विश्वास त्यांच्यातही जागृत होतो.''

''खरं आहे ते. खरीखुरी मैत्री ही फक्त विश्वासावरच आधारलेली असते,'' दलाई लामांनी स्पष्ट केलं. ''इतरांच्या कल्याणाची तुम्हाला मनापासून काळजी असेल, तर विश्वास आपोआपच निर्माण होईल. हा मैत्रीचा पाया आहे. आपण सामाजिक प्राणी आहोत. आपल्याला मित्रांची गरज असते. मला वाटतं, जन्मापासून ते मृत्यूपर्यंत मित्र फार महत्त्वाचे असतात.

''शास्त्रज्ञांनी हे शोधून काढलं आहे की, जगण्यासाठी आपल्याला प्रेम गरजेचं आहे. आपण जन्मतो, तेव्हा आपली आई आपल्यावर अतोनात प्रेम आणि माया करते. बरेच शास्त्रज्ञ सांगतात की, जन्मानंतर कित्येक आठवडे आईच्या शरीराचा स्पर्श, तिची ऊब ही मेंदूच्या योग्य विकासासाठी खूप महत्त्वाची भूमिका बजावते. जन्मानंतर मूल जर आईपासून किंवा तिच्या स्पर्शापासून दुरावलं; तर त्याचा मुलावर गंभीर परिणाम होऊ शकतो. या गोष्टीचा धर्माशी काहीही संबंध नाही. हे जीवशास्त्र आहे. आपल्याला प्रेमाची गरज असते.''

१९८० च्या दशकात या संशोधनाबद्दल दलाई लामांनी पहिल्यांदा ऐकलं, ते दिवंगत जीवशास्त्रज्ञ रॉबर्ट लिव्हिंग्स्टन यांच्याकडून, ते नंतर दलाई लामांचे जीवशास्त्राचे 'शिक्षक' झाले. लहान मुलांसंबंधाचे मज्जासंस्थातज्ज्ञ आणि मज्जासंस्थाशास्त्रज्ञ टॅली बॅरम यांनी या महत्त्वाच्या संशोधनाचं एक अगदी अलीकडचं उदाहरण तपासून पाहिलं. त्यांना असं आढळून आलं की, आईच्या कुरवाळण्यामुळे बाळाच्या मेंदूत अशा काही घडामोडी घडतात की, ज्यामुळे त्याच्या विकसित होत असलेल्या मेंदूतील आकलनशक्तीत आणि तणावाचा सामना करण्याच्या क्षमतेत सुधारणा होते. तणाव वाढवणारे हार्मोन्स स्रवण्याला आईचा स्पर्श प्रतिबंध करतो. वृक्षाकार आणि शाखाकार रचना असलेल्या न्यूरॉन्सच्या रचनेचं विघटन या हार्मोन्समुळे होतं. ही रचना संदेशांच्या देवाणघेवाणीचं काम करते आणि स्मृतींचा अर्थ लावते / संकेतन करते.

''माझी आई जुळ्या भावंडांपैकी एक होती.'' मी म्हणालो. ''आणि ती मुदतीपूर्वीच जन्मली, फक्त अडीच पौंड वजन होतं तिचं आणि कोणत्याही मानवी स्पर्शावाचून ती दोन महिने इन्क्यूबेटरमध्ये होती.''

''त्याचा तिच्यावर परिणाम झाला का?'' आर्चबिशपनी विचारलं.

''मला वाटतं, त्याचा तिच्यावर खोलवर परिणाम झाला.''

''आता त्यांच्याकडे– काय म्हणतात त्याला ?'' आर्चबिशप टुटू म्हणाले.

''कांगारु पाऊच. मी आणि पत्नी ली केपटाउनमधल्या एका लहान मुलांच्या हॉस्पिटलचे आश्रयदाते आहोत. एक दिवस आम्ही तिथे गेलो असताना एक

प्रचंड माणूस त्याच्या छातीला एक चिमुकलं बाळ बांधून फिरत असलेला दिसला; अशानं त्या बाळाला त्याच्या हृदयाचे ठोके जाणवत होते आणि अशी बाळं पुढे जाऊन जास्त चांगली वागतात, असं त्याचं म्हणणं होतं.''

उंफोनं मला विचारलं की, माझ्याकडे माझ्या दोन जुळ्या मुलींचा जन्मल्यानंतरचा फोटो आहे का, त्या दोघीही दिवस पूर्ण भरायच्या आधीच जन्मल्या होत्या आणि त्यांना नवजात अतिदक्षता विभागात ठेवले होते. आमच्या एका मुलीच्या गळ्याभोवती नाळेचा वेढा होता; त्यामुळे ती खाली सरकू शकत नव्हती आणि तिचे हृदयाचे ठोके आणि ऑक्सिजनची पातळी कमी-कमी होत चालली होती. स्त्रीरोगतज्ज्ञानी व्हॅक्यूम चिमट्याच्या साहाय्याने तिचं डोकं धरून तिला ओढण्याचा प्रयास चालवला होता. रेचेलला ती अधिक जोर लावण्यास सांगत होती. अन्यथा तातडीनं सिझेरियन करण्याची गरज पडू शकली असती. इलियाना गर्भनलिकेत आली होती; त्यामुळे सिझेरियननं सुरक्षितपणे ती बाहेर येऊ शकेल याची खात्री नव्हती.

एक डॉक्टर म्हणून रेचेलला याची पूर्ण कल्पना होती आणि मलाही की, एकेक क्षण महत्त्वाचा होता, कारण इलियानाची ऑक्सिजनची पातळी धोकादायकरीत्या घसरत होती. रेचेलनं जी ताकद त्या वेळी प्रदर्शित केली, तशी मी आजवर कुठे बघितली नाही. तिनं तिच्या मातृत्वाची सगळी ताकद, इच्छाशक्ती गोळा करून आपल्या पोटच्या गोळ्याला सुखरूप बाहेर काढण्यासाठी लावली होती. इलियाना बाहेर आली, तेव्हा निळी पडली होती; प्रतिसाद देत नव्हती आणि श्वासही घेत नव्हती. तिचा ॲपर स्कोअर (नवजात अर्भकाची सुरक्षितता पातळी) दहापैकी फक्त एक होता – याचा अर्थ ती जेमतेम जिवंत होती.

डॉक्टरांनी पुन्हा तातडीने तिला सामान्य स्थितीत आणण्याचे प्रयत्न सुरू केले आणि रेचेलला आपल्या बाळाशी बोलायला सांगितलं. आईच्या आवाजानं बाळावर जादूसारखा परिणाम होतो, अगदी जोखमीच्या शस्त्रक्रियेच्या वेळीसुद्धा! आमच्या आयुष्यातले ते सगळ्यात प्रदीर्घ, जीवघेणे क्षण होते. डॉक्टर प्रयत्नांची पराकाष्ठा करत होते. तिच्या तोंडातून नळी आत सरकवण्याची तयारी करत होते आणि मग, अनिर्वचनीय आनंदाचा आणि सुटकेचा क्षण आला. इलियानानं तोंडानं एकदम फुरफुर असा आवाज केला. एक दीर्घ श्वास घेतला आणि मोठ्यानं रडायला लागली. आम्ही सगळे अगदी डॉक्टरसुद्धा आनंदानं रडू लागलो.

इलियानाच्या या क्लेशकारक जन्मानंतर, जुळ्या बाळांना काचेच्या पेटीत अतिदक्षता विभागात ठेवण्यात आलं. थोड्या वेळानं मी तिथे जाऊन पाहिलं, तर दोघीही शेजारी-शेजारी एकमेकींचा हात हातात घेऊन पडल्या होत्या.

दलाई लामा आपल्या जगण्यासाठी ज्या प्रेमाचं महत्त्व सांगत होते, ते मला अपरिचित नव्हतं. आमच्या मुलीचा जीव वाचवणारं आणि आम्हालाही जगवणारं

ते मातृप्रेम मी माझ्या डोळ्यांनी पाहिलं होतं. त्या क्षणचित्रांची कल्पना करून आर्चबिशप उद्गारले, "आहाऽहा! किती छान!"

"हे जीवशास्त्र आहे," दलाई लामा म्हणाले.

"सगळ्या सस्तन प्राण्यांचे, मग त्यात माणूसही आलाच, त्यांच्या आईबरोबर खास बंध जुळलेले असतात. आईची माया नसेल, तर छोटी मुलं तग धरू शकणार नाहीत. हे वास्तव आहे."

"जरी ती मेली नाहीत, तरी त्यांचं रूपांतर मोठेपणी एका हिटलरमध्ये होण्याची शक्यता असते, कारण अभावाची खूप मोठी जाणीव त्यांच्यात असते." आर्चबिशप म्हणाले.

"मला वाटतं की, हिटलर जेव्हा लहान होता, तेव्हा तो इतर मुलांप्रमाणेच होता." दलाई लामांनी प्रतिवाद केला. मिश्कीलपणा सोडून ते दोघं पहिल्यांदाच एकमेकांशी सहमत नाहीत असं वाटलं.

"मला वाटतं, त्याच्या आईनं त्याला प्रेम दिलं, नाहीतर तो मेला असता." कुटुंबातील सदस्यांच्या म्हणण्यानुसार क्लारा हिटलर ही खरंच खूप प्रेमळ आई होती. अर्थात हिटलरचे वडील शिवीगाळ करत होते, असं म्हणतात. "म्हणून, आजच्या दहशतवाद्यांनादेखील आईकडून प्रेम मिळालेलं असतं, म्हणूनच या दहशतवाद्यांच्या आत खोल कुठेतरी..."

"मला यावर तुमच्याशी चर्चा करावीशी वाटते," आर्चबिशप म्हणाले. "हे जे दमदाटी करणारे, धमकावणारे लोक असतात, त्यांच्यात प्रचंड प्रमाणावर असुरक्षिततेची भावना असते; ज्यांना जगानं आपल्याला ओळखावं असं वाटत असतं. याचं कारण बहुतेक वेळा त्यांना प्रेम मिळालेलं नसतं."

"मला वाटतं, हो; परिस्थिती, आजूबाजूचं वातावरण, शिक्षण या सगळ्याचाच यात हात असतो," दलाई लामा उत्तरले. "विशेष करून आजच्या काळात; शिक्षणात मूल्यशिक्षणाचा अभाव दिसून येतो. मग अंतर्गत मूल्यांऐवजी आपण आत्मकेंद्री बनत जातो - नेहमी 'मी', 'मला', 'माझं' असेच विचार करत राहतो. या आत्मकेंद्री प्रवृत्तीमुळे असुरक्षिततेची भावना आणि भीती निर्माण होते. अविश्वास, अतिभयामुळे निराशा येते, विफलतेची भावना. ही विफलतेची भावना क्रोधाला आमंत्रण देते. हे मानसशास्त्र आहे. मनाची (भावनांची) रचना, प्रणाली; त्यामुळे प्रतिसादांची एक शृंखलाच तयार होते. आत्मकेंद्री प्रवृत्तीमुळे तुम्ही इतरांपासून दूर जाता, मग अविश्वास निर्माण होतो. मग असुरक्षितता, मग भीती, मग चिंता, त्यानंतर विफलता; मग राग आणि मग हिंसा."

सर्वप्रथम भीती, त्यातून एकटेपणाकडे आणि अखेरीस हिंसेकडे जाणारी मनाची ही प्रक्रिया दलाई लामा उलगडून दाखवत असताना ती ऐकतच राहावी,

असं वाटत होतं. मी निर्दशनाला आणून दिलं की, पाश्चिमात्य देशांमध्ये मुलांना इतरांच्या भावनांची कदर करायला न शिकवता पालक आपल्या मुलांवर (आणि त्यांच्या गरजांवर) फार जास्त लक्ष केंद्रित करतात. दलाई लामा त्यावर उत्तरले, "हो, पालकांमध्येही फार जास्त आत्मकेंद्रितपणा असतो- 'माझी मुलं, माझी मुलं.' हे प्रेम एककल्ली असतं. आपल्याला पूर्वग्रहरहित प्रेमाची गरज आहे, सगळ्या मानवजातीवर केलं जाणारं प्रेम; मग त्यांचे आपल्याबद्दलचे ग्रह काहीही असोत. तुमचे शत्रू मानवी बंधु-भगिनी असतील, तर तेही तुमच्या प्रेमाला पात्र आहेत. आपल्या आदराला, मायेला पात्र आहेत. याला पूर्वग्रहरहित प्रेम म्हणतात. तुमच्या शत्रूंना रोखणं तुम्हाला भाग पडत असेल; तरी तो विरोध त्यांच्या वृत्तींना, कारवायांना असला पाहिजे. तरीही तुम्ही बहीण-भाऊ म्हणून त्यांच्यावर प्रेम करू शकता. हे फक्त आपण मानवच आपली बुद्धी वापरून करू शकतो. इतर प्राणी असा विचार करू शकत नाहीत."

एक पालक आपल्या अपत्यावर कसं संपूर्णपणे लक्ष केंद्रित करून उत्कटपणे प्रेम करू शकतो, हे माहीत असल्यानं मी विचार करू लागलो की, असेच उत्कटपणे इतरांवरही प्रेम करणं शक्य आहे का? आपल्या सहानुभूतीची, प्रेमाची, काळजीची व्याप्ती केवळ आपल्या कुटुंबापुरतीच मर्यादित न ठेवता आपण वाढवू शकतो का? एखादा साधू, मठवासी मानवजातीवर आपल्या प्रेमाचा वर्षाव करू शकतो; पण पालकांना तर त्यांचं मूल वाढवायचं असतं. दलाई लामा जे सांगत होते, तो सकल मानवजातीसाठी जरी उच्च विचार असला तरी वास्तवात हे शक्य होईल का? कदाचित आपल्या मुलांवर आपण जेवढं प्रेम करतो, तेवढं प्रेम इतर मुलांवर नाही करू शकणार; पण या सीमारेषेपलीकडे जाऊन स्नेहाचा हात नक्कीच पुढे करू शकतो. एक पिता असलेले आर्चबिशप यावर काय म्हणतील, याचा विचार मी करू लागलो; पण तोपर्यंत सगळ्यांचं जेवण झालं होतं.

प्रेम आणि करुणा यांच्या लवचीकतेकडे आम्ही या आठवड्यात पुन्हा एकदा परतणार होतो; पण उद्या आम्ही प्रसन्नतेच्या मार्गात येणाऱ्या अडचणींवर चर्चा करणार होतो– तणाव आणि चिंता, प्रतिकूल परिस्थिती आणि आजार या अटळ आव्हानांचा सामना करतानाही आपण प्रसन्नतेचा अनुभव कसा घेऊ शकतो, यांवरही चर्चा करणार होतो.

दिवस दुसरा आणि तिसरा

प्रसन्नतेच्या वाटेवरचे अडथळे

एक उत्कृष्ट कलाकृती बनण्याच्या वाटेवर तुम्ही

“हे फार सोपं आहे.” दलाई लामांनी सुरुवात केली. “सगळे हे जाणतात की, शारीरिक वेदना फार दुःखदायी असतात व त्या टाळण्याचा सगळे प्रयत्न करतात. आपण हे करतो ते रोग बरे करूनच नव्हे, तर ते होऊच नयेत म्हणून प्रतिबंधात्मक उपाय योजतो आणि शारीरिक प्रतिकारशक्ती वाढवतो. मानसिक क्लेशही तितकेच वाईट असतात; त्यामुळे तेही कमी करण्यासाठी आपण प्रयत्न केले पाहिजेत. मनाची प्रतिकारशक्ती वाढवणं, हा त्यावरचा एक उपाय आहे.”

संभाषणाच्या दुसऱ्या दिवसाला आम्ही प्रारंभ केला होता आणि विषय होता प्रसन्नतेच्या मार्गात येणारे अडथळे. त्रास, कष्ट, दुःख समोर असताना प्रसन्नता कशी शोधावी आणि टिकवून ठेवावी, यावर चर्चा रंगणार होती आणि यासाठी पूर्ण दोन दिवस आम्हाला लागणार आहेत, हे आम्ही जाणून होतो. आदल्या दिवशी दलाई लामा म्हणाले होते त्याप्रमाणे दुःख, नाराजी, नाखुशी यांचा उगम आपल्याच मनात आणि हृदयात होतो – आपल्या आयुष्यातील घटनांना आपण कसा प्रतिसाद देतो यावर ते ठरतं.

“मनाची प्रतिकारशक्ती वाढवणं म्हणजे विघातक, विध्वंसक भावभावनांना कसं टाळावं आणि सकारात्मक भावना कशा वाढीस लावाव्यात, ते शिकणं. त्यासाठी सगळ्यात आधी आपण मन कसं असतं, ते जाणून घेतलं पाहिजे – मनाच्या खूप वेगवेगळ्या अवस्था असतात – रोजच्या रोज आपल्याला अनुभवायला

मिळणारे विविध प्रकारचे विचार आणि भावना. यातले काही विचार आणि भावना घातक, काही वेळा विषारीही असतात; तर काही निरोगी आणि सावरणाऱ्या असतात. पहिल्या प्रकारचे विचार आणि भावना मन अस्वस्थ करणाऱ्या आणि क्लेशकारक असतात, तर दुसऱ्या प्रकारचे विचार आणि भावना मन प्रसन्न करणाऱ्या आणि खरा आनंद देणाऱ्या असतात.

''हे वास्तव आपण समजून घेतलं, तर मनाशी संवाद साधणं आणि प्रतिबंधात्मक उपाय योजणं सोपं जातं. अशा प्रकारे आपण मनाची प्रतिकारशक्ती वाढवू शकतो आणि ज्या प्रकारे निरोगी, निकोप प्रतिकारशक्ती आपल्या शरीराचं घातक जिवाणू आणि विषाणूंपासून रक्षण करते; तशीच मानसिक प्रतिकारशक्ती मन निरोगी ठेवते, जेणेकरून ते नकारात्मक भावना आणि विचारांना सहजासहजी बळी पडत नाही.

''त्याबद्दल अशा प्रकारे विचार करा. जर तुमची तब्येत ठणठणीत असेल, तर ज्या वेळी विषाणू शरीरात प्रवेश करतात; तेव्हा ते तुम्हाला आजारी पाडू शकत नाहीत; पण जर तुमची एकंदर तब्येत कमजोर असेल, तर अगदी सूक्ष्म विषाणूदेखील धोकादायक ठरू शकतात. त्याचप्रमाणे, जर तुमचं मानसिक आरोग्य निकोप असेल, तर ज्या वेळी मन अस्वस्थ करणाऱ्या गोष्टी घडतात; तेव्हा काही प्रमाणात मन विषण्ण, दुःखी होईल; पण त्यातून तुम्ही लवकर बाहेर पडाल; पण तुमचं मानसिक आरोग्य जर ठीक नसेल, तर छोट्या अडचणीही तुम्हाला खूप जास्त प्रमाणात क्लेश आणि त्रास देऊ शकतात. तुम्हाला खूप जास्त भीती आणि चिंता वाटेल, जास्त दुःखी आणि निराश वाटेल आणि राग व आक्रमकता बळावेल.

''आपली भीती आणि चिंता गायब होऊन ताबडतोब शांती देणारी एखादी गोळी घेता आली तर लोकांना ते नक्कीच आवडेल; पण हे अशक्य आहे. मनाचा विकास साधून मानसिक प्रतिकारशक्ती वाढवणं, हाच त्यावरचा उपाय आहे. लोक मला नेहमी एखाद्या समस्येवरचा जलद आणि सर्वोत्तम उपाय विचारतात. मी पुन्हा हेच म्हणेन की, ही बाब अशक्य आहे. एकतर तुम्हाला जलद उपाय मिळेल किंवा सर्वोत्तम उपाय मिळेल; पण दोन्ही एकदम नाही. मानसिक प्रतिकारशक्ती वाढवणं हाच आपल्या समस्यांवरचा सर्वोत्तम उपाय आहे; पण ती वाढवायला वेळ लागतो.

''एकदा मी अमेरिकेचे उपाध्यक्ष अल गोर यांच्याशी बोलत होतो. ते म्हणत होते की, त्यांच्यापुढेही खूप सारे प्रश्न, अनेक समस्या आहेत; ज्यामुळे ते फार अस्वस्थ आहेत. मी त्यांना सांगितलं की, माणसांमध्ये तर्कनिष्ठ पातळी आणि भावनिक पातळी असा फरक करण्याची क्षमता आहे. तर्कनिष्ठ पातळीवर आपण

हे वास्तव स्वीकारतो की, आपल्याला ज्याचा सामना करायचा आहे, तो एक गंभीर प्रश्न आहे; पण त्यापेक्षा अधिक खोल भावनिक पातळीवर आपण मन स्थिर, शांत ठेवू शकतो. एखाद्या महासागराच्या पृष्ठभागावर जसे लाटांचे तरंग उठतात; पण खोलवर तो शांत असतो तसंच हे आहे. मनाची प्रतिकारशक्ती कशी वाढवायची हे समजलं, तर असं करणं शक्य आहे.''

आर्चबिशप उत्तरले, ''हो, तुम्ही खूप छान उत्तर दिलंत. तुम्ही नेहमीच छान बोलता; पण हे तुम्ही जास्तच छान सांगितलं. एक गोष्ट माझ्या मनात येते की, लोक काही वेळा उगीचच स्वतःवर चिडतात; विशेषतः जे विचार आणि भावना खरंच स्वाभाविकपणे मनात येतात त्यावरूनसुद्धा!

''मुळात, आपण जसे आहोत, तसं स्वतःला स्वीकारायला हवं आणि मग दलाई लामांनी सांगितल्याप्रमाणे त्या प्रकारे स्वतःचा विकास करायला हवा. म्हणजे, कोणत्या गोष्टी आपल्याला उद्युक्त करतात, हे जाणून घ्यायला हवं. या गोष्टी आपण बदलू शकतो किंवा त्यासाठी स्वतःला तयार करू शकतो; पण त्या घडतात म्हणून आपण स्वतःची लाज वाटून घ्यायला नको. आपण मानव आहोत आणि आपल्याला माणसासारख्या भावना आहेत, हे ओळखणं कधीकधी चांगलं असतं. ते केव्हा योग्य आहे, हे मात्र सांगता आलं पाहिजे.''

हे संभाषण सुरू असताना आर्चबिशप आठवडाभरात बऱ्याच वेळा असं म्हणाले की, आपल्या नकारात्मक विचारांसाठी आणि भावनांसाठी आपण स्वतःला दूषणं द्यायला नकोत; कारण ते स्वाभाविक आणि अटळ आहे. आपल्या मनात ते विचार किंवा भावना यायला नकोत, या अपराधीपणाच्या भावनेनं आणि शरमेनं त्यांची तीव्रता आपण जास्त वाढवतो. मानवी भावना स्वाभाविक आहेत या मताशी दलाई लामांनी सहमती दर्शवली; पण त्या अटळ आहेत या मुद्द्यावर ते सहमत नव्हते. मानसिक प्रतिकारशक्तीमुळे त्या टाळता येतात, असं त्यांचं म्हणणं होतं.

धरमशालात घालवलेल्या त्या दिवसांनंतर कित्येक महिने मी या दिसून आलेल्या मतभेदावर उलटसुलट विचार करण्यात घालवले. नकारात्मक भावना आणि विचार यांना परावृत्त करणं, प्रतिबंध करणं खरंच शक्य असतं का? आणि दलाई लामा ज्याला 'मानसिक प्रतिकारशक्ती' म्हणत होते, ती वाढवणं खरंच शक्य असतं का? की, हे विचार आणि या भावना अटळ असतात आणि आर्चबिशपनी सुचवल्याप्रमाणे त्यांचा स्वीकार करून त्या आपल्या मनात आल्या म्हणून सोडून द्याव्यात?

शेवटी, अनेक वेळ मानसोपचारतज्ज्ञांशी चर्चा केल्यावर हे स्पष्ट झालं की, मनाची प्रत्येक स्थिती ही साधार असते, ती तशी असण्याला सबळ कारण असतं

आणि भावनांच्या चक्रामधल्या वेगवेगळ्या अवस्था ती दर्शवत असते इतकंच. स्वतःला तपासून बघत आणि ध्यान करत आपण आपल्या मनाचं स्वरूप शोधून काढू शकतो आणि आपल्या भावनिक प्रतिक्रिया बोथट करू शकतो. यामुळे आपण विघातक भावनांना आणि विचारप्रवाहांना बळी पडण्याची शक्यता कमी होऊ शकते; ज्यांच्यामुळे आपल्याला त्रास होतो. मानसिक प्रतिकारशक्ती वाढवण्याची ही प्रक्रिया आहे.

आर्चबिशप आपल्याला या गोष्टीची आठवण करून देत होते की, ही प्रतिकारशक्ती असतानाही काही वेळा अशा येऊ शकतात की, आपल्या मनात नकारात्मक किंवा विघातक भावनांची गर्दी होईल आणि अशा वेळा आपण स्वतःला धारेवर धरता कामा नये, असं त्यांचं सांगणं होतं.

दुसऱ्या शब्दांत सांगायचं झालं तर, दलाई लामांचं म्हणणं होतं की, आपण सकस अन्न खाल्लं, व्हिटॅमिन्सच्या गोळ्या खाल्ल्या आणि पुरेशी विश्रांती घेतली तर आपण निरोगी राहू शकतो आणि आर्चबिशप म्हणत होते की, ''हो, तरीसुद्धा काही काही वेळा आपल्याला सर्दी-पडसं होऊ शकतं आणि त्याबद्दल स्वतःलाच दोषी ठरवून, आपला त्रास आणखी वाढवण्यात काही अर्थ नसतो.''

तर मग, प्रसन्नतेच्या मार्गात अडसर ठरणाऱ्या बाह्य आणि आंतरिक वेदनांचा क्लेश देणाऱ्या अडथळ्यांचा सामना आपण कसा करायचा? हे अडथळे केव्हा निर्माण होतात? त्यांची व्याप्ती अगदी दैनंदिन आयुष्यातील ताणतणाव, निराशा व चिंता यापासून ते आयुष्य बदलवून टाकणारे विपरीत अनुभव, आजार आणि अखेरीस मृत्यूचा सामना यांच्यापर्यंत असते. आपण या घटनांची अटळता तर टाळू शकत नाही, त्यावर नियंत्रण मिळवू शकत नाही; पण दोघांनी या मुद्द्यावर सहमती दर्शवली की, या अडथळ्यांकडे बघण्याचा आपला दृष्टिकोन सकारात्मक राखून आपण आयुष्यात होणाऱ्या त्यांच्या परिणामांवर नियंत्रण ठेवू शकतो.

आपल्याला त्रास, दुःख होत आहे; हे वास्तव स्वीकारणं ही या प्रक्रियेची पहिली पायरी आहे. असं म्हणतात की, बुद्ध असं म्हणाला होता, ''मी एक आणि एकच शिकवण दिली : दुःख आणि दुःखाला विराम.'' बौद्ध धर्माचं पहिलं महान सत्य म्हणजे, आयुष्य हे दुःखानं भरलेलं आहे. 'दुःख' हा संस्कृत शब्द आहे. ('दुक्क' अर्थात एका अत्यंत चविष्ट अशा इजिप्शियन मसाल्याशी याची गल्लत करू नये.)

'दुःख' या शब्दाचे समानार्थी शब्द असू शकतात : ताण, चिंता, त्रास, क्लेश किंवा असमाधान. आयुष्यात शारीरिक आणि मानसिक क्लेश होतात, आजारी पडल्यामुळे आणि वार्धक्यामुळे, त्याला नेहमी दुःख असं म्हटलं जातं. जे मूलतःच अशाश्वत आणि अनियंत्रित आहे त्याला नियंत्रित करताना येणारा

ताण आणि चिंता यांनाही दुःख म्हटलं जातं. आपण त्या क्षणावर नियंत्रण ठेवायला जातो; त्यामुळे जे होत आहे ते व्हायला नको होतं, अशी भावना आपल्या मनात निर्माण होते. गोष्टी जशा आहेत, त्यापेक्षा वेगळ्या असायला पाहिजे होत्या, या इच्छेमुळे सर्वांत जास्त त्रास होतो.

"मला वाटतं, बऱ्याच लोकांच्या बाबतीत असमाधान, दुःख यामुळेच त्यांच्या आयुष्यामध्ये निराशा आणि क्रोध यांचा प्रवेश होतो," दलाई लामांनी स्पष्ट केलं.

ताण-तणाव आणि निराशा या जरी वरवरच्या समस्या किंवा तक्रारी वाटत असल्या, तरी कितीतरी प्रकारच्या अनावश्यक किंवा निर्माण केल्या गेलेल्या दुःखांच्या मुळाशी त्या असतात, असं बुद्धानं सांगितलं होतं. दलाई लामा आमच्या भेटीच्या पहिल्या दिवशी काय म्हणाले होते, त्याची आठवण मला झाली : आपण नैसर्गिक आपत्ती किंवा त्या अनुषंगाने येणाऱ्या अडचणी आणि होणारं दुःख संपवू शकत नाही; पण बाकी प्रकारची दुःख संपवणं आपल्या हातात असतं.

दुःख हे सुखाच्या, म्हणजेच आनंदाच्या, स्वस्थतेच्या, सुविधांच्या विरुद्ध आहे. हे दोन्ही शब्द आर्यांनी त्यांच्यासोबत भारतात आणलेल्या संस्कृत भाषेतून उगम पावलेले आहेत, असं म्हणतात. आर्य ही एक भटकी जमात होती, जी घोड्यांवरून किंवा बैलगाड्यांतून प्रवास करायची आणि या शब्दांचा शब्दशः अर्थ 'खराब अक्ष असणं (किंवा चांगला अक्ष असणं)' असा होता. प्रवास डचमळत झाला (दुःख) की सुखरूप झाला (सुख)? आयुष्यासाठी हे एक चांगलं रूपक आहे. क्लेश, दुःख म्हणजे डचमळणारा, हिंदकळणारा प्रवासच नाही का? प्रत्येकाचं आयुष्य हे खाच-खळग्यांनी भरलेलं आहे आणि त्यातून जाताना काही दणके बसणं, आदळणं, आपटणं हे अनिवार्यच आहे; पण त्या प्रवासाकडे बघण्याच्या आपल्या दृष्टिकोनावर बरंच काही अवलंबून आहे. आपलं मन हे अक्षासारखं आहे, जे हे ठरवतं की, आपला प्रवास सुरळीत, सुखरूप झाला की डचमळत/दणके खात झाला.

अशा प्रकारच्या प्रवासाचा अनुभव मला जानेवारीत शब्दशः आला. आताच्या या भेटीआधी मी पेगी कॅलहॅनबरोबर जानेवारीत धरमशालाला आलो होतो. या एप्रिलमधील भेटीचं छायाचित्रण करण्याची जबाबदारी पेगीवर होती आणि त्याची तयारी करण्यासाठी आम्ही आलो होतो. धरमशालाला ढगांची खूप दाटी झाल्यानं आमचं परतीचं विमान रद्द झालं होतं; म्हणून जवळच्या विमानतळाकडे जाण्यासाठी आम्ही रस्त्यानं उडत, ठेचकाळत आणि वळणं घेत-घेत निघालो. गाडीच्या कडांना आम्ही घट्ट धरून ठेवलं होतं. गाडीत मळमळून, उलटी होऊ नये म्हणून एकमेकांना प्रवासातले गमतीदार अनुभव सांगून, मन दुसरीकडे गुंतवण्याचा

आम्ही प्रयत्न करत होतो. हाडं खिळखिळी करणाऱ्या त्या सहा तासांच्या प्रवासात ते अनुभव रंगवून-रंगवून सांगत आम्ही वेळ काढण्याचा प्रयत्न करत होतो.

"आपल्याला आलेल्या अनुभवांबद्दल आपले काही समज असतात आणि आपण त्यांना, 'हा चांगला', 'हा वाईट', 'हा साधारण' अशी नावं ठेवतो." दलाई लामा म्हणाले, "आणि आपण प्रतिक्रिया देतो : भीती, निराशा, राग. हे मनाचेच वेगवेगळे पैलू आहेत हे आपल्याला जाणवतं; ते काही वास्तव नाही, हेही आपल्याला जाणवतं. त्याचप्रमाणे धैर्य, प्रेमळपणा, प्रेम आणि क्षमाशीलता हेही मनाचे पैलू आहेत. भावनांचं व्यवस्थापन कसं करायचं हे समजणं फार महत्त्वाचं आहे, त्याचप्रमाणे आपलं मन कसं काम करतं तेही.

"ज्या वेळी भीती किंवा निराशा मनात दाटून येते, तेव्हा त्यामागे काय कारण आहे, याचा विचार आपण करायला हवा. बऱ्याचदा, भीती ही आपल्या मनानंच तयार केलेली प्रतिमा असते. मी जेव्हा लहान होतो आणि पोटालामध्ये राहत होतो, तेव्हा तिथे एक अंधारी जागा होती आणि तिथं भुतं असतात अशा कथा पसरलेल्या होत्या; म्हणून जेव्हा जेव्हा मी तिथून जायचो, तेव्हा तेव्हा मला काहीतरी जाणवायचं. ही केवळ मनानं तयार केलेली प्रतिमा, प्रक्षेपण होतं."

"नाही, नाही! तिथे खरंच भुतं होती बरं!" घाबऱ्याघुबऱ्या चेहऱ्यानं आर्चबिशप म्हणाले.

दलाई लामा हसले आणि म्हणाले, "जेव्हा एखादा पिसाळलेला कुत्रा दात करकर वाजवत आणि भुंकत तुमच्या अंगावर धावून येतो, तेव्हा तुम्हाला भीती वाटायला पाहिजे. ही मनानं उभी केलेली प्रतिमा नसते. म्हणून भीतीमागे काय कारणं आहेत, त्यांचं विश्लेषण तुम्ही करायला हवं. निराश मनःस्थितीत, जेव्हा तुम्ही एखाद्याकडे पाहता, तेव्हा त्या व्यक्तीच्या चेहऱ्यावर कोणतेही भाव नसले तरी तुम्हाला काही वेगळंच जाणवतं. तसेच तुम्ही कुणाला काही करताना बघितलं, तरी त्या कृती तुम्हाला सामान्य वाटत नाहीत. आपली निराशा खरंच कोणत्या वास्तविक गोष्टींवर आधारित आहे का, हा प्रश्न स्वतःला विचारायला हवा. जर कुणी तुमच्यावर टीका केली किंवा हल्ला केला तर असा विचार करायला हवा की, असं का घडलं? हा माणूस काही जन्मापासून आपला वैरी नाही. त्यानं तुमच्या विरोधात जायला, काही विशिष्ट परिस्थिती कारणीभूत असली पाहिजे. अनेक कारणं असू शकतात; पण तुमचा दृष्टिकोन हा त्यातला महत्त्वाचा घटक असू शकतो, ज्याकडे दुर्लक्ष करता येणार नाही. त्या माणसाला न आवडणारी एखादी गोष्ट तुम्ही पूर्वी कधीतरी केली होती, याची जाणीव तुम्हाला होते. म्हणून, जेव्हा त्या व्यक्तीच्या टीकेत किंवा आक्रमकपणात तुमचंही योगदान होतं हे लक्षात येतं, तेव्हा तुमच्या निराशेतली आणि क्रोधातली तीव्रता आपोआप

कमी होते. मग तुम्हाला जाणवतं की, मूलतः मानवी स्वभाव हा चांगला असतो, दयाळू असतो आणि तुम्हाला हानी पोहोचवण्याची त्या व्यक्तीची इच्छा नसते. काही चुकीची माहिती आणि चुकीचे समज यांमुळे त्या व्यक्तीत अशा भावना निर्माण झाल्या. अशा विघातक भावनांमुळे ती त्या कृती करत आहे, हे तुमच्या लक्षात येतं. अशा व्यक्तींचे क्लेश आणि दुःख बघून मग तुमच्यात काळजीची, करुणेची आणि खेदाची भावनासुद्धा निर्माण होऊ शकते. तुम्हाला निराश वाटण्याऐवजी व राग येण्याऐवजी त्या व्यक्तीबद्दल काळजी वाटू लागते आणि खेदही वाटू लागतो.''

मी मान हलवली आणि म्हणालो, ''पण काही वेळा आपली निराशा ही इतर लोकांवर नाही, तर आपल्या नियंत्रणाबाहेर असलेल्या परिस्थितीवर अवलंबून असते. उदाहरणार्थ, रद्द होणाऱ्या विमानांवर आपलं नियंत्रण नसतं.''

''मी जेव्हा तरुण होतो आणि काहीतरी करून दाखवायला उत्सुक होतो, तेव्हा कधीकधी विमान सुटायला उशीर व्हायचा किंवा विमान रद्द व्हायचं, तेव्हा मला राग यायचा आणि काही वेळा पायलटचा आणि विमान कंपनीचाही राग यायचा,'' दलाई लामा म्हणाले.

''धरमशाला ते दिल्ली विमानवाहतूक सुरू होण्यापूर्वी मी इथून चार तासांवर असलेल्या जम्मूला रस्त्यानं जायचो आणि तिथून विमान पकडायचो. तर एकदा सकाळी सगळे प्रवासी विमानात बसलेले असताना घोषणा झाली की, विमान रद्द झालं आहे आणि सगळ्यांनी कृपया विमानाबाहेर जावं. नंतर मला असं सांगण्यात आलं की, पायलटनं आदल्या रात्री प्रमाणाबाहेर मद्यपान केल्यामुळे तो आलेला नाही. सगळे तक्रार करू लागले आणि मीही निराश झालो.

''आता जेव्हा माझं विमान रद्द झालं आहे किंवा उशिरा निघणार आहे अशी घोषणा होते आणि हे इथे बऱ्याचदा होतं; तेव्हा मी ती ध्यान करण्याची किंवा चिंतन करण्याची चांगली संधी आहे असं मानतो; त्यामुळे आपोआप माझी निराशा कमी होते.''

मी, रेचेल, आमचा तेव्हा दोन वर्षांचा असलेला मुलगा जेस आणि माझी आई हवाईला जात होतो, त्या विमानाची मला आठवण झाली. त्या वेळी आमच्याकडे फार पैसे नव्हते आणि आम्ही मिळतील तितकी स्वस्त तिकिटं काढली होती. कंपनीकडे दोनच विमानं होती, तीच हवाईला आणि इतर ठिकाणी ये-जा करायची. आम्ही कॅलिफोर्नियाहून ओआहूला निघालो आणि पॅसिफिक (प्रशांत) महासागराच्या मध्यावर असताना अचानक मला एक मोठा धक्का बसला, जणू काही विमानाला एका बाजूनं कुणीतरी वर उचललं आहे. मग विमानानं हवेत एक गिरकी घेतली आणि थोड्या वेळानं विमानातील कर्मचाऱ्यांनी

जाहीर केलं की, आपण पुन्हा सॅन फ्रान्सिस्कोला चाललो आहोत. मी त्या वेळी खूप चिडलो होतो आणि निराश झालो होतो, असं मला आठवतं.

दुसऱ्या विमानासाठी आम्हाला संपूर्ण दिवस घालवावा लागल, म्हणून आम्ही आमच्या सुट्टीची सुरुवात कॅलिफोर्नियातच करायची ठरवली. जेसला प्राणिसंग्रहालयात घेऊन गेलो. तिथे मजा आली; पण आमची हवाईची सहल एका दिवसाने कमी झाली म्हणून मला राग आला होता. शेवटी विमानतळावर येऊन एकदाची विमानात चढायची तयारी करत असताना मी पायलटला विमान परत फिरवण्याविषयी एका कर्मचाऱ्याशी बोलताना ऐकलं.

असं समजलं की, एका इंजिनाचा एक बोल्ट ढिला झाला होता. अशी जोखमीची परिस्थिती हाताळायची सवय असलेले लोक बोलतात, तशा सहजपणे पायलट म्हणाला की, त्या क्षणी इंजिन बंद केलं नसतं तर ते तुटून पडलं असतं आणि विमान महासागरात कोसळलं असतं. अचानक, उशिरा निघणारं विमान आणि प्राणिसंग्रहालयात घालवलेला दिवस तितका वाईट वाटेनासा झाला.

"जेव्हा आम्ही एखाद्या महत्त्वाच्या भेटीवर जात असायचो आणि पुढे अपघात झाला म्हणून रस्त्यावरच्या गर्दीत अडकायचो, तेव्हा मी खूप निराश व्हायचो आणि चिडायचो," आर्चबिशप म्हणाले. "अशा वेळी तुम्ही दात-ओठ खात राहता आणि कुणालातरी लाथ घालावी अशी तुम्हाला इच्छा होते; पण जसं वय वाढलं, तसं मी म्हणायला लागलो, ठीक आहे, शांत बसण्याची ही एक संधी आहे. मग तुम्ही संबंधित सगळ्या व्यक्तींची समजूत घालू लागता. म्हणजे, मला म्हणायचं आहे की, अशा प्रसंगी तुम्ही विशेष काहीच करू शकत नाही, म्हणून दात-ओठ खाऊन आणि कानशिलं तापवून काहीच साध्य होत नाही. तर मग, जुने लोक सांगायचे तसं का करू नये? दहा अंक मोजावेत. एक, दोन, तीन... आं !" दहा अंक मोजत असतानाही राग आल्याचं नाटक करत आर्चबिशप म्हणाले.

"थोडं आरामात राहणं शिकायलाही वेळ लागतो, असं मला वाटतं," ते पुढे म्हणाले, "ही गोष्ट काही आपोआप होत नाही. स्वतःवर चिडण्यात काही अर्थ नसतो; त्यामुळे वैतागात भरच पडते. म्हणजे असं की, आपण शेवटी माणसंच आहोत, चुकणारी माणसं. आणि जसं दलाई लामांनी दाखवून दिलं की, कोणे एके काळी... म्हणजे आपण त्यांना शांत आणि गंभीरच बघतो. पण, तरीही एक काळ असा होता की, तेसुद्धा चिडत होते, कदाचित आजही काही वेळा असं होत असेल. कसरत करून स्नायू बळकट करण्यासारखंच आहे हे. आपण अगदी सुरुवातीपासूनच निर्दोष असायला हवं होतं, असं वाटून आपण स्वतःवर उगीचच चिडतो; पण या पृथ्वीवरचा आपला वेळ आपण चांगलं

वागण्यासाठी, आणखी प्रेम करण्यासाठी आणि आणखी दयाळू होण्यासाठी वापरला पाहिजे. तुम्ही शिकता; पण फक्त पुस्तकी नव्हे, सैद्धान्तिक नव्हे,'' आर्चबिशप आपली तर्जनी डोक्याकडे नेत म्हणाले, ''जेव्हा तुमची परीक्षा पाहणारं काहीतरी घडतं, तेव्हा तुम्ही शिकता.'' आणि मग ईश्वराची आकाशवाणी व्हावी, तशा पद्धतीनं ते बोलू लागले, 'हॅलो, तुम्हाला अधिक दयाळू व्हायचं आहे, असं तुम्ही म्हणत होता ना?' 'हॅलो, तुमचा धीर वाढून तुम्ही शांत बसू इच्छित होता ना?'

''आपण स्वतःवरच खूप चिडतो. आपल्याला वाटतं की, आपण जन्मतःच सुपरमॅन आणि सुपरवूमन असायला हवं. दलाई लामांच्या व्यक्तिमत्त्वातली शांतता काही सुरुवातीपासून तयार होऊन आली नव्हती. प्रार्थना आणि ध्यानधारणेच्या सरावामुळे त्यांच्यातला हळुवारपणा, करुणा वाढीला लागली आणि काही मर्यादेपर्यंत त्यांचं परिस्थितीचा स्वीकार करणं, धीरानं वागणंही त्यातूनच आलं. काही वेळा परिस्थिती तुमच्या नियंत्रणाबाहेर असेल तर भिंतीवर डोकं आपटून घेऊन काहीच साध्य होणार नाही, फक्त तुम्हाला डोकेदुखी मात्र होईल. ही वाढीची आणि विकासाची दरी आहे.''

'वाढीची आणि विकासाची दरी' या शब्दांनी मला एकदम एका प्रसिद्ध ख्रिश्चन धारणेची आठवण झाली, ज्यामध्ये म्हटलं आहे की, आयुष्य ही एक अश्रूंची दरी आहे; ज्यापासून केवळ स्वर्गात प्रवेश केल्यावरच मुक्तता मिळते. ही अभिव्यक्ती साम ८४.६ वर आधारित आहे, असं नेहमी म्हटलं जातं. फार सुंदर शब्दांत हे सांगितलं आहे, 'जो ही अश्रूंची दरी पार करून जातो, तो (अमृताची) विहीर बनवतो.' (Who passing through the vale of tears makes it a well.) खरंच आहे. आपण आपले अश्रू, आपले ताणतणाव आणि निराशा यांच्या खोल विहिरीतून आपल्या भावनिक आणि आध्यात्मिक वाढीचं गोड पाणी – जीवनदायी अमृत – काढू शकतो.

''आपण पालकत्वाचे धडे गिरवतो, तसंच आहे हे,'' आर्चबिशप या चर्चासत्राची सांगता करताना म्हणाले. ''तुम्हाला वैताग देणाऱ्या तुमच्या मुलाशी कसं वागायचं, ते तुम्ही शिकत जाता. तुम्ही तुमच्या पहिल्या मुलाशी जसं वागत आलात, त्यापेक्षा तुमच्या तिसऱ्या मुलाशी तुम्ही अधिक चांगल्या प्रकारे वागू शकता आणि म्हणूनच मी प्रत्येकाला हे सांगेन : तुम्ही निर्दोष बनण्यासाठीच जन्माला आला आहात; पण अजून ती वेळ यायची आहे. तुम्ही एक सुंदर कलाकृती म्हणून निर्मितावस्थेत आहात.''

भीती, तणाव आणि अस्वस्थता
मी फार भयभीत झालो असतो

''आपल्या सगळ्यांना कशाची ना कशाची तरी भीती वाटत असते,'' आर्चबिशप म्हणाले, ''भीती आणि अस्वस्थता या अशा प्रक्रिया आहेत, ज्यांच्यामुळे आपल्याला या जगात तग धरून राहायला मदत होते. एखादा सिंह समोरून येत असताना तुम्हाला त्याची भीती न वाटता तुम्ही मजेत पुढे जात राहिलात, तर क्षणार्धात तुम्ही होत्याचे नव्हते व्हाल. ईश्वरानं आपल्या मनात या यंत्रणा बसवल्या आहेत, कारण त्यांची आपल्याला गरज आहे हे तो जाणतो. नाहीतर, आपल्याला भीतीच वाटली नसती आणि आपण अत्यंत मूर्खासारखं वागत राहिलो असतो आणि फार काळ जिवंत राहिलो नसतो. फक्त प्रश्न केव्हा उभा राहतो, जेव्हा खूप जास्त प्रमाणात भीती वाटायला लागते किंवा एखाद्या किरकोळ गोष्टीमुळेसुद्धा मन भयभीत होतं तेव्हा.''

वर्णभेदाच्या त्या काळ्याकुट्ट कालखंडात जेव्हा आर्चबिशपना जिवे मारण्याच्या धमक्या वारंवार मिळत होत्या, तेव्हा त्यांनी त्या भीतीशी सामना कसा केला, असं मी त्यांना विचारलं. तेव्हा ते म्हणाले, ''रात्री दिव्यांनी उजळलेल्या खिडकीत उभं राहणं, अशा प्रकारचा मूर्खपणा कुणी करत नव्हतं; पण ईश्वराला एक मात्र सांगावं लागायचं, 'मी जर तुझं काम करत असेन, तर तू माझं रक्षण कर रे बाबा.'' आर्चबिशप ज्या प्रकारे नेहमीच त्यांना वाटणाऱ्या भीतीची आणि कमजोरीची प्रांजळ कबुली देत आले आहेत, त्यानं मी नेहमीच प्रभावित झालो आहे.

कोणत्याही नेत्यांना भेडसावणाऱ्या शंका, भीती आणि चिंता यांच्याबद्दल

आपण क्वचितच ऐकतो; कारण नेतृत्व करताना ज्या आत्मविश्वासानं वावरायला लागतं; त्यात कमजोरी किंवा दुर्बलतेला थारा नसतो. नेल्सन मंडेलांना त्यांचं आत्मचरित्र 'लाँग वॉक टू फ्रीडम' लिहिण्यात मदत करणारा 'टाइम' मासिकाचा संपादक रिक स्टेंगेल यानं मला एकदा एक अद्‌भुत कहाणी ऐकवली होती. एकदा मंडेला त्यांच्या माइक या अंगरक्षकाबरोबर एका छोट्या विमानानं जात होते. तो महान नेता वर्तमानपत्र वाचत असताचा त्यांच्या लक्षात आलं की, त्या विमानाचा एक पंखा काम करत नाही. ते पुढे झुकले आणि ही बाब त्यांनी शांतपणे माइकला सांगितली. त्यानं ते ताबडतोब पायलटना सांगितलं. पायलटना या समस्येची जाणीव झाली होती आणि आणीबाणीच्या परिस्थितीत विमान खाली उतरवण्याची प्रक्रिया सज्ज असल्याचं त्यांनी सूचित केलं. माइकनं हे बोलणं मंडेलांना सांगितल्यावर त्यांनी शांतपणे मान डोलवली आणि ते पुन्हा वर्तमानपत्र वाचण्यात मग्न झाले. धट्टाकट्टा माइक भीतीनं थरथर कापत होता; पण मंडेलांना पाहून शांत झाला, आकाशातून कोणत्याही क्षणी विमान खाली कोसळण्याची शक्यता समोर दिसत असतानाही ते अजिबात अस्वस्थ झालेले दिसत नव्हते. जेव्हा ते विमानतळावर हजर असलेल्या बुलेटप्रूफ बीएमडब्ल्यूमध्ये मागे बसले, तेव्हा स्टेंगेलनं त्यांना प्रवास कसा झाला, असं विचारलं. त्यावर मंडेलांनी पुढे झुकून विस्फारलेल्या डोळ्यांनी सांगितलं. ''अरे बाबा, माझी तर भीतीनं बोबडीच वळली होती.'' आणीबाणीच्या परिस्थितीत नेतृत्वाला आपली धीरोदात्त वृत्ती दाखवावी लागत असली तरी एक माणूस म्हणून जाणवणाऱ्या भावनाही तेवढ्याच प्रकर्षानं प्रकट होतात. अथवा आपल्या माणूस म्हणून असलेल्या दुर्बलतेमुळे त्या अधिक प्रमाणात उठून दिसतात. आपल्याला एकमेकांची नेहमीच गरज भासते, हे आर्चबिशप नेहमी सांगत असलेलं तथ्य त्यातून अधोरेखित होतं.

'नोट्स टू द फ्यूचर' या मंडेलांच्या पुस्तकात आम्ही समाविष्ट केलेल्या अवतरणांपैकी माझं एक आवडतं अवतरण हे आहे : 'भीती न वाटणं हे धैर्य नव्हे, तर तिच्यावर विजय मिळवणं हे धैर्य आहे; धाडस आहे हे मी शिकलो. मला किती वेळा भीती वाटली असेल हे मी सांगू शकत नाही; पण मी बेधडकपणाच्या बुरख्याखाली ती दडवली. ज्याला भीतीच वाटत नाही त्याला शूर म्हणता येणार नाही, तर जो त्या भीतीवर मात करतो तो खरा शूर!' आम्ही 'गॉड हॅज अ ड्रीम'वर काम करत असताना आर्चबिशप टुटू यांनी यासारखंच वक्तव्य केलं होतं. ते म्हणाले होते, ''धैर्य म्हणजे भीती न वाटणं असा अर्थ होत नाही, तर धैर्य म्हणजे भीती वाटत असतानाही तिच्यावर मात करून कृती करणं असा होतो.''

Courage (करेज) हा इंग्लिश शब्द मूळ फ्रेंच Coeur या शब्दापासून

तयार झाला आहे. त्याचा अर्थ Heart हृदय असा होतो. हृदयातून उत्पन्न झालेल्या प्रेमाचा आणि समर्पणाचा विजय. आपल्याला (भीतीपासून) सुरक्षित राखण्यासाठी मनात उठणाऱ्या भीतीच्या लहरींवर हृदयानं केलेली मात!

आर्चबिशपनी म्हटल्याप्रमाणे स्वाभाविकपणे वाटणारी भीती जेव्हा मर्यादा ओलांडते; तेव्हा तिचं रूपांतर तणावात, चिंतेत आणि अस्वस्थतेत होतं. अस्वस्थपणाच्या या सर्वसाधारण अवस्थेचा त्रास आपल्यापैकी बऱ्याच लोकांना होतो. एखाद्या अनुभवाशी किंवा नात्याशी संबंधित भयकारी आणि चिंता करायला लावणारे विचार आपल्या मनात येत-जात राहतात. अशा प्रकारच्या तणावग्रस्त आणि चिंताग्रस्त मनःस्थितीत प्रसन्न, आनंदी राहणं खूप कठीण असतं. कामाचे डोंगर आपली छाती दडपून टाकतात. आपण आपल्या कामाच्या ठिकाणच्या किंवा आपल्या कुटुंबाच्या जबाबदाऱ्या नीट पार पाडू शकत नाही. अशा प्रकारचे मानसिक दबाव वाढवणारे विचार आपलं मन पोखरत राहतात. त्यात भर म्हणून आपल्या भोवतालची डिजिटल उपकरणं आपण करू न शकणाऱ्या असंख्य गोष्टींची जाणीव आपल्याला पदोपदी करून देत असतात. एकाच वेळी इतक्या गोष्टी हाताळताना आपण नेहमी एक पाऊल मागेच राहत असल्याची भावना आपल्या मनात निर्माण होते.

आधुनिक समाजात व्यक्तिस्वातंत्र्याला किंवा एकूणच माणूस स्वतंत्र असण्याला, इतरांवर अवलंबून नसण्याला इतकं जास्त महत्त्व देण्यात येतं की, आपल्या आवाक्याबाहेर जाणारी आयुष्यं सुरळीत करण्यासाठी आपण एकटे पडतो, कुणाचीही मदत नसल्याची भावना मनात निर्माण होते, याकडे जिनपांनी लक्ष वेधलं. चिनी आक्रमणाआधी तिबेटमधलं दलाई लामांचं आयुष्य कसं होतं, हे त्यांनी सांगितलं. आम्डो प्रदेशात दूरवर असलेल्या तक्तसर या खेड्यात त्यांचं कुटुंब एका पठारावर राहत होतं. पठाराच्या अवतीभोवती, खालच्या बाजूला हिरवळीनं आच्छादलेला प्रदेश होता. तिथे भटक्या जमाती आणि याक यांची वस्ती होती. दलाई लामा हे सोळा अपत्यांपैकी एक होते; त्यातली नऊ अपत्यं बालवयातच निधन पावली होती. अगदी जवळचं गाव खेचरावर बसून गेलं तर तीन तासांच्या अंतरावर होतं. हा मुलगा (दलाई लामा), ज्याचं नाव तेव्हा ल्हामो थोंडुप होतं, स्वयंपाकघरात शेगडीच्या अगदी जवळ झोपायचा. त्याच्यासाठी आणि त्याच्या कुटुंबासाठी ते आयुष्य नक्कीच सोपं नसणार; त्यामुळेच त्या पारंपरिक खेडेगावात आयुष्य कमी तणावपूर्ण असलं पाहिजे, या जिनपांच्या वक्तव्यांचं मला आश्चर्य वाटलं.

मानवी इतिहासात, मग तो तिबेटचा असो, आफ्रिकेच असो किंवा त्या

दरम्यानच्या कोणत्याही प्रदेशाचा असो, बऱ्याच प्रमाणात भीती आणि चिंता दिसून येतात; त्यातल्या काही जास्त भेडसावणाऱ्या होत्या, जसं हिवाळ्यात जगण्यासाठी पुरेसा अन्नसाठा असेल की नाही; पण माणसं एकमेकांशी जोडली गेलेली असल्यामुळे या काळज्या वाटून घेतल्या जात होत्या. तग धरून राहणं, ही खरं तर तणाव निर्माण करण्यात सगळ्यात आघाडीवर असणारी चिंता – कालागणिक त्या चिंतेला दिल्या जाणाऱ्या प्रतिसादात सकारात्मक बदल होत गेले - पण आधुनिक युगातले सदोदित जाणवणारे ताणतणाव हे काही वेगळेच आहेत. पूर्वीच्या काळीही पीक नष्ट होणं किंवा एखाद्या अपत्याचा अकाली मृत्यू होणं अशी प्रचंड ताण निर्माण करणारी कारणं होतीच यात शंका नाही; पण दैनंदिन रहाटगाडग्यात आजच्याइतकी जीवघेणी धावपळ आणि स्पर्धा नव्हती, हेही तितकंच खरं! ''त्या काळी जे एक 'शहाणपण', 'उमज' होती; ती आता राहिली नाही.'' जिनपा म्हणाले. ''आता संधीतही प्रचंड वाढ झाली आहे. त्याच प्रमाणात चिंताही वाढल्या आहेत.'' जिनपांच्या झालेल्या प्रवासाचा – शारीरिकदृष्ट्या आणि मानसिकदृष्ट्या – मी विचार करू लागलो. एका बौद्ध मठातलं हजारो वर्षांपासून न बदललेलं आयुष्य ते आता मॉंट्रियलमध्ये ते व्यतीत करत असलेलं कौटुंबिक जीवन.

पण ताण आणि चिंता, अस्वस्थता हे जर आधुनिक जीवनशैलीचे अविभाज्य घटक असतील, तर त्यांचा सामना आपण कसा करायला हवा? हा जीवनप्रवास अधिक सुखकारक कसा करता येईल? मनाला पोखरणाऱ्या चिंतांची तीव्रता कशी कमी करता येईल?

''अतिअपेक्षा आणि अतिमहत्त्वाकांक्षा यातून तणाव आणि चिंता जन्म घेतात,'' दलाई लामा म्हणाले, ''आपण त्या अपेक्षा पूर्ण करू शकलो नाही किंवा महत्त्वाकांक्षांची पूर्ती करू शकलो नाही, तर निराश व्हायला होतं. हा सुरुवातीपासूनच आत्मकेंद्रित दृष्टिकोन झाला. मला हे हवं. मला ते हवं. आपल्या क्षमतांबद्दल किंवा आजूबाजूच्या जगाबद्दल आपण वास्तववादी दृष्टिकोन बाळगत नाही. आपल्या क्षमतांचं स्पष्ट चित्र आपल्या डोळ्यांपुढे उभं असेल, तर आपल्या प्रयत्नांबद्दलही आपला दृष्टिकोन रास्त असाच होईल. मग आपली उद्दिष्टं गाठण्याची जास्त चांगली संधी उपलब्ध होईल. अवास्तववादी प्रयत्नांमुळे सगळंच मुसळ केरात जाण्याचा संभव असतो. कित्येकांच्या बाबतीत अवास्तव अपेक्षा आणि महत्त्वाकांक्षा हेच तणावाचं मुख्य कारण असतं.''

अतिमहत्त्वाकांक्षा म्हणजे नक्की काय? मी विचारात पडलो. माझ्यासारख्या अमेरिकेत वाढलेल्या माणसांसाठी जिथे महत्त्वाकांक्षा हा एक सद्‌गुण मानला जातो आणि पुढाकार घेणं (मुसंडी मारणं) आणि चिकाटीनं टिकून राहणं या

गोष्टी ओघानं येतातच, त्याच्यासाठी हे उत्तर कोड्यात टाकणारं होतं. असं आहे का की, या आधुनिक जगात आपली महत्त्वाकांक्षा म्हणजे काहीतरी मिळवणं आणि मिळणं असं आपण समजतो, ते चुकीचंच आहे? आणि कदाचित 'अधिक म्हणजे चांगलं' ही धारणा तणाव आणि निराशेनं म्हणजेच पर्यायानं असमाधानातून निर्माण झाली आहे?

बहुधा हा प्रश्न प्राधान्यक्रमाशी संबंधित आहे. नेमका कशाचा पाठलाग करावा, ध्यास धरावा? आपल्याला खरंच कशाची गरज आहे? आर्चबिशप आणि दलाई लामा यांच्या मते आपल्याला किती कमी गोष्टींची गरज आहे, म्हणजे - प्रेम आणि जोडले जाण्याची - हे आपल्या लक्षात येतं, तेव्हा जो हव्यास किंवा काहीतरी मिळवण्याची धडपड, जी आधी आपल्याला फार आवश्यक वाटत असते ती तिच्या योग्य जागी जाऊन बसते आणि मग ती आपल्या आयुष्याचा केंद्रबिंदू बनून राहत नाही. आधुनिक जगाच्या भूलभुलैयात अडकून न बसता, आपण कसे जगत आहोत हे जर डोळे उघडे ठेवून बघू शकलो तर या 'रॅटरेस' पासून आपण स्वतःला मुक्त ठेवू शकू. सतत अपेक्षा आणि महत्त्वाकांक्षेच्या वारूवर स्वार होऊन पुढे-पुढे धावत राहण्यापेक्षा दलाई लामा कळकळीनं जे सांगत होते त्याप्रमाणे अधिक वास्तववादी दृष्टिकोन स्वीकारला तर आपण थोड्याफार प्रमाणात आंतरिक शांती मिळवू शकतो.

सतत तणावाखाली असण्याची लक्षणं म्हणजे सतत विखुरलेपणाची भावना आणि वर्तमानात न राहता नजर सतत भविष्याकडे ठेवून काळाच्या मागे धावत सुटणं. स्थैर्य आणि प्रसन्न वृत्ती यांचा शोध आपण घेतला पाहिजे आणि ती वृत्ती मिळवण्यासाठी थोडा निवांतपणाही स्वतःला द्यायला हवा.

आर्चबिशप मला एकदा म्हणाले होते की, ते एक धार्मिक नेता असल्यानुळे त्यांना प्रार्थना आणि चिंतन करायला वेळ हवा असतो. त्यांचं म्हणणं होतं की, उलट जे व्यावसायिक आहेत, कामधंदा करणारे आहेत, कामगार आहेत त्यांना याची जास्त गरज आहे.

सतत असलेल्या तणावानं जागतिक स्तरावर साथीच्या रोगाचं स्वरूप धारण केलं आहे. या रोगाचं रहस्य जाणून घेण्यासाठी माणूस तणावाला कसा प्रतिसाद देतो, यावर अभ्यास सुरू आहे. तणावाला शरीर कसा प्रतिसाद देतं, हे आपल्या दृष्टिकोनावर मोठ्या प्रमाणात अवलंबून असतं; असं दिसून आलं आहे. आपण 'धमकी'ला, 'धोक्या'ला 'आव्हाना'त बदलतो, तेव्हा आपलं शरीर वेगळ्या प्रकारे प्रतिसाद देतं.

मानसशास्त्रज्ञ एलिसा इपेल या तणावासंबंधी संशोधन करणाऱ्या एक अग्रगण्य

वैज्ञानिक आहेत आणि तणाव कसं काम करतो, हे त्यांनी मला स्पष्ट करून सांगितलं होतं. एखादा भुकेला सिंह किंवा हिमस्खलन यांसारख्या धोक्यांपासून किंवा आक्रमणापासून आपला बचाव करण्यासाठी आपण तणावाला देत असलेला प्रतिसाद उत्क्रांत होत गेला आहे. कॉर्टिसोल आणि अ‍ॅड्रेनलिन आपल्या रक्तात मिसळतात; त्यामुळे आपली बुबुळं मोठी होतात, जेणेकरून आपण स्पष्टपणे पाहू शकतो; हृदय आणि श्वास यांचा वेग वाढतो, जेणेकरून आपण जलद प्रतिसाद देऊ शकतो आणि आपल्या अवयवांऐवजी मोठ्या स्नायूंकडे रक्तपुरवठा वाढतो, जेणेकरून आपण लढू शकतो किंवा पळ काढू शकतो. हा तणावाला दिला जाणारा प्रतिसाद क्वचितच दिला जाणारा आणि तात्पुरत्या स्वरूपाचा असायचा; पण आताच्या आधुनिक जगात अनेकांच्या बाबतीत ही अवस्था सतत असते. इपेल आणि त्यांची नोबेल पुरस्कार विजेती सहकारी तसेच आण्विक जीवशास्त्रज्ञ असलेली एलिझाबेथ ब्लॅकबर्न यांनी शोधून काढलं आहे की, सततच्या तणावामुळे प्रत्यक्षात आपल्या DNAवर असलेल्या टोप्या - अंत्यखंड (telomeres) - कमजोर, खराब होऊ लागतात. एरवी त्या आपल्या पेशींचा आजारापासून आणि वार्धक्यापासून बचाव करण्याचं काम करत असतात. केवळ तणावच नाही, तर आपली विचार-प्रक्रियाच या अंत्यखंडांवर परिणाम करते. यातून इपेल आणि ब्लॅकबर्न यांनी असा निष्कर्ष काढला आहे की, आपल्या पेशी या खरं तर 'आपले विचार ऐकत असतात.'

तणाव निर्माण करणारे घटक ही खरी समस्या नाहीच; कारण ते टाळता येण्याजोगे नाहीत. गोष्टींचं महत्त्व अधोरेखित करणारा इशारा देण्याची मेंदूची ती पद्धत आहे. समस्या किंवा खरं तर संधी ही आहे की, आपण त्याला कसा प्रतिसाद देतो. फक्त आणि फक्त तणावच आपले अंत्यखंड खराब करण्याला कारणीभूत नाही, असं इपेल आणि ब्लॅकबर्न स्पष्ट करतात. आपला प्रतिसाद हा अधिक महत्त्वाचा आहे. 'तणावाप्रति लवचीकता' वाढवण्यासाठी त्या आपल्याला उद्युक्त करतात. म्हणजेच, जो 'धोकादायक तणाव' असतो किंवा एखादी तणाव निर्माण करणारी घटना धोकादायक असल्याचा ग्रह आपण करून घेतो, त्याचं रूपांतर 'आव्हानात्मक तणावा'त किंवा आपल्या विकासाला साहाय्यभूत ठरणारी आव्हानात्मक घटना, या दृष्टिकोनातून तिच्याकडे पाहणं यात करून घेणं. त्यांनी सुचवलेला हा उपाय अगदी सरळ, स्पष्ट आहे. आपण आपल्या शरीरानं तणावाला दिलेला 'लढा किंवा पळा' (fight or flight) प्रतिसाद ओळखतो - धडधडणारे हृदय, जलद नाडी किंवा हाताला, चेहऱ्याला मुंग्या येणं, झिणझिण्या येणं, वाढलेला श्वास - आणि मग आपल्याला आठवतं की, हे तणावाला दिले जाणारे स्वाभाविक प्रतिसाद आहेत आणि आपलं शरीर ते आव्हान स्वीकारण्यासाठी

सज्ज होत आहे.

आपण एखादी गोष्ट किंवा व्यक्ती धोकादायक आहे असं मानतो, हे कशावरून ठरतं? इतरांपेक्षा स्वतःला अलग समजल्यामुळे सगळ्यात जास्त प्रमाणात तणाव निर्माण होतो, असं आर्चबिशप आणि दलाई लामा सांगत होते; त्यामुळेच सामाजिक अनुबंधाची - उबंटूची - आपली जाणीव हरपते. तुम्ही चिंता, काळजी आणि निद्रानाश यांना कसं हाताळता, असं मी एकदा आर्चबिशपना विचारलं होतं आणि ते म्हणाले होते की, जगभरातील जाग्या असलेल्या आणि झोप न येणाऱ्या लोकांबद्दल मी विचार करायचो. इतरांचा विचार केल्यानं आणि आपण एकटेच नाही हे स्मरून माझा विषाद आणि चिंता कमी होत होत्या, कारण मी दुसऱ्यांसाठी प्रार्थना करायचो.

तणाव आणि चिंतेचा अनुभव देणाऱ्या एका प्रसंगाचं वर्णन दलाई लामांनी केलं, ''मी तरुणपणी प्रवचनं द्यायचो, समोरच्या लोकांना शिकवण द्यायचो. मी खूप अस्वस्थ असायचो, कारण श्रोत्यांमध्ये बसलेल्यांपेक्षा आपण कोणीतरी वेगळे आहोत, असं मला वाटायचं. नंतर १९५९ मध्ये तिबेट सोडल्यावर मी विचार करू लागलो, 'हे लोक तर माझ्यासारखेच आहेत, नाणसंच आहेत ती. आपण कोणीतरी खास आहोत असा विचार आपण करू लागलो; तर भीती, भय, अस्वस्थता आणि चिंता जन्म घेतात. आपण सगळे सारखे आहोत.''

''मी आणि दलाई लामा तुम्हाला चिंता हाताळण्याचा मार्ग सांगत आहोत, तो म्हणजे इतरांचा विचार करण्याचा.'' आर्चबिशपनी पुस्ती जोडली. ''तुम्ही अनुभवत असलेल्या किंवा त्याहीपेक्षा वाईट परिस्थितीतून जात असलेल्या पण त्यातून तग धरून बाहेर पडलेल्या आणि अगदी उत्कर्ष साधलेल्या लोकांचा तुम्ही विचार करू शकता. एका मोठ्या वर्तुळाचा आपण एक भाग आहोत, हा विचारसुद्धा दिलासा देणारा असतो.'' पुन्हा एकदा, आनंदाकडे, प्रसन्नतेकडे जाणारा मार्ग हा अनुबंधाचा असतो आणि दुःखाकडे नेणारी दरी अलगतेच्या वाटेनं जाते, हेच दिसून येतं. इतरांना आपण वेगळं समजलो की, ते धोका म्हणून समोर येतात; पण जेव्हा ते आपलाच एक भाग आहेत, आपल्याशी जोडलेले आहेत असं आपण समजतो, परस्परांवर अवलंबून असतो; तेव्हा असं एकही आव्हान नसतं, जे आपण पेलू शकत नाही - एकत्रितपणे, एकमेकांच्या साथीनं.

''मी ज्या वेळी कुणालाही भेटतो, तेव्हा एका मूलभूत मानवी पातळीवर संवाद साधण्याचा प्रयत्न करतो, फक्त एक माणूस म्हणून त्याच्याकडे बघतो,'' एक महत्त्वाची संकल्पना होऊ पाहणाऱ्या विषयाकडे पुन्हा वळत दलाई लामा म्हणाले, ''त्या पातळीवर मला हे माहीत असतं की, त्यालाही किंवा तिलाही

माझ्यासारखीच आनंद मिळवण्याची इच्छा आहे. त्यालाही आयुष्यात कमीतकमी प्रश्न, अडचणी असाव्यात असं वाटतं. मी एका माणसाशी बोलत असेन किंवा मोठ्या समुदायाशी संवाद साधत असेन, मी स्वतःला सगळ्यात आधी एक सर्वसामान्य माणूसच समजतो. अशा प्रकारे, स्वतःची ओळख करून देण्याचीही गरज मग राहत नाही.

''याउलट, मी कुणीतरी वेगळा आहे, या दृष्टिकोनातून जर स्वतःकडे बघितलं - म्हणजे एक बौद्ध, एक तिबेटी माणूस असंच काही; जर इतरांपासून मला अलग करून मी भिंती उभारेन आणि मी दलाई लामा आहे अशा भावनेनं वावरलो; तर माझ्या एकटेपणाचा, वेगळेपणाचा खड्डा मी माझ्याच हातानं तयार केला असं म्हणावं लागेल, कारण सगळ्या जगात एकच दलाई लामा आहे. त्याऐवजी मी इतरांसारखाच एक माणूस आहे, असं मानलं तर सात अब्ज माणसांशी मी जोडला जातो आणि ही भावनाच किती छान आहे, नाही का? मग सात अब्ज लोक तुमच्या साथीला असताना तुम्हाला भीतीचं आणि चिंतेचं काही कारणच उरत नाही.''

नैराश्य आणि क्रोध : मी मोठ्यानं ओरडेन

धरमसालाला येण्यापूर्वी एक दशकापेक्षाही आधी मी फ्लोरिडातल्या जॅक्सनव्हिले इथे आर्चबिशपबरोबर गाडीत बसून गर्दीतून चाललो होतो. माझ्या इच्छेच्या मागे त्यांच्याबरोबर काम करायला मिळावं, अशी एक प्रमुख प्रेरणा होती. तसेच एक महान आध्यात्मिक आणि नीतिमान नेता गर्दीतून वाट काढत कशी गाडी चालवतो, हे समजून घेणं.

आम्ही नुकतेच एका घरातून निघालो होतो. त्या घराबाहेर मगरींनी भरलेल्या तळ्यात धोकादायकरीत्या पाय बुडवून त्यांची एक मुलाखत आम्ही रेकॉर्ड केली होती. रस्त्यात बोस्टन मार्केट रेस्टॉरंट चेनमधल्या एका उपाहारगृहात आम्ही छोटंसं माध्यान्ह भोजन घेण्यासाठी थांबलो. तिथल्या कर्मचाऱ्यांशी आर्चबिशप दोन शब्द बोलले, तेव्हा चिकन आणि कुस्करलेले बटाटे खाणाऱ्या या आपल्या सेलिब्रिटी अतिथीकडे ते कर्मचारी आश्चर्यानं आणि आदरानं पाहत होते. एका युनिव्हर्सिटीत व्याख्यान देण्यासाठी त्यांना जायचे होते आणि गाडीतून जात असताना जितका वेळ मिळेल, तितक्या वेळात त्यांच्याकडून ज्ञानामृत चाखण्यासाठी मी धडपडत होतो. आम्ही अनेक उच्चकोटीच्या तत्त्वज्ञानाबद्दल आणि धर्मशास्त्रांबद्दल बोलत होतो; पण मला खरं तर हे जाणून घ्यायचं होतं की, त्यांच्या दैनंदिन कामकाजावर, दिनक्रमावर ते आचरत असलेल्या आध्यात्मिक विचारबैठकीचा आणि श्रद्धांचा किती आणि कसा परिणाम होतो. उदाहरणार्थ : गर्दीत गाडी चालवणं.

एक गाडी अचानक आमच्या पुढे आडवी आली आणि तिच्याशी टक्कर टाळण्यासाठी आर्चबिशपना गर्रकन गाडी वळवावी लागली. "रस्त्यावर काही

खरोखरच अचाट ड्रायव्हर्स असतात!'' अचंबित होऊन, गालातल्या गालात हसत मान हलवून आर्चबिशप म्हणाले.

अशा क्षणी त्यांच्या डोक्यात नेमकं काय चाललेलं असतं, असं मी त्यांना विचारलं आणि ते म्हणाले की, त्या माणसाची पत्नी हॉस्पिटलमध्ये प्रसूत होत असेल किंवा एखादा नातेवाईक आजारी असेल, म्हणून तो घाईत असावा.

मला जे उत्तर हवं होतं, ते मिळालं. त्या अटळ आणि अनियंत्रित आश्चर्याच्या धक्क्यावर त्यांनी प्रतिक्रिया दिली, कारण आपण असे उत्स्फूर्तपणे प्रतिसाद देतोच; पण क्रोधाचा खालच्या पातळीचा मार्ग घेण्याऐवजी त्यांनी विनोदबुद्धी, स्वीकार आणि करुणेचा अगदी वरच्या पातळीचा मार्ग त्यासाठी निवडला आणि ती प्रतिक्रिया जशी आली तशी गेली; पण ना कोणती धुसफुस, ना रेंगाळणारा वैताग आणि ना वाढलेला रक्तदाब.

क्रोध आणि भय या दोन वेगवेगळ्या भावना आहेत, असं आपण समजतो; पण दलाई लामांनी त्यांचा संबंध जोडला, तेव्हा मला आश्चर्य वाटलं. ''जेव्हा भीती असते, तेव्हा नैराश्य येतं. नैराश्य क्रोधाला आमंत्रण देतं. म्हणून बघा, भय आणि क्रोध हे एकमेकांच्या अगदी जवळ आहेत.'' मला हे नंतर कळलं की, दलाई लामांच्या या दृष्टिकोनाला मूलभूत जीवशास्त्रीय आधार होता. आपल्या नैसर्गिक प्रतिक्रियांचे भय आणि क्रोध हे दोन स्तंभ आहेत, कारण आपण एकतर पळण्याची (भय) तयारी करतो किंवा लढण्याची (क्रोध).

त्या आठवड्यात नंतर दलाई लामांचा वाढदिवस साजरा करण्यासाठी आम्ही तिबेटन चिल्ड्रेन्स व्हिलेजला गेलो होतो, तेव्हा एका विद्यार्थ्याला उत्तर देताना दलाई लामा बोलत होते. वयानं मोठ्या असलेल्या एका विद्यार्थ्यानं त्यांना विचारलं होतं, ''गुरुजी, तुम्ही तुमच्या दैनंदिन आयुष्यात क्रोधावर कसं नियंत्रण ठेवता?''

आर्चबिशप खुदुखुदु हसायला लागले - नुसते हसायलाच लागले नाहीत, तर पोट धरून अक्षरशः खाली वाकले. त्या आध्यात्मिक गुरुलाही क्रोध कसं आव्हान उभं करतो, हे ऐकण्यात प्रचंड मजा येत असावी असं वाटतं.

''मला जेव्हा राग यायचा, तेव्हा मी मोठ्यानं ओरडायचो,'' करुणेच्या बोधिसत्त्वालासुद्धा / त्या दयासागरालासुद्धा कधीकधी राग येऊ शकतो, हे मान्य करत दलाई लामा म्हणाले. मुलंही हसत होती. ''मी तुम्हाला एक गोष्ट सांगतो : १९५६ किंवा ५७ च्या सुमारास मी जेव्हा वयाच्या विशीत होतो, तेव्हा माझ्याकडे एक जुनी गाडी होती. ती १३ व्या दलाई लामांच्या मालकीची होती.'' त्या काळी ल्हासामध्ये असलेल्या अगदी मोजक्या गाड्यांपैकी ती एक होती आणि तुकड्या-तुकड्यांमध्ये राजधानीत नेऊन तिची जोडणी करण्यात आली

होती; कारण तिबेटमध्ये त्या काळी गाडी चालवण्याजोगे रस्ते नव्हते. ल्हासामध्ये आणि आसपासच्या प्रदेशात फक्त अगदी छोट्या लांबीचे रस्ते होते.

"गाडी चालवणाऱ्या लोकांपैकी एक माणूस ती नादुरुस्त झाल्यास तिची डागडुजी करायचा. एक दिवस तो गाडीखाली जाऊन ती दुरुस्त करत असताना त्याला बघायला मी तिथे गेलो. तो गाडीखालून बाहेर येत असताना त्याचं डोकं गाडीवर जोरात आपटलं; त्यामुळे त्याचा राग अनावर झाला. इतका अनावर झाला की, त्यानं पुनःपुन्हा गाडीवर स्वतःचं डोकं आपटलं. धाड, धाड, धाड." काल्पनिक गाडीवर डोकं आपटण्याचा अभिनय करत दलाई लामा म्हणाले. मुलांना मजा वाटत होती. "याला म्हणतात राग. त्याचा काय उपयोग झाला? त्याचं डोकं आपटलं हे त्याच्या रागाचं कारण होतं आणि मग त्यानं पुन्हा मुद्दाम डोकं आपटलं, तेव्हा त्याला स्वतःलाच जास्त वेदना झाल्या. हे वागणं मूर्खपणाचं होतं. राग जेव्हा येतो, तेव्हा विचार करावा, यामागे काय कारण आहे? मग त्यापुढे आणखी विचार करावा की, माझ्या या रागाचा, माझ्या रागीट चेहऱ्याचा, किंवा ओरडण्याचा काय परिणाम होईल? मग तुम्हाला जाणवेल की, अशा रागाचा काहीही उपयोग नसतो."

मज्जासंस्थेशी निगडित मानसोपचारतज्ज्ञ, डॅनिएल सीगल (Daniel Siegel) सांगतात की, जेव्हा आपल्याला प्रचंड राग येतो, तेव्हा आपण 'झापडं बंद करतो.' म्हणजे, मेंदूचा विचार करू शकणाऱ्या भागाचा फायदा आपल्याला मिळत नाही. परिणामस्वरूप, भावनांचं नियंत्रण करणारा आणि सारासार विचार करू शकणारा मेंदूचा पुढचा भाग भावनिक नियंत्रण प्रणालीवर ताबा ठेवण्याची त्याची क्षमता गमावून बसतो.

दलाई लामांच्या ड्रायव्हरने ही झापड बंद करून टाकली आणि म्हणून तो मूर्खासारखं वागला; त्यामुळे त्यालाच वेदना सहन कराव्या लागल्या. ते दृश्य विनोदी दिसतं, कारण ते सामान्यपणे सर्वत्र आढळतं. आपण सगळ्यांनीच ते कधी ना कधी अनुभवलेलं असतं. मग या 'नियंत्रण गमावण्याला' पर्याय काय?

दलाई लामांनी मग भय आणि क्रोध यांच्यातला सूक्ष्म आणि गहन संबंध स्पष्ट करताना रागाला भय कसं कारणीभूत असतं, ते विशद करून सांगितलं. सर्वसाधारणपणे, माणूस दुखावला गेला की, नैराश्य आणि क्रोध उत्पन्न होतो. ड्रायव्हरने डोकं आपटणं, हे याचं उत्तम उदाहरण. शारीरिक वेदनेबरोबरच भावनिक दुःखही आपण अनुभवतो, जे अधिक प्रमाणात दिसून येतं. आपल्याला जे मिळत नाही ते आपल्याला हवं असतं, जसं आदर आणि दयाळूपणा किंवा जे आपल्याला नको असतं ते मिळतं, म्हणजे अनादर किंवा टीका. दलाई लामा सांगत होते की, या रागाखाली आपल्याला जे हवं आहे ते न मिळण्याची भीती दडलेली

असते; आपल्यावर कुणी प्रेम करत नाही, आपल्याला कुणी आदरानं वागवत नाही, आपल्याला कुणी सामावून घेणार नाही अशी भीती वाटत असते.

या क्रोधातून बाहेर पडण्याचा एक मार्ग म्हणजे स्वतःलाच असं विचारणं की, या रागाला कारणीभूत ठरलेलं दुखावलेपण कशामुळे आलं आहे? आपल्या मनात नेमकी कशाची भीती दडलेली आहे? मानसशास्त्रज्ञ नेहमी रागाला दुय्यम भावना मानतात, कारण कोणत्यातरी धोक्यापासून बचाव करण्यासाठीचा तो पवित्रा असतो. ती भीती ओळखणं आणि व्यक्त करणं– आपल्याला कशाचा धोका जाणवतो हे ओळखणं – हे जर आपण करू शकलो, तर आपला राग आपण शांतवू शकतो.

परंतु, आपण ही दुर्बलता मान्य करण्याची तयारी दाखवली पाहिजे. अशा प्रकारच्या रागाची आणि दुखावलं जाण्याची आपल्याला बरेचदा शरम वाटत असते. आपण दुर्बल नसू तर आपल्याला वेदना, दुःख कधी जाणवणारच नाही असं आपल्याला वाटत असतं; पण आर्चबिशपच्या म्हणण्यानुसार हे मानवीपणाचं लक्षण नाही. जर आपल्याला स्वतःबद्दल करुणा वाटली आणि आपल्याला भीती वाटते, आपण दुखावले जातो किंवा आपल्याला धोका आहे हे जर मान्य केलं, ओळखलं तर आपल्याला इतरांविषयीही करुणा वाटेल – अगदी ज्यांच्यामुळे आपला क्रोध उत्पन्न झाला आहे त्यांच्याविषयीसुद्धा!

आर्चबिशप पुढे म्हणाले, ''जेव्हा तुम्ही स्वतःसमोर काही उद्दिष्टं ठेवता आणि त्यात अडथळे येतात, तेव्हा स्वाभाविकपणे तुम्ही निराश होता किंवा तुम्ही तुमच्यातलं सर्वोत्तम ते देण्याचा प्रयत्न करत असता आणि तुम्ही ज्यांच्याबरोबर काम करत आहात, ते तुम्हाला अपेक्षेनुसार सहकार्य करत नाहीत किंवा घरात तुमच्या एखाद्या कृतीचा गैरअर्थ काढला जातो, तेव्हा त्याची परिणती निराशेत आणि रागात होणं ही बाब अटळ असते. लोक जेव्हा तुमच्या हेतूबद्दल शंका घेतात, तेव्हाही असं होतं, कारण तुमचा हेतू उदात्त आहे हे तुम्हाला माहीत असतं. हे खरंच क्लेशकारक असतं. तुम्ही मनातल्या मनात दात-ओठ खाता आणि म्हणता, 'झालं यांचं पुन्हा सुरू.'

''किंवा व्यापक प्रमाणावर बोलायचं तर जेव्हा आमच्या देशात आम्ही वर्णभेदाविरुद्ध संघर्ष करत होतो, तेव्हा आमच्यातले अनेकजण असे मार्ग निवडत होते जे स्वीकारार्ह नव्हते. जसे 'नेकलेसिंग'(necklacing) त्यामध्ये गॅसने भरलेलं कारचं टायर एखाद्याच्या गळ्यात अडकवून ते पेटवून द्यायचं; तेव्हा म्हणावंसं वाटायचं, हे नको आहे आपल्याला; त्यामुळे आपल्यावर आणि आपल्या चळवळीवर टीका करणं त्यांना अधिक सोपं जाईल, ते माकडाच्या हाती कोलीत दिल्यासारखं

होईल.

"किंवा व्यक्तिगत पातळीवर जेव्हा तुम्हाला शारीरिक आजार, क्लेश भोगावे लागतात, तेव्हा आता आहे त्यापेक्षा जास्त शक्ती आपल्यात असायला हवी होती असं तुम्हाला वाटतं, तेव्हा आपण मानव असल्याची आणि आपल्या दुबळेपणाची जाणीव होते."

दलाई लामा म्हणाले, "एकदा मी जेरुसलेममध्ये होतो, तेव्हा मी एका शिक्षकाला भेटलो. तो त्याच्या विद्यार्थ्यांना सांगायचा की, जेव्हा तुम्हाला इतरांचा राग, चीड येते; तेव्हा हे लक्षात ठेवा की, त्यांच्यात देवाचा अंश आहे. त्यांपैकी काही विद्यार्थी पॅलेस्टिनी होते आणि त्यांना इस्रायली तपासणी नाके पार करावे लागायचे. त्यांनी त्या शिक्षकाला सांगितलं की, जेव्हा तिथल्या सैनिकांचा त्यांना राग यायचा, तेव्हा ते सैनिक ईश्वराचा अंश आहेत अशी कल्पना ते करायचे आणि मग त्यांना बरं वाटायचं, मन शांत व्हायचं. शारीरिक पातळीवर आपल्याला परिस्थितीनुसार वागावं लागतं; पण मानसिक पातळीवर आपण शांत, स्थिर राहू शकतो अशा प्रकारे तुम्ही मनाला प्रशिक्षित करू शकता."

तरीसुद्धा, रागाला स्वतःची अशी एक जागा असायला हवी, माझ्या मनात विचार आला. काही वेळा स्वतःला आणि इतरांना दुखावलं जाण्यापासून किंवा शारीरिक इजेपासून वाचवण्यात राग भूमिका बजावू शकतो. प्रानाणिकपणे आलेल्या खऱ्या रागाची नेमकी काय भूमिका असली पाहिजे, असा प्रश्न मला पडला. वर्णभेदाविरोधात चाललेल्या शांततामय निदर्शनांना मारक ठरतील अशा कत्तली होत असताना आर्चबिशप आपली मूठ उभारून आणि घोषणा देऊन गोळीबाराचे आदेश देत असत. त्यांचे हे आदेश अन्याय करणाऱ्यांविरुद्ध असायचे. वृत्तपत्रांसाठी त्यांचे सचिव म्हणून दीर्घकाळ काम पाहिलेल्या जॉन ॲलन यांनी आर्चबिशपवर लिहिलेल्या 'रॅबल-राउजर फॉर पीस' (Rabble-Rouser for Peace) या त्यांच्या चरित्रामध्ये थोडक्यात पण स्पष्टपणे आर्चबिशपच्या स्वातंत्र्य लढ्यातल्या या विरोधाभासाचं वर्णन केलेलं आहे. आपल्या देशात शांतता, न्याय आणि समानता नांदावी यासाठी रागाचा आणि सच्च्या क्रोधाचा वापर करण्यात त्यांना काही गैर वाटलं नाही.

रागाची शक्ती आणि त्याचा वापर करण्याची मर्यादा यांविषयी आर्चबिशपनी सोप्या आणि स्पष्ट शब्दांत स्पष्टीकरण दिलं. "खरा आणि प्रामाणिक राग हा सहसा स्वतःसाठी नसतो. इतरांना क्लेश होत असताना आणि त्यांना मदत करण्याची इच्छा असताना तो येतो." थोडक्यात, प्रामाणिक राग हा एक प्रतिसादात्मक भाव नसून, न्याय मिळवून देण्याचं साधन असतो. करुणेचा कोयता असतो. जरी त्याची मुळं ही आपल्या कुटुंबीयांचं, गटाचं रक्षण करणाऱ्या 'लढा वा पळा' या

भावनेत खोलवर रुजलेली असली, तरी तो जाणीवपूर्वक दिलेला प्रतिसाद असतो. ती अनियंत्रितपणे दिलेली प्रतिक्रिया नसते. तो स्वतःच्या प्रतिमेपुरता आत्मकेंद्रित नसतो किंवा आपल्या अलगतेच्या भावनेतून निर्माण झालेला नसतो; तर आपली सामुदायिक जबाबदारी असल्याच्या भावनेतून निर्माण होतो.

दलाई लामा पुढे बोलू लागले, ''आता वैद्यकशास्त्राचे संशोधक म्हणतात की, सततची भीती, राग आणि द्वेष यांमुळे आपली प्रतिकारशक्ती बाधित होते. प्रत्येकजण आपल्या तब्येतीची काळजी घेण्याचा प्रयत्न करत असतो; त्यामुळे त्यांना निरोगी शरीर आणि निरोगी मन हवे असते. भीती आणि राग या दोन्ही गोष्टी त्यासाठी हानिकारक आहेत. मग तुम्हाला समस्या सोडवण्यासाठी रागाचा काही उपयोग नसतो, याची जाणीव होते; त्यामुळे अडचणी अजूनच वाढतात आणि शेवटी आपल्या मनाला प्रशिक्षित करून – तर्कबुद्धीचा उपयोग करून – आपण आपल्या भावनांचं परिवर्तन करू शकतो.''

''स्वच्छ पुसून टाकायचं, हे असं,'' दलाई लामांनी पुस्ती जोडली. जणू काही मानवी अनुभवांचे मूलभूत भाग असलेले, नकारात्मक भावनांचे उमगस्थान असलेले राग आणि भय हे तर्कनिष्ठ मनाच्या एका फटकाऱ्यानिशी झटकून टाकले जाऊ शकतात. ते जे सांगत होते, ती गोष्ट आयुष्यभर आचरणात आणावी लागणार होती, हे मला माहीत होतं. आपल्या मानवी मेंदूत बसवलेल्या राग आणि भय यंत्रणांशी आपल्याला सतत झगडावं लागणार हे तर स्पष्टच होतं; नाहीतर आपण केव्हा त्या भावनांपुढे लोटांगण घालू हे सांगता येत नाही.

एकदा रात्री जेवताना पॉल एकमननं मला एक कहाणी सांगितली. त्याला येत असलेल्या रागावर दलाई लामांनी कसे उपचार केले होते, याची ती कहाणी होती. एकमन हा काही बौद्ध नाही आणि दलाई लामांना भेटण्यास तो फारसा उत्सुक नव्हता; पण त्याची मुलगी मात्र त्यांची चाहती होती आणि जेव्हा वर्षातून दोनदा होणाऱ्या 'माइंड अँड लाइफ' कॉन्फरन्समध्ये आमंत्रित असलेल्या शास्त्रज्ञांना एका पाहुण्याला सोबत आणण्याची मुभा आहे असं त्याला कळलं, तेव्हा त्यानं तिथे हजर राहण्याचं ठरवलं.

एकमननं स्पष्ट केलं की, तो लहानपणी फार शांत आणि बुजरा मुलगा होता; पण त्याच्या वडिलांचं त्याच्या आईसोबतचं आक्रस्ताळं आणि अपमानास्पद वर्तन बघितल्यावर आणि आईनं आत्महत्या केल्यावर तो अत्यंत रागीट, तापट स्वभावाचा बनला. आठवड्यात बरेच वेळा तो रागाच्या भरात अशा काही गोष्टी करायचा, ज्याला नंतर तो 'पश्चात्ताप वाटणाऱ्या घटना' म्हणायचा. भावनांचे तज्ज्ञ त्यांना 'शोचनीय/खेदजनक' प्रसंग म्हणतात. तो जेव्हा दलाई लामांना भेटायला गेला, तेव्हा एक अत्यंत विचित्र गोष्ट घडली.

दलाई लामांनी एकमनचे हात हातांत घेतले. प्रेमानं त्याच्या डोळ्यांत बघितलं आणि एकमनच्या म्हणण्यानुसार त्याच्या शरीरातला सगळा राग अचानक विरघळून गेला. पुढे सहा महिन्यांपेक्षा जास्त काळ त्याला एकाही 'शोचनीय प्रसंगाचा' सामना करावा लागला नाही आणि त्यानंतर तसे प्रसंग जरी आले तरी त्यांची वारंवारिता कमी झाली. नेमकं काय झालं ते एकमनला समजलं नाही; पण तो म्हणतो की, दलाई लामांच्या उत्कट करुणेमुळे त्याच्यामध्ये कुठेतरी रेंगाळणारं ते दुखावलेपण आणि प्रतिक्रियाशीलता बोथट व्हायला मदत झाली. दलाई लामांनी एकमनला भावनांचं एक भूचित्र रेखाटायला सांगितलं आहे, ज्यामुळे इतर लोकांना नकारात्मक भावनांचा डोंगराळ, खडकाळ भाग टाकून करुणा, दया आणि संतोष यांच्या रमणीय प्रदेशाकडे जाणारी वाट शोधायला मदत होईल.

यापूर्वी दलाई लामा म्हणाले होते की, आपल्याला अस्वस्थ करणाऱ्या परिस्थितीमध्ये आपली नेमकी भूमिका, सहभाग कोणत्या प्रकारचा आहे हे जर आपण शोधू शकलो, तर नैराश्य आणि क्रोध या भावनांची तीव्रता आपण कमी करू शकतो. जेव्हा आपण दुसऱ्या व्यक्तीला तिला वाटणारी भीती ओळखतो, तिचा दुर्बल आणि मानवी दृष्टिकोन जाणतो, दु:ख जाणतो, तेव्हा सामान्यतः रागाला दिल्या जाणाऱ्या प्रतिक्रियेच्या दुष्ट चक्रातून आपण स्वतःची सुटका करून घेऊ शकतो.

''आणि अखेरीस काही वेळा ही बाब वेळेशीही निगडित असते.'' चहासाठी थोडा वेळ गप्पांमध्ये खंड पडणार होता. सकाळच्या पहिल्या सत्राचा समारोप करताना दलाई लामा म्हणाले, ''जास्त दमणूक झाली असेल, तर निराशा आणि राग लवकर येऊ शकतो. माझ्या बाबतीत सांगायचं झालं तर, मी जेव्हा सकाळी एखादा अवघड पेच सोडवायला बसतो, तेव्हा माझं मन शांत असतं आणि मग सगळं सोपं होतं; पण जेव्हा एखादी गोष्ट संध्याकाळी उशिरा घडते आणि मी थोडा थकलेला असतो, तेव्हा माझी चिडचिड होते. म्हणून तुमची शारीरिक अवस्था कशी आहे यावरही बरंच काही अवलंबून असतं. तुमचं शरीर ताजंतवानं आहे का, मन टवटवीत आहे का, यातून हेही दिसून येतं की, तुमच्या दृष्टिकोनावर आणि तुमच्या स्वतःकडे बघण्याच्या मर्यादित दृष्टीवर किती गोष्टी ठरतात.''

यानंतर बरेच लोक ज्या भावना टाळण्याचा प्रयत्न करतात, त्या दुःख आणि शोक यांवर चर्चा करण्याचा आमचा मानस होता. परमानंदाकडे, प्रसन्नतेकडे जाणारा राजमार्ग या भावनांमधून कसा जातो, हे उलगडून दाखवताना त्या दोघांचे विचार ऐकून मी चकित झालो.

दुःख आणि शोक : या कठीण काळानं आम्हाला आणखी जवळ आणलं

"'ट्रुथ अँड रिकन्सिलिएशन कमिशन'चा तो पहिलाच दिवस होता." आर्चबिशपनी बोलायला सुरुवात केली, "तेव्हा एक साक्षीदार त्याचे अनुभव सांगायला आला. एका लांबलचक आणि थकवणाऱ्या दिवसाचा शेवटचा टप्पा होता तो. त्यांनी त्याचा कसा छळ केला, ते सांगायचा तो प्रयत्न करत होता. त्यात एक क्षण असा आला की, त्या छळाचं वर्णन आठवून सांगताना त्याला बोलायला त्रास होऊ लागला. तो तोतरं, अडखळत बोलू लागला. हे कशामुळे झालं, मला माहीत नाही. त्या आठवणींमुळे की तोतरेपणामुळे; पण तो काही पुढे जाईना. एक वाक्य बोलायला त्यानं सुरुवात केली आणि आपले हात डोळ्यांवर धरून तो रडू लागला आणि मीही त्याच्या रडण्यात सामील झालो."

"ते सगळं संपल्यावर मी माझ्या सहकाऱ्यांना म्हणालो, 'या कमिशनचं अध्यक्षस्थान स्वीकारायला मी योग्य नाही, हे मी तुम्हाला आधी सांगितलं होतं. मी बरोबर होतो, हे तुम्ही पाहिलंच. मी जाहीरपणे माझं हसं करून घेतलेलं आहे.' मी एक रडूबाई आहे. मला पटकन रडू येतं... मी प्रेमही तितक्याच सहजपणे करतो. मात्र मला असं वाटतं."

"आणि म्हणून मला वाटतं की, आपण सुपरमॅन किंवा सुपरवूमन आहोत असं मानता कामा नये. नियंत्रित परिस्थितीत भावना दडपून ठेवणं, हे शहाणपणाचं नाही. मी तर म्हणेन की, पुढे व्हा आणि शक्य असेल तर तुमच्या दुःखाला आणि वेदनांना मोकळेपणानं वाट करून द्या. यामुळे तुम्हाला सामान्य स्थितीला

येता येईल. या भावनांना बंदिस्त करून ठेवलं आणि त्या तिथे नाहीतच असा खोटा आभास निर्माण केला, तर त्या गळवासारख्या ठसठसत राहतात आणि त्यामुळे खोल जखम होते. मी हे कोणत्याही पुस्तकात वाचलेलं नाही. मी त्यांना अशा प्रकारे हाताळलं आहे.''

दुःख हे वरवर पाहता आनंदी वृत्तीला आव्हान आहे असं वाटतं; पण आर्चबिशप ठामपणे असं म्हणाले की, दुःखामुळे आपल्यात थेट अनुकंपा आणि करुणा निर्माण होते आणि आपल्याला एकमेकांची किती गरज आहे तेसुद्धा लक्षात येतं.

दुःख ही भावना खूप शक्तिशाली आणि दीर्घकाळ टिकणारी आहे. एका अभ्यासात ही बाब समोर आली की, भय आणि क्रोध या क्षणभंगुर भावनांपेक्षा दुःख बरेचदा एकशेवीस तासांपर्यंत, म्हणजे जवळपास पाच दिवस रेंगाळतं. उत्क्रांतीच्या टप्प्यांमध्ये लढणं (राग) आणि पळ काढणं (भय) या प्रतिक्रियांचं मूल्य स्पष्टपणे दिसून येतं, तसं दुःखाचं स्थान काय असावं हे समजणं जरा कठीण आहे.

मानसशास्त्रात संशोधन करणारे जोसेफ फोरगास यांनी केलेल्या अभ्यासात असं दिसलं की, सौम्य प्रमाणातील दुःखाचे अनेक फायदे असतात, ज्यामुळे त्याची किंमत कळू शकते. त्यांच्या प्रयोगांमध्ये असं दिसलं की, जे लोक दुःखी मनःस्थितीत होते, त्यांची स्मरणशक्ती आणि सूज्ञपणा अधिक चांगल्या प्रकारे काम करत होता आणि ते जास्त प्रेरित होते. सामाजिक नियमांबाबत अधिक सजग आणि अधिक आनंदी नियंत्रण गटापेक्षा उदार होते. जे लोक दुःखाच्या तथाकथित नकारात्मक अवस्थेत असतात, ते त्यांच्या परिस्थितीबाबत अधिक विवेकी होते, त्यांना बारीकसारीक तपशील आठवत होते आगि त्यांची परिस्थिती बदलण्यास अधिक उत्सुक होते. खास उल्लेखनीय बाब अशी की, अल्प काळ होणारं दुःख अधिक अनुकंपा किंवा औदार्य निर्माण करू शकतं. या अभ्यासात सहभागी झालेले लोक एक खेळ खेळले, त्यामध्ये एक भाग होता स्वतःला आणि इतरांना किती पैसे द्यायचे, ते ठरवणं. जे लोक दुःखी होते, त्यांनी मोठ्या प्रमाणावर इतर खेळाडूंना पैसे दिले.

औदासिन्यानं घेरलेले लोक स्वतःबद्दल जास्त काळजी करतात, तर ठरावीक काळासाठी दुःखी झालेले लोक इतरांची जास्त काळजी करतात. फोरगास यांनी असा निष्कर्ष काढला की, दुःखाचे आपल्या आयुष्यात काही फायदे असू शकतात; त्यामुळेच की काय लोक संगीत, कला आणि साहित्य यांच्याकडे ओढले जातात, ज्यामुळे त्यांना दुःख जाणवतं. फोरगास आपल्याला सगळ्या प्रकारच्या भावनांचा स्वीकार करायला सांगतात, कारण त्या सगळ्या भावना आयुष्य जगण्यासाठी

थोड्याफार प्रमाणात आवश्यक असतात.

दुःख ही एक अशी भावना आहे की, ती माणसामाणसांत ऐक्य जागवते आणि एकमेकांना आधार देण्याची गरज निर्माण करते. आर्चबिशपनी हे फार चांगल्या पद्धतीनं स्पष्ट करून सांगितलं. ''जेव्हा आयुष्यात सगळं काही 'आलबेल' चाललेलं असतं, तेव्हा आपण खऱ्या अर्थानं एकमेकांच्या जवळ जात नाही; पण कठीण काळ आला, संकटं आली; दुःखाचे, शोकाचे प्रसंग आले की, माणसं एकमेकांच्या जास्त जवळ येतात.'' एखाद्याच्या अंत्यसंस्काराचा प्रसंग हे याचं उत्तम उदाहरण आहे. नाती घट्ट होण्यासाठी आणि सामाजिक बंध दृढ होण्यासाठी अशा दुःखद प्रसंगाचा उपयोग होतो. अश्रूही एक प्रकारे आपल्याला दिलासा आणि प्रेमळपणाची गरज असल्याचेच संकेत देतात. आपण कमजोर आहोत आणि आपल्याला मदतीची गरज आहे असं हे अश्रू दर्शवतात.

आनंद/प्रसन्नता आणि दुःख यांना आपण जबरदस्तीनं वेगवेगळ्या कप्प्यांमध्ये ठेवण्याचा प्रयत्न करतो; पण आर्चबिशप आणि दलाई लामा सांगतात की, या दोन भावना अटळपणे एकमेकींशी जोडल्या गेल्या आहेत. दोघांपैकी कुणीही क्षणभंगुर आनंदाचा, ज्याला सुखवादी/ भोगवादी आनंद म्हणतात, पुरस्कार करत नाही. अशा आनंदाला फक्त सकारात्मक अवस्था गरजेची असते आणि जी दुःखासारख्या भावनांना हद्दपार करते. हे दोघं वर्णन करत असलेला आनंद म्हणजे अद्भुत/अलौकिक आनंद. त्याचं वैशिष्ट्य हे की, ज्यामध्ये स्वतःला जाणणं, अर्थ, विकास आणि स्वीकार यांचा समावेश असतो. त्याचबरोबर हा आनंद अटळ अशी दुःखं, त्रास आणि शोक यांनाही सामावून घेतो.

दलाई लामा म्हणाले, ''मला नेहमी प्रश्न विचारले जातात, ज्यांचा जवळचा मित्र किंवा आई-वडील किंवा मूल त्यांना कायमचे सोडून गेलेले असतात असे लोक विचारतात, 'मी काय केलं पाहिजे?'

''मी माझा अनुभव त्यांच्यासोबत वाटतो. मला दीक्षा देणारे माझे लाडके मुख्य गुरुजी वारले आणि मी शोकसागरात बुडालो. जेव्हा ते जिवंत होते, तेव्हा मला वाटायचं की, कोणत्याही प्रसंगी ते एखाद्या पहाडासारखे माझ्यामागे उभे आहेत आणि मी त्यांचा आधार घेऊ शकतो. त्यांचं निधन झाल्यावर मला तीव्र दुःख झालं आणि अत्यंत शोक झाला.

''खूप मोठं काहीतरी गमावल्यानंतरच्या दुःखातून बाहेर पडण्याचा मार्ग म्हणजे त्या दुःखाचा एक प्रेरणा म्हणून वापर करायचा आणि जीवनाच्या अधिक खोलवर हेतूचा शोध घ्यायचा किंवा असं एखादं ध्येय ठरवायचं. माझे गुरुजी जेव्हा हे जग सोडून गेले, तेव्हा मी असा विचार करायचो की, त्यांच्या इच्छांची

पूर्ती करण्याची मोठी जबाबदारी आता माझ्यावर आहे; त्यामुळे माझं दुःख अधिक उत्साहात आणि निर्धारात परावर्तित झालं. ज्यांनी आपला जवळचा मित्र किंवा कुटुंबीय गमावला आहे, अशांना मी सांगत आलो आहे की, हा वियोग नक्कीच दुःखदायक आहे; पण त्यांच्या इच्छा पूर्ण करण्यासाठीच्या निश्चयात त्याचं रूपांतर झालं पाहिजे. सोडून गेलेले ते लोक जर आपल्याला पाहू शकत असतील, तर तुम्हाला आनंदी आणि निश्चयी पाहून तेही नक्कीच आनंदी होतील. खरं तर आपण वियोगाचं दुःख सोबत घेऊन जास्त अर्थपूर्ण आयुष्य जगू शकतो.''

''एखादी गोष्ट गमावल्यावर होणारं दुःख किंवा केला जाणारा शोक या स्वाभाविक मानवी प्रतिक्रिया आहेत; परंतु तुमचं लक्ष जर त्या गेलेल्या प्रियजनांवर केंद्रित झालेलं असेल, तर वियोगाचा तो अनुभव तुम्हाला विषादाकडे घेऊन जाण्याची शक्यता फार धूसर होते. याउलट, शोकात बुडालेले असताना तुमचं लक्ष फक्त स्वतःवर असेल तर – मी आता काय करणार? याला मी कसं तोंड देऊ? – निराशा आणि विषादाच्या खोल गर्तेत बुडण्याचा मोठा धोका असतो. म्हणूनच, पुन्हा एकदा हे दिसून येतं की, झालेलं नुकसान आणि दुःख यांना आपण कसा प्रतिसाद देतो, यावर बरंच काही अवलंबून असतं.''

आपलं लहान मूल गमावल्यावर अतोनात दुःख झालेली एक स्त्री ते मृत बालक घेऊन गावोगाव भटकत होती आणि जो भेटेल त्याच्यापाशी मुलाला बरं करण्याची याचना करत होती. या प्रसिद्ध बौद्ध कथेचा दलाई लामांनी उल्लेख केला. ती बुद्धांकडे आली आणि तिने मदतीची याचना केली. तिनं औषधासाठी मोहरीचे दाणे आणले तर आपण तिला मदत करू शकतो, असं बुद्धानं तिला सांगितलं. ती त्यासाठी लगेच तयार झाली; पण बुद्धानं तिला स्पष्ट करून सांगितलं की, हे मोहरीचे दाणे तिनं अशा घरातून आणले पाहिजेत, ज्या घरात कधीच कुणाचा मृत्यू झाला नाही. ती स्त्री जेव्हा मोहरीच्या दाण्यांसाठी घरोघरी गेली, तेव्हा तिला दिसलं की, एकही घर असं नव्हतं की, जिथे मृत्यूनं पाय ठेवलेला नाही. कुणाचा जोडीदार, पालक, कुणाची मुलं काळानं ओढून नेली होती. दुःख झालेल्या आपण एकमेव नाही, हे पाहून ती तिच्या बालकाचं रानात जाऊन दफन करू शकली आणि शोकमग्न अवस्थेतून बाहेर पडू शकली.

मानसशास्त्रज्ञ असलेला माझा मित्र गॉर्डन व्हीलर सांगतो की, आपलं प्रेम किती गाढ आहे, हे तुम्हाला तुमचं दुःख दाखवून देतं. प्रेम नसेल, तर दुःखही तेवढं होत नाही. म्हणूनच जेव्हा आपल्याला दुःख होतं, मग ते कितीही अस्वस्थ करणारं आणि ठसठसणारं असलं तरी, ते आता त्या नसलेल्या (नाहीशा झालेल्या) प्रेमातलं सौंदर्य आपल्याला दाखवतं.

मी प्रवास करत असताना एकदा गॉर्डनला फोन केला होता, तेव्हाचं त्याचं

बोलणं मी कधीही विसरणार नाही. त्याचा एक अत्यंत जवळचा मित्र वारल्यानंतर तो एकटाच बाहेर जेवायला गेला होता आणि फोनवर मला म्हणाला की, असं केल्यामुळे 'मला माझं दुःख जाणवेल.' त्याला हे माहीत होतं की, आपल्या धकाधकीच्या, धावपळीच्या आयुष्यात भूतकाळ पुसून टाकून आपण सहजपणे पुढे चालायला लागतो. कुणाच्या तरी आठवणीत तळमळत राहणं, वियोगाच्या विचारानं खिन्न होणं हा आयुष्याच्या भरजरी वस्त्राचा पोत आणि त्यावरचं नक्षीकाम याची स्वतःला जाणीव करून देण्याचा एक मार्ग आहे. आपल्याभोवतीचं जग हे अनादिअनंत काळापर्यंत हे असंच उसवत राहणार आणि पुन्हा नव्यानं विणलं जाणार.

निराशा : सगळ्या जगात नुसता गोंधळ आहे

मी जो प्रश्न विचारावा असं साऱ्या जगभरातील लोकांना वाटत होतं, तो प्रश्न विचारण्याची वेळ आली होती. तो प्रश्न प्रसन्नतेसंबंधी नव्हता, तर दुःखाबाबत होता आणि त्या दोघांच्या दुःखाविषयी नाही तर इतरांच्या दुःखाविषयी. ''जगभरातील लोकांना हे जाणून घ्यायचं आहे की, इतकं दुःख, त्रास या जगात असताना ते आनंदात, प्रसन्नपणे कसं काय जगू शकतील. एका डॉन (Dawn) नावाच्या महिलेनं अशा प्रकारचा प्रश्न विचारला, 'सगळ्या जगभर कसा गोंधळ माजला आहे – युद्ध, उपासमार, दहशतवाद, प्रदूषण, नरसंहार. या सगळ्यामुळे माझं हृदय विदीर्ण होतं. सर्वत्र अशी संकटं, त्रास दिसत असताना मी कशात आनंद मानावा?'

''तुम्ही मोठे आहात,'' आर्चबिशपकडे निर्देश करत दलाई लामा म्हणाले.

आर्चबिशपनी बोलायला सुरुवात केली, ''तुम्ही स्वतःला इतरांपेक्षा वेगळं न समजता त्यांच्यातलाच एक भाग समजता यातून तुमच्यातली सहृदय मानवताच दिसून येते. तुम्ही आता उल्लेख केलेल्या गोष्टींपैकीच कितीतरी गोष्टींमुळे मी खूपदा रडलो आहे.

''ईश्वरानं आपल्याला निर्माण केलं आणि म्हणाला, माझ्या बाळा, आता जा. तू स्वतंत्र आहेस. देवाला आपल्या या स्वातंत्र्याविषयी एवढा आदर आहे की, आपण स्वतंत्र विचारानं नरकात गेलो तरी त्याला काही वाटणार नाही; पण तो काही जबरदस्तीनं आपल्याला स्वर्गात यायला भाग पाडणार नाही.''

''हो, हे खरं आहे की, आपल्यात अनन्वित अत्याचार करण्याची क्षमता आहे. आपण त्यांची एक यादीच देऊ शकतो आणि हे पाहून ईश्वराला अश्रू

अनावर होतात. 'मी काहीतरी करण्याचा प्रयत्न करतो' असं म्हणणारी माणसं पुढे येईपर्यंत तो रडतो. आपल्यात भरपूर चांगुलपणाही भरलेला आहे, हेही आपण लक्षात ठेवलं पाहिजे आणि मग तुम्ही पुन्हा पाहता; तुम्हाला दिसतं की, संकटग्रस्त प्रदेशांकडे दुसऱ्या प्रदेशातले डॉक्टर आणि नर्सेस जात आहेत. तुम्ही विचार करता 'हे तर देश-प्रदेशांच्या सीमा न मानणारे डॉक्टर आहेत.' (Doctors Without Borders) ते का बरं तिकडे जात असावेत? म्हणजे, असं बघा, ते फ्रान्स किंवा अशाच कुठल्यातरी देशात राहून छानपैकी व्यवसाय करू शकतात; पण ते तसं करत नाहीत. ते दारिद्र्यात खितपत पडलेल्या लोकांकडे जातात, गरीब देशांमध्ये जातात.

''इबोलाच्या (Ebola) वेळी तुम्ही हे पाहिलंत. लोक अत्यंत धोकादायक परिस्थितीत आपण होऊन जातात. ज्या देशात इबोला नाही, तिथून ते आलेले असतात आणि त्यांना खरं तर सिएरा लिओन किंवा तत्सम ठिकाणी जाण्याचं काहीच कारण नसतं. आपल्यात काय काय करण्याची किती क्षमता आहे, हेच ते दाखवून देतात. आपण प्रातिनिधिक स्वरूपात त्यांच्याशी जोडले जातो आणि आपण मुळात जसे आहोत तसे होण्याचा जास्तीतजास्त प्रयत्न करतो : दयाळू.

''परिस्थिती बदलण्यासाठी तुम्ही काय करू शकता? कदाचित तुम्ही फार काही करू शकणार नाही; पण जिथे असाल तिथून सुरुवात करा आणि तिथे तुम्हाला जे शक्य असेल ते करा आणि हो, अस्वस्थ व्हा. त्या सगळ्या आजूबाजूच्या भयंकर परिस्थितीकडे बघून जर आपण म्हणालो की, छे! हे काही विशेष नाही, तर ते फारच वाईट – भीषण होईल. आपल्याला दुःख होतं, खेद वाटतो ही किती चांगली गोष्ट आहे. आपण माणूस असण्याचा तो एक भाग आहे – तुमच्या कुटुंबातील किंवा आप्तमित्रांपैकी कुणी नसलेल्या एखाद्या व्यक्तीबद्दल वाईट वाटणं, ही किती चांगली गोष्ट आहे. तुमच्या कुटुंबातील सदस्याइतकीच अनुकंपा तुम्हाला त्या व्यक्तीबद्दल वाटते. लोक किती दयाळू आणि उदार मनाचे असू शकतात, हे बघून कमाल वाटते.

''ज्या वेळी ९/११ सारखं अरिष्ट ओढवतं, तेव्हा आपण एक कुटुंब असल्याची जाणीव होते. आपण आहोतच एक कुटुंब. त्या ट्विन टॉवरमधले लोक आपले भाऊ-बहीण आहेत आणि आणखी धक्कादायक म्हणजे जी माणसं ती विमानं उडवत होती तेही आपले भाऊ-बहीणच आहेत. जेव्हा त्सुनामी आली; तेव्हा प्रेमाचा, करुणेचा आणि काळजीचा कसा महापूर आला होता, हे पाहिलंत? त्यामध्ये बळी गेलेल्यांना कुणी कणभरही ओळखत नव्हतं आणि तरीही लोकांनी त्यांना भरभरून दिलं, कारण त्या वेळी लोक जसे वागले, तसेच आपण मुळात आहोत.

''९/११ नंतर अमेरिकेचा तिरस्कार करणारे लोक आनंदानं नाचले असतील, असं तुम्हाला वाटत असेल; पण आनंदानं नाचणारे लोक अगदी थोडे होते. लोकांना खूप तीव्र दुःख झालं होतं.

''अमेरिकन अध्यक्षांनी प्रतिहल्ला केला नसता, तर आपल्याला वेगळं जग बघायला मिळालं असतं. शेवटी, काही झालं तरी आपल्याला ते बघायला मिळणारच आहे; पण कोणत्याही शोकांतिकेकडे पाहा. रशियात जेव्हा खाण कामगार अडकतात, तेव्हा लोक असं म्हणत नाहीत की आम्हाला रशियन भाषा बोलता येत नाही किंवा ही जागा नकाशात कुठे आहे तेसुद्धा आम्हाला माहीत नाही. अशा वेळी फक्त दयाळूपणा व करुणा उफाळून वर येते.''

अखेरीस हे जग बदलेल, ही आर्चबिशप आणि दलाई लामा यांना वाटणारी खात्री लक्षणीय होती. या मुलाखतीनंतर अनेक महिन्यांनी मी आर्चबिशपबरोबर दक्षिण आफ्रिकेत गेलो होतो, त्याच वेळी पॅरिसमध्ये दहशतवादी हल्ले झाले. मनुष्यानं केलेलं हे अमानुष कृत्य बघून कित्येक लोक खेदानं हळहळले. अशा प्रकारांनी निराश झालेल्या लोकांना तुम्ही काय सांगाल? असं मी त्यांना विचारलं, तेव्हा त्यांनी उत्तर दिलं, ''हो, आपल्याला असे आघात झेलावे लागतात; पण तुम्ही सगळ्या बाबी विचारात घ्यायला हव्यात. जग सुधारत आहे. आता महिलांना मिळत असलेल्या अधिकारांचा विचार करा. काही शतकांपूर्वी गुलामगिरी नैतिकदृष्ट्या बरोबर समजली जायची. सगळं सुरळीत व्हायला वेळ लागतो. आपण प्रगल्भ होत आहोत आणि दयाळू कसं व्हावं, इतरांची काळजी कशी घ्यावी, एक माणूस म्हणून कसं जगावं हे शिकत आहोत.''

त्या दिवसानंतर जवळजवळ एक महिन्यानंतर पॅरिसला सगळं जग एकत्र आलं आणि पृथ्वीच्या अस्तित्वासाठी आवश्यक असलेल्या वातावरण बदलाविषयीच्या कराराला मंजुरी देत आपसांतील मतभेदांना तिलांजली दिली गेली. आर्चबिशपना नेहमी त्यांचा आदर्श असलेल्या डॉ. मार्टिन ल्यूथर किंग (ज्युनियर) यांचं एक अवतरण उद्धृत करायला आवडायचं; जे खरं तर ल्यूथर किंग यांचे एक आदर्श असलेले, गुलामगिरीची पद्धत नष्ट करणारे मंत्री थिओडोर पार्कर यांचं आहे, ते म्हणाले होते : ''या जगताची नैतिकतेची कमान खूप लांबलचक आहे; पण ती न्यायाच्या दिशेनं झुकते.''

''मी माझा एक अनुभव इथे नमूद करू इच्छितो,'' दलाई लामा म्हणाले. ''१० मार्च २००८.'' दरवर्षी तिबेटी निर्वासित समाजात १० मार्च हा दिवस 'तिबेटन अपरायझिंग डे' म्हणून पाळला जातो. १९५९ मध्ये चीनने या प्रदेशाचा ताबा घेतला आणि तिबेटी स्वातंत्र्य चळवळीचा बीमोड केला आणि दलाई लामांना देश सोडून जावं लागलं, त्याचा निषेध म्हणून हा दिवस पाळतात.

२००८ मध्ये बीजिंग ऑलिम्पिक्सच्या उंबरठ्यावर त्या दिवसाला हिंसक वळण लागलं; त्याची सुरुवात तिबेटची राजधानी असलेल्या ल्हासा शहरापासून झाली आणि मग ते लोण तिबेटभर पसरलं आणि पुढे जगभरातील अनेक शहरांमध्येही पसरलं.

''नेहमीप्रमाणे या १० मार्चच्या स्मरणार्थ आम्ही जमलो होतो. सभा संपल्यावर मला ल्हासाहून एक संदेश मिळाला की, तिथल्या काही स्थानिक लोकांनी निदर्शने सुरू केली आहेत. हे ऐकल्यावर मी फार काळजीत पडलो आणि अस्वस्थ झालो. मी काहीही करू शकत नव्हतो. मला अगदी हतबल झाल्यासारखं वाटत होतं. त्यांनी अशीच निदर्शने चालू ठेवली तर त्याची परिणती आणखी त्रासातच होईल, हे मी जाणून होतो आणि नेमकं हेच झालं; हिंसक घटना घडल्या आणि निदर्शनात भाग घेतलेल्या अनेक तिबेटी लोकांना मरण आणि तुरुंगवास पत्करावा लागला. त्यानंतर पुढच्या काही दिवसांत, माझ्या ध्यानाच्या वेळी, मी तिथल्या स्थानिक चिनी अधिकाऱ्यांना मनश्चक्षूंसमोर आणलं आणि 'टोंगलेन' (tonglen) नावाची आमची एक क्रिया केली; जिचा शब्दशः अर्थ 'देणे आणि घेणे' असा होतो. मी त्यांचं भय, क्रोध, संशय स्वतःकडे घेण्याचा प्रयत्न केला आणि त्यांना माझं प्रेम, क्षमा देण्याचा प्रयत्न केला. अर्थात, याचा तिथे प्रत्यक्ष काही परिणाम होणार नव्हता; त्यामुळे परिस्थितीही बदलली नसती; पण मन शांत राखायला त्याचा खूप उपयोग झाला. क्षमा आणि करुणा आचरणात आणण्याची ही एक चांगली संधी होती. म्हणून मला वाटतं की, प्रत्येकाला अशीच संधी असते आणि तशी क्षमताही असते.''

''मला कधीकधी ईश्वराचा खूप राग येतो,'' आर्चबिशपनी हसत-हसत पुस्ती जोडली.

दलाई लामा पुढे म्हणाले, ''माझे काही मित्र एखाद्या संकटात सापडले, तर काही वेळा बुद्धासमोर गाऱ्हाणं मांडतात - तसंच काहीसं आहे हे.''

''हो'' - आर्चबिशप पुढे म्हणाले, ''मला जेव्हा काही कारणानं अस्वस्थ वाटू लागतं, तेव्हा मी माझ्या छोट्या देवळात जातो. मी देवाला जाब विचारतो. प्रेषित जेरमाय (Jeremiah) ईश्वराला म्हणायचा, 'तू माझी दिशाभूल केलीस. तू मला प्रेषित बनण्यासाठी बोलावलंस आणि मी म्हणालो की, मला प्रेषित व्हायचं नाही तर तू म्हणालास, नाही, मी तुझ्यासोबत असेन आणि हे सगळं असूनही तू मला त्या लोकांना शिक्षा करायला लावतोस, ज्यांच्यावर मी अलोट प्रेम करतो.' हो, मीही असंच करतो. जेरमाय हा बायबलमधला माझा सगळ्यात लाडका प्रेषित आहे, कारण त्याचा हाच प्रामाणिकपणा मला भावतो. तुम्हाला देवाजवळ जाऊन अशा प्रकारे तुमचं मन मोकळं करता आलं पाहिजे.'' जेरमायसारखंच

किती वेळा आर्चबिशपनी ईश्वराला सांगितलं असेल की, मला प्रेषित बनायचं नव्हतं, असा विचार माझ्या मनात आला.

"ज्या घटनांमध्ये मी काहीही मदत करू शकत नाही, अशा घटना घडल्या की, मी रडतो. अशा वेळी मी फार काही करू शकत नाही, हे मी मान्य करतो.

"एका प्रसंगी मी खूपच निराश झालो होतो. ख्रिस हानी हा आमचा सगळ्यात तडफदार तरुण नेता होता. नेल्सन मंडेलांनंतर तोच सूत्र हातात घेणार, याबाबत कुणाचंच दुमत नव्हतं; पण ईस्टरच्या आधीच त्याचा खून झाला आणि त्यानुळे लोकशाही पद्धतीनं आमच्या पहिल्या निवडणुका झाल्या.

"हे जेव्हा माझ्या कानावर आलं, तेव्हा मी केपटाउनमधल्या एका चर्चमध्ये होतो. मला प्रचंड धक्का बसला, बहुतांश दक्षिण आफ्रिकन लोकांना तसा तो बसला होता. मी बिशप्सकोर्टला घरी परत आलो. ख्रिस हानीबद्दल विचारणा करणारे अनेक फोन येऊन गेल्याचं लीनं मला सांगितलं. मला दुःख अनावर झालं आणि लीनं मला लहान बाळासारखं जवळ घेतलं; त्यामुळे मला बराच दिलासा मिळाला, कारण नंतर अंत्यसंस्काराच्या वेळी मला बोलायचं होतं आणि तिथे खूप मोठा जमाव होता; तो प्रचंड चिडलेला होता. त्यांना काय वाटत असेल हे मी समजू शकत होतो, कारण मीही त्याच वादळातून आलो होतो; त्यामुळे मी त्यांच्यापेक्षा वरचढ स्थितीत राहून त्यांना उपदेश केला नाही, तर त्यांच्यातलाच एक होऊन, त्यांचं दुःख आणि उद्वेग समजून घेऊन, त्यांना आवाहन करू शकलो.

"आमच्या वर्णभेदाविरुद्धच्या लढ्यासंदर्भात बोलायचं, तर लोक किती उमद्या मनाचे असतात हे समजलं की, बरं वाटतं. माणसं मुळातच चांगल्या मनाची असतात, हे आपल्याला माहीत असतं. आपल्याला तिथून सुरुवात करायची आहे, हेही आपण जाणतो. बाकी सगळी विकृती असते. चांगुलपणापासून फटकून वागणं हा अपवाद असतो – अगदी त्यामुळे बऱ्याच वेळा निराश व्हायला झालं तरी! लोक खरंच खूप खूप चांगले असतात, त्यांचं औदार्य तोंडात बोटं घालायला लावतं आणि आम्हाला हे पाहण्याची संधी मिळाली, विशेषतः 'ट्रुथ अँड रिकन्सिलिएशन कमिशन'चं काम पाहताना. दक्षिण आफ्रिकेमध्ये ज्या लोकांना त्रास, क्लेश सहन करावे लागले, त्यांचं म्हणणं ऐकणं हा एक अद्‌भुत अनुभव होता; फक्त कृष्णाच नव्हे, तर गौरवर्णीयांचेसुद्धा. फक्त दक्षिण आफ्रिकनच नव्हे तर अमेरिकन लोकांचेसुद्धा.

"एका कुटुंबातल्या मुलीची अत्यंत निर्घृणपणे हत्या केली गेली होती. तिचे कुटुंबीय आले आणि म्हणाले की, 'इतकी क्रूर हत्या करणाऱ्यांना माफी देण्यास त्यांचा पाठिंबा आहे. मुलगी ज्या गावात मारली गेली, त्या गावातल्या लोकांना

मदत देण्यासाठी तिच्या पालकांनी एक सेवाभावी संस्था सुरू केली आणि तिच्या मारेकऱ्यांना शिक्षा माफ करण्याला त्यांचा पाठिंबा तर होताच; पण त्यांना त्या पालकांनी रोजगार देऊ केला.

"आपण नेहमी हे लक्षात घेतलं पाहिजे की, लोक काही वेळा विक्षिप्त वागले तरीही लोकांबद्दल, मानवजातीबद्दल, मानवतेबद्दल एक मूलभूत गोष्ट अशी आहे की, लोक चांगले असतात, त्यांना चांगलंच घडवलं गेलं आहे आणि त्यांना चांगलंच बनायचं आहे.

"आपल्याला निराश करणाऱ्या खूप गोष्टी असतात हे मान्य; पण या जगात अनेक गोष्टी अशाही आहेत, ज्या फार उत्कृष्ट आहेत. दुर्दैवाने प्रसारमाध्यमं त्या लोकांपर्यंत पोहोचवत नाहीत, कारण त्यांत काही सनसनाटी बातमी नसते."

"मला वाटतं, तुमचं बरोबर आहे," दलाई लामा म्हणाले, "जेव्हा वाईट गोष्टी घडतात, तेव्हा त्यांची बातमी होते आणि मूळ मानवी स्वभाव हा फक्त इतरांना मारणं, बलात्कार करणं किंवा भ्रष्टाचार करणं असाच आहे, असा समज करून घेणं फार सोपं आहे. यामुळे भविष्यात आशेला काही जागाच नाही असं वाटायला लागतं.

"अशा सगळ्या गोष्टी घडतात; पण त्या कधीतरी आणि म्हणूनच त्यांची बातमी होते. जगात अशी लाखो, करोडो बालकं आहेत, ज्यांना रोज त्यांच्या आई-वडिलांचं प्रेम मिळतं. शाळेतही शिक्षक त्यांची काळजी घेतात. ठीक आहे, काही वाईट शिक्षकही असतात; पण बहुतेक शिक्षक हे प्रेमळ आणि काळजी घेणारे असतात. हॉस्पिटल्समध्येही रोज कोट्यवधी रुग्णांची अतोनात काळजी घेतली जाते; पण हे इतकं सर्वसाधारणपणे सगळीकडे घडतं की, त्याची बातमी छापून येत नाही. आपण या गोष्टी गृहीत धरतो.

"आपण बातम्या पाहतो, तेव्हा आपण साकल्यानं हा विचार केला पाहिजे की, हो, ही भयंकर गोष्ट घडली आहे. निःसंशय आजूबाजूला खूप नकारात्मक गोष्टी घडतात; पण त्याच वेळी आपल्या या जगात त्यापेक्षाही जास्त सकारात्मक गोष्टी घडत असतात. आपण त्यांच्या प्रमाणाची जाणीव ठेवली पाहिजे आणि दृष्टिकोन विशाल ठेवला पाहिजे. मग अशा वाईट घटना दिसल्या तरी आपण निराश होणार नाही."

या दोघांपैकी कुणीही आपल्याला गुलाबी-चष्म्यातून जगाकडे बघायला सांगत नव्हतं किंवा अत्यंत प्रामाणिक दृष्टिकोनाशिवाय अन्य कोणताही दृष्टिकोन स्वीकारायला सांगत नव्हतं. आर्चबिशप तर लोकांना आशावादी होण्यापासूनही परावृत्त करायचे.

"आशा, उमेद आणि आशावाद कसे सारखे नाहीत, यावर आर्चबिशप तुम्ही स्पष्टपणे बोलला आहात. तुम्ही हा जो फरक करत आहात, त्याबद्दल थोडं सांगू

शकता का?''

''आशा,'' आर्चबिशप म्हणाले, ''ही आशावादापेक्षा बरीच वेगळी आहे, आशावाद बराच वरवरचा, उथळ असतो आणि परिस्थिती बदलली की, त्याचं निराशावादात रूपांतर होण्याची शक्यता असते. आशा ही अधिक खोलवर रुजलेली असते.

''मी यापूर्वी ख्रिस हानीचा उल्लेख केला होता. त्याचा खून अशा महत्त्वाच्या क्षणी झाला की, ज्या वेळी नवीन लोकशाहीवादी दक्षिण आफ्रिकेच्या निर्मितीबाबतची चर्चा निर्णायक वळणावर होती. आम्ही अगदी कडेलोटाच्या काठावर उभे होतो. ही घटना इतकी गंभीर होती की, त्या वेळचे दक्षिण आफ्रिकेचे गोरे अध्यक्ष एफ. डब्ल्यू. डी. क्लार्क यांनी नेल्सन मंडेलांना देशाला उद्देशून भाषण करायला सांगितलं होतं.

''त्या घटनेमुळे चर्चा फिसकटू शकली असती; पण प्रत्यक्षात तसं झालं नाही. आमच्याकडे सुदैवानं नेल्सन मंडेला होते.

''आता जर तुम्ही आशावादी असाल तर तुम्ही म्हणाला असता की, ख्रिस हानीचा खून झाल्यामुळे आता सगळं संपलं आहे. लोक चिवटपणे पुढे पुढे जातच राहिले, कसेतरी का होईना पण तग धरून टिकून राहिले ते आशावादावर नव्हे तर आशेवर – अडिग, चिवट, कधीही न शमणाऱ्या आशेवर!

''मी आशावादी नाही असं मी लोकांना सांगतो; कारण आशावाद हा वास्तवापेक्षा भावनांवर, जाणिवांवर अवलंबून असतो. आपल्याला आशावादी वाटत असतं किंवा निराशावादी वाटत असतं. आशा ही वेगळी असते; कारण ती क्षणभंगुर भावनांवर, जाणिवांवर नाही तर खात्रीच्या ठोस पायावर उभी असते. कोणतीही परिस्थिती पूर्णपणे निराशाजनक नसते, असा माझा ठाम विश्वास आहे. आशा ही खूप खोलवर रुजलेली असते आणि ती कोणत्याही कारणानं सहसा डगमगत नाही. ती तुमच्या पोटातून - अगदी आतून - येते. ती तुमच्या डोक्यात नसते, ती इथे असते,'' आपल्या पोटाकडे बोट दाखवत ते म्हणाले.

''तीव्र दुःखातून निराशेचा उगम होतो; पण तो कडवट निराशेपासून आणि मनोभंगापासून बचाव करण्याचा एक मार्ग असू शकतो. उदासीनता/स्थितप्रज्ञता आणि उपरोधिकपणा हे स्वतःला गोंजारण्यासाठी घेतलेले वरवरचे पवित्रे असतात, त्यांना शोकांतिकेत परिवर्तित होऊ शकणारी, दुर्बल आशेची जोखीम पत्करण्याची गरज भासत नाही. आशेची निवड करणं म्हणजे घोंघावणाऱ्या वाऱ्यातही ठामपणे पाऊल पुढे टाकणं, निधड्या छातीनं परिस्थितीला सामोरं जाणं आणि हे वादळ कधीतरी शमणार आहे हे माहीत असणं.''

आर्चबिशप सांगत होते त्याप्रमाणे, आशा हा निराशेवरचा उतारा आहे.

तरीही आशेला श्रद्धेची गरज असते, मग ती श्रद्धा म्हणजे फक्त मनुष्याचा स्वभावधर्म असला किंवा आयुष्यात मार्ग काढण्यासाठी लागणारी चिकाटी असली तरी. आशा ही परस्परांमध्ये असलेल्या नात्यांनी, बंधांनी, एकसंध असलेल्या समुदायांनी अधिक बळकट, अधिक समृद्ध बनते. मग हा समुदाय आपल्या अवतीभोवतीचा समाज असो किंवा अनेक वर्षांपासून मानवी इतिहासात झालेल्या अथक प्रयासांनी बनलेला समुदाय असो; ज्याचे सदस्य गांधी, किंग, मंडेला आणि असंख्य इतर द्रष्टे नेते आहेत. निराशा आपल्याला आतल्या बाजूला वळवते, कोंडते. आशा आपल्याला इतरांच्या बाहूंचा समर्थ आसरा मिळवून देते.

आणि मग आर्चबिशप माझ्याकडे वळून जे बोलले ते म्हटलं तर व्यक्तिगत होतं आणि म्हटलं तर सार्वत्रिक होतं.

"आशा ही बऱ्याच प्रमाणात प्रेमासारखी असते. तू रेचेलला लग्नाची मागणी का घातलीस? हे लग्न टिकून राहील असं तुला का वाटलं? त्यासाठी तुझ्याकडे काहीच पुरावा नाही, हे तुला माहीत होतं. अगदी सुरुवातीला तू तिच्यावर जसं वेड्यासारखं प्रेम करायचास, तसं अनेक लोक त्यांच्या जोडीदारावर करतात. थोड्याच वर्षांत त्यांचा घटस्फोट होतो; पण तुला अगदी खोल खोल कुठेतरी वाटत होतं की, हीच ती आणि तिलाही हे वाटत होतं की, हाच तो. आणि पाहा बरं, तुझं बरोबर ठरलं." ते हसून म्हणाले.

एकाकीपणा / एकटेपणा : स्पष्ट करून सांगण्याची गरज नाही

“आज समाजात सगळीकडे असं दिसतं की, लोकांना एकटं एकटं वाटतं,” चहानंतर चर्चेला पुन्हा सुरुवात करताना दलाई लामा म्हणाले.

एकटेपणा, दुरावलेपण, अलगाव आणि नुकत्याच केलेल्या पाहणीनुसार समोर आलेली अस्वस्थ करणारी आकडेवारी याबद्दल आम्ही बोलत होतो. लिन स्मिथ लोव्हिन या समाजशास्त्रज्ञानं केलेल्या एका अभ्यासात असं दिसून आलं की, लोक ज्यांना जवळचे मित्र मानतात, त्यांची संख्या तीनवरून दोनवर आली आहे. फेसबुकवर आपले शेकडो मित्र असले तरी जवळच्या मित्रांची संख्या कमी होत चालली आहे. सगळ्यात जास्त चिंतेत टाकणारी बाब ही आहे की, दहापैकी एक माणूस म्हणतो की, त्याला एकही जवळचा मित्र नाही.

“खरं सांगायचं तर अमेरिकेत आणि भारतातसुद्धा, मोठ्या शहरांतील लोकांना वेळच नसतो,” दलाई लामा पुढे म्हणाले, “आणि ते एकमेकांचे चेहरे बघत असले किंवा अनेक वर्षांपासून एकमेकांना ओळखत असले, तरी त्यांच्यात अक्षरशः शून्य मानवी संबंध असतात. म्हणून मग काही घडलं की, लोकांना एकटं वाटतं; कारण मदतीसाठी, आधारासाठी वळावं असं त्यांच्या आयुष्यात कुणी नसतंच.”

सात दशलक्ष वस्ती असलेल्या मॅनहॅटन शहरात वाढलेल्या मला दलाई लामा जे म्हणत होते, ते नेमकं कळलं होतं. लहान असताना आमच्या इमारतीत मी राहत असलेल्या मजल्यावरच्या लोकांना मी कधीच भेटलो नाही. कधीकधी

मी त्यांची दारं लावल्याचा आणि आतून लॅच फिरवल्याचा आवाज ऐकायचो. जर लिफ्टची वाट बघताना कुणी भेटलंच तर मोजके शब्द तोंडातून उमटायचे; पण नजरानजर न करता. माणसं अशी एकमेकांना टाळताना पाहून मी गोंधळून जायचो आणि शेवटी अशा निष्कर्षावर आलो की, खूप माणसांची गर्दी असल्यामुळे चेंगरण्याची भीती वाटून स्वतःचा बचाव करण्यासाठी माणसं अशी वागत असावीत.

"ग्रामीण भागात शेतकऱ्यांना समुदायाची जास्त चाड असते," दलाई लामा म्हणाले, "म्हणून, जेव्हा एखादा माणूस किंवा एखादं कुटुंब अडचणीत सापडतं, तेव्हा तुम्हाला तुमच्या शेजाऱ्याची मदत मागण्याची इच्छा होते. लाखो लोक राहत असलेल्या मोठ्या शहरांमध्येसुद्धा आपली एकमेकांप्रति जबाबदारी असते, मग आपण एकमेकांना ओळखत असू किंवा नसू."

मी आमच्या मजल्यावरच्या बंद दारांचा विचार करत होतो. ज्यांना आपण साधं ओळखतही नाही, त्यांची आपल्यावर कशी काय जबाबदारी असू शकते? ती बंद दारं आणि त्यांच्यामागचे अनोळखी लोक सतत ही आठवण करून द्यायचे की, तुमचा-आमचा काही संबंध नाही. आता दलाई लामा बोलत असताना एक विचार मनात चमकून गेला की, लिफ्टची वाट बघत असताना किंवा भुयारी रेल्वेत टाळल्या जाणाऱ्या नजरांच्या मागे शरीरानं जवळ असूनही भावनिकदृष्ट्या लांब असण्यानं आलेला अपराधी भाव तर नसावा?

दलाई लामांनी त्यांचं विद्वत्तापूर्ण ध्रुवपद आळवलं, "आपण सगळी माणसंच आहोत. तिथे ओळख करून देण्याची काय गरज? चेहऱ्यावरून तो माणूस आहे, हे ओळखू येतंच. तुम्ही त्याला ओळखत असाल किंवा नसाल, हसून 'हॅलो' तर म्हणू शकता." लहानपणी लिफ्टची वाट बघत असताना किंवा भुयारी रेल्वेत मी कधीकधी लोकांकडे बघून हसायचो आणि आपुलकीनं बोलायचो, ते दिवस मला आठवले. हो, काही वेळा हा मानवी संबंध जोडण्याचा माझा प्रयत्न पाहून समोरच्या चेहऱ्यावर सुटकेचं हसू उमटायचं, जणू काही एका गाढ निद्रेतून आम्ही जागे झालो आहोत आणि पुन्हा एकदा आमचे मानवी बंध दृढ करत आहोत.

"आपल्या सगळ्या समाजात भौतिकवादी संस्कृती आहे," दलाई लामा म्हणाले. "अशा प्रकारच्या आयुष्यात मैत्री, प्रेम अशा संकल्पनांना थारा नसतो. फक्त काम, काम आणि काम. यंत्रासारखं चोवीस तास नुसतं काम. म्हणूनच, या आधुनिक समाजात त्या प्रचंड यंत्राचा आपणही एक भाग बनून गरगरत असतो."

आधुनिक जगाच्या हृदयात खोलवर झालेली जखम दलाई लामा उघडी करून दाखवत होते; पण त्या जखमेची वेदना आता इतकी सवयीची, नित्याची

झाली आहे की, ती जखम असणं बरोबर नाही, हेच आपण विसरून गेलो आहोत. आर्चबिशप उबंटूविषयी काय म्हणाले होते, ते मी आठवत होतो. आपण एकमेकांबरोबर मिसळूनच जे आहोत तसेच आहोत आणि एकमेकांशी जोडलं जाण्यातच आपलं माणूसपण आहे.

बौद्धधर्मात आपलं प्रत्येक स्तरावरचं परस्परावलंबन विशद करून सांगितलं आहे, असं दलाई लामा म्हणाले होते. सामाजिक स्तरावर, व्यक्तिगत स्तरावर, उपशामक स्तरावर दलाई लामांनी हे वेळोवेळी ठामपणे सांगितलं होतं की, आपला जन्म आणि मृत्यू दुसऱ्यांवर अवलंबून असतो आणि त्या दोन घटनांमध्ये जे स्वातंत्र्य आपण अनुभवतो असं आपल्याला वाटत असतं, ते म्हणजे एक दंतकथा आहे.

''आपण दुय्यम स्तरावरील फरकांवर जोर दिला तर ते फरक आपल्या लक्षात येतात– माझा देश, माझा धर्म, माझा वर्ण. आता आफ्रिकेत या क्षणी हा देश आणि तो देश यावर फार जास्त जोर देणं चाललं आहे. आपण सगळे तेच आफ्रिकन आहोत, असा विचार त्यांनी केला पाहिजे. त्याहीपेक्षा जास्त आपण तीच माणसं आहोत. धर्मांचंही तेच : शिते आणि सुन्नी, किंवा ख्रिश्चन आणि मुस्लीम. आपण सगळी सारखी माणसं आहोत. धर्मांमधले हे फरक हा प्रत्येकाचा वैयक्तिक प्रश्न आहे. आपण करुणेच्या, दयाळू नजरेनं इतरांशी संबंध जोडतो, तेव्हा ते संबंध वरच्या - पहिल्या - स्तरावरचे असतात, मानवी स्तरावरचे; दुय्यम म्हणजे फरकाच्या पातळीवरचे नसतात. मग, तुम्हाला अगदी तुमच्या शत्रूविषयीही अनुकंपा वाटू शकते.

''आपल्या सगळ्यांमध्येच ती प्रेम करण्याची क्षमता असते आणि आता शास्त्रज्ञांनीही शोधून काढलं आहे की, मूळ मानवी स्वभाव हा दयाळू आहे. समस्या अशी आहे की, शाळेत मुलांना ही मानवतेची मूल्यं जोपासायला शिकवलं जात नाही; त्यामुळे त्यांच्यातली ही क्षमता निष्क्रियच राहते.''

''कदाचित आपले सिनगॉग, मंदिरं आणि चर्च तितकी खुल्या मनानं स्वागत करणारी नाहीत.'' आर्चबिशप टुटूंनी पुस्ती जोडली, ''जेवढी ती असायला हवीत. मला खरंच असं वाटतं की, या सगळ्या बंधुवर्गांनी एकाकी पडलेल्यांसाठी अधिक काहीतरी करायला हवं. स्वतःची पत, संख्या सुधारण्यासाठी आक्रमक पद्धतीनं नव्हे, तर आलेल्या व्यक्तीला पूर्वी जे मिळालं नाही ते देण्यासाठी, म्हणजे प्रेम आणि बंधुभाव. हा एकाकीपणा घालवण्यासाठी काही कार्यक्रम आखलेले आहेत.''

एकाकीपणाची भावना नसतानाही आपण बऱ्याचदा एकटे असतो आणि एकटे नसतानाही काही वेळा एकाकीपणाची भावना आपल्याला घेरून टाकते. विशेषतः आपण अनोळखी लोकांसोबत असतो, तेव्हा किंवा आपल्याला माहीत नसलेल्या लोकांबरोबर एखाद्या पार्टीत असतो तेव्हा. एकटेपणाच्या शारीरिक अनुभवापेक्षा एकाकीपणाचा मानसिक अनुभव खूप वेगळा असतो. आपण एकटे असताना आनंदात राहू शकतो; पण एकाकी असताना नाही. चहाच्या मध्यंतरानंतर या विषयावर पुन्हा संभाषण सुरू झालं.

"गुरुजी, आपण एकाकीपणाविषयी चर्चा करत या आधीचं सत्र संपवलं आणि आणखी एक प्रश्न घेऊन मला या विषयाकडे यायचं आहे. भिक्खू, साधू बराच काळ एकटे घालवतात. मग एकटेपणा आणि एकाकीपणा यात काय फरक आहे?"

आर्चबिशप यावर काही उत्तर देतात का ते पाहण्यासाठी दलाई लामा त्यांच्याकडे वळले.

"नाही, मी कधीच भिक्खू किंवा साधू नव्हतो. तुम्हीच सुरुवात करा."

"भिक्खू किंवा साधू स्वतःला या भौतिक जगापासून केवळ शारीरिकदृष्ट्या नाही तर मानसिकदृष्ट्याही अलग करतात; त्यांच्या धर्मानुसार," आर्चबिशपकडे अंगुलीनिर्देश करत ते म्हणाले, "ख्रिश्चन साधू नेहमी असा विचार करतात की, ते ईश्वराच्या दिव्य तेजाच्या प्रभेत आहेत, ईश्वरसेवेसाठी समर्पित आहेत. आपण देवाला थेट स्पर्श करू शकत नाही; त्यामुळे सेवेचा एकच मार्ग आहे आणि तो म्हणजे ईश्वराच्या लेकरांची सेवा करणं. मानवतेची सेवा करणं. त्यामुळे आम्ही कधीच एकाकी नसतो.

"तुमच्या दृष्टिकोनावर बरंच काही अवलंबून असतं. जर तुमच्या मनात नकारात्मक मतं आणि राग भरला असेल, तर तुम्हाला इतर लोकांपासून वेगळं पडल्याची भावना जाणवेल. एकाकीपणा जाणवेल; पण तुम्ही खुल्या दिलानं, विश्वासानं आणि मैत्रीच्या भावनेनं वावरलात, तर शारीरिकदृष्ट्या एकटे असूनही साधूचं – बैराग्याचं आयुष्य जगत असतानाही तुम्हाला कधीच एकाकीपणा जाणवणार नाही."

"हे उपरोधिक आहे, नाही का?" मी म्हणालो. धरमशालाला येताना आम्ही डोनट्स विकत घेत असताना लामा तेंझिन जे म्हणाले, त्याची मला आठवण झाली. ते म्हणाले होते की, त्यांना पारंपरिक पद्धतीनं तीन वर्षांपेक्षा जास्त काळ गुहेत राहण्याची इच्छा होती. "तुम्ही तीन वर्षं, तीन महिने आणि तीन दिवस गुहेत राहू शकता आणि तुम्हाला एकटेपणा जाणवत नाही; पण लोकांच्या गर्दीतही तुम्हाला एकाकी वाटू शकतं."

"हो, हे खरं आहे," दलाई लामा उत्तरले. जगात किमान सात अब्ज लोक आहेत आणि संवेदनशील लोकांची तर गणतीच नाही. तुम्ही जर सतत त्या सात अब्ज माणसांचा विचार करत असाल, तर तुम्हाला कधीच एकटं वाटणार नाही.

"प्रेम आणि दयाळू अंतःकरणच फक्त आनंद निर्माण करू शकतात; त्यामुळे खरंच आंतरिक शक्ती आणि आत्मविश्वास वाढतो, भीती कमी होते, विश्वास वाढीला लागतो आणि त्यामुळे मैत्रीची भावना निर्माण होते. आपण सामाजिक प्राणी आहोत आणि जगण्यासाठी आपल्याला सहकार्याची गरज असते; पण सहकार्य हे पूर्णपणे विश्वासावर आधारलेलं असतं. विश्वासच लोकांना एकमेकांजवळ आणतो - देशांना एकत्र आणतो. तुमच्या मनात इतरांविषयी करुणा असेल आणि हृदयात प्रेम उत्पन्न करण्याची क्षमता असेल, तर तुमच्या भोवतीचं अवघं वातावरणच सकारात्मक आणि मैत्रीपूर्ण होऊन जाईल. तुम्हाला सगळीकडे मित्रच दिसतील. जर तुमच्या मनात भीती आणि अविश्वास असेल, तर लोक आपोआपच तुमच्यापासून दूर जातील, ते सावधपणे वागतील, त्यांच्या मनात संशय आणि अविश्वास निर्माण होईल. यातूनच मग एकाकीपणाची भावना वाढीला लागते.

"जेव्हा एखादी व्यक्ती उदार आणि प्रेमळ अंतःकरणाची असते, तेव्हा ती अगदी आरामात असते; पण जेव्हा तुमच्या मनात भीती असते आणि तुम्ही स्वतःला कुणीतरी विशेष समजत असता, तेव्हा आपोआपच भावनिकदृष्ट्या तुम्ही स्वतःला इतरांपासून अलग करता. तुमच्या एकाकीपणाचा आणि अलगतेचा पायाच तुम्ही जणू घालता. म्हणून खूप मोठ्या गर्दीसमोर व्याख्यान देतानासुद्धा मी कुणीतरी खास आहे, 'परमपूज्य' दलाई लामा आहे असं समजत नाही." प्रतिष्ठित भासवण्याची नक्कल करत ते म्हणाले. "लोकांच्या भेटी घेत असताना त्यांच्यातलाच एक होऊन वावरण्यावर माझा भर असतो. हजार लोक असतील तरी माणूस म्हणून ते एकाच पातळीवर असतात असं मी समजतो. दहा हजार असतील नाही तर एक लाख असतील; मानसिक, भावनिक, शारीरिकदृष्ट्या कुणीही उच्च-नीच नसतो असं समजलं की, मग कोणतेच अडथळे, बंधनं उरत नाहीत. मग माझं मन अगदी शांत, स्वस्थ असतं; पण मी माझ्या स्वतःवर भर दिला आणि मी कुणीतरी वेगळा, विशेष आहे असं समजलो की, अधिक हुरहुर, अस्वस्थता येणार.

"यामध्ये गमतीदार विरोधाभास अशा आहे की, स्वतःला विशेष समजण्यामागे आपल्यासाठी जास्तीतजास्त आनंद मिळवण्याची प्रेरणा असते; पण प्रत्यक्षात नेमकं याच्या उलट होतं. स्वतःवर जास्त लक्ष केंद्रित केल्यामुळे तुम्ही इतरांपेक्षा वेगळे पडता. परिणामी, तुम्ही स्वतःपासूनही दूर जाता, कारण लोकांशी भावनिक संबंध जोडणं ही मूलभूत मानवी प्रेरणा आहे.

“ही आत्मकेंद्रित वृत्ती तुमच्या आरोग्यासाठीही चांगली नसते. अतिप्रमाणात भीती व अविश्वास, स्वतःवरच जास्त लक्ष केंद्रित करणं यामुळे तणाव वाढतो आणि तो उच्च रक्तदाबास कारणीभूत ठरतो. खूप वर्षांपूर्वी मी न्यू यॉर्कमधील ‘कोलंबिया’ युनिव्हर्सिटीत वैद्यकीय संशोधक आणि शास्त्रज्ञ यांच्या एका सभेला गेलो होतो. त्यातल्या एका शास्त्रज्ञानं त्याच्या सादरीकरणात सांगितलं की, जे लोक अतिप्रमाणात प्रथमपुरुषी - मी, मी, मी, मला, मला, मला आणि माझं, माझं, माझं - अशी सर्वनामं वापरतात, त्यांना हृदयविकाराचा झटका येण्याचा धोका मोठा असतो. त्याचं कारण त्यानं सांगितलं नाही; पण हे खरं असावं असं मला वाटलं. हा खूप खोलवरचा विचार आहे. स्वतःवर जास्त लक्ष केंद्रित केल्यानं तुमची दृष्टी संकुचित होते आणि त्यामुळे छोट्या छोट्या अडचणीही मोठ्या आणि न पेलणाऱ्या वाटू लागतात.

“त्यातूनच भीती आणि अविश्वास निर्माण होतो. तुमच्या बंधु-भगिनींपासून तुम्हाला दूर ठेवायला तो कारणीभूत ठरतो. यामुळे लोकांशी संवाद साधताना अडचणी येतात आणि एकटं वाटू लागतं. शेवटी, तुम्ही या समाजाचाच एक भाग असता; त्यामुळे तुम्हाला कधी ना कधी त्यांचा सामना करावाच लागतो. तुमचं भविष्य, तुमचं मनोरंजन, तुम्हाला आवडणाऱ्या गोष्टी बऱ्याच वेळा दुसऱ्यांवर अवलंबून असतात. जर तुम्ही स्वतःला त्यांच्यापासून अलग केलंत, तर तुम्ही आनंदी कसे राहू शकाल? उलट तुमची चिंता आणि तणाव यात भरच पडेल. मी तर कधीकधी म्हणतो की, अतिआत्मकेंद्री प्रवृत्तीमुळे तुमच्या अंतर्मनाचे दरवाजे बंद होतात आणि इतर लोकांशी संवाद साधणं कठीण होऊन बसतं. इतरांच्या कल्याणाची चिंता आपण केली तर ते दरवाजे उघडतात आणि समोरच्याशी आपण सहजपणे संवाद साधू शकतो.”

दलाई लामांच्या सांगण्याचा मथितार्थ हा होता की, जेव्हा माणूस इतरांचा दयाळू आणि उदार अंतःकरणाने विचार करतो, तेव्हा तो कधीच एकटा पडत नाही. खुलं मन, विशाल आणि प्रेमळ हृदय हा एकाकीपणावरचा उतारा आहे. मला ही बाब नेहमीच चकित करत आली आहे; एक दिवस मी मनात आकस धरून आणि पूर्वग्रह बाळगून रस्त्यानं जाताना इतरांपेक्षा वेगळा आणि एकटा भासतो; तर दुसऱ्या दिवशी त्याच रस्त्यानं जाताना उदार, खुलं अंतःकरण, मनात करुणा आणि परिस्थितीचा स्वीकार केलेला असताना मला सगळं जग उबदार आणि मैत्रीपूर्ण वाटू लागतं. जणू काही, माझ्या मनाची आणि हृदयाची अवस्था माझ्या भोवतालचे वास्तव आणि समाज पूर्णपणे बदलून टाकते.

या सहृदयतेचं महत्त्व सामाजिक मानसशास्त्रज्ञ चेन-बो झाँग आणि शायरा गॅब्रिएल यांच्या संशोधनात प्रतिबिंबित झालेलं दिसून येतं. त्यांनी असं शोधून

काढलं आहे की, जेव्हा लोकांना एकटं वाटत असतं किंवा समाजानं आपल्याला नाकारल्याची भावना त्यांच्या मनात निर्माण होते, तेव्हा ते अक्षरशः प्रेमाची ऊब शोधत असतात, जणू काही गरमागरम सूप भुरकल्यावर वाटतं तसं त्यांचं मन त्या प्रेमानं त्यांना शेकायचं असतं. दलाई लामा आणि आर्चबिशप या दोघांना हेच सांगायचं होतं की, ही ऊब आपण फक्त आपलं मन उघडं केल्यामुळे आणि आपलं लक्ष आणि काळजी इतरांकडे वळवल्याने निर्माण करू शकतो.

''आर्चबिशप, तुम्हाला यावर आणखी काही बोलायचं आहे का? मला माहीत आहे की, तुम्ही कधी मठात राहिला नाहीत; पण तुम्ही प्रार्थनेत आणि ध्यानधारणेत बराच वेळ घालवता.''

''खरं आहे, आम्ही ज्या प्रकारची प्रार्थना करतो, त्यात आम्ही एकटेच आमच्या एकट्याशी संवाद साधत नाही.'' आर्चबिशप म्हणाले, ''ईश्वराची आमची संकल्पना अशी आहे की, ईश्वर हा एक आहे; पण तो एक त्रिमूर्ती, एक बंधूवर्ग, एक समुदाय आहे आणि आम्ही सगळे त्या प्रतिमेतूनच जन्माला आलो आहोत. तुम्ही जेव्हा एक ख्रिश्चन म्हणून जन्माला येता, तेव्हा तुम्ही त्या बंधूवर्गाचा एक अविभाज्य भाग बनता. म्हणून जेव्हा तुम्ही एकान्तवासात जाता, तेव्हाही तुम्ही एकटे नसता.''

''हे म्हणजे दलाई लामा सांगतात तसंच आहे,'' मी म्हटलं.

''तुम्ही जर इतरांसोबत मनानं जोडलेले असाल, तर अगदी तुमचा बंधूवर्ग सात अब्ज लोकांचा असला, तरी तुम्हाला एकटं वाटत नाही.''

''हो, हो,'' आर्चबिशप उत्तरले. ''एकटं वाटण्याच्या अगदी विरुद्ध ही भावना आहे; पण जेव्हा तुम्हाला इतरांपेक्षा वेगळं आहोत असं वाटतं, आपण त्यांच्या पातळीवर विचार करू शकत नाही असं वाटतं, तेव्हा कसं वाटत असेल याची मी कल्पना करू शकतो. आपण सगळे एक आहोत, एकाच समुदायाचा भाग आहोत ही भावना लोकांना हवीहवीशी वाटते. लोकांना अपराधी वाटू देण्यानं काही साध्य होतं, असं मी मानत नाही. आपण अशा एकटं वाटणाऱ्या लोकांचं शक्य तितक्या खुल्या दिलानं स्वागत केलं पाहिजे आणि त्यांना जसा अनुभव आला तसा बऱ्याच लोकांना येतो, असं म्हणून दिलासा दिला पाहिजे. एकटेपणाची भावना ही कुणी जाणूनबुजून निर्माण करत नाही. मला एकटं वाटायला हवं आहे, असं कुणी ठरवून वागत नाही. ती भावना निर्माण होते. त्यामागे खूप वेगवेगळी कारणं असतात.

''अशा लोकांना ते जसे आहेत – म्हणजे 'खास'– तसं वाटायला लावण्याची तुमची इच्छा असते. ते जसे आहेत तसा त्यांचा स्वीकार करावा आणि त्यांनी मन मोकळं करावं, असंही तुम्हाला वाटत असतं. खोलीबाहेर पडण्याच्या आणि

नाकारलं जाण्याच्या भीतीनं जे लोक खोलीत कुचंबून बसतात, त्यांच्या मनाला होणाऱ्या तीव्र वेदना आणि विषाद यांची मी चांगलीच कल्पना करू शकतो आणि तुम्ही फक्त अशी आशा करू शकता आणि त्यांच्यासाठी प्रार्थना करू शकता की, त्यांना त्यांच्या जवळच्या लोकांची आपुलकी आणि प्रेम मिळो. एकटेपणा जाणवणारे, मन मिटून घेतलेले लोक त्यांच्या जिवलगांनी दिलेल्या प्रेमामुळे, केलेल्या स्वीकारामुळे कसे उमलून, बहरून येतात हे पाहणंही मोठं विलोभनीय असतं.''

या संभाषणातून मला जे कळलं, ते असं – इतरांनी त्यांचं मन मोकळं करण्याची वाट आपण पाहायची नसते. आपण आपलं मन मोठं करून त्यांना त्यात सामावून घेतलं तर त्यांच्याशी तुमचे अनुबंध जुळतात; मग तुम्ही एखाद्या डोंगरमाथ्यावर असा नाहीतर मॅनहॅटनच्या मध्यावर.

हेवा / असूया / मत्सर : तो मनुष्य पुन्हा एकदा त्याच्या मर्सिडीज बेंझमध्ये बसून (माझ्या) जवळून गेला

आपल्यात स्वाभाविकपणे उत्पन्न होणाऱ्या भावना आणि स्वतःविषयी वाटणारी करुणा यांचं पुन्हा एकदा समर्थन करत आर्चबिशप म्हणाले, ''असं होत नाही की, तुम्ही एखाद्या सकाळी उठता आणि म्हणता, आता मला हेवा वाटणार आहे. तो अचानक वाटू लागतो,'' म्हणजे असं की, तुम्ही उठता, तुम्ही चांगलं वागण्याचा, मनात चांगले विचार आणण्याचा प्रयत्न करता आणि तो माणूस या आठवड्यात तिसऱ्यांदा त्याच्या मर्सिडीज बेंझमधून किंवा दुसऱ्या कोणत्यातरी भारी गाडीत बसून जातो. त्या प्रत्येक वेळी त्याच्याबद्दल असूया वाटू न देण्याचा तुम्ही आटोकाट प्रयत्न करता; पण ती भावना अचानक उफाळून येते.''

तुलना करणे हा मनुष्यस्वभाव आहे – मनुष्यच नाही तर सगळ्या प्राणिजगताचा हा स्वभाव आहे. दलाई लामांनी नंतर निदर्शनास आणून दिलं की, कुत्री शांतपणे आपापलं भोजन करत असताना अचानक एकमेकांच्या खाद्याचा आकार बघून त्यांच्यात भांडण, भुंकणं, दात खाऊन एकमेकांच्या अंगावर धावून जाणं सुरू होतं; पण माणसांमध्ये या असूयेतून असमाधान जन्म घेतं. एक तिबेटी बौद्ध शिकवण आहे, त्यात म्हटलं आहे की, आपण इतरांशी स्वतःला कसं तोलून पाहतो याचा एक सर्वसाधारण ढाचा आहे, ज्यामुळे आयुष्यात अनेक त्रासांना माणसाला सामोरं जावं लागतं : 'आपल्यापेक्षा वरचढ असलेल्यांबद्दल असूया, बरोबरीच्या लोकांशी स्पर्धा आणि खालच्या स्तरातील लोकांबद्दल तिरस्कार.'

न्यायाची भावना आपल्या जनुकांमध्ये ठासून भरलेली असावी; त्यामुळे कोणत्याही प्रकारची असमानता आपण सहन करू शकत नाही. प्राणिशास्त्रज्ञ फ्रान्स द वाल

यांनी कॅपुचिन माकडांवर प्रयोग केला, त्याचा व्हिडिओ त्यांच्याकडे आहे. ही माकडं माणसाचे लांबचे नातेवाईक लागतात, मानसशास्त्रीय अभ्यासात मनुष्यस्वभावाशी साधर्म्य दाखवणारी म्हणून त्यांचा नेहमी वापर केला जातो. मोठ्या प्रमाणात व्हायरल झालेल्या या व्हिडिओत, एक छोट्या डोक्याचं, लांब हात-पाय असलेलं राखाडी रंगाचं माकड प्रयोगकर्त्याला एक दगड देतं आणि त्याचा मोबदला म्हणून त्याला काकडीचा एक काप मिळतो. असं पुनःपुन्हा करण्यात त्या माकडाला मोठा आनंद मिळतो; पण त्याच्या शेजारच्या माकडाला त्यानं दिलेल्या दगडाच्या बदल्यात द्राक्ष मिळाल्याचं बघताच हा आनंद मावळतो. कॅपुचिन माकडांच्या जगात काकडीपेक्षा द्राक्ष हे अधिक चांगलं, गोड अन्न समजलं जातं. कदाचित माणसांच्या जगातही! आपल्या शेजाऱ्याला द्राक्ष मिळाल्याचं पाहून पहिलं माकड पुन्हा एकदा दगड देण्याचं काम करतं; पण आता त्याचं डोकं द्राक्ष मिळण्याच्या अपेक्षेनं, उत्सुकतेनं उंचावलेलं असतं. परंतु, समाजातील तुलनांवर अभ्यास करण्यासाठी केलेल्या या प्रयोगात तो प्रयोगकर्ता त्या पहिल्या माकडाला द्राक्षाऐवजी पुन्हा काकडीचाच काप देतो.

ते पहिलं माकड आपल्या हातातल्या काकडीकडे अविश्वासानं धक्का बसल्यासारखं पाहतं आणि तो काप प्रयोगकर्त्याच्या अंगावर फेकतं. प्रचंड चिडलेलं ते माकड पिंजऱ्याचे गज पकडून गदागदा हलवतं. युनायटेड स्टेट्समधल्या वॉल स्ट्रीटवरच्या निदर्शनांच्या काळात हा व्हिडिओ लोकप्रिय झाला, कारण त्यामध्ये थोडक्यात आणि गंभीरपणे हे दाखवलं होतं की, न्यायासाठीची आपली मूलभूत प्रेरणा कशी काम करते आणि समाजासाठी असमानता किती तणाव निर्माण करणारी आणि हानिकारक ठरू शकते.

आठवडाभर चाललेल्या त्या वैचारिक देवाणघेवाणीदरम्यान आर्चबिशप आणि दलाई लामा वारंवार सामाजिक स्तरावर दिसून येणाऱ्या असमानतेच्या प्रश्नावर तोडगा काढण्याच्या गरजेवर भर देत होते. जागतिक पातळीवरचं हे असंतुलन दूर करण्याचा आपण कितीही प्रयत्न केला तरी त्याहीपेक्षा जास्त काही करणारे किंवा अधिक यशस्वी ठरलेले किंवा जास्त प्रतिभा असणारे किंवा हुशार किंवा सुंदर दिसणारे लोक असणारच, याकडे आर्चबिशपनी लक्ष वेधलं.

सामान्यपणे, आपण स्वतःची तुलना अब्जाधीश भांडवलदारांशी किंवा असामान्य प्रतिभा असलेल्या शास्त्रज्ञांशी किंवा एखाद्या सुपरमॉडेलशी करत नाही. आपल्या सामाजिक वर्तुळात असलेल्या लोकांशी आपण तुलना करतो. एक जुनी उक्ती आहे, 'तुम्हाला गरीब व्हायचं असेल तर श्रीमंत मित्र शोधा. तुम्हाला जर श्रीमंत व्हायचं असेल तर गरीब मित्र शोधा.' तुलना फक्त बरोबरीच्या लोकांमध्येच केली जाते.

जिनपांनी मला सांगितलं की, १९९० च्या दशकात युनायटेड स्टेट्सनं

निर्वासितांसाठीच्या सामाजिक उपक्रमाचा एक भाग म्हणून भारतातील सुमारे हजार तिबेटी लोकांना ग्रीन कार्ड्स दिली. या तिबेटी लोकांनी जेव्हा त्यांच्या कुटुंबांना डॉलर्स पाठवायला सुरुवात केली, तेव्हा त्यांच्या शेजाऱ्यांना त्यांचा हेवा वाटला, कारण अचानक या कुटुंबांची आवक वाढली व त्यामुळे ते घरांचं नूतनीकरण करू शकले आणि मुलांना मोटरबाइक्स घेऊन देऊ शकले. असं नव्हतं की ज्यांचं अमेरिकेत कुणी नव्हतं ती कुटुंबं गरीब झाली होती; तर त्यांच्या शेजारच्या कुटुंबातलं कुणी कुणी अमेरिकेत होतं म्हणून ती शेजारची कुटुंबं अचानक श्रीमंत झाली होती.

आनंदासंबंधी केल्या गेलेल्या संशोधनानुसार 'आपल्यापेक्षा वरचढ' लोकांशी केली जाणारी तुलना आपल्या मानसिक स्वास्थ्यासाठी लाभदायक नसते. असूयेनं भरलेल्या मनात प्रसन्नतेला जागा राहत नाही. असूयेसाठी तिबेटी भाषेत 'ट्रकडोक' (trakdok) असा शब्द आहे; ज्याचा अर्थ भारानं दबलेले, वाकलेले खांदे असा होतो आणि खरोखरच मत्सराची भावना माणसात सतत खदखदणारा असंतोष आणि द्वेष निर्माण करते, जिला अपराधीपणाचं अस्तर असतं. बौद्ध धर्मात असूयेला इतकं हानिकारक मानलं गेलं आहे की, तिची तुलना विषारी सर्पांशी केली आहे. ज्युडिओ ख्रिश्चन परंपरेत टेन कमांडमेंट्सपैकी एकीत तुमच्या शेजाऱ्याच्या घराची अभिलाषा धरणं निषिद्ध मानलं गेलं आहे.

या असूयेला, मत्सराला कसा प्रतिसाद द्यावा याबाबत आर्चबिशप आणि दलाई लामा यांचं दुमत होतं. स्वीकार करणं आणि स्वतःला क्षमा करणं, हे योग्य असल्याचं आर्चबिशपचं म्हणणं होतं. "म्हणजे असं की, आपलं या गोष्टीवर फार काही नियंत्रण असू शकत नाही. मला असं वाटतं की, आपण स्वतःला फार जास्त धारेवर धरतो. जगात सगळ्यांवर बऱ्याचशा गोष्टींचा सारखाच परिणाम होतो हे आपण विसरतो. लोकांच्या मनात असूयेबरोबरच जी अपराधीपणाची भावना असते, ती कमी करण्यात आपण त्यांना मदत करू शकू, अशी मला आशा आहे. मी ईश्वराच्या लेकरांना एक गोष्ट सांगू इच्छितो की, बाबांनो, काही गोष्टी अशा असतात, ज्यांवर आपण नियंत्रण ठेवू शकत नाही."

त्यानंतर आर्चबिशपनी असूयेवर एक रामबाण उपाय सुचवला : कृतज्ञता. "मला वाटतं, असूयेवर मात करण्याचा सर्वोत्तम उपाय म्हणजे तुम्हाला काय काय मिळालं आहे त्याची मोजदाद करणं. हा जुना उपाय आहे. हा उपाय कदाचित खूप खूप जुना, आजोबा-पणजोबांच्या काळातला वाटू शकेल; पण हो, याचा उपयोग होतो. त्या माणसासारखं तुमचं घर खूप मोठं नसेलही; पण तुम्ही काही अगदी एखाद्या खोपटात राहत नाही. म्हणून, जे काही तुमच्याकडे आहे, त्याबद्दल कृतज्ञ भाव मनात धरण्यानं फरक पडू शकतो."

आणि मग त्यांनी आणखी एक उपाय सुचवला : प्रेरणा. ''खरं तर असूया, हेवा ही प्रेरणा देण्याचंही काम करू शकते. त्या माणसासारखी माझ्याकडे गाडी नाही किंवा घर नाही, असं जेव्हा तुमच्या मनात येतं, तेव्हा अशा गोष्टी मिळवण्यासाठी मी जास्त काम करण्याचा प्रयत्न का करू नये? हा विचार तुमच्या मदतीला येऊ शकतो.'' आर्चबिशप आणि दलाई लामा म्हणाले होते त्याप्रमाणे अशा प्रकारची बाह्य ध्येयं खरी प्रसन्नता किंवा टिकणारा आनंद आणू शकत नाहीत; पण इतरांबाबत असूया बाळगण्यापेक्षा आपली परिस्थिती सुधारण्यासाठीची प्रेरणा असणं केव्हाही चांगलंच.

आणि मग आर्चबिशपनी त्यांच्याकडचा शेवटचा आणि सगळ्यात प्रभावी उपाय सुचवला : पुनर्रचना. ''हे तुम्ही स्वतःला विचारू शकलात तर फारच उत्तम! 'मला सात खोल्यांचं घर कशासाठी हवं आहे, कारण आम्ही तर दोघं किंवा तिघंच आहोत. मला ते का हवं आहे?' आपल्या हावरटपणामुळे, सतत वाढणाऱ्या हव्यासामुळे आपण वातावरणावर किती घातक परिणाम करत सुटलो आहोत, हे आपल्या लक्षात येईल. पर्यावरणाचा विनाशच यातून साधला जाईल, हे आपल्याला उमजेल. मग तुम्ही छोटी विजेवर चालणारी गाडी विकत घ्याल आणि म्हणाल, नाही, मला त्या झोकदार मोठ्या गाडीची गरज नाही किंवा इच्छा नाही. अशा प्रकारे ती असूया तुमची शत्रू नाही तर मित्र बनेल.''

आर्चबिशप जे बोलले, त्याचं भाषांतर करून जिनपांनी दलाई लामांना सांगितलं.

''मी बरोबर हेच सांगितलं,'' आर्चबिशप म्हणाले आणि हसले.

''सुदैवानं तुम्हाला तिबेटी भाषा समजत नाही,'' स्मितहास्य करत दलाई लामांनी टोला मारला. आठवडाभर चाललेल्या संवादादरम्यान मतभेदाचा मुद्दा आला की, दोघंही जे करत होते ते करताना मी त्यांना पाहिलं : दोघांमधले संबंध दृढ करणं आणि दुसऱ्याला शाबासकी देणं. त्या अनुषंगानं मला परस्परसंबंधविषयक अभ्यास करणारे जॉन गॉट्मन आणि ज्युली श्वार्टझ गॉट्मन यांनी नोंदवलेल्या निरीक्षणाची आठवण झाली; ते असं : यशस्वी मतभेदांमध्ये स्वतःचा मुद्दा मांडण्याची सुरुवात मृदूपणे केली जाते किंवा मतभेदांच्या प्रदेशात नाजूक पावलांनी प्रवेश केला जातो.

''म्हणून मला वाटतं, माझ्या दृष्टिकोनातून माझ्या आध्यात्मिक बंधूनं दिलेलं स्पष्टीकरण अद्भुत आहे, अद्भुत! असं बघा, ज्या क्षणी असूया किंवा मत्सर जागा होतो, त्या क्षणापासून तुमची मनःशांती ढळते. मग तो मत्सर तुमचे संबंध कुरतडायला सुरुवात करतो. तुमच्या एखाद्या चांगल्या मित्राबद्दल जर तुमच्या मनात मत्सर जागा झाला, तर तो मैत्रीत बाधा आणतो. नवरा-बायकोतही मत्सरानं शिरकाव केला, तर वैवाहिक जीवन अडचणीत येतं. आपण कुत्र्यांच्या बाबतीतही हे पाहू शकतो. दुसऱ्याला जे मिळालं आहे, त्याबद्दल हेवा वाटला की आनंदानं,

शांतपणे खाणारी कुत्रीही एकमेकांवर तुटून पडतात.

''प्रसन्नता आणि मानसिक शांती देणारी कोणतीही भावना वाढीला लावणं फार महत्त्वाचं आहे. आनंद आणि शांती भंग करणाऱ्या कोणत्याही भावनेला सुरुवातीपासूनच थारा न देणं आपण शिकलं पाहिजे.

''मला वाटतं की, राग किंवा मत्सर यांसारख्या सगळ्या नकारात्मक भावना या सामान्य आहेत आणि त्याबाबत आपण काही करू शकत नाही, असा विचार करणं चुकीचं आहे. नकारात्मक भावनांची गर्दी होणं; हे आपल्या स्वतःच्या मनःशांतीच्या दृष्टीनं, आरोग्याच्या दृष्टीनं चांगलं नाही. त्यांच्यामुळे आपल्या कुटुंबात, मित्रमंडळींत आणि समाजात प्रश्न उभे राहतात.

''बरेचदा असूया निर्माण होते, कारण आपण भौतिक सुख-साधनांवर जास्त लक्ष केंद्रित करतो; आपल्या खऱ्या आंतरिक मूल्यांकडे दुर्लक्ष करतो. जेव्हा आपण अनुभव किंवा ज्ञानाकडे लक्ष देऊ, तेव्हा असूया कमी प्रमाणात निर्माण होईल; पण सगळ्यात महत्त्वाचं म्हणजे इतरांच्या कल्याणाची काळजी वाटली पाहिजे. तुमच्या मनात खरोखर दया, करुणा असेल तर एखाद्याला एखादी गोष्ट मिळाली किंवा जास्त यश मिळालं, तर त्याच्या आनंदात तुम्ही मनापासून सहभागी होऊ शकाल. जो माणूस मनात करुणा उत्पन्न करू शकतो आणि इतरांच्या भल्याची खरंच काळजी करतो, तो इतरांच्या बाबतीत घडणाऱ्या चांगल्या गोष्टीत मनापासून सहभागी होऊन तो आनंद लुटू शकतो; कारण त्या व्यक्तीला जे हवं होतं, ते मिळाल्याचं पाहून त्यालाही आनंद होतो.''

हे सांगताना दलाई लामा 'मुदित' ही बौद्ध संकल्पना स्पष्ट करत होते; 'मुदित' म्हणजे 'समानुभूतीतून मिळालेला आनंद' आणि असूयेवरचा उतारा. बौद्ध धर्मात मुदितावस्था इतकी महत्त्वाची आहे की, तिची गणना 'चार अतुलनीय' अवस्थांमध्ये केली गेली आहे. त्या अशा अवस्था आहेत, ज्या माणूस कितीही प्रमाणात स्वतःमध्ये निर्माण करू शकतो. बाकीच्या तीन आहेत : प्रेमळ दयाळूपणा, करुणा आणि समतोल वृत्ती.

मुदितावस्था कसं काम करते, हे जिनपांनी समजावून सांगितलं : जर दुसऱ्या माणसाला आपल्याला जे हवं होतं, ते मिळालं. उदाहरणार्थ, मोठं घर, तर त्याच्या आनंदात आपण जाणीवपूर्वक सहभागी होऊ शकतो आणि म्हणू शकतो : 'त्याच्यासाठी हे छानच झालं. माझ्यासारखंच त्याला आनंदी व्हायचं आहे. त्यालाही यशस्वी व्हायचं आहे. त्यालाही त्याच्या कुटुंबाला सुखात ठेवायचं आहे. तो असाच आनंदात राहो. मी त्याचं अभिनंदन करतो आणि त्याला आणखी यश मिळो अशी कामना करतो.' आयुष्यात एखादी गोष्ट मर्यादित आहे, ती संपून जाईल असं मुदितावस्था मानत नाही. आयुष्य म्हणजे काही केकचा एक

स्लाइस नाही की एखाद्यानं त्याचा जास्त भाग घेतला म्हणजे आपल्याला कमी भाग मिळेल. प्रसन्नता, परमानंद हे अमर्याद आहेत असं ही अवस्था मानते.

याआधी उल्लेख केल्याप्रमाणे, मुदितावस्था ही जर्मन schandenfreude या शब्दाच्या अगदी विरुद्ध भावना आहे. schandenfreude म्हणजे इतरांच्या दुर्दैवामुळे होणारा आनंद, समाधान. ही भावना एकाविरुद्ध बाकी सगळे असा संघर्ष निर्माण करते. दुसरा एखादा यशस्वी झाला किंवा त्यानं काही साध्य केलं म्हणजे आपण अयशस्वी झालो, अस्वीकृत झालो, नावडते झालो असं ही भावना मानते. schandenfreude किंवा परपीडन म्हणजे असूयेतून वाढलेली विषवल्ली, तर मुदितावस्था म्हणजे करुणेतून जन्माला आलेली अमृतवेल!

उबंटू म्हणजेच परस्परावलंबनाच्या जाणिवेवर मुदितावस्था अवलंबून असते. आर्चबिशप म्हणाले की, आफ्रिकेतील खेड्यांमध्ये लोक एकमेकांना अभिवादन करताना, "आपण कसे आहोत?" असं विचारतात. याचा अर्थ दुसऱ्या कुणाचा तरी आनंद, दुसऱ्या कुणीतरी साध्य केलेली कामगिरी आपलीच आहे असं मनापासून मानणं. माणसांमध्ये असलेलं असामान्य सौंदर्य आणि प्रतिभा आर्चबिशपना नेहमीच चकित करत आली आहे. जमलेल्या गर्दीला उद्देशून ते नेहमी असं म्हणत आले आहेत, "बघा, तुम्ही किती सुंदर आहात!" दुर्दैवानं, आपण इतरांना आपल्या स्वतःच्या मापदंडांनुसार मोजत/तोलत असतो आणि आपण स्वतःला अतिखुजे आणि दुर्बल समजतो. जेव्हा आपल्या एकमेकांवर असलेल्या परावलंबनाची जाणीव होते, तेव्हा आपण किती मोठे आणि ताकदवान आहोत हे आपल्याला समजतं.

"बुद्धाच्या वेळची ही जुनी कथा आहे," दलाई लामा म्हणाले, "एक दिवस राजानं बुद्धाला आणि त्याच्या भिक्खूंना भोजनाचं आमंत्रण दिलं. राजवाड्याकडे जात असताना बुद्धाला रस्त्यात एक भिकारी दिसला, तो राजाची प्रशंसा करत होता आणि राजवाड्याच्या सौंदर्याचं हसत हसत वर्णन करत होता. राजाच्या नोकरांनी चारी ठाव भोजन वाढल्यानंतर भोजनाच्या सुरुवातीची प्रार्थना म्हणण्याची वेळ झाली. जेवणाच्या उत्कृष्टतेबद्दल बुद्धानं प्रार्थनेत उल्लेख केला. मात्र, प्रथेप्रमाणे त्या भोजनाचं श्रेय यजमानाला, म्हणजेच बुद्ध आणि त्याच्या भिक्खूंना उदार अंतःकरणानं भोजनाचं आमंत्रण देणाऱ्या राजाला देण्याऐवजी बुद्धानं बाहेर उभ्या असलेल्या भिकाऱ्याची निवड केली. हे ऐकून धक्का बसलेल्या एका ज्येष्ठ भिक्खूनं बुद्धाला यामागचं कारण विचारलं. त्यावर बुद्ध उत्तरला की, राजा आपल्या राजवटीचं, राज्याचं प्रदर्शन करताना गर्वानं फुलला होता; तर काहीही नसलेला तो भिकारी राजाच्या सुदैवात वैभवात आपला आनंद मानत होता. या कारणासाठी भिकारी गुणवत्तेत राजापेक्षा श्रेष्ठ ठरला. आजही थायलंडमध्ये भोजन देणाऱ्याच्या गुणवत्तेचं कौतुक करण्याची प्रथा पाळली जाते. १९७० च्या दशकाच्या सुरुवातीला

मला थायलंडमध्ये अशा प्रकारच्या भोजन समारंभात सहभागी होण्याचा सन्मान प्राप्त झाला होता. त्या वेळी एका ज्येष्ठ भिक्खूनं प्रार्थना म्हटली आणि भोजनाचं गुणगान केलं. म्हणूनच, इतरांच्या चांगल्या गोष्टींत आनंद मानण्याचे बरेच सकारात्मक फायदे आहेत.''

''लोक मुदितावस्था कशी विकसित करतात?'' मी दलाई लामांना विचारलं.

''प्रथमतः आपण एकाच मानवजातीचा भाग आहोत हे जाणलं पाहिजे. हे सगळे आपले बंधू-भगिनी आहेत, त्यांना आपल्यासारखीच आनंदी आयुष्य जगण्याची इच्छा आणि हक्क आहे. ही गोष्ट काही अध्यात्माशी निगडित नाही. हे सामान्य ज्ञान, सामान्य जाणीव आहे. आपणही त्याच समाजाचे एक घटक आहोत. त्यातली सगळी माणसं जर आनंदी असतील, तरच आपणही आनंदी होऊ. सगळे शांततेत राहिले, तर आपणही शांतीनं राहू. जसं तुमचं कुटुंब आनंदात असेल तर तुम्ही सुखानं जगू शकाल, तसंच हे आहे.

''आपल्यात जर 'मी आणि ते' अशी तीव्र भावना असेल, तर मुदितावस्थेचं आचरण कठीण आहे. आपल्या मनात 'आपण सगळे' अशी एकोप्याची भावना जागली पाहिजे. सगळे मानव एक आहेत आणि समान आहेत, ही जाणीव निर्माण झाली की, इतरांनीही त्रासापासून मुक्त राहून आनंदी आयुष्य घालवावं, अशी इच्छा तुमच्या मनात जागृत होईल. आनंद उपभोगण्याची इच्छा ही सगळ्यांनाच उपजत होणारी प्रेरणा आहे आणि इतरांच्या कल्याणाची काळजी असणं म्हणजे नेमकं हेच.''

''अर्थातच, असूया हा काही चांगला गुण नाही,'' आर्चबिशप सावधपणे म्हणाले. आम्ही स्वतःच्या विकासाबद्दल बोलत बोलत स्वतःची निर्भर्त्सना करण्याकडे जात आहोत की काय अशी शंका त्यांना वाटली असावी. ''तरी, मला असं वाटतं की, कुणाच्याही मनात उत्स्फूर्तपणे आलेल्या विचारांबाबत अपराधी भाव जागवणं आपण टाळलं पाहिजे; निदान सुरुवातीला तरी. या भावनेबाबत तुम्ही फार काही करू शकत नाही; पण ती एकदा मनात जागी झाल्यावर तिचा सामना तुम्ही करू शकता.''

दलाई लामा ठामपणे म्हणाले, ''शारीरिक आजाराप्रमाणेच, प्रतिबंधात्मक उपाय योजणं, हाच सर्वोत्तम मार्ग आहे. जर आधीच एखादा रोग झाला असेल तर औषध घेण्यावाचून पर्याय नाही. तसेच एखाद्या व्यक्तीच्या मनात जर राग किंवा मत्सर यांसारख्या तीव्र नकारात्मक भावना निर्माण झाल्या असतील, तर त्या क्षणी त्यांचा प्रतिकार करणं अवघड असतं. म्हणून, सरावानं तुमचं मन असं तयार करा की, अशा भावना मुळात निर्माण होण्यापासूनच तुम्ही थांबवू शकाल. उदाहरणार्थ, रागाची दोन मुख्य उगमस्थानं म्हणजे निराशा आणि असमाधान. ज्या वेळी राग अनावर झालेला असतो, तेव्हा तो कमी करण्यासाठी आपला अनुभव

आणि ज्ञान कितीही पणाला लावलं तरी तो थोपवणं कठीण असतं. पावसाळ्याच्या दिवसांत पुराचं पाणी आपण थोपवू शकत नाही, तसंच आहे हे. पूर कशामुळे येतो, हे शोधून वसंत ऋतूतच बांध घालून किंवा भिंती बांधून पाणी अडवण्याची व्यवस्था केली तर पुढचा अनर्थ टाळता येऊ शकतो.

"याच प्रकारे, आपल्या मानसिक आरोग्यासाठीसुद्धा जितक्या लवकर आपण प्रतिबंधात्मक उपाय योजू, तितके ते परिणामकारक ठरतील आणि योजायला सोपे जातील. आजारी पडल्यानंतर, डॉक्टरांनी पूर्वी काय सल्ला दिला होता, ते आठवणं कठीण असतं. मला वाटतं, कोणताही डॉक्टर असं म्हणणार नाही की, तुम्हाला जास्त राग आला तर तुमची तब्येत आणखी चांगली राहील. तुमचा डॉक्टर असं म्हणतो का?"

"नाही." आर्चबिशपनी सहमती दर्शवली.

"डॉक्टर नेहमी सल्ला देतात की, शांत राहा. म्हणजे मन शांत ठेवा. खूप अस्वस्थता नको, मग तुमची शांती भंग पावेल. शिवाय जास्त लोभ जडल्यामुळेही शांती नष्ट होते." दलाई लामा पुन्हा असूया आणि मत्सर यांकडे वळले. "तुमच्याकडे छानसं घर आहे, छान बेडरूम आणि बाथरूम आहे आणि तुम्ही छान मन प्रसन्न करणारं संगीत वाजवू शकता; पण जर मनात क्रोध भरलेला असेल, मत्सर असेल, लोभ असेल, हाव असेल; तर तुम्ही कधीच आरामात राहू शकणार नाही; तुम्हाला कधीच मानसिक शांतता मिळणार नाही. याउलट तुम्ही एखाद्या टणक खडकावर बसला असाल आणि तुमच्याकडे काहीही नसेल; पण जर मन पूर्णपणे शांत असेल, तर तुम्ही आरामात राहू शकता; तणावविरहित आयुष्य जगू शकता."

जिनपा मला म्हणाले की, एका प्रसिद्ध तिबेटी पोथीत / पुस्तिकेत पहिल्या पांचेन लामांनी लिहिलेलं एक संस्मरणीय काव्य आहे. मुदितावस्था जोपासण्यासाठी जिनपा या सुंदर प्रार्थनेचा उपयोग करतात :

As for suffering I do not wish even the slightest
as for happiness I am never satisfied.
In this, there is no difference between others and me.
Bless me so I may take joy in others' happiness.
या प्रार्थनेचा भावार्थ असा :
क्लेश मला यत्किंचितही नकोत.
आनंद कितीही मिळाला तरी कमीच आहे.
यामध्ये माझ्यात आणि इतरांत काहीही फरक नाही.
इतरांच्या आनंदात मला आनंद मिळावा असा आशीर्वाद द्यावा.

दुःख, क्लेश आणि विपत्ती : प्रतिकूल परिस्थितीतून जाताना

“प्रतिकूल परिस्थितीचं रूपांतर संधीत होऊ शकतं, अशी एक तिबेटी म्हण आहे.” दुःख आणि विपत्तीकाल यांतही प्रसन्नतेचा अनुभव घेणं कसं शक्य होतं, या माझ्या प्रश्नाचं उत्तर देताना दलाई लामा म्हणाले, “एखादी दुःखद परिस्थितीसुद्धा संधीत रूपांतरित होऊ शकते. आणखी एक तिबेटी म्हण आहे, तिचा अर्थ असा आहे की, क्लेशकारी अनुभवच खऱ्या अर्थानं आनंदाच्या स्वरूपावर प्रकाशझोत टाकतो.

“आर्चबिशप, तुमची पिढी खूप मोठ्या संकटकाळातून गेली आहे, तुम्हाला हे कळू शकेल.” दलाई लामा म्हणाले, “तुम्हाला तुमचं स्वातंत्र्य मिळालं, तेव्हा तुम्हाला मोठा आनंद झाला. आता नंतर जन्मलेल्या नव्या पिढीला स्वातंत्र्य मिळवण्यातला खरा आनंद समजत नाही आणि ती जास्त तक्रारी करते.”

१९९४ मध्ये दक्षिण आफ्रिकेत झालेल्या पहिल्या लोकशाही निवडणुकांच्या वेळी मतदान करण्यासाठी लोकांनी तासन्‌तास रांगा लावल्या होत्या, त्याची मला आठवण झाली. अनेक मैल सापासारख्या त्या रांगा पसरल्या होत्या. त्या वेळी अमेरिकेत मतदानाची टक्केवारी ४० पेक्षा खाली घसरलेली असताना मी विचारात पडलो होतो की, दक्षिण आफ्रिकेतला मतदानाचा हक्क बजावण्यातला तो आनंद किती काळ टिकेल आणि तसाच आनंद अमेरिकन मतदारांमध्ये पुनरुज्जीवित करता येईल का, कारण त्यांना कधी कुणी मतदानाचा हक्कच नाकारला नव्हता.

“मला वाटतं, युरोपमध्येसुद्धा जुन्या पिढीनं खूप कष्ट उपसले,” दलाई

लामा पुढे बोलू लागले. त्या वेदनादायी अनुभवांनी त्यांना कणखर, बळकट बनवलं; त्यामुळे ती तिबेटी म्हण खरी आहे, असं दिसून येतं. दुःखामुळे तुम्ही खऱ्या आनंदाची किंमत ओळखू शकता.''

दलाई लामा बोलत असताना माझ्या मनात विचार आला की, आपण पालक आपल्या मुलांना कष्ट, त्रास होऊ नये म्हणून किती जपत असतो; पण असं करताना प्रतिकूल परिस्थितीपासून धडा घेऊन वाढण्याची संधी आपण त्यांच्यापासून हिरावून घेतो. 'आउशविट्झ कॉन्सट्रेशन कँप'मधून वाचलेली मानसशास्त्रज्ञ एडिथ इव्हा एगर काय म्हणाली होती, ते मला आठवलं. त्या कँपमध्ये सगळ्यात आधी मरणारी मुलं ही बिघडलेली, लाडावलेली मुलं होती. ती मुलं कुणीतरी आपल्याला वाचवायला येण्याची वाट बघत बसली आणि कुणीच आलं नाही, हे पाहून त्यांनी शरणागती पत्करली. स्वतःला कसं वाचवावं, हे ती शिकलीच नव्हती.

''दुःख म्हणजे अनेकांना संकट वाटतं,'' दलाई लामा सांगत होते, ''खरं तर नियतीनं तुम्हाला दिलेली ती एक संधी असते. संकटं आणि दुःख असलं तरी तुम्ही ठाम आणि संतुलित राहू शकता.''

दलाई लामा जे सांगत होते ते मला समजत होतं; पण दुःखद काळातून जात असताना त्या दुःखाला आपलंसं करून, त्याच्याकडे एक संधी म्हणून आपण कसं बघू शकतो? प्रत्यक्ष करण्यापेक्षा हे सांगणं सोपं आहे. जिनपांनी उल्लेख केला होता की, 'सेव्हन पॉइंट माइंड टीचिंग' या तिबेटी आध्यात्मिक शिकवणीत लक्ष केंद्रित करण्यासाठी लोकांचे तीन विशेष प्रकार सांगितले आहेत, कारण हे प्रकार सर्वांत आव्हानात्मक आहेत : तुमचे कुटुंबीय, तुमचे शिक्षक आणि तुमचे शत्रू. 'तीन उद्दिष्टं, तीन विषं आणि तीन सद्‌गुणांची मुळं.' या गूढ आणि मनोरंजक वाक्प्रचाराचा अर्थ जिनपांनी उलगडून दाखवला : ''या तीन उद्दिष्टांशी होणाऱ्या आपल्या दैनंदिन व्यवहारांतून तीन विषांचा उगम होतो; मोह, राग आणि भ्रम जी सगळ्या दुःखांच्या मुळाशी असतात. आध्यात्मिक आचार-विचारांद्वारे आपण आपल्या कुटुंबाप्रति, शिक्षकांप्रति आणि विरोधकांच्या बाबतीत असलेली भावनिक गुंतवणूक तीन सद्‌गुणांमध्ये रूपांतरित करू शकतो, ते म्हणजे अपरिग्रह / निःसंग, करुणा आणि शहाणपण.''

दलाई लामा म्हणाले, ''अनेक तिबेटी लोकांनी त्यांच्या आयुष्यातला मोठा काळ चिनी श्रमिक तळांवर घालवला. तिथे त्यांना अतोनात छळाला आणि काबाडकष्टांना सामोरं जावं लागलं, त्यातल्या काहींनी मला सांगितलं की, स्वतःची परीक्षा पाहण्यासाठी आणि आत्मबळ अजमावण्यासाठी हा चांगला काळ होता. काहींनी आशा सोडून दिली, तर काही पुढे जात राहिले. जे तगून राहिले, त्यांचा

त्यांच्या शिक्षणाशी काहीही संबंध नव्हता. शेवटी, त्यांचं आत्मबळ किंवा त्यांची सहृदयता यामुळेच खरा फरक पडला.''

त्या लोकांचा ठाम निर्धार आणि निश्चय यांनी खरा फरक पडला, असं दलाई लामा म्हणतील अशी माझी अपेक्षा होती; पण त्याऐवजी गुलागमध्ये (श्रमिक तळ) टिकून राहण्यासाठी आत्मबळ किंवा सहृदयता काही लोकांना उपयोगी पडली, हे ऐकून मी चकित झालो.

या चर्चेच्या सुरुवातीला मी जो प्रश्न विचारला होता, तोच धागा पकडून आर्चबिशपनी दलाई लामांना प्रतिसाद म्हणून हा प्रश्न विचारला. सुरुवातीपासूनच आमचा या पुस्तकामागचा दृष्टिकोन स्पष्ट होता. हे पुस्तक आयुष्यातील अटळ दुःखांचा सामना करत असताना प्रसन्नता कशी राखावी, यावर असणार होतं. प्रसन्नतेचा कोणताही अमूर्त किंवा महत्त्वाकांक्षी सिद्धान्त मांडण्याचा हेतू यामागे नव्हता. आयुष्यातल्या अत्यंत कसोटीच्या क्षणांमध्येही प्रसन्नचित्त कसं राहावं, हे आमच्या वाचकांना सांगण्याची आमची इच्छा होती. आर्चबिशपच्या शब्दांत सांगायचं तर सगळं काही 'आलबेल' असताना प्रसन्नता कशी राखावी, हे आम्ही सांगणार नव्हतो.

''तो विचारतोय की, ज्या लोकांना खरंच आनंदी, प्रसन्न राहण्याची इच्छा आहे, ज्यांना हे जग खरंच चांगलं बनवायची इच्छा आहे, त्यांना आपण कशी मदत करावी? जगात किती भयंकर दुःखं, संकटं, प्रश्न आहेत आणि लोकांच्या आयुष्यातही किती असामान्य प्रतिकूल प्रसंग येतात. असे प्रश्न दिसत असूनही आणि आव्हानांचा सामना करूनही तुम्ही इतके आनंदात, इतके प्रसन्न कसे असता? या जगात असे कितीतरी लोक आहेत, ज्यांना छान आयुष्य जगायचं आहे, आनंदात राहायचं आहे, त्यांना तुमच्यासारखं व्हायचं आहे. मला असं विचारायचं आहे की, इतकं सगळं घडत असताना त्यांनी मन स्थिर, शांत कसं ठेवावं? मला वाटतं की, या सगळ्याचं सर्वोत्तम उत्तर तुम्ही आहात; परंतु या उत्तराचं लोकांना समजेल अशा भाषेत आम्ही भाषांतर करावं, अशी त्यांची इच्छा आहे.''

आणि मग स्वतःच्याच प्रश्नाचं उत्तर देण्यासाठी प्रेरित झाल्याप्रमाणे आर्चबिशप पुढे बोलू लागले, ''आम्ही त्यांना हे सांगू इच्छितो की, ज्या क्षणी तुम्ही फक्त स्वतःपुरता विचार करणं थांबवाल, त्या क्षणी तुम्हाला जो आनंद होईल, तो पाहून तुम्ही आश्चर्यचकित व्हाल. अर्थात, तुम्हाला थोडाफार स्वतःचा विचार करावाच लागतो, कारण मी ज्या ईश्वराला मानतो त्याचं म्हणणं आहे - पवित्र ग्रंथात म्हटल्याप्रमाणे - 'तुमच्या शेजाऱ्यावर असं प्रेम करा जसं...''

''जसं तुम्ही स्वतःवर करता,'' दलाई लामांनी त्या प्रसिद्ध शिकवणीचा

उत्तरार्ध पूर्ण केला.

"बरोबर!" आर्चबिशप म्हणाले, "स्वतःवर - स्वतःवर करता तसं इतरांवर प्रेम करा."

"हो, हो." सहमतीदर्शक मान हलवत दलाई लामा म्हणाले.

ग्रंथातल्या शिकवणीचा आजच्या काळातला अर्थ स्पष्ट करत आर्चबिशप म्हणाले, "स्वतःसाठी जशी चांगल्या गोष्टींची अपेक्षा करता, तशीच इतरांसाठीही तुम्ही केली पाहिजे."

"हे अगदी बरोबर आहे," दलाई लामा म्हणाले.

"लोक तुमच्याकडे एक उत्तम गुरू किंवा शिक्षक म्हणून पाहतात आणि फक्त शिक्षक म्हणून नाही तर मूर्तिमंत शिक्षक म्हणून पाहतात. तुम्ही ज्याप्रमाणे अनेक, अनेक प्रकारच्या निराशा अनुभवल्यात; तशाच निराशा, असफलता अनुभवताना तुमच्याप्रमाणे आनंदी, प्रसन्न आणि शांत राहावं अशी त्यांची तीव्र इच्छा आहे."

"मला वाटतं, यावर चर्चा करण्याची गरज आहे." दलाई लामा म्हणाले. "आपल्या शरीराला वाढायला जसा वेळ लागतो; तसाच मनाच्या वाढीला, विकासालाही वेळ लागतो. मिनिटंच्या मिनिटं, दिवसच्या दिवस, महिनेच्या महिने, वर्षच्या वर्षं, दशकाच्या दशकं. मी माझ्या आयुष्याची कहाणीच इथे सांगतो.

"मी सोळा वर्षांचा असताना माझं स्वातंत्र्य दोन अर्थांनी गमावलं. माझ्या आधीच्या दलाई लामांनी वयाच्या अठरा वर्षांपर्यंत राजकीय जबाबदारी घेतली नव्हती; पण माझ्या बाबतीत सरकारची जबाबदारी लवकर घेण्याची विनंती लोकांनी केली, कारण परिस्थिती गंभीर होती. चिनी सैन्यानं तिबेटच्या पूर्व भागावर ताबा मिळवला होता. चिनी अधिकारी ल्हासापर्यंत येऊन पोहोचल्यावर परिस्थिती नाजूक बनली आणि मी दुसऱ्या प्रकारे स्वातंत्र्य गमावलं; कारण माझ्या वावरण्यावर, कृतींवर कठोर बंधनं आली.

"या राजकीय जबाबदारीचा माझ्या अभ्यासावर मोठा परिणाम झाला. मध्य तिबेटमध्ये ल्हासाच्या आजूबाजूच्या मुख्य मठाधिष्ठित युनिव्हर्सिटीजमध्ये मी माझ्या 'गेशे' (geshe) परीक्षा देत असताना जवळच्या डोंगरावर तिबेटी सैनिकांना पहाऱ्यावर तैनात राहावं लागायचं. माझी अखेरची परीक्षा ल्हासाच्या मध्यवर्ती मंदिराच्या अंगणात होणार होती. चिनी सैन्याची चिंता सगळ्यांनाच वाटत होती आणि परीक्षेचं ठिकाण बदलण्याची काही तिबेटी अधिकाऱ्यांची इच्छा होती, कारण त्यांना मोठा धोका वाटत होता; पण हे गरजेचं नाही, असं मी म्हणालो. या विवादाप्रसंगी मी खूप अस्वस्थ होतो आणि काळजीत होतो; फक्त माझ्या सुरक्षेसाठीच नाही, तर माझ्या लोकांच्या सुरक्षेसाठी!

"मग वयाच्या चोविसाव्या वर्षी १९५९ मध्ये मार्च महिन्यात मी सुटकेसाठी

भारतात निघून आलो, तेव्हा मी माझा देश गमावला. या घटनेनं मी खूप दुःखी झालो, विशेषतः या प्रश्नानं माझा पाठपुरावा केला की, आपला आगळावेगळा सांस्कृतिक वारसा जपणारा तिबेट हा देश टिकून राहणार की नाही? तिबेटची संस्कृती दहा हजार वर्षांपासून टिकून आहे आणि तिबेटच्या पठाराच्या काही भागांत तीस हजारांपेक्षाही जास्त वर्षांपासून मानवी वस्ती आहे आणि आज तिबेटची परिस्थिती ही या देशाच्या इतिहासातली आजवरची सगळ्यात गंभीर आणीबाणीची परिस्थिती आहे. सांस्कृतिक क्रांतीदरम्यान काही चिनी अधिकाऱ्यांनी अशी शपथ घेतली की, पंधरा वर्षांच्या आत या पृथ्वीतलावरून तिबेटी भाषा नाहीशी झाली पाहिजे. म्हणून त्यांनी पुस्तकं जाळली, भारतातून भाषांतरित केलेले तीनशे तिबेटी ग्रंथांचे खंड तसेच तिबेटमधल्या लोकांनी लिहिलेले कितीतरी हजार ग्रंथ. ही पुस्तकं एक किंवा दोन आठवडे जळत राहणार होती, असं मला सांगण्यात आलं. आमचे पुतळे आणि मठ उद्ध्वस्त करण्यात आले. अशा प्रकारची ही फार म्हणजे फारच गंभीर परिस्थिती होती.

"आणि जेव्हा १९५९ मध्ये आम्ही निर्वासित म्हणून भारतात आलो, तेव्हा नव्या देशात आम्ही परके होतो. एका तिबेटी म्हणीप्रमाणे आमची अवस्था होती : आकाश आणि जमीन या दोनच गोष्टी आम्हाला ओळखीच्या होत्या; पण भारत सरकारकडून आम्हाला खूप मदत मिळाली. तसेच काही आंतरराष्ट्रीय संस्थांकडून, ख्रिश्चन संस्थांकडूनही मिळाली; त्यामुळे आम्ही पुन्हा तिबेटी समाज उभा करून आमची संस्कृती, आमची भाषा आणि आमचं ज्ञान जिवंत ठेवू शकलो. खूप अडचणी, खूप प्रश्न उभे राहिले; पण तुम्ही तुमचं काम करत राहिलात, अडचणींचा सामना करत राहिलात की, तुम्हाला त्याचे परिणाम दिसू लागतात. मग त्यातून जास्त आनंद मिळतो. नाही का?" आपल्या म्हणण्याच्या पुष्ट्यर्थ दलाई लामा आर्चबिशपकडे वळले.

"हो." आर्चबिशप म्हणाले. दलाई लामांवर कोसळलेल्या संकटांचं वर्णन ऐकून ते हेलावले होते.

"असं बघा, काहीच अडचणी आल्या नाहीत आणि तुम्ही आरामात जगत असाल, तर तुम्ही जास्त तक्रारी करू लागता," दलाई लामा म्हणाले. परिस्थिती जेवढी प्रतिकूल तेवढा आनंद मोठा या विरोधाभासाचं त्यांना आता हसू येत होतं.

आर्चबिशपही हसत होते. इच्छाशक्तीच्या बळावर शारीरिक कमजोरीवर मात करून तयार झालेलं आनंद व प्रसन्नता हे अजब रसायन आहे हेच खरं! प्रसन्नतेकडे जाणारा मार्ग, दुःखाप्रमाणे, क्लेश आणि प्रतिकूलता यांच्यापासून दूर नव्हे, तर त्यामधूनच जातो. आर्चबिशप म्हणाले होते, सुंदर गोष्टींची प्राप्ती थोडा त्रास सहन केल्यावरच होते. दलाई लामांनी आपल्या विजनवासाकडे नेहमीच एक संधी

म्हणून कसं पाहिलं, ते जिनपांनी सांगितलं, ''गुरुजी नेहमी म्हणतात की, जेव्हा तुम्ही निर्वासित होता, तेव्हा जीवनाच्या जास्त जवळ जाता,'' जिनपा म्हणाले. हे बोल अर्थातच त्यांच्या स्वतःच्या अनुभवातूनही आले होते, ''कारण इथे ढोंग करायला काही वावच नसतो. या प्रकारे तुम्ही सत्याच्या जास्त जवळ जाता.''

''आर्चबिशप, आपण क्षणभर तुमच्याकडे वळू या,'' मी म्हणालो. ''दलाई लामा म्हणतात की, प्रतिकूलता असतानाही यश मिळालं की जास्त आनंद होतो...'' मी बोलता-बोलता थांबलो, कारण आर्चबिशप दलाई लामांकडे आश्चर्यानं डोळे विस्फारून पाहत होते.

''गुरुजींचं बोलणं ऐकून मी अतिशय विनम्र झालो आहे,'' आर्चबिशप म्हणाले, ''कारण त्यांच्या व्यक्तिमत्त्वातली शांतता, धीरगंभीर वृत्ती आणि प्रसन्नता यामागचं कारण मी लोकांना नेहमी सांगत आलो आहे. 'प्रतिकूल परिस्थिती असतानाही' असं आम्ही म्हटलं असतं; पण असं दिसतं की, ते 'प्रतिकूल परिस्थितीमुळे' त्यांच्यात हा बदल घडला असं म्हणतात.'' हे बोलत असताना आर्चबिशप दलाई लामांचा हात हातांत घेऊन प्रेमानं थोपटत, कुरवाळत होते.

''यामुळे माझा स्वतःचा त्यांच्याविषयीचा आदर आणखी वाढला. हे जरा विचित्र वाटेल; पण चिनी लोकांनी तिबेटवर आक्रमण केलं म्हणून त्यांचे आभार मानले पाहिजेत. हो, कारण त्याशिवाय आमचा असा संबंध आला नसता, अशी मैत्री झाली नसती.'' आणि मग इतिहासातला हा विरोधाभास, उपरोधिक विनोद पाहून त्यांना हसू फुटलं. ''कदाचित तुम्हाला शांततेचं नोबेल पारितोषिकही मिळालं नसतं.'' आता दलाई लामासुद्धा हसू लागले. दोघंही अशा प्रकारच्या प्रतिष्ठित सन्मानांवर विनोद करत होते, जणू काही त्यांना म्हणायचं होतं की, शेवटी दुःखाची, प्रतिकूलतेची परिणती कशात होईल काही सांगता येत नाही, कशाला चांगलं म्हणावं आणि कशाला वाईट म्हणावं!

अर्थातच, चिनी आक्रमणामुळे लाखो लोकांना झालेल्या त्रासाची भरपाई शांततेसाठी मिळालेल्या पारितोषिकानं किंवा त्या दोघांच्या मैत्रीनं झाली, असं त्यांना नक्कीच म्हणायचं नव्हतं; पण आर्चबिशप म्हणाले त्याप्रमाणे ही बाब विचित्र खरी की, दलाई लामांना त्यांचं मठाचं राज्य सोडून जावं लागलं नसतं तर ते कधीच जागतिक स्तरावरचे आध्यात्मिक नेते होऊ शकले नसते.

यावरून एक प्रसिद्ध चिनी कथा आठवली. त्यात एका शेतकऱ्याचा घोडा पळून जातो. त्याच्या दुर्दैवावर त्याचे शेजारी लगेच शेरेबाजी करतात. त्यावर शेतकरी म्हणतो, काय चांगलं आणि काय वाईट हे कुणालाच माहीत नसतं. जेव्हा तो घोडा एका जंगली वळू घोड्याबरोबर परत येतो, तेव्हा शेजारी लगेच शेतकऱ्याच्या चांगल्या नशिबाचं गुणगान करू लागतात. पुन्हा शेतकरी उत्तर

देतो, काय चांगलं आणि काय वाईट हे कुणीच सांगू शकत नाही. जंगली वळूला माणसाळण्याच्या प्रयत्नात त्याच्या मुलाचा पाय मोडतो, तेव्हा शेतकऱ्याच्या दुर्दैवाबद्दल शेजाऱ्यांची खात्रीच पटते. पुन्हा शेतकरी तेच उत्तर देतो. जेव्हा युद्ध घोषित होतं, तेव्हा धडधाकट तरुणांना सक्तीनं सैन्यात भरती व्हावं लागतं; पण शेतकऱ्याच्या मुलाला मात्र पाय मोडल्यामुळे सूट दिली जाते.

"आता तुझ्या प्रश्नाकडे वळू या," आर्चबिशप म्हणाले, "दलाई लामा बोलत असताना मी एका खासगी गोष्टीचा विचार करत होतो. तुम्ही त्याचा सर्वसाधारण अर्थही लावू शकता. मी नेल्सन मंडेलांचा विचार करतोय. आपण म्हटल्याप्रमाणे नेल्सन मंडेला जेव्हा जेलमध्ये गेले, तेव्हा ते खूप रागीट तरुण होते. ANC च्या (आफ्रिकन नॅशनल काँग्रेस) सैन्य विभागाचे ते प्रमुख होते. शत्रूचा नाशच केला पाहिजे, असं त्यांचं ठाम मत होतं आणि न्यायाची मोडतोड करून त्यांना आणि त्यांच्या सहकाऱ्यांना दोषी ठरवलं गेलं, असंही ते मानायचे. जेलमध्ये गेला तो असा माणूस होता, आक्रमक आणि रागीट. ते रॉबेन बेटावर आले आणि त्यांना वाईट वागणूक मिळाली. तशी बहुतेकांनाच मिळाली. आज लोक ते जेल बघायला जातात, तेव्हा तिथे त्यांना एक पलंग दिसतो. खरं तर त्या काळी त्या लोकांना पलंग दिला नव्हता. ते जमिनीवर झोपायचे. गादीही नव्हती, फक्त एक पातळ चादर." आर्चबिशपनी (अंगठा आणि तर्जनीच्या साहाय्यानं चिमूट करून) त्या वेळच्या गैरसोयींची कल्पना दिली.

झोपेतसुद्धा मंडेलांना किती दुःख, वेदना आणि त्रास सहन करावा लागत होता, हेच त्यातून प्रतीत होत होतं.

"हे सगळे सुशिक्षित, सभ्य लोक होते. ते काय करायचे? त्यांना काय करायला लावलं जायचं? त्यांना खाणीत खणायला पाठवलं जायचं. अपुरे कपडे वापरायला दिले जायचे. नेल्सन मंडेला आणि इतर लोकांना कडाक्याच्या थंडीतही अर्ध्या चड्ड्या घालाव्या लागायच्या. कोणतंही निरर्थक काम करावं लागायचं, दगड फोडणं आणि पोस्ट ऑफिससाठी बॅग्ज शिवणं. ते तर उच्च विद्याविभूषित वकील होते. ते तिथे बसून शिवायचे."

मंडेलांचे एक सहकारी आणि सहकैदी असलेल्या अहमद कथराडा यांच्याबरोबर मी रॉबेन बेटाला भेट दिली असता त्यांनी उपाहारगृहात कैद्यांना दिल्या जाणाऱ्या वेगवेगळ्या प्रकारच्या शिध्यांची माहिती दिली. शिधा हा कैद्याच्या वंशावर ठरवला जायचा. ज्या वांशिक दहशतवादाशी ते झुंजत होते, त्याची त्यांना रोज आठवण करून दिली जायची : 'आशियाई वंशाच्या प्रत्येक माणसाला सहा औंस मटण आणि बांटू (काळ्या) वंशाच्या प्रत्येकाला पाच औंस; आशियाई माणसांना प्रत्येकी एक औंस जॅम किंवा सिरप आणि बांटूंना मात्र काही नाही.'

"मला हे सांगायचं आहे की, या सगळ्यामुळे ते खूपच निराश झाले असणार, त्यांना खूप रागही येत असेल, देवानं त्यांच्यावर कृपा केली आणि तो म्हणाला, तू इथे सत्तावीस वर्षं राहणार आहेस आणि त्या सत्तावीस वर्षांनंतर बाहेर आला तो एक महामानव, कारण असाधारण प्रकारच्या त्या दुःखानं त्याला माणूस म्हणून खूप मोठं केलं होतं. त्यांना वाटलं होतं की, तो मोडून पडेल; पण उलट त्याला त्या कैदेचा फायदाच झाला. इतरांचा दृष्टिकोन समजून घेण्यात त्याला मदत झाली. सत्तावीस वर्षांनी बाहेर आलेला तो प्रेमळ झाला होता, दयाळू झाला होता. त्याच्या पूर्वीच्या शत्रूवर विश्वास ठेवायला तयार होता."

"मग त्यांनी हे कसं केलं?" मी विचारलं. "म्हणजे, या दुःखामुळे त्यांच्यात कडवटपणा निर्माण न होता सहृदयता निर्माण झाली, असं तुम्हाला का वाटतं? त्यांनी त्या दुःखाकडे अशा कोणत्या नजरेनं पाहिलं?"

"त्यांनी नाही पाहिलं. तसं झालं."

"बरं, पण त्यांच्याच बाबतीत असं का झालं? कारण इतरांच्या बाबतीत असं झालं नाही."

"हो, अर्थात! काही लोकांना त्यानं कडवट बनवलं." एकदा आर्चबिशपनी मला हे स्पष्ट करून सांगितलं होतं की, दुःख एकतर आपल्या मनात कडवटपणा निर्माण करतं किंवा आपल्याला सहृदय बनवतं आणि हा फरक आपण त्या दुःखात अर्थ शोधू शकतो की नाही यावर अवलंबून असतो. जेव्हा त्या दुःखाला कोणताही अर्थ नसतो, तेव्हा आपल्या मनात सहजपणे कटुता निर्माण होते; पण जेव्हा त्या दुःख भोगण्याला थोडा तरी अर्थ आहे असं आपल्या लक्षात येतं किंवा त्याचा काही मोबदला, भरपाई मिळणार आहे अशी आशा असते, तेव्हा ते आपल्याला नेल्सन मंडेलासारखं सहृदयी बनवतं.

"आपण अनेक उदाहरणांवरून हे शिकलो आहोत की, अंतःकरण उदार व्हायचं असेल तर आपल्याला कोणत्या ना कोणत्या निराश करणाऱ्या अनुभवातून जावं लागतं," ते पुढे म्हणाले, "ते तसंच असतं असं नाही. फार थोडी आयुष्यं सुरुवातीपासून शेवटपर्यंत सुरळीत चालतात. त्यांना पुन्हा घासूनपुसून लख्ख करण्याची गरज असते."

"काय घासूनपुसून लख्ख करण्याची, शुद्ध करण्याची गरज असते?"

"आपली स्वाभाविक प्रतिक्रिया असते, मला कुणी मारलं की, मी उलट मारणार. तुमचं शुद्धीकरण झालं की, त्या दुसऱ्या माणसाला अशा कोणत्या कारणामुळे असं वागण्यासाठी भाग पडलं असावं, असा विचार तुमच्या मनात येतो. तुम्ही ते कारण शोधायला लागता. तुम्ही स्वतःला त्याच्या जागी ठेवून पाहता. हा एक स्वयंसिद्ध सिद्धान्त आहे की, कनवाळूपणा निर्माण होण्यासाठी

माणसाला काही प्रमाणात पराजयाची, पिछेहाटीची चव चाखणं गरजेचं असतं, जेणेकरून गाळ खाली बसतो आणि अंतःकरण शुद्ध होतं.

"गाळ काढून टाकणं," आर्चबिशप पुढे म्हणाले, "आणि हो, इतरांच्या जागी स्वतःला ठेवून बघणं आणि निःसंशयपणे असं बघायला मिळालं आहे की, सहृदयता निर्माण होण्यासाठी अगदीच दुःखाचा नसला तरी निराशेचा अनुभव यावाच लागतो; आपण निवडलेल्या मार्गात अडचणींचे काटे तरी नक्कीच पेरलेले असावे लागतात. तुम्ही सहजपणे, सरळसरळ पुढे जाऊ शकत नाही. काही गोष्टी तुम्हाला रस्ता बदलायला भाग पाडतात आणि त्या बाजूला सारून तुम्हाला पुन्हा रस्ता पकडायचा असतो." त्यांच्या लहानपणी पोलिओमुळे अधू झालेल्या बारक्या, अशक्त हातानं खाणाखुणा करत आर्चबिशप बोलत होते. लहान वयात त्यांनी झेललेल्या दुःखाचं तो हात म्हणजे मूर्तिमंत प्रतीक होतं.

"हे बहुधा तुमच्या स्नायूंसारखं आहे," निष्कर्षाकडे येत ते म्हणाले, "म्हणजे, तुम्हाला स्नायू बळकट करायचे असतील तर तुम्ही त्यांना ताणता, त्यांचा प्रतिकार करता आणि ते वाढतात. तुम्ही जर अपंग, अशक्त असाल तर ते वाढणार नाहीत. नुसतं बसून तुमच्या छातीचा आकार वाढणार नाही. तुम्हाला पर्वत चढावे लागतात. तुमची स्वाभाविक इच्छा शांत बसून राहण्याची असते. त्या इच्छेविरुद्ध तुम्हाला हालचाल करावी लागते; पण जर तुम्ही एका जागी मातीच्या गोळ्यासाखे बसून राहिलात, तर ते कधी ना कधी शरीरावर दिसायला लागतं. म्हणूनच, जे शरीराच्या बाबतीत खरं आहे ते आध्यात्मिक प्रगतीच्या बाबतीतही आश्चर्यकारकरीत्या खरं आहे. आपल्या दयाळूपणाची जेव्हा कठोर परीक्षा घेतली जाते, तेव्हाच अंतःकरणात त्याची वाढ होते."

"अगदी बरोबर, अगदी बरोबर!" मागे-पुढे, दोन्ही बाजूंना झुलत, विचारात गढून खाली बघत, दोन्ही हातांची बोटं जुळवत दलाई लामांनी सहमती दर्शवली.

ते म्हणाले, "यावरून मला माझ्या एका मित्राची आठवण झाली; मी जेव्हा तिबेटहून माझी सुटका करून घेतली, तेव्हा त्याला चिनी गुलागवर (श्रमिक तळ) पाठवण्यात आलं होतं, त्याबद्दल तो सांगत होता. मी ज्या रात्री नॉर्बुलिंग्का राजवाड्यातून पळालो, तेव्हा मी एका छोट्या प्रार्थनास्थळात गेलो आणि प्रार्थना केली. त्या ठिकाणची ही माझी कदाचित अखेरचीच भेट असेल, याची मला कल्पना होती. नामग्याल मठात ज्येष्ठ भिक्खू असलेला तो माझा मित्र त्या प्रार्थनास्थळी होता. त्याचे सहकारी भिक्खू त्याला प्रेमानं लोपोन-ला अशी हाक मारतात. त्याला माझ्या येण्याबद्दल काहीही माहीत नव्हतं, कारण माझी भेट गुप्त ठेवण्यात आली होती आणि त्याविषयी मी त्याला काहीही सांगू शकत नव्हतो. मी राजवाडा सोडतो न सोडतो तोच चिनी सैनिकांनी बॉम्बहल्ला सुरू केला.

त्यांनी अनेक लोकांना अटक केली आणि सुमारे एकशे तीस लोकांना अत्यंत दुर्गम ठिकाणी पाठवण्यात आलं. स्टॅलिनच्या शासनकाळात लोकांना सैबेरियाला पाठवलं जायचं तसं. कठोर श्रम केल्यावर अठरा वर्षांनी लोपोन-ला भारतात येऊ शकला. त्या वेळी त्यानं त्या श्रमिक तळावर काय काय घडलं, ते मला सांगितलं.

''अत्यंत थंडीच्या काळातसुद्धा त्यांच्या पायात बूट नव्हते. काही वेळा इतकी थंडी असायची की, जर तुम्ही थुंकलात तर थुंकी जमिनीवर पडताना तिचा बर्फ व्हायचा. ते कायम भुकेले असायचे. एक दिवस त्या मित्राला इतकी भूक लागली की, तो एका मेलेल्या कैद्याचं शरीर खायचा प्रयत्न करू लागला; पण त्या मृत शरीरातलं मांस गोठलं होतं आणि चावता येत नव्हतं.

''त्या संपूर्ण काळात चिनी सैनिकांनी कैद्यांचा छळ केला. छळाचे अनेक प्रकार आहेत : रशियन छळ, जपानी छळ आणि चिनी छळ हे त्यातले काही. त्या छावणीत या सगळ्या छळ प्रकारांना एकत्र करून अत्यंत क्रूर प्रकारे त्यांनी कैद्यांना छळलं.

''त्या मित्रानं जेव्हा तो तळ सोडला, तेव्हा फक्त वीस लोक वाचले होते. त्यानं मला सांगितलं की, त्या अठरा वर्षांत त्यानं खरंच खूप धोक्यांचा सामना केला. अर्थातच मला असं वाटलं की, तो त्याच्या जीवाला असलेल्या धोक्यांबद्दल बोलत असेल.

''त्यानं मला सांगितलं की, त्याला चिनी रक्षकांविषयी जी अनुकंपा वाटत होती, ती वाटेनाशी होईल की काय असा धोका वाटत होता.''

या अत्यंत असाधारण विधानानंतर खोलीत आवंढे गिळल्याचे आवाज आले. त्या माणसाला त्याची सहृदयता, मानवता गमावण्याचा धोका वाटत होता, हे ऐकून सगळे अवाक झाले.

''तो आज जिवंत आहे आणि सत्त्याण्णव वर्षांचा आहे. त्याची बुद्धी अजूनही चांगली शाबूत आहे, मेंदू तल्लख आणि निरोगी आहे. म्हणजेच, तुम्ही उल्लेख केल्याप्रमाणे त्याच्या आध्यात्मिकतेनं आणि अनुभवानं त्याची इतरांवर अनुकंपा करण्याची क्षमता, त्याच्यातली माणुसकी अधिक बळकट केली होती. असं अनेकांच्या बाबतीत घडलं. चिनी गुलागांमध्ये अनेक वर्षं घालवलेल्या तिबेटी लोकांनी मला सांगितलं की, आध्यात्मिक विचार प्रत्यक्षात आणण्यासाठी, संयम आणि करुणा विकसित करण्यासाठी हा काळ यांना फार उपयोगी पडला. माझे खासगी डॉक्टर, डॉ. तेन्झीन शुएद्राक हे बऱ्याच वर्षांनी भारतात येऊ शकले. ते फार हुशार होते. गुलागमध्ये असताना त्यांची जपमाळ ओढायला त्यांना मनाई करण्यात आली आणि चेअरमन माओंचं रेड बुक वाचण्याची सक्ती करण्यात

आली. म्हणून मग त्यांनी त्या पुस्तकातल्या शब्दांची अक्षरे जपमाळेसारखी वापरली आणि बौद्ध प्रार्थना म्हटल्या; पण चिनी रक्षकांच्या नजरेत मात्र ते फार गंभीरपणे माओंच्या पुस्तकाचा अभ्यास करत होते!

''म्हणून नेल्सन मंडेलांप्रमाणेच, तुम्ही म्हणालात तसं, जेव्हा तुम्ही कैदेत असता, तेव्हा साहजिकच खूप मोठ्या अडचणींना तुम्हाला तोंड द्यावं लागतं. पण, विचारांची दिशा योग्य राखली, तर हेच अनुभव तुम्हाला तुमचं आत्मबळ अधिक मजबूत करायला मदत करतात. म्हणून मला वाटतं की, हे फारच उपयुक्त आहे, विशेषतः आपण जेव्हा अडचणींमधून जात असतो तेव्हा.''

'अडचणींमधून जात असताना' हे दलाई लामांचे शब्द ऐकून मी चमकलो. आपल्याला नेहमी वाटत असतं की, दुःख आपल्याला गिळून टाकेल किंवा अडचणींचा काळ कधीच संपणार नाही; पण हेही दिवस निघून जातील याची जेव्हा आपल्याला जाणीव होते किंवा बौद्ध लोक म्हणतात तसं हे सगळं अशाश्वत आहे, हे समजतं; तेव्हा आपण त्यातून जास्त सहजपणे बाहेर पडू शकतो आणि कदाचित त्यातून जे शिकायला मिळतं, त्याबद्दल कृतज्ञता व्यक्त करू शकतो. त्या परिस्थितीची कारणमीमांसा लक्षात घेऊन तिचा अर्थ लावू शकतो. कटुता न येऊ देता सहृदय होऊ शकतो. दुःखाची खोली जितकी जास्त तेवढी आनंदाची उंची जास्त.

बौद्ध भिक्खू आणि विद्वान शांतिदेव यानं दुःखाच्या गुणांचं वर्णन केलं आहे. दुःखाचे जे आघात होतात; त्यामुळे आपला गर्व, वृथा अभिमान गळून पडतो. ज्या इतर लोकांना दुःख झालेलं असतं, त्यांच्याबद्दल आपल्या मनात अनुकंपा निर्माण होते आणि आपल्याला दुःखाचा अनुभव असल्यामुळे इतरांना दुःख होईल अशा कृती करण्याचं आपण टाळतो. लोपोन-ला आणि डॉ. शुएद्राक यांना शांतिदेवाची ही शिकवण माहीत असली पाहिजे आणि तिच्या आधारेच कठीण कष्टांचा तो भीषणकाळ कधीच संपणार नाही असं वाटायला लावणारं दुःख ते झेलू शकले असतील. त्या निरर्थक वेदनेमध्ये अर्थ शोधण्याचा प्रयत्न त्यांनी केला असेल.

दलाई लामा आणि आर्चबिशप वारंवार हे ठामपणे सांगत होते की, काही प्रमाणात सहनशीलता आणि स्वीकार गरजेचा असतो आणि ही जाणीवही सतत मनात असायला हवी की, दुःख सगळ्या लोकांनाच होतं, फक्त आपल्यालाच नाही आणि आपण काहीतरी चूक केली म्हणून तर नाहीच नाही. आमच्या या संवाद-यात्रेआधी एक वर्ष माझे वडील जिन्यावरून पडले आणि त्यांच्या मेंदूला गंभीर इजा झाली. डॉक्टर म्हणाले की, हाड तुटलं तर ते कधी बरं होईल हे आम्ही नक्की सांगू शकतो; पण मेंदूच्या बाबतीत मात्र तो केव्हा बरा होईल ते

काही सांगू शकत नाही. एक महिन्यापेक्षा जास्त काळ ते अतिदक्षता विभागात होते, त्यांना वेगवेगळ्या प्रकारचे भ्रम होत होते. ते पुन्हा पूर्वीसारखे होतील की नाही, याची आम्हाला चिंता वाटत होती. हॉस्पिटलमधून त्यांचा पहिला फोन आला, तो क्षण मी कधीच विसरणार नाही, कारण पूर्ण शुद्धीत ते कधी संवाद साधू शकतील की नाही, हे आम्हाला माहीत नव्हतं. माझा भाऊ जेव्हा त्यांना भेटायला गेला, तेव्हा तो म्हणाला, "तुम्हाला या भयंकर अनुभवातून जावं लागलं याचं मला फार वाईट वाटतं." माझे वडील उत्तरले, "अरे, नाही, अजिबात नाही. हा माझ्या शिक्षणक्रमाचाच एक भाग होता."

आजारपण आणि मृत्यूचं भय : त्यापेक्षा मी नरकात जाणं पसंत करेन

आमच्या या भेटीच्या आरंभी आणि शेवटी अंत्यविधींमुळे आम्हाला भारतात जाण्याच्या आणि परतीच्या तारखा दोनदा बदलाव्या लागल्या होत्या, कारण आर्चबिशपच्या जवळच्या मित्रांचं निधन झालं होतं. जरी ते दोन्ही मित्र दीर्घ आणि चांगलं आयुष्य जगले होते, तरी या घटनांनी मृत्यूची जाणीव करून दिली आणि आपल्याला या पृथ्वीवर किती थोडा काळ वास्तव्य करायचं आहे, याचं भान करून दिलं. खरंच, आजारपण आणि मृत्यू या दोन गोष्टी आपल्या आयुष्यातली अटळ सत्यं आणि दुःखाचे स्रोत आहेत.

"काळजी घ्या–" माझे बरेच मित्र हे जग सोडून जात आहेत, विमानतळावर पोहोचल्या पोहोचल्या दलाई लामांसमोर बोट नाचवत आर्चबिशप म्हणाले. नुकतेच निधन पावलेले फिलीप पॉटर हे माणूस म्हणून किती चांगले होते, हे त्यांनी सांगितलं.

"चर्चसाठीच्या वर्ल्ड कौन्सिलचे ते पहिले कृष्णवर्णीय सरचिटणीस होते," त्यांनी पुढे सांगितलं. पण, आर्चबिशपसाठी साधूता आणि थिल्लरपणा, मृत्यू आणि जीवन या पाठीला पाठ लावून येणाऱ्या गोष्टी होत्या, म्हणून आपल्या मित्राला गौरवतानाच त्यांनी विनोद सांगायला सुरुवात केली.

"तो प्रकृतीनं खूप दणकट होता, तुमच्या-माझ्यापेक्षा बराच उंच होता. काल मी त्याच्या शवपेटीकडे पाहत होतो. ती प्रचंड होती. आपण दोघंही तिच्यात मावलो असतो आणि मी तर स्वर्गात गेलो असतो, तुम्ही कुठे गेला असता?"

‘‘बहुतेक नरकात!’’ दलाई लामा उत्तरले.

मृत्यूबद्दल बोलणं आणि कोण स्वर्गात जाणार आणि कोण नरकात जाणार, याबद्दलचे विनोद त्या दोघांमध्ये आठवडाभर चालले होते, त्यांच्या परंपरांबद्दल आणि परस्परविरोधी धर्मनिष्ठांबद्दल तर ते सतत विनोद करत होते.

आजारपण आणि मृत्यू या विषयांबाबत अधिक व्यक्तिगत पातळीवर बोलण्याची मी त्यांना विनंती केली. ‘‘तुम्ही दोघं आपापल्या मृत्यूंबाबत काय विचार करता? तुम्ही दोघंही ऐंशीच्या घरात आहात आणि हे वास्तव, ही शक्यता भविष्यात फार पुढची असेल अशी मी आशा करतो.’’

‘‘फारच सभ्य भाषा झाली ही,’’ दलाई लामा म्हणाले आणि मोठ्यानं हसले.

‘‘त्यांना या गोष्टींचं काही वाटत नाही,’’ दलाई लामांकडे बोट दाखवून आर्चबिशप मध्येच म्हणाले, ‘‘कारण त्यांच्यासाठी पुनर्जन्म आहे ना!’’

‘‘पुनर्जन्माबाबत बोलायचं तर मी कुठे जन्माला येईन ते सांगता येत नाही, खूपच अनिश्चितता आहे; पण तुम्ही मात्र स्वर्गात जाणार याची तुम्हाला पूर्ण खात्री आहे.’’

‘‘तुम्ही कुठे जन्म घ्यायचा हे ते चिनी ठरवणार आहेत, असं त्यांचं म्हणणं आहे. तर मग, तुम्ही त्यांच्याशी चांगलं वागलं पाहिजे.’’ आर्चबिशप म्हणाले.

मग आर्चबिशप एकटक खाली बघू लागले, जणू काही त्या प्रश्नाच्या गांभीर्यावर ते लक्ष केंद्रित करत होते- त्यांचा मृत्यू.

‘‘बऱ्याच काळापासून माझ्या मृत्यूच्या विचारानं मी फार अस्वस्थ झालो होतो, हे मला मान्य केलंच पाहिजे.

‘‘मला आजवर अनेक जीवघेणे आजार झाले आहेत, हे मला माहीत आहे. लहान असताना मला पोलिओ झाला होता आणि लोक म्हणतात की, मी वाचणार नाही असं वाटून माझे वडील शवपेटी बनवण्यासाठी लाकडं आणायला गेले तर आई स्वतःसाठी काळे कपडे आणायला गेली. मी कुमारावस्थेत असताना मला टी.बी. झाला होता आणि मी टी.बी. हॉस्पिटलमध्ये दाखल झालो. तिथे मी पाहिलं की, ज्या रुग्णांच्या खोकल्यातून रक्त पडायला लागायचं, त्या सगळ्यांना ट्रॉलीत घालून थेट शवागाराकडे नेलं जायचं. मी पंधरा वर्षांचा असताना खोकू लागलो आणि माझ्या खोकल्यातून रक्त पडायला लागलं. मी समोर भांडं (पिकदाणी) घेऊन बसलेला असायचो आणि दरवेळी खोकताना रक्त पडायचं. मी म्हणायचो, ‘देवा, जर तुला वाटत असेल की, याच्या आयुष्यावर आता पडदा पाडावा, तर मग ठीक आहे.’ हे म्हटल्यावर माझ्या मनाला जी शांती आणि स्वस्थता मिळाली ते बघून मी चकित झालो, हे मी मान्य करतो. अर्थातच तुम्हाला हे कळलंच असेल की त्यांनी मला ट्रॉलीत घालून शवागारात नेलं नाही. खूप वर्षांनी मी

आर्चबिशप ट्रेव्हर हड्लस्टन यांना भेटलो. मी हॉस्पिटलमध्ये असताना अनेक महिने ते दर आठवड्याला मला भेटायला यायचे. त्यानंतर अनेक वर्षांनी, जेव्हा आम्ही दोघंही आर्चबिशप होतो, तेव्हा त्यांनी सांगितलं की, त्या वेळी डॉक्टर त्यांना म्हणाले होते, 'तुमचा हा तरुण मित्र - म्हणजे मी - जगेल असं वाटत नाही.' मला वाटतं, त्यानंतर मी बराच टिकून राहिलो, नाही?''

आयुष्यात खूप लवकर आजारपण आणि मृत्यू यांचा सामना केल्यावर आर्चबिशपना जी ताकद प्राप्त झाली, त्याबद्दल मी नेहमीच विचार करायचो. आजारपण हे दुःखाचं मूळ आणि लोकांना भोगाव्या लागणाऱ्या प्रतिकूल परिस्थितीचं उगमस्थान आणि तरीसुद्धा यातच, माझ्या वडिलांप्रमाणे लोकांना त्यांच्या आयुष्याचा अर्थ सापडतो आणि आध्यात्मिक उन्नतीचा मार्ग मिळतो. यातूनच लोकांना अनेक प्रकारे त्यांच्या आयुष्याचं पुनरावलोकन करण्याची आणि त्यात बदल करण्याची प्रेरणा मिळते. सर्वत्र असे दिसून येते की, जीवघेण्या घातक आजारांना सोबत घेऊन जगणारे लोक प्रत्येक क्षणाचा आस्वाद घेतात आणि आयुष्य उपभोगतात. खूप वर्षांपूर्वी मी एका डॉक्टरसोबत एका पुस्तकावर काम केलं होतं. तो डॉक्टर मरणपंथाला लागलेल्या आणि गंभीर आजार असलेल्या रुग्णांची काळजी घ्यायचा. त्यानं रोगमुक्ती (cure) आणि स्वास्थ्यप्राप्ती (heal) यांत खूप छान प्रकारे फरक करून सांगितला : रोगापासून मुक्ती म्हणजे रोगाची लक्षणं, शरीरातून रोग हटवणं; पण हे नेहमीच शक्य होतं असं नाही. स्वास्थ्यप्राप्ती म्हणजे शारीरिक, मानसिक आणि भावनिक स्तरांवर स्वस्थ होणं, जे आजार बरा होण्या न होण्यावर अवलंबून नसतं.

आपले अंत्यसंस्कार कसे व्हावेत, कोणत्या जागी व्हावेत हे आर्चबिशप स्पष्ट करून सांगत होते. त्यांना अत्यंत साध्या पद्धतीनं अंत्यसंस्कार व्हावेत असं वाटत होतं; ज्यामध्ये पारंपरिक समारंभांना आणि खर्चिक चालीरीतींना फाटा देऊन देशातल्या लोकांपुढे आदर्श ठेवला जावा, अशी इच्छा होती. मृत्यूप्रसंगीसुद्धा आध्यात्मिक नेते लोकांना कसं शिकवत असतात. मग आर्चबिशपनी माझ्याकडे पाहिलं आणि अंतिम सत्य सांगितल्याप्रमाणे म्हणाले, ''मृत्यू हे जीवनाचं वास्तव आहे. अखेरीस तुम्ही मरणारच आहात. जिवंत असतानाच इच्छापत्र तयार करणं ही फार चांगली गोष्ट आहे. शेवट जवळ आलेला असताना काय करावं, यासंबंधीच्या सूचना तुम्ही त्यात देता. ही कोणतीही विकृती नाही. तुम्ही जीवनाचं वास्तव सांगत असता. मी आजवर अनेकांचे अंत्यसंस्कार केले आहेत आणि मी आता या अवस्थेला पोहोचलो आहे की, तिथून मी हे म्हणू शकतो, 'असो. आपणही याच ठिकाणी जाणार आहोत. त्याच्या जागी आपणही असू शकतो.' हो, अर्थातच, जुन्या गोष्टींची आठवण तर तुम्हाला येतच राहणार. मला माझ्या कुटुंबाची

आठवण येईल. या साठ वर्षांत माझा भागीदार असलेल्या व्यक्तीची मला आठवण येईल. अशा अनेक गोष्टी आहेत, ज्यांची मला आठवण येईल; पण मी ख्रिश्चन परंपरेत वाढलो आहे, त्यानुसार मी एका परिपूर्ण जीवनात प्रवेश करेन.

''हे सगळं खूप रोमांचक आहे. म्हणजे अशी कल्पना करा की, आपण कुणीच मेलो नाही. बिचारी आपली पृथ्वी हे ओझं सहन करू शकणार नाही. आत्ताच सात अब्ज लोकांचा तिला भार होतोय. म्हणजे मला सुरुवात आहे, मला मध्यांतर आहे आणि मला शेवटही असणार आहे. हे सगळं किती प्रमाणबद्ध आहे. प्रमाणबद्ध, आखीव-रेखीव!'' या शब्दावर रेंगाळल्याचं आणि त्याची पुनरावृत्ती केल्याचं त्यांना हसू आलं.

''आपण मेलो नाही तर या जगात किती लोक होतील, जरा कल्पना करा. मी स्वर्गाबाबत ज्या गोष्टींचा विचार केला आहे, त्या खऱ्या असतील अशी मी आशा करतो : मी माझ्या प्रियजनांना भेटू शकेन, माझे आई-वडील, माझा मोठा भाऊ ज्याला मी ओळखत नाही, कारण तो अगदी लहान असतानाच वारला. मी अनेक महान लोकांना भेटेन. मला सेंट ऑगस्टीनना बघायचं आहे. मला सेंट थॉमस ऑक्विनासना भेटायचं आहे आणि ज्यांनी आम्हाला प्रार्थना करायला शिकवलं त्या सगळ्यांना.

''कारण देव हा देव आहे; कारण देव हा अनंत, अपार आहे; कारण आपण क्षुद्र प्राणिमात्र त्या अनादिअनंत रूपाचा कधीच वेध घेऊ शकणार नाही, स्वर्ग म्हणजे नवनवीन गोष्टी हुडकून काढता येतील असा खजिनाच!'' आर्चबिशपचे डोळे कुठेतरी दूरवर पाहत होते, नजर पैलतीराकडे लागल्यासारखे. ''मी म्हणेन, हे ईश्वरा, तू किती सुंदर आहेस आणि मी हाक मारतच राहीन, मारतच राहीन, ये, ये आणि पाहा आणि तो दुसरा मला म्हणेल, 'ईश्वर किती सुंदर आहे, पाहिलंस?'

आर्चबिशप एकदम गप्प झाले.

बहुधा मृत्यू आणि मृत्यूचं भय ही प्रसन्नतेपुढची खरीखुरी मोठी आव्हानं आहेत. आपण मेल्यानंतर या गोष्टींचं काही महत्त्व राहत नाही; पण त्याची चाहूल, त्याआधी भोगाव्या लागणाऱ्या वेदना, दुःख, विस्मरणाची भीती आणि आपलं व्यक्तित्व गमावण्याची आपल्याला सर्वाधिक भीती वाटते. बरेच मानसशास्त्रज्ञ असं म्हणतात की, सगळ्या भीतींच्या पाठीमागे मृत्यूची भीती असते आणि धर्मांचा अभ्यास करणारे इतिहासकार असा दावा करतात की, मृत्यूचं रहस्य उलगडण्यासाठीच वेगवेगळ्या धर्मांचा उदय झाला. आधुनिक जगात हे मृत्यूचं भय आपण चार हात लांब ढकललं आहे, कारण खूप वृद्ध आणि खूप आजारी लोकांशी फारसा संबंध येईल अशी वेळ आपण स्वतःवर येऊ देत नाही आणि

आजारपण, दुर्बलता आणि मृत्यू आपण आपल्या दैनंदिन आयुष्यापासून दूर हॉस्पिटल्स, वृद्धाश्रम आणि आधारश्रमांच्या चार भिंतींआड बंदिस्त करून ठेवले आहेत.

काही क्षणांनंतर दलाई लामांनी बोलायला सुरुवात केली.

"मला वाटतं, हजारो वर्षांपासून मानवी मनाला मृत्यूबद्दल कुतूहल वाटत आलं आहे आणि अनेक परंपरांमध्ये भविष्याविषयी वेगवेगळ्या कल्पना आणि संकल्पना मांडल्या गेल्या आहेत. स्वर्ग, तुम्ही म्हणालात तशी एक सुंदर समजूत आहे. जपानमध्ये शिंटो धर्मातही अशी कल्पना मांडली आहे की, मृत्यूनंतर तुम्ही आपोआप स्वर्गात जाता, जिथे तुमचे सगळे पूर्वज राहतात.

"लोक जेव्हा मृत्यूचा विचार करतात, तेव्हा बहुतेकांना खूप भीती वाटते. मी नेहमी अशा लोकांना सांगत असतो की, मृत्यू म्हणजे आयुष्याचा एक भाग आहे असं समजून त्याचा स्वीकार करा. ज्या गोष्टीला आरंभ आहे, तिला शेवटही आहे. तुम्ही म्हणालात तसा. म्हणूनच ही सामान्य गोष्ट आहे आणि ती कधी ना कधी घडणारच हे आपण स्वीकारलं की, आपला दृष्टिकोन बदलतो. काही लोकांना आपलं वय सांगायची लाज वाटते किंवा आपण तरुण असल्याचं ते भासवत असतात. हा मूर्खपणा आहे - स्वतःची फसवणूक करणं आहे. आपण वास्तवात जगलं पाहिजे."

"हो, बरोबर आहे," आर्चबिशप सहमती दर्शवत म्हणाले.

"जर एखादा माणूस आजारी असेल," दलाई लामा म्हणाले, "तेव्हा आपल्याला काहीतरी आजार झाला आहे आणि त्यावर वैद्यकीय उपचार केले पाहिजेत, हे सत्य स्वीकारणं चांगलं नाही का? नाहीतर, काहीच झालं नाही असं समजून स्वतःला फसवत राहणं हे चुकीचंच आहे."

आर्चबिशपचं धरमशालात वास्तव्य असताना आम्ही त्यांची गाठ दलाई लामांचे एक डॉक्टर येशी धोंडेन यांच्याशी घालून द्यायचं ठरवलं होतं. रेचेल एक (integrative) समाकलित डॉक्टर आहे आणि हे मान्यवर डॉक्टर आर्चबिशपसाठी काही उपाय सुचवू शकतील का हे तिला बघायचं होतं, कारण त्यांचा प्रोस्टेटचा कॅन्सर परत उद्भवला होता.

खूप वर्षांपूर्वी मी हायस्कूलमध्ये असताना डॉ. धोंडेन न्यू यॉर्कला आलेले असताना त्यांनी माझ्या आईला झालेला ब्लड कॅन्सर बरा करण्यात मदत केली होती, हा आश्चर्यकारक योगायोग होता. ही भेट ठरवण्यासाठी मी जानेवारीत धरमशालाला आलो होतो, तेव्हा डॉ. धोंडेन यांचा मृत्यू झाल्याचं मला सांगण्यात आलं होतं; पण मी नुकतंच ऐकलं होतं की, ते अजूनही जिवंत होते आणि वयाच्या नव्वदीत प्रवेश करत होते. मी त्यांना भेटण्यासाठी खूपच उत्सुक होतो.

माझ्या आईला वाचवल्याबद्दल मला त्यांचे आभार मानायचे होते आणि ते आर्चबिशपना काही मदत करू शकतात का, ते बघायचं होतं. ते हॉटेलमधल्या आर्चबिशपच्या खोलीत आले. त्यांचं तुळतुळीत टक्कल आणि मोठे कान यांमुळे ते स्टार वॉर्स सिनेमातल्या योडासारखे दिसत होते; पण थोडे उंच. त्यांचा चेहरा निर्विकार होता आणि त्यांचे हात सुकुमार पण मजबूत होते. ते त्या हातांनी आर्चबिशपची नाडी तपासत होते. आर्चबिशप त्यांच्या भल्या मोठ्या पलंगावर झोपले होते. खिडक्यांमधून धरमशालाच्या खोल दऱ्या दिसत होत्या. टेकड्यांच्या उतारावर ओक वृक्ष आणि इतर सदाहरित झाडं बहरली होती. नजर जाईल तिथपर्यंत हिरव्यागार गालिचांनी मढवलेली विस्तीर्ण मैदानं दिसत होती.

दुभाषाकरवी डॉ. धोंडेन यांनी दशकांपूर्वी आर्चबिशपना झालेल्या आजाराचं आणि आरोग्याच्या तक्रारींचं वर्णन करायला सुरुवात केली, ज्या पुढे जाऊन सध्याच्या त्यांच्या प्रोस्टेट कॅन्सरमध्ये परावर्तित झाल्या होत्या. अनेक पारंपरिक वैद्यकशास्त्रांच्या पद्धतींची ओळख असलेल्या रेचेल त्यांचं म्हणणं समजावून सांगत असताना आर्चबिशप तिच्याकडे आश्चर्यानं बघत होते. डॉ. धोंडेन यांचं स्पष्टीकरण आधुनिक वैद्यकशास्त्राच्या परिभाषेत बसेल आणि समजेल अशा रीतीनं ती सांगत होती.

पंधरा ते वीस मिनिटं चिकित्सा केल्यानंतर डॉ. धोंडेन यांनी पलंगाशेजारी ठेवलेल्या कोक झीरोच्या कॅनकडे अंगुलीनिर्देश केला. आर्चबिशपना आवडणारी रम आणि कोक यांचा त्यांनी पूर्वीच त्याग केला होता, तरी कोक झीरो हे आजही त्यांचं आवडतं पेय आहे; पण साखर खाण्यावर बंधनं घालण्यासाठी डाएट सोडा पिण्यास ते राजी झाले. डॉ. धोंडेन यांच्या मते कोक झीरोसुद्धा त्यांच्या प्रकृतीला मानवणारं नव्हतं आणि ते त्यांच्या आहारातून वगळायची सूचना त्यांनी केली.

त्यांचं म्हणणं भाषांतर करून आर्चबिशपना सांगितल्यावर ते जवळजवळ उडी मारूनच बिछान्यातून उठले आणि गमतीनं हात उडवत म्हणाले, ''मला वाटतं, आता तुमची निघायची वेळ झाली आहे.''

रेचेलनं आर्चबिशपना अशी खात्री दिली की, जरी अनेक वर्षांपासून ती त्यांची कोक झीरोची सवय मोडण्याचा प्रयत्न करत असली तरी वयाच्या चौऱ्याऐंशीव्या वर्षी त्यांना जे खायला-प्यायला आवडतं तेच त्यांना मिळावं, याची ती दक्षता घेत होती. डॉ. धोंडेननं आणखी काही शिफारशी केल्या. प्रख्यात डॉक्टर आणि त्यांचा प्रसिद्ध पेशंट यांचे फोटो काढण्यात आले आणि मग तो भला डॉक्टर निघून गेला.

''एक बौद्ध साधक म्हणून,'' दलाई लामा म्हणाले, ''मी बुद्धाची पहिली शिकवण खूप गांभीर्यानं घेतो; ती म्हणजे दुःखाची अटळता आणि आपल्या

अस्तित्वातली क्षणभंगुरता. शिवाय, मृत्यूच्या आधी बुद्धानं दिलेल्या शेवटच्या शिकवणीचा शेवट अशाश्वततेचं सत्य सांगून झाला आहे; त्यात सगळ्या सजीव गोष्टींचा शेवट होतच असतो, याचं स्मरण करून दिलं आहे. बुद्ध म्हणाला होता की, काहीही अमर नसतं, कायम टिकत नसतं.

''म्हणून आपल्या दैनंदिन ध्यानधारणेत, आपण आपल्या मृत्यूविषयी चिंतन करत राहतो. अशाश्वततेचे दोन स्तर असतात : सर्वसाधारण स्तरावर, आयुष्य सतत बदलत राहतं आणि गोष्टींचं अस्तित्व संपतं, त्यात आपणही आलो. अधिक सूक्ष्म स्तरावर, प्रत्येक क्षणी सगळंच बदलत असतं. विज्ञानानंही हे आपल्याला दाखवून दिलं आहे, अगदी आण्विक आणि उपशामक स्तरावरसुद्धा! आपलं शरीर हे कायम बदलत असतं, तसंच आपलं मनसुद्धा! काहीही स्थिर, कायम राहत नाही. सगळं कसं बदलत्या स्थितीत असतं. वास्तविक, बुद्ध आपल्याला आठवण करून देतो की, कोणत्याही गोष्टीच्या उदयाला कारणीभूत असणाऱ्या घटकांनी जसं की, आपलं जीवन : अशी काही यंत्रणा निर्माण केली आहे किंवा बीज निर्माण केलं आहे की, ती गोष्ट अखेरीस लयाला, अस्ताला जाईल. अशाश्वततेच्या चिंतनामध्ये हे सत्य ओळखणं, हा अतिशय महत्त्वाचा भाग आहे.

''मग मी विचारतो, ही अशाश्वतता का? त्याचं उत्तर आहे - परस्परवलंबनामुळे - कोणतीही गोष्ट एकेकटी, स्वतंत्रपणे जगू शकत नाही. म्हणून अशा प्रकारचं चिंतन हा माझ्या रोजच्या ध्यानधारणेचा भाग आहे. हे नित्यकर्म खरं तर स्वतःला मृत्यूसाठी तयार करण्यास मदत करतं. मृत्यू, मग मधली अवस्था आणि पुनर्जन्म यांच्यासाठीही. म्हणून हा सराव प्रभावीपणे करण्यासाठी तुम्ही या सगळ्या गोष्टींचा विचार केला पाहिजे आणि मृत्यूची प्रक्रिया डोळ्यांसमोर आणली पाहिजे.

''शेवटी, मला वाटतं, तुम्ही म्हणालात की, आपण म्हाताऱ्या लोकांनी मरणाची तयारी केली पाहिजे आणि भविष्यात तरुण पिढीसाठी जागा रिकामी करणं हेही महत्त्वाचं आहे. हे लक्षात ठेवणं महत्त्वाचं आहे की, लवकर वा उशिरा मृत्यू हा येणारच आणि आपण जिवंत असेपर्यंत आपलं आयुष्य अर्थपूर्ण बनवणं महत्त्वाचं. मला वाटतं, आयुष्याचा कालखंड जास्तीतजास्त शंभर वर्षं असतो. मानवी इतिहासाशी तुलना करता शंभर वर्षं म्हणजे फारच कमी काळ आहे. म्हणूनच आपण हा थोडा काळ या पृथ्वीवर अधिकाधिक समस्या निर्माण करण्यात घालवला तर आपलं आयुष्य निरर्थक आहे, असं म्हटलं पाहिजे. जर आपण लाखो वर्षं जगू शकलो, तर काही समस्या निर्माण करण्यात अर्थ आहे; पण आपलं आयुष्य तर छोटं आहे. तर मग असं बघा, या पृथ्वीवर आपण पाहुणे आहोत, अगदी थोड्या काळासाठी भेट द्यायला आलो आहोत, म्हणून हे दिवस

आपण शहाणपणानं घालवले पाहिजेत, सत्कारणी लावले पाहिजेत; म्हणजे हे जग इतरांकरता जरा चांगलं बनवू शकू.''

जिनपांनी सांगितलं की, एका तिबेटी गुरुची एक छोटी शिकवण आहे : स्वतःच्या मृत्यूचा सामना माणूस कसा करतो, यावरून त्याचा आध्यात्मिक विकास दिसून येतो. मृत्यूला आनंदानं सामोरं जाणं हा सर्वोत्तम मार्ग. त्यानंतरचा उत्तम मार्ग म्हणजे त्या वेळी मनात कोणतीही भीती नसणं : आणि त्यानंतरचा मार्ग म्हणजे त्या क्षणी कोणतीही खंत, खेद न बाळगणं.

''याआधी मी, आम्ही नॉर्बुलिंग्कामधून पळालो, त्याविषयी सांगत होतो,'' मृत्यूच्या भयाचा सामना करण्याच्या स्वतःच्या अनुभवाकडे वळत दलाई लामा म्हणाले. ''माझ्यासाठी ती सगळ्यात भयाक्रांत रात्र होती, १७ मार्च १९५९ ची रात्र. त्या वेळी माझं आयुष्य खरंच धोक्यात होतं. नॉर्बुलिंग्का राजवाड्यातून मी सामान्य तिबेटी कामगारासारखे कपडे घालून पळालो, तेव्हा माझं मन किती सजग होतं ते मला अजूनही आठवतं. ल्हासामधली परिस्थिती शांत ठेवण्याचे माझे सगळे प्रयत्न फोल ठरले होते. राजवाड्याबाहेर तिबेटी लोकांचा प्रचंड मोठा समुदाय जमला होता. मला घेऊन जाण्याचे चिनी सैन्याचे सगळे प्रयत्न हाणून पाडण्यासाठी ते सगळे जमले होते. मी माझ्याकडून शक्य ते सगळे प्रयत्न केले; पण चिनी आणि तिबेटी आपापल्या जागी ठामपणे मोर्चे बांधून उभे होते. अर्थात, तिबेटींची माझ्यावर निःसीम भक्ती होती आणि ते माझं रक्षण करण्याचा प्रयत्न करत होते.'' दलाई लामा बोलायचे थांबले आणि विचारात गढून गेले. त्यांच्या डोळ्यांसमोर त्यांच्या लोकांची निष्ठा, भक्ती आणि त्यांच्या सुरक्षेसाठी लोकांनी केलेला त्याग तरळत होता.

नॉर्बुलिंग्का राजवाड्याबाहेर जमलेला हा उत्स्फूर्त समुदाय म्हणजे कम्युनिस्ट चिनी राजवटीनं ताबा घेण्याविरुद्धच्या उठावाची परिणती होती, त्याची सुरुवात १० मार्च १९५९ रोजी झाली होती. या वेळी लोक दलाई लामांना त्यांच्या सुरक्षिततेच्या कारणास्तव राजवाड्यातून घेऊन जायला आलेल्या चिनी अधिकाऱ्यांना रोखण्यासाठी जमले होते. काहीतरी निश्चित घडणार होतं. परिस्थिती स्फोटक बनली होती आणि तिची अखेर रक्तपातात होईल, हे दलाई लामा जाणून होते.

''म्हणून त्या रात्री, १७ मार्च १९५९ रोजी माझ्या सुटकेची योजना प्रत्यक्षात आली. नदीच्या काठाकाठानं जाणाऱ्या रस्त्यानं रात्री वेषांतर करून आम्ही निघालो. नदीच्या दुसऱ्या काठाला चिनी सैनिकांच्या बराकी होत्या. आम्हाला तिथले रक्षक दिसत होते. आमच्या ताफ्यातल्या कुणालाही टॉर्च वापरायची अनुमती नव्हती आणि घोड्यांच्या टापांचा कमीतकमी आवाज होईल याची आम्ही दक्षता घेत होतो; पण तरीही धोका होताच. जर त्यांनी आम्हाला बघितलं असतं आणि

गोळीबार सुरू केला असता, तर आम्ही संपलोच असतो.

''तरीही एक बौद्ध साधक म्हणून मी शांतिदेवाच्या काहीशा कठोर सल्ल्याचा विचार करत होतो. परिस्थितीतून बाहेर पडण्याचा एखादा मार्ग असेल, तर खूप दुःखी होण्यापेक्षा, खूप भीती वाटून घेण्यापेक्षा किंवा खूप राग येण्यापेक्षा परिस्थिती बदलण्यासाठी प्रयत्न करा आणि जर ती बदलणं किंवा तिच्यावर मात करणं तुम्हाला शक्य नसेल, तर भीती वाटून घेण्याची किंवा दुःख वाटण्याची किंवा राग येण्याची तुम्हाला गरजच नाही. म्हणून त्या वेळी मी स्वतःला सांगितलं की, मला तेव्हा काही झालं असतं तरी ते ठीकच होतं.

''तुम्ही सत्याला, वास्तवाला सामोरं जाता आणि त्या वेळी त्या वास्तवाचा सामना करण्याचा सर्वोत्तम मार्ग हाच होता, पळून जाणं. खरे तर, भीती हा मनुष्यस्वभावाचा एक भाग आहे. धोका दिसताक्षणी होणारी ती नैसर्गिक प्रतिक्रिया आहे; पण धैर्य असेल तर खरंच धोकादायक परिस्थिती समोर आली तर तुम्ही अधिक निर्भयपणे, वास्तववादी दृष्टिकोन ठेवून तिचा सामना करू शकता. याउलट जर तुम्ही कल्पनाशक्तीला मोकाट सोडलंत तर तुम्ही परिस्थितीचं अधिक भीषण चित्र रंगवता आणि जास्त भीती निर्माण करता.

''या पृथ्वीवरचे बरेच लोक नरकात जावं लागण्याच्या चिंतेत असतात; पण त्याचा काही उपयोग नाही. घाबरण्याचं काहीच कारण नाही. पृथ्वीवर असताना आपण नरकाबद्दल चिंता करत बसलो, मृत्यूचा विचार करत बसलो, गोष्टी विपरीत घडतील का याची काळजी करत बसलो, तर आपण अधिकाधिक अस्वस्थ होऊ आणि कधीच आनंदी वा प्रसन्न होऊ शकणार नाही. तुम्हाला जर नरकात जाण्याची खरंच भीती वाटत असेल, तर काही उद्देश मनात ठेवून तुम्हाला आयुष्य जगावं लागेल, विशेषतः इतरांना मदत करून.

''म्हणून,'' आर्चबिशपच्या मनगटावर हलकेच थोपटत, दलाई लामा शेवटी म्हणाले, ''मी स्वर्गापेक्षा नरकात जाणं पसंत करेन. मी तिथे जास्त समस्या सोडवू शकेन. मी तिथे जाऊन जास्त लोकांना मदत करू शकेन.''

ध्यान : मी आता एक गुपीत सांगतो

सकाळी लवकरच आम्ही दलाई लामांच्या वसतिस्थानावर आलो; नुकताच सूर्य उगवत होता. कडक सुरक्षा व्यवस्थेतून आम्हाला जावं लागलं. त्यातून आम्हाला हे जाणवलं की, दलाई लामा सगळ्यांवर जसं प्रेम करतात, तसं प्रेम सगळेच त्यांच्यावर करत असतील असं नाही. सुरक्षारक्षकांद्वारे केल्या जाणाऱ्या चाचपणीकडे (विमानतळावर करतात तशा प्रकारची नाही.) मी फक्त एक छोटासा मसाज म्हणून पाहण्याचं ठरवलं होतं, माझ्या खासगी अवकाशावरचं अतिक्रमण म्हणून नाही किंवा मी संभाव्य धोकेबाज असल्याचा आरोप म्हणून नाही. प्रत्येकाच्या दृष्टिकोनावर त्याचं वास्तव कसं अवलंबून असतं, याबद्दल मी आधीपासूनच खूप काही शिकत आलो होतो.

दलाई लामांच्या खासगी निवासापर्यंतचं थोडं अंतर आम्ही चालून गेलो. नंतर आम्हाला असं सांगण्यात आलं की, त्यांच्याबरोबर तीस-तीस वर्षं काम केलेल्या लोकांनीही कधी आत प्रवेश केला नव्हता. ते त्यांचं आराम करण्याचं, निवांत विसावण्याचं ठिकाण होतं. या सार्वजनिक व्यक्तिमत्त्वाला जरा एकान्त मिळावा यासाठी हा निवारा होता आणि त्यांच्या या खासगी खोलीत येण्याचं निमंत्रण मिळणं हीसुद्धा मोठी भाग्याची गोष्ट होती.

बाहेरून दलाई लामांचं हे घर म्हणजे हिरव्या रंगाचं छत असलेली पिवळ्या रंगाची कॉंक्रीटची इमारत होती; धरमशालामध्ये अशा अनेक इमारती आहेत. एकाला एक लागून असलेल्या दोन घरांमध्ये आणि भिंतीमध्ये उंचावर असलेल्या या ठिकाणचा सूर्यप्रकाश आत यावा म्हणून भरपूर काचा बसवल्या आहेत. वर छतावर मोकळी जागा आहे, जिथे दलाई लामा सकाळचा फेरफटका मारू शकतात आणि त्यांच्या लाडक्या बागेत रमू शकतात. तिथे जांभळी, गुलाबी आणि पांढरी

डेल्फिनिअमची फुलं आणि छोटे-छोटे सूर्य उगवल्यासारखी दिसणारी झेंडूची फुलं उमललेली असतात. त्यापुढे हिरवीगार भारतीय मैदानं लांबवर पसरलेली दिसतात आणि दुसऱ्या दिशेला वर्षभर पांढऱ्याशुभ्र बर्फाच्या टोप्या घातलेल्या धौलधार पर्वतरांगा डौलानं उभ्या असलेल्या दिसतात. त्यांच्या तरुणपणीच्या पोटालापेक्षा खूपच लहान असलेल्या त्यांच्या या घराला माफक देखणेपण आणि भरपूर ऊब लाभलेली आहे, जी त्या हजारो खोल्यांच्या न संपणाऱ्या विशाल राजवाड्यात, त्या भयाण रिकाम्या खोल्यांमध्ये नक्कीच मिळाली नसती.

दलाई लामा आणि आर्चबिशप यांच्यामागून आम्ही घरात प्रवेश केला. काचेच्या तावदानांमधून आता छान सूर्यप्रकाश आत येत होता. खिडक्यांचे पडदे दोरीनं बांधलेले होते. छत काळ्या आणि लाल रंगांत रंगवलेलं होतं. मधला पॅसेज चमकदार रंगांच्या 'थंगकां'नी सजवला होता आणि दुतर्फा पुस्तकांनी भरलेली कपाटं होती, त्यात सोनेरी रंगात मढवलेले पवित्र ग्रंथ, पुराणं होती.

"हा माझा - काय म्हणतात बरं त्याला - दिवाणखाना, प्रार्थनेची खोली." दलाई लामांनी सांगितलं. त्यांचा दिवाणखाना हीच प्रार्थनेची खोली असावी हे अगदी योग्यच होतं, कारण त्यांच्या दैनंदिन आयुष्याचा मोठा भाग प्रार्थनेत आणि ध्यानधारणेत जातो. खोलीत प्रवेश केल्यावर एका मोठ्या काचेच्या उच्चासनावर काहीसा कृश, उदासीन असा बुद्धाचा पुतळा आम्हाला दिसला. त्या आसनाच्या दोन्ही बाजूंना पारंपरिक तिबेटी पवित्र ग्रंथ ठेवले होते. ते आयताकृती ठोकळ्यांसारखे दिसत होते. हे उच्चासन किंवा वेदी एखाद्या पाश्चिमात्य घरातल्या पुढे आलेल्या काचेच्या कपाटासारखं किंवा शो-केससारखं होतं; ज्यामध्ये चांदीच्या, चिनी मातीच्या, काचेच्या वस्तू ठेवलेल्या असतात. पुढच्या भागात एका कोपऱ्यात घड्याळ होतं, ते दरतासाला टोल द्यायचं.

खोलीत आतमध्ये आणखी मोठं काचेनं मढवलेलं उच्चासन होतं. "आता ही मूर्ती," आर्चबिशपना बुद्धाची मध्यभागी उभी असलेली मूर्ती दाखवत दलाई लामा म्हणाले, "सातव्या शतकातली आहे, बरोबर ना?" जिनपांकडे वळून दलाई लामांनी विचारलं.

"हो, बरोबर, सातव्या शतकातली." जिनपांनी शिक्कामोर्तब केलं.

"ही मूर्ती पूर्वी ज्या ठिकाणी उभी होती, त्या मठाचे हे सदस्य होते," जिनपांकडे बोट दाखवून दलाई लामा म्हणाले.

'काईरोंग जोवो' म्हणजे शब्दशः 'काईरोंगचा भाऊ' या नावानं ओळखला जाणारा हा पुतळा तिबेटी लोकांचा अत्यंत मौल्यवान धार्मिक ठेवा म्हणून आदरानं पूजला जातो. त्याला पारंपरिक तिबेटी अंगरखा आणि सोनेरी जडावाचा मुकुट घातलेला होता. त्याच्याभोवती डझनभर छोटे पुतळे आणि बुद्धाच्या आणि अन्य

पवित्र संतांच्या मूर्ती होत्या आणि त्यांच्याभोवती पांढऱ्या व जांभळ्या ऑर्किडच्या फुलांची सजावट केलेली होती. पुतळा चंदनाच्या लाकडात सुरेखपणे कोरलेला होता आणि त्याचा चेहरा सोनेरी रंगात रंगवलेला होता. डोळे मासोळीसारखे लांबट, भुवया बारीक आणि वळणदार ओठ असलेला तो चेहरा शांत, धीरगंभीर होता. त्याचा उजवा हात पुढे केलेला, तळवा समोर आणि वर उचललेला होता; जणू काही स्वागत, स्वीकार आणि औदार्य यांचं प्रतीक.

"अद्‌भुत," आर्चबिशप म्हणाले.

"मुळात, तेव्हा दोन अगदी सारखे पुतळे होते, दोन्ही एकाच चंदनाच्या लाकडात कोरलेले होते. ५ व्या दलाई लामांच्या काळापासून त्यातला एक पोटालाच्या राजवाड्यात ठेवलेला होता," दलाई लामांनी स्पष्ट केलं. 'द ग्रेट फिफ्थ' या नावानं ओळखले जाणारे ५ वे दलाई लामा सतराव्या शतकात होऊन गेले आणि त्यांनी मध्य तिबेटचं ऐक्य घडवून आणलं, आपसातली नागरी युद्धं थांबवली. त्यांना तिबेटचे सम्राट (Charlemagne) किंवा सम्राट आणि धर्मगुरू (Pope) - असं एकत्रितपणे मानलं जातं. "एक पुतळा पोटालात होता आणि हा पुतळा पश्चिम तिबेटमध्ये होता," ते म्हणाले. "ते दोन भावांसारखे होते, जुळे. शेवटी जेव्हा चिनी सैन्यानं पोटालाचा पाडाव केला, तेव्हा तो (पुतळा) मारला गेला." हा शब्द चुकून वापरला गेला असावा; पण त्या पुतळ्याला मानवी रूपात पाहण्याची आणि त्याचा झालेला मृत्यू मानवी मृत्यूप्रमाणे मानण्याची त्यांची भावना मात्र खरी होती. "मग पश्चिम तिबेटमधून तिथल्या भिक्खूंनी हा पुतळा लपूनछपून भारतात आणला. मग प्रश्न असा उभा राहिला की, त्या मठातल्या भिक्खूंबरोबर तो भारताच्या दक्षिण भागात नेण्यात यावा, जिथे ते स्थायिक झाले की माझ्याबरोबर इथे ठेवावा. मग मी रहस्यमय मार्गानं काही शोधकार्य केलं - शकुन / कौल मागितला - मला वाटतं, तुमच्या आफ्रिकन संस्कृतीतही हे आहे. मग आता इथे हा पुतळा आहे, तुम्ही कसं म्हणाल?"

त्यांनी जिनपांशी तिबेटी भाषेत काहीतरी बोलणं केलं, त्यांनी त्याचं भाषांतर करून सांगितलं, "त्या कौलात असं समोर आलं की, जो जास्त प्रसिद्ध आहे, त्याच्यासोबत त्या पुतळ्याला राहण्याची इच्छा आहे!"

सगळे हसले.

"आता मी तुम्हाला एक गुपीत सांगतो, फारच अनोखं आहे ते. दररोज सकाळी मी या पुतळ्यापुढे प्रार्थना करतो आणि मग मला त्याच्या चेहऱ्यावरचे भाव बदललेले दिसतात." दलाई लामांच्या चेहऱ्यावर मिश्कील भाव होता, आणि ते आर्चबिशपची चेष्टा करत होते की काय, हे सांगणं अवघड आहे.

"खरंच?" आपल्या सुरात अविश्वास दिसू नये याची काळजी घेत आर्चबिशप

उद्‌गारले. दलाई लामांनी आपली मान अशा पद्धतीनं हलवली की, जणू त्यांना म्हणायचं होतं, कदाचित बदलत असतीलही किंवा कदाचित नसतीलही. मग आर्चबिशपनी विचारलं, ''तो हसतो का?''

''हो, तो तुमच्यासारखा हसतो, खरंच.'' दलाई लामा पुढे झुकले आणि त्यांनी त्यांचं कपाळ आर्चबिशपच्या कपाळावर टेकवत म्हटलं. मग, त्यांच्यासमोर बोट नाचवत लगेच म्हणाले, ''हो, पण त्याचे डोळे तुमच्या डोळ्यांसारखे नाहीत, इतके मोठे आणि गोल-गोल.'' दलाई लामांनी आपले डोळे मोठे केले. त्यात असे भाव होते; ज्यांना तुम्ही आश्चर्य म्हणू शकता, भीती किंवा रागही म्हणू शकता. ''ठीक आहे, आता आपलं सत्र सुरू करू या.''

पण, त्यांच्या खुर्चीकडे जाता-जाता ते खोलीच्या मधोमध असलेल्या आणखी एका आसनाजवळ थांबले. एका गोल टेबलावर एक अगदी खराखुरा वाटेल असा क्रूस होता, पांढऱ्या संगमरवरात कोरलेला. त्यावरच्या ख्रिस्ताच्या तळव्यातून काळे खिळे बाहेर आलेले दिसत होते. तिथे मॅडोनाचा एक पुतळाही होता. ''ही मेक्सिकोहून आलेली कृष्णवर्णीय मॅडोना आहे.'' त्या मेरीच्या अंगावर सोनेरी अंगरखा होता आणि डोक्यावर मुकुट होता आणि तिच्या हातात पृथ्वीचा सोनेरी गोल होता. तिच्या मांडीवर छोटा ख्रिस्त होता.

''मेरी हे प्रेमाचं प्रतीक आहे,'' चंदनाच्या बुद्धासारखा हाताचा तळवा पुढे करत दलाई लामा त्या पुतळ्याकडे बघत म्हणाले, ''फार सुंदर आहे हा पुतळा.''

एका सोनेरी स्टँडवर ठेवलेला गडद निळ्या रंगातला आणखी एक पृथ्वीचा गोल तिथे होता. बहुधा पावित्र्याचं प्रतीक आणि बौद्ध धर्मात सांगितलेल्या परस्परावलंबनाचं स्मरण म्हणून असेल. दलाई लामांची प्रार्थना आणि काळजी आर्चबिशपसारखीच वैश्विक होती; सगळ्या जगाला व्यापणारी होती.

एका गुबगुबीत तपकिरी खुर्चीकडे दलाई लामा आर्चबिशपना घेऊन गेले. त्या खुर्चीची पाठ उंच, बाकदार होती. आर्चबिशपनी गडद निळ्या रंगाचा तिबेटी पद्धतीचा शर्ट परिधान केला होता, त्याचं बटण एका कोपऱ्यात खांद्याजवळ होतं; त्यामुळे तो शर्ट एखाद्या खोळीसारखा दिसत होता, ज्यामध्ये ते छान बसले होते असं वाटत होतं. एका कुशल शिंप्यानं, लामा तेंझिनच्या वडिलांनी त्यांच्यासाठी तो खास करून शिवला होता आणि भेट म्हणून दिला होता. आर्चबिशप बसले, तेव्हा त्यांचं लहानखुरं शरीर त्या भल्याथोरल्या खुर्चीत अक्षरशः अदृश्य झालं.

आम्ही बाकीचे लोक खाली जमिनीवर बसू लागलो, तेव्हा तुम्हाला खुर्च्या हव्या आहेत का, असं दलाई लामांनी विचारलं; पण आम्हाला खाली बसायला आवडेल, असं आम्ही सांगितलं.

''मीसुद्धा आधी खालीच बसायचो,'' दलाई लामा म्हणाले, ''पण माझा हा

गुडघ्यांचा त्रास सुरू झाला, म्हणून मी आता हे पसंत करतो.'' लाल मखमली कापडानं मढवलेल्या एका प्रशस्त खुर्चीकडे त्यांनी निर्देश केला. त्यांनी त्यांचा अंगरखा थोडा वर उचलला आणि त्या खुर्चीत बसले. त्यांच्या मागे पिवळ्या, लाल आणि हिरव्या रंगांचे थंगका भिंतीवर लटकत होते. त्यांच्यासमोर एक कमी उंचीचं लाकडी टेबल होतं, त्यावर बौद्ध धर्माचे ग्रंथ एकावर एक रचून ठेवलेले होते. टेबलाच्या दोन्ही बाजूंना दोन उंच, बारीक दिवे टेवले होते. ते टेबल प्रकाशमान करत असावेत आणि सकाळी दलाई लामा ध्यानधारणा, वाचन-मनन-चिंतन करत असताना लांबलचक तिबेटी पोथ्यांवर उजेड पाडत असावेत. गुलाबी ट्यूलिपची फुलं असलेलं एक पात्र आणि समारंभाकरता अक्षता ठेवलेल्या सोनेरी तबकानं छान रंगसंगती साधली होती. शेवटी, त्या बऱ्याच वस्तूंची गर्दी असलेल्या टेबलावर दोन सडपातळ टॅब्लेट्स ठेवलेले होते. एक हवामानाची स्थिती दर्शवत होता, तर दुसरा बीबीसीच्या बातम्या ऐकण्यासाठी होता.

''आजच्या आपल्या कार्यक्रमामुळे मी माझं ध्यान पहाटे अडीच वाजताच सुरू केलं.''

''हुं ऽऽऽ,'' दलाई लामांच्या इतक्या लवकर उठण्याबद्दल बहुधा अजूनही आश्चर्य वाटणारे आर्चबिशप हुंकारले.

''मग नेहमीप्रमाणे स्नान आणि पुन्हा ध्यानधारणा. आता तुम्हाला ठीक वाटतंय ना? खोलीचं तापमान ठीक आहे ना?'' दलाई लामांनी हात पुढे करत काळजीनं विचारलं.

आर्चबिशपनी हसून आपल्या हाताचा अंगठा उंचावत सगळं काही व्यवस्थित असल्याची ग्वाही दिली. ''धन्यवाद!'' ते म्हणाले आणि पुढची बोलणी करण्यासाठी दोघंही एकमेकांजवळ बसले.

''हा भाग म्हणजे मृत्यूच्या ध्यानाचा स्पष्ट, स्वच्छ प्रकाश आहे,'' दलाई लामा म्हणाले, जणू काही ते आम्हाला नश्वर शरीराकडे लक्ष देण्यात वेळ न घालवता श्वासावर लक्ष केंद्रित करायला शिकवणाऱ्या ध्यानाकडे नेत होते. ''मृत्यूच्या वेळी आपण जे अनुभवणार आहोत, त्या प्रक्रियेच्या बारीकसारीक तपशिलाची नोंद घेण्यासाठी आम्ही आमच्या मनाला तयार करतो.''

''अच्छा!'' विस्फारलेल्या डोळ्यांनी आर्चबिशप म्हणाले.

जणू काही एक छोटी मॅरेथॉन धावायला लावून, त्यांना आध्यात्मिक ऑलिम्पिक्स खेळण्यासाठी तयार करण्यात येत होतं.

''बौद्ध वज्रयान मानसशास्त्रानुसार जाणिवेच्या वेगवेगळ्या पातळ्या असतात,'' गूढ बौद्ध परंपरेचा संदर्भ देत दलाई लामा म्हणाले, या परंपरेत साधकाला अंतिम सत्य शोधण्यासाठी मदत केली जाते. ''आपल्या शरीराच्या आणि मनाच्या अवस्थांचे

ढोबळ, वरवरचे स्तर जेव्हा संपुष्टात येतात, तेव्हा एक प्रकारे आपलं विघटन होतं किंवा मृत्यू होतो; त्याच वेळी अधिकाधिक सूक्ष्म स्तर दृग्गोचर होत जातात. मग अगदी आतल्या किंवा अतिसूक्ष्म पातळीवर ही स्वच्छ, स्पष्ट प्रकाशाची अवस्था मृत्यूसमयी स्पष्ट होत जाते किंवा उदय पावते. मृत्यू झाल्यावर नव्हे, मृत्यू होत असताना. शारीरिक जाणिवा त्या वेळी पूर्णपणे थांबलेल्या असतात. श्वासोच्छ्वास थांबतो. हृदय थांबतं, ते धडधडत नसतं. मेंदूचं कार्यही पूर्णपणे थंडावतं. तरीही जाणिवेचा अगदी सूक्ष्म, खूप सूक्ष्म स्तर जागा असतो, आयुष्याच्या पुढच्या मुक्कामाकडे जाण्यासाठी सज्ज असतो.''

दलाई लामा मृत्यूसमयीच्या ज्या जाणिवेचं वर्णन करत होते, ती जाणीव द्वंद्वमुक्त, समाधानी आणि संपूर्ण तेजोमय असते. 'Caddyshack' या हॉलिवूडच्या लोकप्रिय विनोदी चित्रपटात एक दृश्य असं आहे, ज्यात बिलमरेनं रंगवलेलं पात्र कार्ल एक कथा सांगतो, जी हिमनदीवर १२ व्या दलाई लामांसाठी गोल्फच्या काठ्या घेऊन जाण्याविषयीची असते. खेळणं झाल्यावर कार्ल त्यांच्याकडे टिपची मागणी करतो आणि दलाई लामा असं उत्तर देतात, ''पैसे नाही देणार; पण जेव्हा तू मरशील, तुझ्या मृत्यूशय्येवर तुला आजूबाजूची संपूर्ण जाणीव असेल.'' (बहुधा पटकथालेखक या विषयाचा अभ्यास करत असावेत आणि मृत्यूच्या ध्यानाच्या स्वच्छ प्रकाशाबाबत जाणत असावेत.)

''म्हणून बौद्ध तत्त्वज्ञानात आम्ही मृत्यू, मधली स्थिती आणि पुनर्जन्म याविषयी बोलतो,'' दलाई लामांनी स्पष्ट केलं. ''माझ्या बाबतीत बोलायचं तर मी दिवसातून पाच वेळा अशा प्रकारचं ध्यान करतो. म्हणजे, दररोज मी मृत्यू आणि पुनर्जन्माच्या चक्रातून जातो - पाच वेळा मी सोडून जातो आणि पाच वेळा परत येतो. म्हणून मला वाटतं की, मी खरंच जेव्हा मरेन, तेव्हा पूर्ण तयारीत असेन!'' हे बोलत असताना त्यांचे चमकणारे डोळे आणि मिश्कील हसू विचारी आणि हळवं झालं. ''पण, मला माहीत नाही. प्रत्यक्ष मृत्यू समोर आला तर या सगळ्या गोष्टी मी करू शकेन अशी मला आशा आहे. मला नाही माहीत. मला तुमच्या प्रार्थनांची गरज भासेल.''

''चिनी लोक म्हणतात, तुमचा पुनर्जन्म तुम्ही ठरवू शकत नाही,'' आठवडाभर टिकून राहणार असलेला विनोदाचा प्रसन्न शिडकावा करत आर्चबिशप म्हणाले. आर्चबिशप प्रार्थनेचा संबंध राजकारणाशी आणि ध्यानाचा सक्रियतेशी/चळवळीशी जोडण्याची संधी सोडत नसत किंवा एखादा विनोद करण्याची संधी त्यांना गमवायची नसे. दलाई लामांचा पुढचा जन्म कोणता असेल, हे चीनचं सरकार (जे कोणताही धर्म मानत नाही किंवा धर्माचरणाला अनुमती देत नाही.) ठरवणार असल्याची घोषणा हास्यस्फोटाला खाद्य पुरवणारी ठरली.

''माझी अशी इच्छा आहे की, माझ्या मृत्यूनंतर धर्मविरोधी, नास्तिक कम्युनिस्ट

सरकारऐवजी तुम्ही माझा पुढचा जन्म कोणता असावा, याचा शोध घ्यावा आणि पुढच्या दलाई लामांचा शोध घ्यावा.'' मोठ्यानं हसत दलाई लामा म्हणाले.

''हो,'' एक क्षणभर थांबून आर्चबिशप म्हणाले. बहुधा ते पुढचे दलाई लामा आपण कसे काय शोधणार? याचा विचार करत असावेत.

''मी नेहमी म्हणतो,'' दलाई लामा पुढे बोलू लागले, ''थोडं गमतीनं, थोडं गंभीरपणे– की, आधी चिनी कम्युनिस्ट पार्टीनं पुनर्जन्माच्या सिद्धान्ताचा स्वीकार करावा, मग त्यांनी अध्यक्ष माओ त्से तुंग यांचा पुनर्जन्म ओळखावा. मग डेंग झायोपिंग यांचा पुनर्जन्म ओळखावा, मगच त्यांना दलाई लामांच्या पुनर्जन्माच्या विषयात ढवळाढवळ करण्याचा अधिकार मिळेल.''

''खरं आहे,'' आर्चबिशप विचारात मग्न होते. ''मला हो मोठी गंमत वाटते, कारण ते नास्तिक असल्याचा दावा करतात; पण असंही म्हणतात की, तुमचा पुनर्जन्म होणार की नाही, हे ते ठरवणार. हे फारच मजेदार आहे.'' दलाई लामांच्या पुढच्या जन्मातल्या हालचालींवरही बंधनं आणण्याच्या चिनी सरकारच्या प्रयत्नांवर हसावं की रडावं या अर्थी मान हलवत ते म्हणाले.

त्यानंतर शब्द विरले, संवाद आणि विनोदांची जागा विचारमग्न शांततेनं घेतली.

दलाई लामांनी त्यांचा चष्मा काढला. त्यांचा सुंदर चेहरा इतका ओळखीचा होता आणि अचानक तो वेगळा भासू लागला. त्यांचा चेहरा लांबलचक, अंडाकृती दिसू लागला; त्यांच्या विरळ होत चाललेल्या केसांपासून, त्यांच्या त्रिकोणी भुवयांपासून आणि अर्धोन्मिलित डोळ्यांवरून त्यांच्या मोठ्या सरळ नाकापर्यंत आणि उंचावलेल्या गालांपर्यंत. त्यांचे गाल हिमालयाच्या एखाद्या कड्यासारखे तासलेले आणि ऊन, वारा, पाऊस खाऊन तावूनसुलाखून निघालेल्या शिखरांसारखे दिसत होते. मग त्यांचे पातळ आणि एकमेकांवर घट्ट रोवलेले ओठ आणि शेवटी त्यांची मऊ, गोल हनुवटी. ते खाली बघत होते, जणू काही त्यांच्या मनाच्या खिडक्या त्यांनी लावून घेतल्या असाव्यात आणि आता त्यांना फक्त आतल्या बाजूला चाललेला त्यांचा प्रवास दिसत असावा, तसे.

तेवढ्यात दलाई लामांनी आपलं कपाळ खाजवलं आणि ते पाहून मला एकदम दिलासा मिळाला. हे बघून मला बरं वाटलं की, ते वेदना आणि खाज-बीज न येणारे कुणी रुक्ष साधू नसून माणसासारखे माणूसच आहेत. त्यांनी त्यांचा अंगरखा खांद्याभोवती आणखी घट्ट लपेटून घेतला आणि मांडीवर हात ठेवून ते शांतपणे बसून राहिले.

सुरुवातीला माझ्या मनात विचारांनी नुसती गर्दी केली आणि मला चित्त एकाग्र करणं कठीण होऊन बसलं. मी विचारणार असलेल्या प्रश्नांचा विचार, दृश्यं टिपत असलेल्या व्हिडिओ कॅमेऱ्याचा विचार, खोलीत असलेली इतर माणसं आणि सगळं काही हवं होतं तसं आहे ना आणि सगळ्यांना हवं असलेलं

सगळं मिळालं आहे ना इत्यादी इत्यादी. मग मी जेव्हा दलाई लामांच्या चेहऱ्याकडे पाहू लागलो, तेव्हा मी बघत असलेल्या मानसिक अवस्थेचे प्रतिध्वनी माझ्या मिरर न्यूरॉन प्रणालीत उमटू लागले. मिरर न्यूरॉन्स या अशा चेतापेशी असतात, ज्या आपल्याला इतरांचं हुबेहूब अनुकरण करण्यास उद्युक्त करतात आणि त्यांच्या आंतरिक अवस्थेचा अनुभव देतात; त्यामुळे समानुभूतीमध्ये त्या महत्त्वाची भूमिका बजावतात. माझ्या कपाळात झिणझिण्या आलेल्या मला जाणवल्या आणि माझ्या मेंदूचे विविध भाग शांत, स्थिर होऊन माझं चित्त एकाग्र होऊ लागलं. जणू काही त्या क्रियेमुळे, आध्यात्मिक साधक ज्याला तिसरा डोळा किंवा न्यूरोसायंटिस्ट्स ज्याला मेंदूचा पुढचा भाग (prefrontal cortex) म्हणतात, तिथे सगळी शक्ती एकवटली गेली.

डॅनिएल सीगल यांनी मला हे सजावून सांगितलं होतं की, मेंदूच्या या महत्त्वाच्या भागात निर्माण झालेल्या पेशीय एकात्मतेमुळे अनेक वेगवेगळे भाग एकमेकांना जोडले जातात आणि तो भाग म्हणजे भावनानियंत्रणापासून ते नैतिकतेपर्यंत सगळ्याचं केंद्रस्थान असतं. त्यांनी आणि इतर शास्त्रज्ञांनी असं प्रतिपादन केलं आहे की, ध्यानामुळे या सगळ्या प्रक्रियेला पुष्टी मिळते. त्यांनी हेही स्पष्ट केलं की, मेंदूच्या पुढच्या भागातील केंद्रस्थानाकडून निघालेले समाकलित तंतू (integrative fibers) हे मेंदूच्या अधिक प्रतिक्रियाशील भावनाकेंद्रांना शांत करतात. मेंदूच्या या भागातील ही प्रतिक्रियाशीलता आणि विशेषतः संवेदनशील प्रमस्तिष्कखंड आपल्याला आपल्या 'लढा वा पळा' पूर्वजांकडून वारशात मिळालेली आहे. या प्रतिक्रियाशीलतेपासून मुक्ती मिळवण्यासाठी आत-आत केला जाणारा प्रवास आपल्याला मदत करतो. जेणेकरून तणावग्रस्त परिस्थितींमध्ये आपण तर्कबुद्धीची कवाडं बंद करून घेऊ नयेत किंवा तर्कबुद्धीची ताकद गमावू नये.

मुक्ती मिळवण्यामागचं खरं गुपीत म्हणजे उद्दीपक आणि प्रतिसाद यामधलं छोटंसं अंतर वाढवणं हे आहे. ध्यानामुळे हा अल्पविराम किंवा थांबा अधिक विस्तारतो आणि आपला प्रतिसाद निवडण्यासाठी आपल्याला जास्त वेळ मिळतो. उदाहरणार्थ, आपल्या जोडीदाराच्या बोचऱ्या शेऱ्यामधला आणि आपल्या रागीट किंवा दुखऱ्या प्रतिक्रियेमधला अल्पविराम आपण लांबवू शकतो का? आपल्या मानसिक प्रसारण प्रणालीचं स्वतःला अतिशहाणं/शिष्ट समजल्यामुळे आलेल्या संतापाचं–ती/तो मला असं म्हणूच कसा शकतो - चॅनेल बदलून आपण त्या व्यक्तीबद्दल करुणा उत्पन्न करणाऱ्या चॅनेलमध्ये - ती/तो नक्कीच दमलेला असला पाहिजे (म्हणून तो मला असं बोलला असेल) परावर्तित करू शकतो का? असं करताना आर्चबिशप - थबकून आपला प्रतिसाद निवडताना - मी पाहिलेलं आहे आणि ते मी कधीच विसरू शकणार नाही. काही वर्षांपूर्वी मी त्यांना एक मर्मभेदक आव्हान दिलं होतं, त्यावर त्यांनी तो प्रतिसाद दिला होता.

आम्ही दोन दिवस सतत थकवून टाकणाऱ्या मुलाखतींच्या सत्रांमधून जात होतो. दक्षिण आफ्रिकेतील 'द ट्रुथ अँड रिकन्सिलिएशन कमिशन'च्या त्यांच्या अग्रगण्य, पथदर्शी कामासंबंधी एक वारसा प्रकल्प तयार करण्यात आम्ही गुंतलो होतो. सिनेमा बनवणाऱ्या एका गटाशी आम्ही कित्येक तास संवाद साधण्यात मग्न होतो आणि आर्चबिशप खरोखरच खूप थकलेले दिसत होते; खरं सांगायचं तर थोडे चिडचिडे झाले होते. सत्य, क्षमाशीलता आणि सलोखा/समेट यांच्या प्रक्रिया पद्धतशीरपणे कथन करणं हे काही सोपं काम नव्हतं; त्यांनी या प्रक्रिया आपल्या देशाच्या जखमांवर फुंकर घालण्यासाठी कितीतरी प्रभावीपणे पण बहुतेक वेळा उत्स्फूर्तपणे वापरल्या होत्या.

एका विशिष्ट तणावाच्या क्षणी मी त्यांना त्यांच्या इंग्लंडहून दक्षिण आफ्रिकेला परतण्याच्या निर्णयाबद्दल विचारलं होतं. या निर्णयाचे दूरगामी परिणाम वर्णद्वेषविरोधी चळवळीवर आणि त्यांचा देश स्वतंत्र होण्यावर तर झालेच; पण त्यांच्या पत्नीवर - ली वर - आणि त्यांच्या मुलांवरही झाले. एक स्वतंत्र, मुक्त, समान नागरी हक्क असलेला देश सोडून त्यांना वर्णद्वेषी, वर्णभेदी, दमन करणाऱ्या समाजात परत जायचं होतं आणि शिवाय कुटुंबाचं विभाजन करणारा दुःखदायक निर्णयही त्यांना घ्यावा लागणार होता. वर्णद्वेषी सरकारनं गौरेतरांसाठी आणि कृष्णवर्णीयांसाठी बांटू शिक्षण व्यवस्था निर्माण केली होती; तिचा उद्देश या विद्यार्थ्यांना हलकी, कमी दर्जाची, अकुशल कामं करण्यासाठी तयार करणं हा होता. विद्यार्थ्यांच्या त्या संपूर्ण पिढीचं मानसिक खच्चीकरण, दुर्बलीकरण, दमन करण्याची ती योजना हेतुपुरस्सर आखलेली होती. हे आर्चबिशप आणि ली यांना सहन होणं शक्यच नव्हतं आणि त्यांना हे माहीत होतं की, मुलांना दूरवरच्या स्वाझीलँड इथे बोर्डिंग स्कूलमध्ये पाठवावं लागणार होतं.

त्यांच्या वैवाहिक जीवनातला हा एक सगळ्यात कठीण क्षण होता आणि त्या क्षणानं त्यांचं आयुष्य जवळजवळ मोडकळीला आणलं होतं. नक्कीच ली ला त्यामुळे अतीव दुःख झालं. फार थोड्या वैवाहिक विवादांना इतिहासाचं समर्थन मिळतं असं म्हणत मी आर्चबिशपना विचारलं की, तुमच्या निर्णयामुळे ली ला जे दुःख भोगावं लागलं, त्यासाठी त्यांनी आपल्या पत्नीची कधी माफी मागितली होती का? ज्या कारणासाठी त्यांना हा निर्णय घ्यावा लागला, त्याच्या समयोचिततेचं कारण सांगून त्यांनी त्या निर्णयाचं समर्थन केलं आणि कदाचित त्यांच्या पिढीत असलेल्या पुरुषी वर्चस्वाचं बीज त्यांच्यातही असावं आणि त्यानं डोकं वर काढलं. ली ला ज्या उद्वेगाचा, दुःखाचा सामना करावा लागला; त्यासाठी त्यांनी तिची माफी का मागितली नाही, हे विचारून मी त्यांना भंडावून सोडलं. कारण जरी त्यांचा निर्णय योग्य होता तरी माफी मागणं आवश्यक होतं, असं मला वाटत होतं.

माझा शाब्दिक हल्ला अधिक मर्मभेदी आणि आव्हानात्मक होऊ लागला, तसं त्यांचं मस्तक प्रतिक्रिया देण्यासाठी आणि बचावात्मक पवित्रा घेण्यासाठी मागं झुकलं, असं मला दिसलं. अशा प्रकारच्या मतभेदानंतर आपल्यापैकी अनेकजण हिरिरीनं वाद घालत बसले असते किंवा त्यांनी प्रतिहल्ला चढवला असता; पण मी पाहिलं तर आर्चबिशपनी अक्षरशः एका क्षणाचा विराम घेतला, आपल्या जाणिवा गोळा केल्या, भानावर आले, आपल्याकडच्या पर्यायांचा विचार केला आणि आपला प्रतिसाद निवडला; जो विचारपूर्वक निवडला होता, प्रतिक्रियात्मक किंवा समोरच्याला झटकून टाकणारा, झिडकारणारा नव्हता. प्रार्थनेत लीन असणारं, ध्यानधारणा करणारं आयुष्य आपल्याला काय देऊन जातं, याचं हे एक अत्यंत ठोस उदाहरण होतं - ते एक अल्पविराम देतं, प्रतिक्रिया न देता प्रतिसाद देण्याचं स्वातंत्र्य देतं. काही आठवड्यांनंतर त्यांनी मला लिहिलं की, त्यांनी या अनुभवाची लीबरोबर चर्चा केली आणि तिची माफी मागितली. तिनं त्यांना कधीच माफ केलं होतं, असं ती म्हणाली. लग्न, अगदी उत्तमातली उत्तम लग्नं - कदाचित उत्तम लग्नंच खास करून - शब्दांत मांडल्या गेलेल्या आणि शब्दातीत माफीनाम्याची सतत चालणारी प्रक्रिया असतात.

आर्चबिशपनी आपला उजवा हात डाव्या हातात धरला होता. चित्त एकाग्र करून त्यांनी डोकं खाली झुकवलं होतं. उद्देश ध्यान करण्याचा होता; पण मला हे नक्की समजलं नाही की ध्यान केव्हा संपतं आणि प्रार्थना केव्हा सुरू होते किंवा प्रार्थना केव्हा संपते आणि ध्यान केव्हा सुरू होतं. मी नेहमी असं ऐकत आलो आहे की, आपण जेव्हा ईश्वराशी बोलतो, ती प्रार्थना असते आणि तो जेव्हा उत्तर देतो ते म्हणजे ध्यान. ईश्वर खरंच उत्तर देतो की आपल्याच बुद्धीचा कोणतातरी शहाणा भाग उत्तर देतो हे माझ्यासाठी महत्त्वाचं होतं की नाही, मला नक्की माहीत नाही; कारण मी आतला कोलाहल शांत करण्याचा प्रयत्न करत होतो आणि त्या दाट आणि सर्वव्यापी शांततेतून वाट काढत ऐकण्याचा प्रयत्न करत होतो.

दलाई लामांचं ध्यान करून संपल्यावर आता आपल्या आध्यात्मिक साधनेबाबत बोलायची पाळी आर्चबिशपची होती. ते केपटाउनमधील त्यांच्या घरात वरच्या बाजूला असलेल्या एका छोट्या आकाराच्या प्रार्थनामंदिरात दिवस सुरू होताना प्रार्थना आणि ध्यान करतात. केपटाउनचे आर्चबिशप होण्यापूर्वी ते आणि त्यांचे कुटुंबीय सोवेटो इथं राहायचे. जोहान्सबर्गच्या बाहेरचं हे एक छोटं शहर होतं. पूर्वी कृष्णवर्णीय लोकांची तिथे वस्ती होती. वर्णभेदविरोधी संघर्षाचं ते मध्यवर्ती स्थान आणि सोवेटो उठावाचा केंद्रबिंदू होतं. तिथे त्यांच्या घराला जोडून एक थोडं मोठं प्रार्थनास्थळ होतं, रंगीत काचांची नक्षी असलेल्या खिडक्या आणि चर्चमध्ये असतात तसे बाकही तिथे होते. ती एक छोटेखानी आच्छादलेली जागा

होती आणि आम्ही दोघांनी शांततेचे काही सुंदर क्षण तिथे घालवले होते. त्या ठिकाणी गेल्यावर वर्णभेदविरोधी संघर्षाच्या मुख्यालयात असल्यासारखं वाटायचं, उद्वेगानं आणि अनिश्चित मनःस्थितीत त्या स्थळी आर्चबिशपनी कितीतरी वेळा ईश्वराला आळवलं होतं, साकडं घातलं होतं आणि त्यांना मार्ग सापडला होता.

आर्चबिशप व उंफोसाठी ब्रेड आणि वाइन ठेवण्यात आल्यावर दलाई लामा म्हणाले, ''एक बौद्ध भिक्खू वाइन किंवा अल्कोहोल घेत नाही- तत्त्वतः, पण आज मी तुमच्यासोबत थोडी घेईन.'' ते पुढे म्हणाले, ''काळजी करू नका, मी फार पिणार नाही.''

''पण तरीही मी तुम्हाला पिऊन गाडी चालवू देणार नाही.'' आर्चबिशप म्हणाले.

''आपण दोघांनी मिळून प्रार्थना करण्याची ही पहिलीच वेळ असेल,'' दलाई लामा म्हणाले, ''एक बौद्ध अन् एक ख्रिश्चन, भाऊ-भाऊ. मी तुम्हाला सांगितलं होतं की, १९७५ पासून मी वेगवेगळ्या धार्मिक परंपरांची तीर्थयात्रा करतोय. वेगवेगळ्या धर्मांच्या अनुयायांसाठी सगळ्यांनी एकत्र येणं आणि आपण सगळे मानव भाऊ-बहिणी आहोत, समान आहोत हे पटवून घेणं म्हणजे काही वेळा आभाळ कोसळल्यासारखं वाटतं. याच तीर्थयात्रेचा एक भाग म्हणजे आपण आज करत असलेली प्रार्थना. मी जेव्हा जेव्हा येशू ख्रिस्ताच्या पुतळ्याकडे पाहतो, तेव्हा तेव्हा हेलावून जातो. मला वाटतं, या शिक्षकानं, गुरूनं लाखो लोकांना मोठी प्रेरणा दिली. चला, आता तुमच्या ध्यानाची वेळ झाली आहे.''

आर्चबिशप आणि उंफो यांनी सगळ्यांना छोट्या प्रार्थनापुस्तिका दिल्या आणि होली कम्युनियन (Holy Communion) नावानं ओळखल्या जाणाऱ्या सामुदायिक प्रार्थनेला सुरुवात केली. ख्रिस्ताच्या द लास्ट सपर (The last Supper) सारखा हा एक विधी असतो, जो ज्यूंचा पासओव्हर मील/समारंभ म्हणून साजरा केला होता. येशू त्या वेळी असं म्हणाल्याचं मानतात की, त्याच्या अनुयायांनी त्याच्या स्मरणार्थ हा ब्रेड खाल्ला पाहिजे आणि वाइन प्यायली पाहिजे. आणि बऱ्याच ख्रिश्चन लोकांची ही धारणा आहे की, ब्रेडचं रूपांतर ख्रिस्ताच्या शरीरात आणि वाइनचं रूपांतर त्याच्या रक्तात होतं. ही सामुदायिक प्रार्थना ख्रिस्तानं स्वतःच्या केलेल्या त्यागाचं गुणगान करते.

यापूर्वी मी अशा प्रार्थनेत आर्चबिशपबरोबर बरेचदा सहभागी झालो होतो, बहुतेक वेळा एकटाच ज्यू म्हणून याकडे लक्ष वेधायला आर्चबिशपना आवडायचं. ही प्रार्थना 'वैध' आहे की नाही याची खात्री करण्यासाठी मी तिथे आलो आहे, असं ते नेहमी म्हणायचे. एक ख्रिश्चनेतर म्हणून मला प्रत्यक्षात कम्युनियन (ब्रेड आणि वाइन) मिळायचं नाही; त्यामुळे आर्चबिशप आणि दलाई लामांना त्यांच्या धर्माच्या परंपरा मोडताना पाहून मी चकित झालो.

अनेक ख्रिश्चन संप्रदाय ख्रिश्चन नसलेल्या लोकांना किंवा त्यांच्या संप्रदायात नसलेल्या अन्य ख्रिश्चन लोकांना प्रार्थनेत सहभागी होण्याला मज्जाव करतात. दुसऱ्या शब्दांत सांगायचं तर, इतर अनेक धार्मिक परंपरांप्रमाणे ते आपल्या गटाचं कोण आहे आणि कोण नाही ते बघतात आणि फरक करतात. मानवतेसमोर असलेलं हे सगळ्यात मोठं आव्हान आहे : 'आपण' आणि 'ते' यांमधली दरी, भेद मिटवणं.

अलीकडेच झालेल्या मेंदूच्या सूक्ष्म निरीक्षण संशोधनात असं दिसून आलं आहे की, आपल्याला स्वतः आणि इतर अशा दुहेरी जाणिवा असतात आणि जोपर्यंत समोरच्या व्यक्तीकडे आपण आपल्या गटाचा एक भाग म्हणून पाहत नाही, तोपर्यंत आपल्या समवेदनेच्या जोडण्या सक्रिय होत नाहीत. आपण 'इतरांना' आपल्या गटात सामील होण्यापासून रोखतो आणि त्यामुळे ती आपल्या जिव्हाळ्याची माणसं ठरत नाहीत, या कारणावरून आजतागायत कितीतरी युद्धं झाली आणि अन्याय केले गेले. इराक युद्धादरम्यान आर्चबिशपनी या तथ्याकडे रोखठोकपणे लक्ष वेधलं होतं. अमेरिका आणि इराकच्या मारल्या गेलेल्या सैनिकांचे आकडे दिले गेले होते आणि त्यांचं मूल्यमापन युनायटेड स्टेट्समधल्या माध्यमांनी वेगवेगळ्या प्रकारांनी केलं होतं. आर्चबिशपच्या हिशोबानुसार मारली गेलेली सगळी ईश्वराची लेकरं होती, त्यांच्यात कोणत्याही बाबीवरून वर्गीकरण होणं शक्य नव्हतं आणि त्यांच्या प्राणांची किंमत सारखीच होती.

आर्चबिशप आणि दलाई लामा ही खरोखरच जगातली सगळ्यांना सामावून घेणारी धार्मिक व्यक्तिमत्त्वं आहेत आणि संपूर्ण आठवडाभर त्यांच्या शिकवणुकीतून एकच एक संकल्पना समोर येत होती आणि ती म्हणजे आपल्या संकुचित व्याख्या अधिक व्यापक बनवणं आणि संपूर्ण मानवजातीकरता प्रेमाचा आणि करुणेचा शोध घेणं. त्या सकाळी आम्ही ज्या प्रकारे परंपरांची देवाणघेवाण केली, त्या कृतीनं आम्हाला याचं स्मरण करून दिलं की, आपण आपल्या मनात ते आणि आपण, त्यांचं आणि आपलं, ख्रिश्चन आणि बौद्ध, हिंदू आणि ज्यू, आस्तिक आणि नास्तिक अशा क्षुद्र भेदांना थारा देणं योग्य नाही. गांधींच्या या देशात, मला त्यांचे ते दैवी शब्द आठवले. तुम्ही हिंदू आहात का असा प्रश्न विचारल्यावर गांधींनी उत्तर दिलं होतं, ''हो, मी आहे. मी ख्रिश्चनसुद्धा आहे, मुस्लीमही आहे, बौद्धही आहे आणि ज्यूही आहे.'' आम्ही मानवी सत्याच्या शोधात होतो आणि कोणत्याही कपातून पुढे आलेला शहाणपणाचा घोट आम्हाला स्वागतार्हच होता.

''हे इंग्लिशमध्ये आहे का?'' पुस्तिका हातात घेत दलाई लामांनी विचारलं.

''हो, ती इंग्लिश भाषेतच आहे. तुम्हाला कोसा (Xhosa) भाषेत वाचायची आहे का?'' आपल्या आफ्रिकन मातृभाषेचं नाव घेऊन आर्चबिशपनी विचारलं. तो शब्द उच्चारताना त्यांनी तोंडानं 'क्लिक' असा आवाज केला.

"ती भाषा मला येत नाही."

"तुमच्यासाठी आपण इंग्लिश वापरू या."

"धन्यवाद, धन्यवाद!" दलाई लामा म्हणाले.

"पण स्वर्गाची भाषा कोसा आहे. तुम्ही जेव्हा तिथे जाल, तेव्हा तुमच्यासाठी त्यांना तिथे दुभाषा शोधावा लागेल."

"आपल्यात एक दुवा आहे," दलाई लामा म्हणाले.

"इतिहासकार म्हणतात की, पहिला मानव आफ्रिकेतून आला – आपले खरे पूर्वज. म्हणजे ईश्वराची निर्मिती आफ्रिकेत सुरू झाली."

"माझ्या घरापासून फार लांब नाही." आर्चबिशप उत्तरले.

"त्या ठिकाणाला 'मानवजातीचा पाळणा' असं म्हणतात. म्हणूनच, तुम्ही जसे दिसता तसे दिसत असलात, तरी तुम्ही एक आफ्रिकन आहात !"

"युरोपियन आहे, एशियन आहे, अरब आहे, अमेरिकन आहे..." दलाई लामांनी सुरुवात केली.

"ते सगळे आफ्रिकन आहेत," आर्चबिशपनी वाक्य पूर्ण केलं, "आपण सगळेच आफ्रिकन आहोत. आपल्यातले काहीजण उष्ण हवामानापासून लांब गेले आणि त्यांच्या त्वचेचा रंग बदलला. आता आपण शांत राहिलं पाहिजे."

"हो, आधी तुम्ही शांत राहिलं पाहिजे. मग आम्ही तुमचं अनुकरण करू," दलाई लामा म्हणाले. सगळीकडे शांत आणि पवित्र वातावरण निर्माण होण्याआधीचं हे शेवटचं चिडवणं होतं; अर्थात मला नेहमीच असं वाटायचं की, या दोन माणसांसाठी पावित्र्य आणि प्रफुल्लितपणा या दोन अभिन्न गोष्टी होत्या.

आता दलाई लामा आपले ओठ एकमेकांवर घट्ट मिटून आर्चबिशपप्रति आदर व्यक्त करत शांत बसले. प्रार्थना सुरू झाल्यावर ती लक्ष देऊन ऐकताना अधूनमधून ते आपली मान डोलवत होते. आम्ही उभे राहिल्यावर तेही उठून उभे राहिले आणि आपला लाल अंगरखा त्यांनी अंगाभोवती गुंडाळला. त्यांचे हात एकमेकांत गुंफले होते. मला हे माहीत होतं की, प्रत्येक धार्मिक नेता आपल्या परंपरांचा प्रतिनिधी म्हणून अशा प्रकारच्या प्रार्थनेला सरावलेला असतो आणि दलाई लामा सगळ्या तिबेटी बौद्ध लोकांच्या वतीनं किंवा सगळ्याच बौद्धांच्या वतीनं आदर व्यक्त करण्यासाठी उभे होते.

उंफो टुटूनं लाल भडक रंगाचा ड्रेस घातला होता आणि त्याला शोभेल असा लाल रंगाचा स्कार्फ डोक्याला बांधला होता; शिवाय काळ्या रंगाचा कोट घातला होता. ज्या ज्या ठिकाणी अन्याय होत आहे, त्या सगळ्या ठिकाणांसाठी प्रार्थना करत तिनं सुरुवात केली, त्यानंतर ज्या लोकांना दुःखातून बाहेर पडायचं आहे, त्या सगळ्यांसाठी प्रार्थना केली. प्रार्थनेचा शेवट तिनं आम्ही करत असलेल्या

कामासाठी शुभेच्छा देऊन केला.

प्रार्थनेची सांगता "तुम्हाला शांती लाभो, ईश्वर तुमच्या मनाला शांती प्रदान करो," या शब्दांनी केली. सगळ्यांनी एकमेकांना आलिंगन दिलं आणि चुंबन घेतलं. दलाई लामा त्यांच्या ध्यानधारणेसाठीच्या टेबलामागे होते. त्यांना फार थोडी आलिंगनं मिळतील, असा विचार करत मी त्यांना अभिवादन करायला गेलो. उंफोनंही तसंच केलं. मग आर्चबिशपनी अभिवादन केलं. त्यांनी एकमेकांचे हात धरले आणि आदरपूर्वक झुकले.

आता कम्युनियनची वेळ झाली होती. आर्चबिशपनी तिबेटी पांढऱ्या ब्रेडचा एक छोटा तुकडा उचलला आणि दलाई लामांच्या तोंडात ठेवला. आर्चबिशपच्या हातात 'उ-बं-टू' (U-B-U-N-T-U) अशा अक्षरांचं मण्यात गुंफलेलं ब्रेसलेट दिसत होतं, जे आमच्यातल्या अनुबंधांचं आणि एकमेकांवरच्या परस्परावलंबनाचं द्योतक होतं. आम्ही सगळ्यांशीच असे अनुबंध जोडू शकतो, याची आठवण ते देत होतं. मग उंफो रेड वाइनचा ग्लास हातात घेऊन पुढे झाली. दलाई लामांनी आपण अंगठी घालतो ते डाव्या हाताच्या बोटाचं टोक त्यात बुडवलं आणि अगदी छोट्यातला छोटा थेंब जिभेवर ठेवला.

सगळ्यांना तो प्रसाद (कम्युनियन) देऊन झाल्यावर आर्चबिशपनी ब्रेडचे उरलेले कण बोटांनी उचलून पाणी घातलेल्या वाइनच्या ग्लासमध्ये टाकले, जेणेकरून त्या प्रतीकात्मक शरीराचा छोटासा कणही इकडे-तिकडे टाकला जाऊ नये आणि ती पिऊन टाकली.

मग शेवटी आर्चबिशपनी कोसा भाषेत आशीर्वचन म्हटलं. त्यांच्या मातृभाषेतील त्या सुंदर काव्यात ते सतत 'क्लिक क्लिक' असा आवाज करत होते. त्यांनी स्वतःच्या छातीवर क्रॉस केला आणि मग जमलेल्या सगळ्यांवरही क्रॉसची खूण केली. "मी तुम्हाला बाहेर जाण्याची आज्ञा देत आहे, जा, या जगात जा. प्रेम करण्यासाठी आणि ईश्वराची सेवा करण्यासाठी शांततेत जा. हालेलुजा, हालेलुजा ख्रिस्ताच्या नावानं. आमेन. हालेलुजा, हालेलुजा!"

आम्ही निघण्यापूर्वी दलाई लामा गोळ्या घेण्यासाठी थांबले, ते तिबेटी औषध असल्याचं त्यांनी स्पष्ट केलं. त्यांनी त्या गोळ्या चावून खाल्ल्या, तेव्हा त्या कडवट चवीनं त्यांचा चेहरा आक्रसला.

"म्हणूनच तुम्ही एवढे देखणे दिसता." आर्चबिशप म्हणाले.

"देवाच्या कृपेनं." दलाई लामा उत्तरले.

रेचेलनं पुस्ती जोडली, "देवाच्या कृपेनं तिबेटी डॉक्टर पाठवला जातो."

"शारीरिक मजबुतीबाबत बोलायचं झालं, तर देवाला आस्तिक लोकांपेक्षा

नास्तिक लोक जास्त आवडतात!'' दलाई लामा हसत हसत म्हणाले.

आर्चबिशपही हसायला लागले, त्यांनी आपली काठी उचलली आणि चालायला लागले; पण मग मागे फिरून म्हणाले, ''अहो, स्वतःच्याच विनोदावर हसू नका.''

''तुम्हीच मला हे शिकवलंत,'' मग दलाई लामा उठले. अंगरखा खांद्याभोवती गुंडाळला आणि आर्चबिशपचा हात हातांत घेऊन म्हणाले, ''खूप धन्यवाद तुम्हाला,'' त्यांचा रोख प्रार्थनेकडे होता, ''अतिशय प्रभावी.''

''तुमच्या आतिथ्याबद्दल आभारी आहे.'' आर्चबिशप उत्तरले.

थंगका लटकवलेल्या अंधाऱ्या पॅसेजमधून ते बाहेर पडले. पॅसेजच्या शेवटी खिडक्यांमधून लख्ख प्रकाश आत येत होता. ते बाहेर पडले आणि काँक्रीटच्या पायऱ्या उतरले. कठड्याला धरत-धरत आर्चबिशप हळूहळू चालले होते.

बाहेर गाडी उभी होती; पण त्या दोघांनी कॉन्फरन्स रूमपर्यंत रस्त्याने चालत जाणं पसंत केलं, जिथे त्यांची मुलाखत कॅमेऱ्यात टिपली जात होती.

दलाई लामांनी आर्चबिशपचा काठी घेतलेला हात धरला होता. ते दोघंही एकमेकांसोबत उत्साहानं पावलं टाकत निघाले.

''सुरक्षेसंबंधी तुम्हाला इथे काही अडचण आहे का?'' आर्चबिशपनी विचारलं.

''नाही, नाही.'' दलाई लामा म्हणाले.

''मला आश्चर्यच वाटतंय.'' आर्चबिशप म्हणाले.

''नाही,'' दलाई लामा आपल्या सुरक्षा व्यवस्थेचं समर्थन करत पुन्हा म्हणाले. ''मी स्वतःचं वर्णन भारत सरकारचा दीर्घकाळासाठीचा पाहुणा असं करतो, छपन्न वर्षांपासूनचा!''

''छपन्न? पण, मला म्हणायचं आहे की, इतक्या वर्षांत कुणीही तुमच्यावर हल्ला करण्याच्या हेतूनं आलं नाही?'' ते नक्कीच त्यांना आलेल्या जिवे मारण्याच्या धमक्यांचा आणि त्यांच्या खुनाच्या योजनेचा विचार करत होते. विमानतळावर त्यांच्याभोवती जमलेल्या लोकांच्या गर्दीमुळे खुनी त्यांच्यापर्यंत पोहोचू शकला नव्हता आणि ती योजना अयशस्वी झाली होती.

''नाही, नाही. भारत मला चोवीस तास संरक्षण पुरवतो.''

''कमाल आहे; पण तरीही, ते फार हुशार असू शकतात. ते सुरक्षा व्यवस्था भेदू शकतात आणि तुम्हाला वाटतं की, तो कुणीतरी तुमचं रक्षण करायला येत आहे आणि मग नेमका तो...''

''अगदी व्हाइट हाउसमध्येसुद्धा एकजण कुणाच्याही नकळत शिरलाच होता की...'' दलाई लामा म्हणाले.

''तुम्ही इथे सुरक्षितपणे राहू शकता हे फार छान झालं.''

''एकमेव धोका आहे, तो म्हणजे भूकंपाचा.'' दलाई लामा म्हणाले.

दिवस चौथा आणि पाचवा

परमानंदाचे आठ स्तंभ

१. दृष्टिकोन : याला वेगवेगळ्या प्रकारच्या अनेक बाजू असतात

“आपण अगदी सुरुवातीला म्हटल्याप्रमाणे, परमानंद / प्रसन्नता हे उप-उत्पादन आहे,” आर्चबिशपनी बोलायला सुरुवात केली. “दात-ओठ खाऊन निर्धारानं तुम्ही असं ठरवलंत की, मला आनंदी व्हायचं आहे, तर तुमची बस चुकलीच म्हणून समजा!” मग, जर आनंद आणि प्रसन्नता ही उप-उत्पादनं असतील तर ती कशाची उप-उत्पादनं आहेत? ती बस पकडण्यासाठी मनाची आणि हृदयाची जी मशागत करावी लागते, ती करता यावी म्हणून मनाचे आणि हृदयाचे गुणधर्म खोलात जाऊन समजून घेण्याची वेळ आता आली होती.

“आपण आतापर्यंत खऱ्या प्रसन्नतेनं स्वरूप आणि त्यात येणारे अडथळे याबद्दल बोललो,” संभाषणाच्या या मालिकेच्या चौथ्या दिवसाची सुरुवात करताना मी म्हणालो. “अधिकाधिक आनंदाचा, प्रसन्नतेचा अनुभव आपल्याला घेता यावा, यासाठी कोणते सकारात्मक गुण आपल्यात असायला हवेत, यावर चर्चा करायला आता आपण सज्ज आहोत.”

आनंदाकडे, प्रसन्नतेकडे जाणाऱ्या मार्गात येणारे भीती, राग आणि अन्य अडथळे कमी करण्यासाठी मनाची प्रतिकारशक्ती वाढवण्याबाबत आम्ही याआधी चर्चा केली होती; पण दलाई लामांनी त्या वेळी हे स्पष्ट केलं होतं की, मानसिक प्रतिकारशक्तीचा दुसरा अर्थ आपलं मन आणि हृदय सकारात्मक विचारांनी आणि भावनांनी भरणं असाही होतो. आमचं संभाषण जसं पुढे पुढे जायला लागलं, तसं आनंदाचे, प्रसन्नतेचे आठ स्तंभ असतात यावर आमचं एकमत झालं. मनाचे चार

गुणधर्म : दृष्टिकोन, नम्रता, विनोदबुद्धी आणि स्वीकार. हृदयाचे चार गुणधर्म : क्षमा, कृतज्ञता, करुणा आणि औदार्य.

पहिल्या दिवशी, आर्चबिशपनी आपल्या उजव्या हाताच्या बोटांनी हृदयस्थानी स्पर्श करून त्याचं मध्यवर्ती स्थान अधोरेखित केलं होतं. अखेरीस आम्ही करुणा आणि औदार्य यांच्याकडे येणारच होतो आणि दोघांनीही ठामपणे सांगितलं की, कोणत्याही टिकून राहणाऱ्या आनंदासाठी आणि प्रसन्नतेसाठी हे दोन गुणधर्म सगळ्यात जास्त महत्त्वाचे आहेत. तरीही आम्हाला मनाच्या मूलभूत गुणधर्मांपासून सुरुवात करणं गरजेचं होतं, जे आपल्या आयुष्याला अधिक सुलभतेनं आणि वारंवार उदारमनानं आणि करुणामय दृष्टीनं प्रतिसाद देण्यास मदत करतात. संभाषणाच्या सुरुवातीला दलाई लामा म्हणाले होते, त्याप्रमाणे आपण आपली बहुतेक दुःखं स्वतःच निर्माण करतो, तर आपल्याला परमानंद, प्रसन्नताही निर्माण करता आलीच पाहिजे. त्यासाठीची गुरुकिल्ली म्हणजे आपला दृष्टिकोन आणि आपले विचार, भावना आणि त्या सगळ्यांचा परिणाम म्हणजे आपल्या कृती. हे त्यांनी समजावून सांगितलं होतं.

आठवडाभराच्या संवादातून जे जे उलगडत गेलं, त्या सगळ्याला वैज्ञानिक संशोधनाचं भक्कम पाठबळ होतं. मानसशास्त्रज्ञ सोन्जा ल्यूबोमर्स्की यांनी जे घटक आपल्या आनंदावर सर्वाधिक प्रभाव टाकतात असं सांगितलं आहे, ते त्या आठ स्तंभांमध्ये समाविष्ट आहेत. पहिला घटक आहे आपला आयुष्याप्रति असलेला दृष्टिकोन किंवा ल्यूबोमर्स्की यांनी वर्णन केल्याप्रमाणे आपली परिस्थिती सकारात्मक पद्धतीनं पुनरावलोकित करण्याची आपली क्षमता.

अन्य घटक आहेत कृतज्ञता अनुभवण्याची आपली क्षमता आणि दयाळू व उदार होण्याची आपली इच्छा.

निकोप दृष्टिकोन हा खरं म्हणजे आनंद आणि प्रसन्नतेचा पाया आहे, कारण ज्या दृष्टीनं आपण जगाकडे पाहतो, तसं आपल्याला जग दिसतं. जगाकडे पाहण्याचा आपला दृष्टिकोन बदलला की, आपल्याला जे वाटतं, तेही बदलतं आणि त्यानुसार आपल्या कृतीतही बदल होतो आणि चक्क आपल्या आजूबाजूचं जगही बदलतं किंवा जसं बुद्धानं धम्मपदात म्हटलं आहे तसं, 'आपल्या मनातून आपण आपलं जग निर्माण करत असतो.'

''जीवनातील प्रत्येक घटनेला अनेक वेगवेगळे कंगोरे असतात,'' दलाई लामा म्हणाले. ''एकाच घटनेकडे तुम्ही विशाल दृष्टिकोनातून बघितलं, तर तुमची काळजी आणि अस्वस्थता कमी होते आणि तुम्ही मोठ्या आनंदाचा, प्रसन्नतेचा अनुभव घेऊ शकता.'' आपला देश गमावण्याच्या आघाताकडे आपण

एक संधी म्हणून कसं बघितलं, हे सांगताना दलाई लामांनी विशाल दृष्टिकोनाचं महत्त्व यापूर्वीच सांगितलं होतं. अर्धशतकाच्या निर्वासित आयुष्याकडे 'सकारात्मक पुनरावलोकन' करून पाहण्याची त्यांची क्षमता खरोखर अवाक करणारी होती. आपण काय गमावलं आहे हे पाहण्याबरोबरच आपण काय कमावलं आहे, हेसुद्धा ते पाहू शकत होते. अधिक लोकसंपर्क आणि नवीन अनुबंध, औपचारिकता कमी आणि नवनवीन पद्धतीनं जग पाहण्याचं आणि इतरांकडून नव्या गोष्टी शिकण्याचं स्वातंत्र्य. शेवटी ते म्हणाले होते, "म्हणून मग, एका बाजूनं तुम्ही बघाल तर तुम्हाला वाटेल, हे किती वाईट आहे, दुःखदायक आहे; पण दुसऱ्या बाजूनं बघाल तर तीच शोकांतिका, तीच घटना मला नवीन संधी देऊन गेली."

एडिथ इव्हा एगेर एकाच दिवशी दोन सैनिकांना भेटायला गेल्या होत्या, त्याची गोष्ट सांगतात. फोर्ट ब्लिस येथील विल्यम ब्यूमॉंट आर्मी मेडिकल सेंटरमध्ये ते दोन सैनिक दाखल केले गेले होते. त्या दोघांनाही कंबरेखाली पक्षाघात झाला होता. लढाईत त्यांनी दोन्ही पायांची शक्ती गमावली होती. त्या दोघांचंही निदान एकच होतं आणि भविष्याचं पूर्वानुमानही एकच होतं. पहिला सैनिक टॉम पलंगावर अंगाचं मुटकुळं करून पडला होता, आयुष्याला शिव्या-शाप देत, नशिबाला दोष देत रडत होता. दुसरा सैनिक चक्क पलंगावरून उठून व्हीलचेअरवर बसला होता. आयुष्यात आता दुसरी संधी मिळाली आहे असं आपल्याला वाटत असल्याचं तो सांगत होता. त्याला बागेत नेण्यात आलं, तेव्हा आपण फुलांजवळ जाऊ शकतो आणि लहान मुलांच्या डोळ्यांत थेट बघू शकतो, याची जाणीव त्याला झाली.

एगेरसोबत आउश्विट्झमधून वाचलेला व्हिक्टोर फ्रँकेल काय म्हणतो, ते त्या सांगतात. तो म्हणतो की, आपला जीवनाकडे बघण्याचा दृष्टिकोन म्हणजे आपलं अखेरचं आणि खरं स्वातंत्र्य! त्या हे स्पष्ट करतात की, आपल्या दृष्टिकोनात आपल्याला जिवंत ठेवण्याची किंवा मृत्यूकडे घेऊन जाण्याची ताकद असते. आउश्विट्झमधली त्यांची एक सहनिवासी खूप आजारी आणि अशक्त होती. तिच्याबरोबर राहत असलेल्या इतरांनी तिला विचारलं की, तू अजून कशी टिकून राहू शकलीस? ती कैदी मुलगी म्हणाली की, ख्रिसमसपर्यंत आपण मुक्त होणार असल्याचं मी ऐकलं आहे. ती स्त्री सगळ्या प्रतिकूल परिस्थितीशी झुंजत जगली; पण ख्रिसमसच्या दिवशी तिचं प्राणोत्क्रमण झालं, जेव्हा त्यांची मुक्तता झाली नाही. आमच्या संभाषणादरम्यान दलाई लामांनी काही विचार आणि भावना विषासमान किंवा विषारीच असतात असं सांगितलं होतं, त्यात काही नवल नाही.

जिनपांनी हे समजावून सांगितलं की, आपल्या भावनांमध्ये बदल करणं हे कठीण असलं तरी त्या तुलनेत आपला दृष्टिकोन बदलणं सोपं असतं. तो

आपल्या मनाचा एक भाग असतो, ज्यावर आपला प्रभाव असतो. ज्या नजरेनं तुम्ही जगाकडे बघता, त्याचा अर्थ तुम्ही कसा लावता यावरून तुम्हाला जे वाटतं त्यात फरक पडू शकतो. 'अधिकाधिक समदृष्टी प्राप्त करणं आणि आपली सामान्य मनोवस्था वाढत्या प्रमाणात प्रसन्न राखणं यासाठी आध्यात्मिक आणि मज्जासंस्थेच्या तंत्रजालाशी संबंधित जो प्रवास होणं आवश्यक असतं, त्या मार्गावरचं हे पहिलं पाऊल असू शकतं.' या भेटीवर येण्याआधी मानसशास्त्रज्ञ आणि लेखक असलेल्या डॅनिएल गोलमन यांनी काव्यात्मक शब्दांत हे विधान केलं होतं. दृष्टिकोन म्हणजे कवटीची कवाडं उघडण्याची एक किल्ली जी आपल्या आनंदावर घातलेली कुलपं उघडते. इतकी ताकद असलेला हा दृष्टिकोनातला बदल म्हणजे नेमकं काय? दलाई लामा आणि आर्चबिशप आचरणात आणतात तो निकोप दृष्टिकोन म्हणजे नक्की काय? त्यात असं काय आहे, जे दुःखाच्या प्रसंगीही त्यांच्या मनात नेहमी प्रसन्नतेची ज्योत तेवत ठेवतं?

दलाई लामांनी 'विशाल दृष्टिकोन' आणि 'मोठा दृष्टिकोन' अशा संज्ञा वापरल्या. त्यांचा अर्थ मनातल्या मनात एक पाऊल मागे सरकणं आणि समोरच्या मोठ्या दृश्याकडे बघणं, स्व-जाणिवेच्या आणि स्व-हिताच्या संकुचित भिंती दूर सारून विशाल दृश्यपट बघणं. आयुष्यात येणाऱ्या प्रत्येक प्रसंगाला अनेक वेगवेगळे घटक कारणीभूत असतात. दलाई लामांनी ही गोष्ट स्पष्ट केली होती. "आपण कोणत्याही परिस्थितीकडे किंवा प्रश्नाकडे मागून, पुढून, दोन्ही बाजूंनी, वरून, खालून म्हणजे सहा वेगवेगळ्या कोनांमधून पाहिलं पाहिजे; त्यामुळे आपल्याला वास्तवाचं संपूर्ण चित्र दिसू शकतं आणि त्याला दिला जाणारा आपला प्रतिसाद जास्त विधायक होतो."

आपल्याला आपल्याच अदूरदर्शीपणाचा त्रास होऊ शकतो. परिणामी, आपण दूरच्या गोष्टी बघू शकत नाही, आपल्या अनुभवांकडे व्यापक दृष्टीनं बघू शकत नाही. एखादं आव्हान समोर आलं की, आपण त्या परिस्थितीला घाबरून आणि रागावून प्रतिक्रिया देतो. मानसिक ताण आपल्याला एक पाऊल मागे सरकून इतर दृष्टिकोन आणि अन्य उपाय बघू देत नाही. आर्चबिशपचं हे ठाम मत होतं की, असं होणं स्वाभाविक आहे आणि ही बाब ते आठवडाभर सांगत होते; पण जर प्रयत्न केला तर आपण ताठरपणा, हेकटपणा कमी करून किंवा बौद्ध संज्ञा वापरायची तर एकाच परिणामाबाबत असलेली 'आसक्ती' कमी करून आणखी कुशल मार्गांनी परिस्थिती हाताळू शकतो. आपण बघतो की, मर्यादित वाटत असणाऱ्या परिस्थितीतसुद्धा आपल्याला निवडीचं स्वातंत्र्य असतं, मग ते स्वातंत्र्य आपण धारण करत असलेल्या दृष्टिकोनाचं का असेना. एखादी आणीबाणीची

परिस्थिती बदल आणि विकास कसा घडवून आणू शकते? एखादी नकारात्मक घटना सकारात्मकतेत कशी परावर्तित होऊ शकते? शापात वरदान कसं दडलेलं असतं आणि दुःखात आनंद कसा लपलेला असतो, हे बघण्यासाठी आम्हाला आमंत्रित केलं गेलं होतं. आमच्या संकुचित दृष्टिकोनातून आम्हाला बाहेर काढण्यासाठी जिनपांनी एक चंदेरी किनार असलेल्या विचाराचा प्रयोग सादर केला. भूतकाळातली एखादी वाईट घटना घ्या आणि त्यातून काय काय चांगलं बाहेर आलं त्याचा विचार करा.

पण हा भाबडा आशावाद आहे का? गुलाबी चष्म्यातून जग आपल्याला स्पष्ट दिसतं का? मला नाही वाटत की, कुणी दलाई लामांवर आणि आर्चबिशप टुटूंवर असा आरोप करेल की, त्यांनी भोगलेल्या संकटांकडे आणि आपल्या जगातल्या भयंकर वास्तवाकडे त्यांनी पुरेसं लक्ष दिलं नाही. ते आपल्याला या गोष्टीचं स्मरण करून देतात की, ज्याला आपण वास्तव समजतो, तो त्या संपूर्ण चित्राचा फक्त एक भाग आहे. आपल्या जगातल्या एखाद्या आपत्तीकडे आपण पाहतो; मग आपण पुन्हा पाहतो आणि मग आपल्याला संकटग्रस्तांना मदत करणारे लोक दिसतात, असं आर्चबिशप म्हणाले होते. यालाच अधिक व्यापक, समृद्ध दृष्टिकोनातून आयुष्याची जास्त सकारात्मक पुनर्रचना करणं म्हणतात.

विशाल दृष्टिकोन असला की, आपली परिस्थिती आणि त्याचबरोबर इतर लोकांची परिस्थिती यांचे व्यापक संदर्भ लक्षात येतात आणि आपण त्याकडे तटस्थ वृत्तीने बघू शकतो. एका विशिष्ट घटनेकडे जाणाऱ्या वेगवेगळ्या परिस्थितींचं अवलोकन केल्यावर आपल्या लक्षात येतं की, आपला संकुचित दृष्टिकोन म्हणजेच केवळ सत्य नव्हे. दलाई लामा म्हणाले त्याप्रमाणे, कोणत्याही संघर्षात किंवा गैरसमजात आपली नेमकी काय भूमिका आहे हेही आपण पाहू शकतो.

एक पाऊल मागे सरकून आपण लांबचं दृश्य पाहू शकतो आणि आपल्या कृतींकडे आणि प्रश्नांकडे आयुष्याच्या पार्श्वभूमीवर बघू शकतो. यामुळे आता जरी आपली परिस्थिती आव्हानात्मक वाटली तरी एका महिन्याच्या, वर्षाच्या किंवा दशकाच्या दृष्टीनं पाहिलं तर ती आव्हानं आपण पेलू शकू, असं वाटायला लागतं. ज्या वेळी आर्चबिशपना लंडनला 'टेम्पलटन' पारितोषिक मिळालं होतं, तेव्हा मला युनायटेड किंग्डमच्या राजेशाही खगोलशास्त्रज्ञांना - सर मार्टिन रीस यांना - भेटण्याची संधी मिळाली होती. त्यांनी मला सांगितलं की, आपल्याला एकपेशीय अवस्थेपासून मानवी अवस्थेपर्यंत येण्यासाठी जेवढा काळ लागला, तेवढाच काळ पुढे अजून पृथ्वीचं अस्तित्व राहणार आहे. दुसऱ्या शब्दांत सांगायचं तर, या ग्रहावरच्या एकूण उत्क्रांतिकाळाच्या अर्धच अंतर आपण आजपर्यंत पार केलं आहे. या ग्रहीय इतिहासाच्या पार्श्वभूमीवर आपल्या जगाच्या समस्या पाहणं,

हा तो विशाल दृष्टिकोन होय. आपल्या दैनंदिन काळज्यांना त्यामुळे विशाल परिमाण लाभतं.

हा व्यापक दृष्टिकोन आपल्याला स्वतःपलीकडे जाऊन विचार करायला शिकवतो. आत्ममग्न दृष्टिकोन हा आपला स्वभाव असतो. आपण आपल्या जगाच्या केंद्रस्थानी असतो, या भावनेतून तो स्वाभाविकपणे तयार होतो; पण दलाई लामांनी आणि आर्चबिशपनी ताकदीनं हे दाखवून दिलं आहे की, आपणाकडे इतरांच्या दृष्टीनं विचार करण्याचीही क्षमता असते.

गर्दीत गाडीत बसले असताना आर्चबिशपच्या गाडीला मागे टाकून एकजण जोरात गाडी चालवत निघून गेला, तेव्हा तो कदाचित घाईघाईनं हॉस्पिटलमध्ये निघाला असावा, कारण त्याची पत्नी प्रसूत होत असेल किंवा त्याची प्रिय व्यक्ती मरणाच्या दारात असेल असा विचार आर्चबिशपनी केला होता, त्याची मला आठवण झाली. "मी काही वेळा लोकांना सांगितलं आहे," आर्चबिशप म्हणाले की, "तुम्ही जेव्हा रस्त्यावरच्या गर्दीत अडकलेले असता, तेव्हा तुम्ही त्या परिस्थितीचा सामना दोन प्रकारे करू शकता. तुमच्या निराशेला तुम्ही स्वतःवर हावी होऊ द्या किंवा इतर ड्रायव्हर्सकडे बघा आणि विचार करा की, त्यातल्या एखाद्याच्या बायकोला कॅन्सर असला तर? त्यांना नक्की कसली घाई आहे हे तुम्हाला माहीत नसेल तरी काही बिघडत नाही; पण त्यांना कसल्यातरी काळज्या आणि भीती भेडसावत आहेत हे तुम्हाला माहीत असते, कारण तीही माणसं आहेत. तुम्ही त्यांचं भलं चिंतू शकता. तुम्ही असं म्हणू शकता की, देवा, त्यातल्या प्रत्येकाला जे हवं असेल, ते दे.

"तुमच्या निराशेचा आणि दुःखाचा विचार न करून बरंच काही साध्य होऊ शकतं. का ते मला माहीत नाही; पण त्यामुळे तुम्हाला बरं वाटू शकतं आणि मला वाटतं, त्यामुळे तुमच्या शारीरिक आणि मानसिक आरोग्यावर चांगले परिणाम होतात. निराशा, चिडचिड यानं काय साध्य होतं? म्हणजे, तुमच्या पोटात खोलवर राग दडलेला असतो. तुम्ही आणखी-आणखी जास्त रागावता आणि त्यामुळे काही काळानंतर तुमच्या पोटात अल्सर तयार होतो. कशामुळे? तर, गाड्यांच्या गर्दीत रस्त्यात थांबून राहावं लागलं याचा तुम्हाला राग आला म्हणून!"

आर्चबिशप कदाचित ज्याला 'देवाची दृष्टी' म्हणतील, तशा दृष्टीनं बघितल्यास आपली मर्यादित ओळख आणि मर्यादित आत्ममग्नता यांच्यात परिवर्तन घडू शकतं. त्यासाठी देवावर श्रद्धा असण्याची गरज नाही. सुप्रसिद्ध 'ओव्हरव्ह्यू इफेक्ट' (overview effect) हे याचं उत्तम उदाहरण आहे. अनेक अवकाशयात्रींनी आजवर असं सांगितलं आहे की, ज्या क्षणी त्यांनी अवकाशातून पृथ्वी पाहिली- अनंत अवकाशात तरंगणारा तो इवलासा निळा गोळा, ज्यामध्ये माणसानं आखलेल्या

कोणत्याही सीमा दिसत नाहीत - त्या क्षणानंतर त्यांना स्वतःच्या आणि देशाच्या हिताचा विचार पहिल्याप्रमाणे करता आला नाही. त्यांनी तिथून पृथ्वीवरच्या जीवसृष्टीची एकात्मकता आणि आपल्या ग्रहाची मौलिकता अनुभवली.

मूलतः दलाई लामा आणि आर्चबिशप आपला दृष्टिकोन 'मी' आणि 'माझं'पासून 'आम्ही' आणि 'आमचं'वर केंद्रित करण्याचा प्रयत्न करत होते. या आठवड्याच्या सुरुवातीला दलाई लामांनी एका अभिजात अभ्यासाचा संदर्भ दिला होता, त्यात असं म्हटलं होतं की, सतत व्यक्तिगत सर्वनामांचा उपयोग केल्यानं हृदयविकाराचा झटका येण्याचा धोका वाढतो. एकापेक्षा जास्त केंद्रांमध्ये करोनरी हृदयरोगावर केल्या गेलेल्या एका भविष्यलक्ष्यी अभ्यासादरम्यान आरोग्यविषयक संशोधन करणारे लॅरी शेरविट्झ यांना असं दिसून आलं की, जे लोक वारंवार मी, मला किंवा माझं असा उल्लेख करतात, त्यांना हृदयविकाराचा झटका येण्याचा मोठा धोका होता आणि तो प्राणघातक ठरण्याचाही धोका होता. शेरविट्झ यांना असंही आढळलं की, ही तथाकथित आत्मकेंद्री वृत्ती धूम्रपान, उच्च कोलेस्ट्रॉल पातळी किंवा उच्च रक्तदाब यांच्यापेक्षाही जास्त मृत्यूला आमंत्रण देणारी ठरते. आणखी अलीकडच्या काळात झालेल्या संशोधनात संशोधक जोहानेस झिमरमन यांना असं दिसून आलं की, जे लोक प्रथमपुरुषी एकवचनी शब्द- 'मी' आणि 'मला'- वापरतात, त्यांना निराशेचा झटका येण्याचं प्रमाण प्रथमपुरुषी अनेकवचनी 'आम्ही' आणि 'आम्हाला' शब्द वापरणाऱ्या लोकांपेक्षा जास्त असतं. स्वतःचा अतिविचार आपल्याला आनंदी करू शकत नाही, याचा हा रोचक पुरावा होता.

आपण व्यापक दृष्टिकोन स्वीकारला की, स्वतःशी संबंधित विचार करण्याचं, स्वतःत रमण्याचं प्रमाण कमी होतं. जिनपांनी आणखी एक विचारप्रयोग सांगितला जो आर्चबिशपनी त्यांच्या प्रोस्टेट कॅन्सरच्या उपचारांदरम्यान हॉस्पिटलमध्ये केल्याचं सांगितलं होतं आणि जेव्हा दलाई लामांनी पित्ताशयाच्या दुखण्याच्या वेळी केला होता : तुम्हाला तुमच्या आयुष्यात कोणतं दुःख आहे याचा विचार करा आणि मग अशाच परिस्थितीतून जाणाऱ्या इतर लोकांचा विचार करा. हा बहुधा खरोखर करुणेचा, दयाबुद्धीचा जन्म असावा; ज्याचा अर्थ इतरांसोबत दुःख वाटून घेणं असा होतो. यामध्ये अविश्वसनीय बाब अशी की, हे 'इतरांबरोबर दुःख वाटून घेण्यामुळे' आपल्याला या गोष्टीचं स्मरण होतं की, आपण एकटे नाही आणि या विचारानं आपलं दुःख बरंच कमी होतं. या परस्परावलंबनाच्या जाणिवेनं आपल्या स्वतःची जाणीव बोथट, शिथिल व्हायला लागते आणि इतरांपासून स्वतःला वेगळं करणाऱ्या सीमा नाहीशा होऊ लागतात. दलाई लामा या आठवड्याच्या प्रारंभी म्हणाले होते, "जर, दुसऱ्या बाजूनी, मी कुणीतरी वेगळा आहे - बौद्ध, तिबेटी आणि असं बरंच काही - अशा दृष्टीनं मी इतरांकडे पाहिलं, तर मी

त्यांच्यात आणि माझ्यात भिंती उभारेन.''

आम्ही पुन्हा त्या संभाषणाकडे वळलो, जे अगदी आठवड्याच्या सुरुवातीला विमानतळावर झालं होतं. आम्ही नुकतेच विमानातून उतरलो होतो आणि विमानतळावरच्या लाउंजमध्ये बसलो होतो. दलाई लामांनी तेव्हा विचारलं होतं, ''आर्चबिशप टुटूंचा आत्मा कुठे आहे? आम्हाला तो सापडत नाही.'' बौद्ध परंपरेतल्या तर्कशास्त्रानुसार ते पुढे म्हणाले, ''हे त्यांचं शरीर आहे; पण ते स्वतः नाहीत. हे त्यांचं मन आहे; पण ते स्वतः नाहीत.'' बौद्ध लोक याच मार्गानं जाऊन स्वतःविषयीची आसक्ती कमी करतात. जेवढी असक्ती कमी, तेवढा स्वतःचा बचाव आणि प्रतिक्रिया देणं कमी; त्यामुळे आपण जास्त प्रभावी आणि कुशल बनू शकतो.

दलाई लामा आणि आर्चबिशप यांनी स्पष्ट केलं त्याप्रमाणे, व्यापक दृष्टिकोन आपल्याला शांततेकडे आणि एकात्मकतेकडे घेऊन जातो. याचा अर्थ असा नाही की, आपल्यात समस्येला तोंड देण्याची ताकद नाही, तर हेकटपणा आणि प्रतिक्रिया देणं याऐवजी आपण ती समस्या कल्पकतेनं आणि दयाबुद्धीनं सोडवू शकतो. इतरांच्या दृष्टिकोनातून विचार केल्यानं आपल्यात समवेदना निर्माण होते. आपल्या सगळ्यांना वेढून असलेलं परस्परावलंबन आपण पाहू शकतो; त्यानुळे असं दिसतं की, आपण इतरांना कसं वागवतो, हे आपण आपल्याला कसं वागवतो यावरून ठरतं. आपल्याला हेही समजतं की, कोणत्याही परिस्थितीच्या सगळ्या पैलूंवर आपलं नियंत्रण नसतं. यामुळे आपल्यातली नम्रतेची जाणीव, विनोदबुद्धी आणि स्वीकार करण्याची वृत्ती अधिक प्रखर होते.

२. नम्रता : मी नम्र आणि विनयशील राहण्याचा प्रयत्न केला

''अंत्यसंस्काराच्या वेळी तुम्ही जे बोलला होतात, त्यावर मला काही बोलायचं आहे,'' ख्रिस हानीच्या अंत्यसंस्काराच्या वेळी आर्चबिशपनी जो उपदेश केला होता, त्या संदर्भात दलाई लामा म्हणाले. ''तुम्ही असा उल्लेख केला होतात की, तुम्ही स्वतःला इतरांपेक्षा श्रेष्ठ मानत नाही, तुम्ही सगळ्यांमधलेच एक आहात असं समजता. हे फार-फार महत्त्वाचं आहे. मी जेव्हा भाषण करतो, तेव्हा माझ्याही याच भावना असतात. मी स्वतःला एक साधा माणूस समजतो, श्रोत्यांपैकीच एक समजतो. एक माणूस इतर माणसांशी बोलत आहे, अशीच माझी भावना असते.

''त्याचप्रमाणे, त्यांनीही मला एक सामान्य माणूस मानलं पाहिजे, विधायक आणि विघातक भावना बाळगण्याची तशीच क्षमता असलेला एक माणूस. आपण जेव्हा कुणाला भेटतो, तेव्हा सगळ्यात आधी आपण हे लक्षात ठेवायला पाहिजे की, त्यांनासुद्धा आपल्यासारखीच एखादा दिवस, एखादा महिना आयुष्य आनंदात घालवायची इच्छा असते आणि तसं करण्याचा सगळ्यांना अधिकार आहे.

''माझ्या भाषणातून त्यांना काही उपयुक्त मार्गदर्शन मिळत असेलही; पण मी स्वतःला जर कुणीतरी विशेष समजलो किंवा ते मला कुणीतरी वेगळी किंवा खास व्यक्ती समजले, तर माझ्या अनुभवाचा काही उपयोग होणार नाही; त्यामुळे आर्चबिशप, तुमच्यात मला समविचारी सहकारी भेटला, ही गोष्ट मनाला आल्हाद देणारी आहे.''

दलाई लामा आणि आर्चबिशप यांना प्रतिष्ठा, पद आणि श्रेष्ठत्व यात काहीही रुची नव्हती. धार्मिक जगतात सगळ्यांचीच मतं काही या दोघांसारखी नव्हती, याची तीव्र जाणीव करून देणारी एक कहाणी सांगायला दलाई लामांनी सुरुवात केली.

''मी एक खोडकर माणूस आहे, असं तुम्हीं म्हणालात,'' आर्चबिशपकडे बोट दाखवत ते म्हणाले. ''दिल्लीतल्या एका सर्व धर्मांच्या सभेत एक दिवस माझ्या शेजारी एक भारतीय आध्यात्मिक नेता असा बसला होता.'' दलाई लामा ताठ बसले आणि त्यांनी चेहरा कठोर करून कपाळाला आठ्या घातल्या. ''तो म्हणाला की, त्याचं आसन सगळ्यांपेक्षा उंचावर असायला हवं. याला तुम्ही काय म्हणता?'' खुर्चीच्या तळाला थोपटत दलाई लामांनी विचारलं.

''खुर्चीचे पाय,'' आर्चबिशप म्हणाले.

''बरोबर, खुर्चीचे पाय पुरेसे लांब नव्हते, म्हणून मग त्या आयोजकांना काही विटा आणाव्या लागल्या आणि त्या नेत्याची खुर्ची उंच करावी लागली. मी जेवढा वेळ त्याच्या शेजारी होतो, तो सगळा वेळ तो पुतळ्यासारखा निश्चल बसला होता. मग माझ्या मनात विचार आला, जर एखादी वीट हलली आणि तो पडला, तर काय होईल बघायला पाहिजे-''

''तुम्ही वीट हलवलीत की काय?'' आर्चबिशपनी विचारलं.

''मला जर ते शक्य झालं असतं...''

''माझा विश्वास बसत नाही.''

''कदाचित एखाद्या रहस्यमय शक्तीनं ती वीट हलवलीही असती, कारण मी देवाची प्रार्थना केली असती, 'देवा, कृपा करून ती खुर्ची पाड.' मगच तो नेता माणसासारखा वागला असता.''

दलाई लामा आणि आर्चबिशप खदखदून हसत होते.

''मी आधी सांगितलं आहे की, तरुणपणी मी घाबरट होतो,'' दलाई लामा पुढे सांगू लागले. ''तरुण असताना मला काही औपचारिक भाषणं करावी लागायची, तेव्हा आपण सगळे समान आहोत असा विचार मी करत नव्हतो, म्हणून मला अस्वस्थ वाटायचं. मी एक सामान्य माणूस म्हणून समोरच्या माणसांशी बोलत आहे, हे मी विसरून जायचो. मी स्वतःला कुणीतरी खास समजायचो आणि अशा विचारांमुळे मी सगळ्यांपेक्षा वेगळा, एकटा पडायचो. ही अलग असण्याची भावना आपल्याला लोकांपासून तोडते; एकटं पाडते. वास्तविक अशा प्रकारे शिष्टपणा करून आपण स्वतःला एकटं पाडतो आणि अस्वस्थ होतो.

''१९५४ मध्ये मी बीजिंगच्या अधिकृत भेटीवर गेलो होतो, तेव्हा तिथे पोहोचल्यावर भारताचे राजदूत मला भेटायला आले. काही चिनी अधिकारीही तिथे

होते. चिनी कम्युनिस्ट अधिकारीही पुतळ्यासारखे उभे होते, हे असे - अतिशय गंभीर आणि अबोल. मग कशामुळे तरी टेबलावरचा फळांनी भरलेला वाडगा कलंडला. काय झालं ते मला माहीत नाही. मग ते कठोर दिसणारे चिनी अधिकारी गुडघ्यावर बसले आणि ते फळांचे तुकडे गोळा करू लागले. पाहिलंत? सगळं काही ठाक-ठीक चाललेलं असतं, तेव्हा आपण कुणीतरी विशेष असल्याचा बहाणा करतो; पण मग काहीतरी घडतं. काहीतरी अनपेक्षित आणि मग आपल्याला सर्वसामान्य माणसांसारखं वागावं लागतं.''

मी पुढचा प्रश्न विचारायला सुरुवात केली, तेव्हा दलाई लामांनी घड्याळाकडे कटाक्ष टाकला, ते चुकीची वेळ दाखवत होतं आणि चहाची वेळ झाली आहे का याची त्यांनी पृच्छा केली. अजून आपल्याकडे अर्धा तास आहे हे मी स्पष्ट केलं; पण आर्चबिशपना विचारलं की, तुम्हाला काही काळ विश्राम हवा आहे का? कारण, त्यांच्यात किती वेळ बसण्याची शक्ती आहे, यावर आमची बारीक नजर होती.

''नाही.''

''तुम्ही ठीक आहात ना?'' मी पुन्हा विचारलं. त्यांच्या तब्येतीसाठी जेवढा वेळ बसणं योग्य आहे, त्यापेक्षा जास्त वेळ बसण्याचा आग्रहीपणा ते करतात याची मला जाणीव होती.

''ते बघा कसे छान आहेत,'' दलाई लामांकडे बघत ते म्हणाले. ''ते माणसासारखं वागताहेत.''

''अच्छा! तर तुम्ही मला खोडकर म्हणता,'' दलाई लामांनीही विनोदानं प्रत्युत्तर दिलं. ''मी जेव्हा एखाद्या धार्मिक किंवा औपचारिक सभेत असतो, तेव्हा मला खरंच असं वाटत असतं की, काहीतरी विपरीत घडावं.''

''आता लोकांना हे कळेल की, दलाई लामा जेव्हा खोलीत येतात आणि कदाचित ते काही राष्ट्राध्यक्षांबरोबर बसलेले असतात, तेव्हा ते आजूबाजूला बघत असतात आणि एखादी तरी खुर्ची मोडेल अशी त्यांना आशा असते.''

''म्हणूनच मग,'' दलाई लामा पुढे सांगू लागले, ''मी जेव्हा पहिल्यांदा अध्यक्ष बुश यांना भेटलो, तेव्हा लगेचच मानवी पातळीवर आम्ही मित्र बनलो - औपचारिक नव्हे, मानवी पातळीवर. आम्ही एकत्र बसलो होतो आणि काही बिस्किटं दिली जात होती आणि मी विचारलं, 'यातलं सगळ्यात चांगलं कोणतं आहे?' आणि ते लगेचच बोट दाखवून म्हणाले, 'हे फार छान आहे.' ते अगदी सामान्य माणसासारखे वागले; त्यामुळे आम्ही जवळ आलो. दुसरे काही नेते, आम्ही भेटतो, तेव्हा अंतर राखून असतात. मग दुसऱ्या वेळी थोडे जवळ येतात. तिसऱ्या वेळी आणखी जवळ येतात.'' हे बोलत असताना प्रत्येक वेळी ते

आपलं डोकं आर्चबिशपच्या जवळ आणत होते.

"मी अगदी तरुण होतो, तेव्हा ल्हासामध्ये मला 'लाइफ' या अमेरिकन मासिकाच्या प्रती मिळायच्या. एका अंकात, भविष्यातल्या राणीचा, एलिझाबेथ यांचा एका मोठ्या औपचारिक समारंभातला एक फोटो होता. भावी राणी प्रिन्स फिलिपशेजारी उभी राहून एक संदेश वाचत होती. वाऱ्यामुळे राणीसाहेबांचा स्कर्ट हा असा उडत होता." दलाई लामांनी आपला अंगरखा उडवून दाखवला. "राजकन्या एलिझाबेथ आणि प्रिन्स फिलिप यांनी काहीच झालं नाही असं भासवलं; पण एका अमेरिकन फोटोग्राफरनं तो फोटो काढला. मी तो पाहिला, तेव्हा मला हसू आलं. ते फारच गमतीदार होतं, असं मला वाटलं. काही वेळा विशेषतः औपचारिक प्रसंगात लोक आपण कुणीतरी वेगळे आणि खास असल्यासारखे वागतात; पण आपल्याला हे खरं तर माहीत असतं की, आपण सगळी तीच, सामान्य माणसं आहोत."

"प्रसन्नता, आनंद निर्माण करण्यात नम्रतेचा किती वाटा असतो, याबद्दल काही सांगू शकाल?" मी विचारलं, तेव्हा आर्चबिशप हसू लागले.

"लोक एका बिशपची गोष्ट सांगतात," त्यांनी सुरुवात केली, "तो पाद्री या पदासाठी उमेदवारांची निवड करणार होता. ते सगळे सद्‌गुणांविषयी बोलत होते, त्यात नम्रतेचाही समावेश होता. एक उमेदवार बिशपकडे आला आणि म्हणाला, 'महाराज, मी लायब्ररीत नम्रतेवरचं पुस्तक शोधतो आहे.' बिशप म्हणाला, 'हो तर, मी या विषयावरचं सर्वोत्तम पुस्तक लिहिलं आहे!' "

मला वाटलं, ते नेहमी सांगतात, तो तीन बिशपचा विनोद ते सांगतील : हे तीन धार्मिक नेते वेदीसमोर उभे होते. अतिशय विनम्रतेनं छाती पिटत होते आणि ईश्वरासमोर आपण कसे कुणीच नाही, हे सांगत होते. काही वेळातच चर्चचा एक दुय्यम फळीतला अनुयायी तिथे आला आणि छाती पिटत तोही कसा काहीच नाही हे सांगू लागला. त्या तीनही बिशप्सनी त्याचं बोलणं ऐकलं, एकानं दुसऱ्याला कोपरानं ढोसत म्हटलं, "पाहा, कोण असं म्हणत आहे की, तो काहीच नाही."

खोट्या विनम्रतेच्या या गोष्टी मजेशीर असतात, कारण नम्रता ही अशी गोष्ट आहे जी असल्याचा दावा कुणी करू शकत नाही. या कारणासाठीच बहुधा मी प्रश्न पूर्ण करण्याआधीच आर्चबिशप हसायला लागले होते. आपण या विषयातले तज्ज्ञ आहोत, असा दावा त्यांना करायचा नव्हता. असं असलं तरी आनंदी आयुष्य जगण्यासाठी नम्रता आवश्यक असल्याचं दलाई लामा आणि आर्चबिशप सांगत होते आणि त्यांच्यातल्या याच नम्रतेमुळे ते दोघंही सहजपणे कुणालाही भेटू शकतात, सगळ्यांशी सलोख्याचे संबंध टिकवून असतात आणि

त्यांच्या कामात असलेला त्यांचा प्रभाव सगळ्या जगाला जाणवतो.

"एक तिबेटी प्रार्थना आहे," दलाई लामा म्हणाले. "जी मनाला प्रशिक्षित करणाऱ्या कार्यक्रमाचा एक भाग आहे. एक तिबेटी गुरू म्हणतो, 'मी कुणालाही पाहिलं तरी मी स्वतःला त्याच्यापेक्षा श्रेष्ठ समजणार नाही. माझ्या समोर उभ्या असलेल्या व्यक्तीचं मी अगदी माझ्या हृदयाच्या तळापासून खरंच कौतुक करेन." आणि मग आर्चबिशपकडे वळून ते म्हणाले, "काही वेळा तुम्ही मला तसं वागायला सांगता..."

"एखाद्या पवित्र माणसासारखं," आर्चबिशपनी वाक्य पूर्ण केलं.

"हो, एखाद्या पवित्र माणसासारखं," दलाई लामा हसत म्हणाले. जणू काही पवित्र माणूस हे त्यांनी ऐकलेले आजवरचे सगळ्यात गमतीदार शब्द होते.

"हो, हो." आर्चबिशप म्हणाले, "म्हणजे, तुम्हाला स्वतःचं एक व्यक्तिमत्त्व असेल आणि तुम्ही योग्य तेच वागाल, अशी अपेक्षा लोक करत असतात. माझी टोपी घेऊन स्वतःच्या डोक्यावर घालणं अशा गोष्टी एका साधुपुरुषाकडून लोक अपेक्षित नाहीत."

"पण, आपण सामान्य माणूस आहोत - सात अब्ज लोकांमधला एक माणूस - असा विचार तुम्ही केलात तर यात आश्चर्य वाटण्यासारखं किंवा मी कुणीतरी विशेष असायला हवं असं वाटण्यासारखं काहीच नाही. म्हणून मी जेव्हा जेव्हा राण्यांबरोबर, राजांबरोबर किंवा अध्यक्षांबरोबर किंवा पंतप्रधानांबरोबर किंवा भिकाऱ्यांबरोबर असतो, तेव्हा आपण सगळे सारखे आहोत हेच मला आठवत राहतं."

"मग लोक तुम्हाला 'गुरुदेव' म्हणून वेगळ्या प्रकारे वागवतात, तेव्हा नम्रता टिकवून ठेवणं तुम्हाला जड जातं का?" मी विचारलं.

"नाही, मी औपचारिकतेची किंवा शिष्टाचारांची चिंता करत नाही. ते सगळं कृत्रिम आहे. खरंच! बिशप, तुमचा जन्मही इतर माणसांसारखाच झाला. बिशप काही वेगळ्या पद्धतीनं जन्म घेत नाहीत आणि मला वाटतं, जेव्हा शेवट येईल, तेव्हा इतर सामान्य माणसांसारखाच तुम्ही जगाचा निरोप घ्याल."

"हो," आर्चबिशप म्हणाले, "पण लोक जेव्हा तुमच्यासमोर येतात, तेव्हा ते माझ्यासमोर येतात तसे येत नाहीत."

"मला वाटतं, ते मी एका रहस्यमय प्रदेशातून, तिबेटमधून आलो आहे; त्यामुळे असावं. काही लोक त्याला तिबेट शांग्रि-ला म्हणतात, म्हणून पोटालामध्ये ज्या माणसानं काही वर्षं घालवली आहेत, तो एक प्रकारे रहस्यमयच झाला. शिवाय आजकाल कट्टर चिनी माझ्यावर टीका करतात; त्यामुळे भरपूर प्रसिद्धी मिळते. म्हणून हे..." आपल्या रहस्यमयतेवरून आणि जागतिक कीर्तीवरून

दलाई लामांना हसू अनावर झालं.

आर्चबिशपनी त्यांना मध्येच थांबवलं. "बघा - हेच आपण म्हणत होतो. खरं तर ज्या गोष्टींचा तुम्हाला वैताग यायला हवा, त्यावर तुम्ही हसता आहात आणि लोक म्हणतात, जेव्हा माझ्या आयुष्यात वैतागाचे क्षण येतील, तेव्हा चिनी लोकांनी अशी वागणूक देऊनही दलाई लामा त्यावर ज्या पद्धतीनं प्रतिसाद देतात, तसा आम्हाला देता यावा. हे असं वागणं तुम्ही कसं जमवलंत? तुम्ही हे कसं करू शकता? तुम्ही जन्मतः तर असे नव्हता."

"हे खरं आहे, ते मी प्रशिक्षणाद्वारे मिळवलं आणि सुदैवानं मला माझ्या आईचं प्रेम मिळालं. मी जेव्हा लहान होतो, तेव्हा आईला कधीच रागावलेलं पाहिलं नाही. ती फार प्रेमळ होती; पण माझ्या वडिलांना लवकर राग यायचा. काही प्रसंगी मला त्यांचे आशीर्वादही मिळाले." फटके मारल्याचा अभिनय करत ते म्हणाले, "लहान असताना मी माझ्या पिताजींचा मार्ग अनुसरला. मीसुद्धा चिडका होतो. मी जसा थोडा मोठा झालो, तसा मी आईसारखा वागायला लागलो. अशा रीतीने मी माझ्या दोन्ही पालकांच्या अपेक्षा पूर्ण केल्या!"

कोणताही आनंद मिळवण्यासाठी विनम्रता फार आवश्यक आहे. यावर दोघंही ठाम होते. आपला दृष्टिकोन विशाल केला तर गेलेल्या काळात आणि येणाऱ्या काळात आपली जागा कुठे होती आणि राहील, याचं स्वाभाविक ज्ञान आपल्याला होतं. यामुळे आपोआप नम्रतेची जाणीव होते आणि हे समजतं की, एक माणूस म्हणून आपण सगळे प्रश्न सोडवू शकत नाही किंवा जीवनाच्या सगळ्या पैलूंवर नियंत्रण ठेवू शकत नाही. आपल्याला इतर लोकांची गरज असते. आर्चबिशपनी हे ठामपणे सांगितलं होतं की, आपली कमजोरी, दुर्बलता, आपले दोष आणि आपल्या मर्यादा अशी जाणीव करून देतात की, आपल्याला एकमेकांची गरज आहे. आपला जन्म स्वतंत्रपणे, स्वावलंबनानं, एकट्यानं जगण्यासाठी झालेला नाही; तर परस्परांच्या आधारानं आणि परस्परांना मदत करून जगण्यासाठी झाला आहे. दलाई लामा म्हणत होते की, आपण सगळे एकाच पद्धतीनं जन्मतो आणि मरतो आणि या क्षणांसाठी आपण पूर्णपणे इतरांवर अवलंबून असतो, मग आपण दलाई लामा असू किंवा एखादा भिकारी, आपण आर्चबिशप असू नाहीतर एखादा निर्वासित.

दलाई लामांचा आयुष्याकडे बघण्याचा दृष्टिकोन कसा आहे, हे त्यांचा दीर्घकाळापासूनचा मित्र आणि सहयोगी डॅनिएल गोलमन यांनी बारकाईनं निरीक्षण करून छान शब्दांत मांडलं आहे. 'दलाई लामांना त्यांच्या अवतीभोवती चाललेल्या प्रत्येक गोष्टीची गंमत वाटते. त्यांना जे काही चाललेलं असतं, त्यात आनंद मिळतो; पण कोणतीही बाब ते स्वतःशी फार निगडित होऊ देत नाहीत आणि जे

चाललं आहे, त्याची अतिचिंताही करत नाहीत.' दलाई लामा आम्हाला आठवडाभर या गोष्टीचं स्मरण करून देत होते की, कोणत्याही भूमिकेत अडकून पडू नका आणि कशाचाही गर्व बाळगणं म्हणजे तुमच्या तात्पुरत्या भूमिकेची आणि आपल्या मूलभूत व्यक्तिमत्त्वाची गल्लत करणं होय. आमचा ध्वनि-तंत्रज्ञ जुआन त्याच्या रिमोट मायक्रोफोनची वायर गुंडाळत होता, तेव्हा दलाई लामांनी गमतीनं त्याची डॉन क्विक्झोटसारखी असलेली दाढी खेचली. त्यांच्या या कृतीनं तिथे खसखस पिकली; पण सगळ्यात जास्त हसत होते दलाई लामा. ते म्हणत होते : 'आज तू ध्वनितंत्रज्ञ आहेस आणि मी दलाई लामा, पुढच्या वेळी कदाचित आपल्या भूमिका उलट्या होतील. पुढची वेळ म्हणजे कदाचित पुढचं वर्ष असू शकेल किंवा पुढचा जन्मही, कारण पुनर्जन्माच्या कल्पनेनं आपल्याला या गोष्टीची आठवण होते की, आपल्या सगळ्या भूमिका तात्पुरत्या आहेत.

Humility नम्रता– हा शब्द ज्या मूळ लॅटिन शब्दावरून आला आहे, ज्याचा अर्थ 'माती' असा होतो. याच शब्दाशी साधर्म्य असणारी एक स्वादिष्ट चटणी मध्यपूर्वेकडे केली जाते, तिच्याशी या शब्दाची गल्लत करू नये. नम्रता आपल्याला खरंच जमिनीवर आणते, काही वेळा दाणकन खाली आपटते. वर्णभेदविरोधी संघर्षाच्या काळात दरबानहून जोहान्सबर्गला विमानातून जात असतानाचा एक किस्सा आर्चबिशप सांगतात. विमानातील कर्मचाऱ्यांनी त्यांना विचारलं की, एका सहप्रवाशाला पुस्तकावर तुमची स्वाक्षरी हवी आहे, ती मिळेल का? आर्चबिशप सांगतात, "मी नम्र आणि विनयशील दिसण्याचा खूप प्रयत्न करत होतो; पण माझ्या हृदयात मात्र मला या विचारानं बरं वाटत होतं की, लोकांना अजूनही चांगल्या गोष्टी दिसल्या की, त्या लक्षात येतात." पण जेव्हा त्या महिलेनं माझ्या हातात पुस्तक ठेवलं आणि मी माझं पेन काढलं, तेव्हा तिनं विचारलं, "तुम्ही बिशप मुझोरेवा आहात, हो ना?"

अत्यंत मानवी असलेल्या अभिमान किंवा अहंकार या गुणधर्मांची लागण आपल्या सगळ्यांनाच होते; पण खराखुरा गर्व किंवा शिष्टपणा असुरक्षिततेच्या भावनेतूनच निर्माण होतो. आपण इतरांपेक्षा गुणांनी खुजे आहोत, याची सतत बोचणी लागून राहिल्यामुळे आपण इतरांपेक्षा मोठे आहोत असं वाटून घेण्याची अशा माणसांना गरज असते. दलाई लामांना जेव्हा हा धोका जाणवतो, तेव्हा ते एखाद्या किड्याकडे बघतात आणि स्वतःला बजावतात की, काही बाबतींत हा कीटक आपल्यापेक्षा चांगला आहे, कारण तो निरागस आणि दुष्ट विचारांपासून मुक्त आहे. "आपण सगळी ईश्वराची लेकरं आहोत आणि सगळे सारखे आहोत याची जेव्हा जाणीव होते, तेव्हा आपल्याला इतरांपेक्षा चांगलं किंवा वाईट

ठरण्याची गरज उरत नाही,'' आर्चबिशप स्पष्ट करून सांगतात. ते ठामपणे म्हणतात, ''इथे कुणीही दैवी योगायोगानं आलेलं नाही.'' आपण कुणी विशेष नसलो तरी महत्त्वाचे, आवश्यक नक्कीच आहोत. या सगळ्या दैवी योजनेत आपली भूमिका दुसरं कुणी करू शकत नाही.

''काही वेळा आपण नम्रता आणि भित्रेपणा यात गल्लत करतो,'' आर्चबिशप समजावून सांगत म्हणाले. ''आपल्याला ज्यानं हे सद्गुण भेटीदाखल दिले आहेत, त्याचा यामुळे सन्मान होत नाही. नम्रता म्हणजे ही भेट, हे बक्षीस ईश्वरानं दिलं आहे हे ओळखणं. इतरांना मिळालेल्या भेटींचा आनंद साजरा करणं म्हणजे विनम्रता; पण याचा अर्थ असा नाही की, तुम्ही त्या भेटी नाकाराव्यात किंवा त्यांचा वापर करण्यात कुचराई करावी. ईश्वर आपल्यातल्या प्रत्येकाचा वापर करत असतो आणि जरी तुम्ही सर्वोत्तम नसलात, तरी त्याला तुमची नक्कीच आवश्यकता असते.''

हे संवादसत्र सुरू होण्याच्या आदल्या रात्री असुरक्षितता आणि भीती वाटून मी रात्रभर कूस बदलत होतो, त्याची मला आठवण झाली. दोन महान आध्यात्मिक नेत्यांची मी मुलाखत घेणार होतो आणि मी योग्य प्रश्न विचारत आहे ना याची मला खात्री करून घ्यायची होती. हे योग्य पद्धतीनं करण्याची आम्हाला एक संधी होती - ही ऐतिहासिक भेट आणि संवादसत्र साऱ्या जगापुढे नीट मांडण्याची एक संधी. मी कुणी वार्ताहर किंवा पत्रकार नव्हतो. अशा प्रकारच्या मुलाखती घ्यायला माझ्यापेक्षा अनेक लायक लोक नक्कीच होते. मी यापूर्वी कधीही न केलेली गोष्ट करायला निघालो होतो आणि जेव्हा आपण स्वतःपुढेच आव्हान उभं करतो, तेव्हा शंका येणं आणि भीती वाटणं साहजिक आहे. हे आवाज आपण कधी नेस्तनाबूत करू शकतो की नाही मला माहीत नाही. जेव्हा आपण आपल्या क्षमता पूर्णपणे ताणलेल्या असतात आणि आपला सगळा अनुभव पणाला लावलेला असतो, तेव्हा हे आवाज आपल्या कानाशी कुजबुज करतात, त्यांच्या काळज्या बोलून दाखवतात. मला असं कळून चुकलं आहे की, हे आवाज खरं तर आपल्याला सुरक्षित ठेवण्याचा प्रयत्न करत असतात; अनोळखी आणि माहीत नसलेल्या बाबींपासून आपण दूर राहिलं पाहिजे, असं बजावत असतात; पण त्यामुळे स्वतःविषयीच्या शंकांचे सुरे कमी वेदनादायी ठरत नाहीत. हे सगळं चाललं आहे ते माझ्याविषयी किंवा माझ्या मर्यादांविषयी चाललेलं नाही याची जेव्हा मला जाणीव झाली, तेव्हा कुठे मला शांत झोप लागली. आर्चबिशप आणि दलाई लामा यांच्या ज्ञानाचा लाभ घेऊ इच्छिणाऱ्या लोकांच्या मनातले प्रश्न विचारणारा मी फक्त एक प्रतिनिधी होतो - आणि या मुलाखतींदरम्यान

किंवा हे पुस्तक लिहिताना मी एकटा असणार नव्हतो. आर्चबिशप म्हणाले त्याप्रमाणे, मी सर्वोत्तम होतो किंवा नव्हतो, ही बाब गौण होती. मी तिथे होतो, हे महत्त्वाचं होतं.

"इमोरी नावाच्या मुलाकडून एक प्रश्न आला आहे." मी म्हणालो. "तो तुमच्यासाठी आहे गुरुदेव. तो लिहितो : 'मला जेव्हा दिशाहीन, निराश झाल्यासारखं वाटतं, तेव्हा तुमची वक्तव्यं मला नेहमी प्रेरणा देतात; डोळ्यांसमोर एक ध्येय उभं करतात. गोष्टी तुमच्या मनासारख्या घडत नसतील, तर सकारात्मक दृष्टिकोन ठेवण्याचा सगळ्यात चांगला मार्ग कोणता?' तर हा आपल्याचसारखा एक मुलगा आहे जो स्वतःला दूषणं देतो, निराश होतो. स्वतःची निंदा करणाऱ्या आपल्याच आतल्या आवाजांचा सामना कसा करायचा?"

"कितीतरी लोकांना स्वतःवर प्रेम करायला, स्वतःविषयी दयाभाव बाळगायला जमत नाही," दलाई लामा म्हणाले. "हे खरंच दुःखदायक आहे. हे बघा, तुम्हाला जर स्वतःविषयी मनापासून प्रेम, करुणा वाटत नसेल तर तुम्ही ती दुसऱ्यांपर्यंत कशी पोहोचवणार? आपण लोकांना याची आठवण करून दिली पाहिजे की मानवी स्वभाव मुळातच चांगला असतो, सकारात्मक असतो, जसं आर्चबिशप म्हणाले; त्यामुळे आपल्याला धीर येईल, आत्मविश्वास मिळेल. आपण म्हणालो तसं, स्वतःवर अतिप्रमाणात लक्ष केंद्रित केलं तर भीती, असुरक्षितता आणि अस्वस्थता वाटू लागते. तुम्ही एकटे नाही, हे ध्यानात असू द्या. मानवजातीचं भविष्य असलेल्या संपूर्ण पिढीचा तुम्ही एक भाग आहात. मग तुम्हाला धीर येईल आणि आयुष्याला एक ध्येय मिळेल.

"आपण हेही लक्षात घेतलं पाहिजे की, आपल्यातल्या त्रुटी आणि मर्यादांची जाणीव आपल्याला जास्त सकारात्मक बनवते. ही जाणीव म्हणजेच शहाणीव, शहाणपण, ज्ञान! आपण काही बाबतींत अपूर्ण आहोत हे समजल्यावर तुम्ही प्रयत्न करायला लागता. जर तुम्ही असा विचार करत असाल की, 'मी जसा आहे तसाच ठीक आहे, सगळं काही व्यवस्थित चाललं आहे; तर तुमचा विकास खुंटेल,' तुम्ही आणखी चांगलं होण्यासाठी प्रयत्नच करणार नाही. एक तिबेटी म्हण आहे की, ज्ञान हे पावसाच्या पाण्यासारखं असतं – दोन्हीही गोष्टी खालच्या पातळीवर जमा होतात. आणखी एक म्हण आहे की, वसंतऋतूत झाडांना बहर कुठे येतो? त्याची सुरुवात कुठे होते? तो आधी डोंगरमाथ्यावर फुलतो की दऱ्याखोऱ्यांमध्ये? वाढ, विकास हा आधी खालून सुरू होतो. म्हणूनच, तुम्ही जर विनम्र, झुकलेले असाल तर तुम्ही पुढे शिकत जाल. मी नेहमी लोकांना सांगतो की, मी जरी ऐंशी वर्षांचा असलो, तरी मी स्वतःला अजून विद्यार्थीच

समजतो.''

''खरंच?'' तिरकसपणे हसत आर्चबिशपनी विचारलं.

''खरंच. रोज मी शिकत असतो, शिकत असतो.''

''तुम्ही अद्भुत आहात.''

''मी तुमच्याकडून अशाच शेऱ्याची अपेक्षा करत होतो.'' दलाई लामा हसले.

आर्चबिशपही हसले, स्वतःला विनम्र ठेवायचा प्रयत्न ते करत होते. आपल्यात विनम्रता असते, तेव्हाच आपण स्वतःवर हसू शकतो. योग्य विनोदबुद्धी असणं किती महत्त्वाचं असतं आणि आनंद, प्रसन्नता निर्माण करण्यासाठी आपल्यातल्या उणिवांवर हसणं खास करून कसं महत्त्वाचं असतं, हे आर्चबिशप आणि दलाई लामांकडून ऐकताना नवल वाटत होतं.

३. विनोदबुद्धी : हसणं, विनोद करणं हे अधिक चांगलं

संवादयात्रेच्या आठवड्यात सगळ्यात चकित करणारा पैलू म्हणजे हसण्यात घालवलेला वेळ. काही वेळा दलाई लामा आणि आर्चबिशप यांची जोडी आदरणीय आध्यात्मिक गुरूंची वाटायची; तेवढीच ती एक विनोदी जोडगोळी आहे असंही वाटत होतं. त्यांची विनोद करण्याची आणि हसण्याची क्षमता आणि सामान्य धर्मपरायणवृत्तीची खिल्ली उडवण्याची क्षमता पाहून खरोखर आपल्या अपेक्षांना धक्का बसतो. जेव्हा एखादे दलाई लामा आणि एखादे आर्चबिशप एखाद्या बारमध्ये जातात, तेव्हा तिथे ते विनोदांवर विनोद करत बसतील अशी तुम्हाला अपेक्षा नसते. अनेक मोठ्या आध्यात्मिक नेत्यांबरोबर काम केल्यावर मला हसणं आणि विनोदबुद्धी यांचं आध्यात्मिक विकासाशी कसं प्रमाण/गुणोत्तर आहे, हे ताडून पाहण्याचा मोह होतो. त्या नेत्यांच्या यादीत आर्चबिशप आणि दलाई लामा पहिल्या क्रमांकावर आहेत आणि त्यांनी दांभिकता, प्रतिष्ठा, अन्याय आणि दुष्टपणा यांना विनोदबुद्धीच्या शक्तीनं भाजून काढलं आहे. ते दोघं आणि त्यांच्या आजूबाजूचे सगळे लोक आठवडाभर सतत खो-खो हसत होते, खुदुखुदु हसत होते आणि पोट धरूनही सतत हसत होते. ते अवखळ क्षण, गंभीर आणि शांत क्षणांबरोबर सुरेख गुंफले गेले होते. कोणताही विषय, मग तो कितीही क्लेशकारक असला तरीही त्याला त्यांचा पहिला प्रतिसाद बहुतेक वेळा हसणं हाच होता.

त्यांच्या प्रसन्न अस्तित्वाचा विनोदबुद्धी हा केंद्रबिंदू होता हे तर स्पष्टच होतं,

पण हसणं हे केंद्रस्थानी असण्याचं काय कारण होतं?

''मी एकदा एका मेक्सिकन ऋषींबरोबर काम केलं.'' विषयाला तोंड फोडताना मी म्हणालो. ''ते म्हणाले की, हसणं आणि रडणं या दोन्ही गोष्टी एकच आहेत - हसण्यानं आपल्याला जास्त बरं वाटतं एवढंच! या जगात तुमच्या अस्तित्वाचा केंद्रबिंदू हास्य हा आहे, हे तर स्पष्ट आहे आणि आर्चबिशपही म्हणत होते की, गुरुदेव, एखाद्या सामान्यपणे वैताग देणाऱ्या गोष्टींचंही तुम्हाला हसू येतं.''

''खरंय हे, खरंय हे.''

''प्रसन्नता निर्माण करण्याच्या कामी हसणं आणि विनोदबुद्धी यांची काय भूमिका आहे, हे सांगू शकता?''

''फार गंभीरपणा नसणं हे जास्त चांगलं असतं.'' दलाई लामा उत्तरले. ''विनोद करणं, हसणं हे जास्त चांगलं! मग आपण अगदी ताणरहित होतो. मी जपानमध्ये काही शास्त्रज्ञांना भेटलो आणि ते म्हणाले की, मनापासून हसणं – खोटं खोटं नाही – हे तुमच्या हृदयासाठी आणि एकूणच आरोग्यासाठी खूप चांगलं असतं.'' ते जेव्हा 'खोटं खोटं हसणं' म्हणाले, तेव्हा त्यांनी हसण्याचं नाटक केलं आणि तोंडानं हसल्यासारखा आवाज काढला. ते मनापासून हसणं आणि प्रेमळ हृदय यांच्यामध्ये संबंध प्रस्थापित करत होते, जो त्यांनी पूर्वीच सांगितल्याप्रमाणे आनंदाची गुरूकिल्ली होता.

मी एकदा ऐकलं होतं की, कोणत्याही दोन व्यक्तींना ताबडतोब एकमेकांशी जोडणारा धागा म्हणजे हास्य आणि आपल्याला अलग करणारी सामाजिक कुंपणं तोडण्यासाठी आर्चबिशप आणि दलाई लामा यांनी विनोदबुद्धीचा वापर केला. Humor (विनोदबुद्धी), हा Humility (विनम्रता) सारखाच Humanity (मानवता) या शब्दाच्या मूळ शब्दापासून – Humusपासून बनला आहे. खाली असणारी आणि टिकून राहणारी जमीन किंवा माती ही या तीनही शब्दांचं उगमस्थान आहे. आपल्याला स्वतःवर हसता येण्यासाठी विनम्रतेची जाणीव असायला लागते म्हणजे आपण सगळे मानव एक आहोत याचं स्मरण होतं, यात काहीच आश्चर्य नाही.

''मला वाटतं, ते शास्त्रज्ञ बरोबर आहेत,'' दलाई लामांनी निष्कर्ष काढला. ''जे लोक सारखे हसत असतात, ते गोष्टी सोडून देतात (मनाला लावून घेत नाहीत.) आणि सहजपणे वावरतात. या लोकांना हृदयविकाराचा धोका कमी असतो; पण जे लोक सतत गंभीर असतात आणि ज्यांना लोकांशी जुळवून घेणं, मैत्री करणं जमत नाही; अशांना हा धोका जास्त असतो.''

''आम्हाला आमच्या देशात दिसून आलं...'' वेदनादायी काळाच्या आठवणी जाग्या होऊन एकटक खाली बघत असलेले विचारमग्न आर्चबिशप म्हणाले,

पोलिसांकडून मारल्या गेलेल्या लोकांचे अंत्यविधी आम्ही करत होतो, त्या वेळी शेकडो, हजारो लोक हजर असायचे. ती आणीबाणीची परिस्थिती होती - सगळीकडे जमावबंदी होती - मग अंत्ययात्रांना राजकीय मोर्चाचं स्वरूप यायचं. आम्हाला असं दिसलं की, लोकांची ऊर्जा सकारात्मक दिशेकडे वळवायची असेल तर हसण्यासारखा दुसरा उपाय नाही. आम्ही स्वतःवरसुद्धा विनोद करायला लागलो आणि त्यामुळे आमचं मनोबल उंचावलं. अर्थात काही गोष्टी घडल्या त्या फार भयंकर होत्या. मी काल सांगत होतो तसं, ख्रिस हानीबद्दल, खूपच तणावाची परिस्थिती निवळण्यासाठी विनोदबुद्धी मदतीला आली. लोकांना हसू येईल आणि विशेषतः स्वतःवर ते हसतील, अशा गोष्टी आम्ही सांगितल्या.

"खरंच, लोक खूप रागावलेले होते आणि पोलीस फार लांब उभे नव्हते, परिस्थिती अत्यंत स्फोटक बनली होती. काहीही विपरीत घडू शकलं असतं. माझं शस्त्र, जर तुम्ही त्याला शस्त्र म्हणू शकत असाल तर, बहुधा नेहमीच विनोदबुद्धी असायचं आणि स्वतःवर केलेला विनोद असायचं."

"आम्ही जोहान्सबर्गच्या सीमेवर असलेल्या एका उपनगरात आलो. तिथल्या एका गटाला वर्णभेदी सैनिकांनी शस्त्रं पुरवली होती आणि त्या गटानं अनेक लोकांना ठार केलं होतं. आम्ही जवळपासच्या सगळ्या बिशप लोकांची एक सभा बोलावली होती आणि त्या कत्तलीत बळी गेलेल्या लोकांचे अंत्यसंस्कार करणाऱ्यांमध्ये मीही होतो. लोक स्वाभाविकपणे खूपच चिडलेले होते आणि मला एक गोष्ट आठवली. विश्वाची निर्मिती करताना ईश्वरानं मातीपासून काही माणसं बनवली आणि विटा भाजण्याची भट्टी असते, तशा भट्टीत भाजायला ठेवली. देवानं एक घाणा ठेवला आणि दुसऱ्या कामात गुंतून गेला. भट्टीत ठेवलेल्या माणसांना तो विसरला. थोड्या वेळानं त्याला आठवलं आणि तो धावत भट्टीजवळ गेला; पण मधल्या काळात त्या माणसांचा कोळसा झाला होता. असं म्हणतात की, आपण काळे लोक असे निर्माण झालो. सगळ्यांनाच थोडंसं हसू आलं आणि मग मी म्हणालो, 'नंतर देवानं पुढचा घाणा लावला. या वेळी तो अतिसावध होता आणि त्यानं भट्टी फार लवकर उघडली. हा जो दुसरा घाणा होता, तो कमी भाजलेला निघाला. अशा रीतीनं गोरे लोक निर्माण झाले." किंचित हसून आर्चबिशपनी आपलं बोलणं संपवलं. त्यानंतर ते गडगडाटी हसले.

"आपण स्वतःची फुशारकी मारतो, वास्तवापेक्षा गोष्टी जास्त फुगवून सांगतो; कारण आपल्या मनातली स्वतःची प्रतिमा खुजी असते. जेव्हा तुम्ही दक्षिण आफ्रिकेसारख्या ठिकाणी असता, जिथे तुमच्याबरोबर भेदभाव केला जातो; तेव्हा स्वप्रतिमेला तडा जाणं अगदी सोपं असतं आणि अशा वेळी विनोदबुद्धी लोकांना तारून नेते. या विनोदबुद्धीनं एक गोष्ट नक्कीच चांगली केली : एका प्रक्षोभक

स्थितीतली हवा काढून घेतली.''

रवांडा (Rwanda) इथल्या भयंकर नरसंहारानंतर लगेचच आर्चबिशप तिथे गेले होते आणि त्यांना तिथे हुटुस (Hutus) आणि टुट्सीस (Tutsis) लोकांशी बोलायला सांगण्यात आलं. लोकांच्या हृदयाला झालेल्या इतक्या खोल आणि ताज्या जखमांबाबत कोण कसं बोलू शकणार होतं? आर्चबिशपचा त्यावरचा उपाय, जो ते नेहमीच वापरतात, पूर्ण शक्तिनीशी सत्य बोलायचं - आणि तेही विनोदी पद्धतीनं. त्यांनी मोठ्या नाकाच्या लोकांची आणि छोट्या नाकाच्या लोकांची गोष्ट सांगायला सुरुवात केली. आणि मोठ्या नाकाचे लोक छोट्या नाकाच्या लोकांना कसं बहिष्कृत करायचे, हे सांगायला लागले. श्रोत्यांमधले काही लोक हसू लागले आणि हसता हसताच त्यांना अचानक ते कशाबद्दल बोलत आहेत, त्याची जाणीव झाली : पूर्वग्रह आणि द्वेष बाळगण्याच्या फोलपणाबद्दल, मूर्खपणाबद्दल, मग तो त्यांच्या देशातला असो वा दुसऱ्यांच्या. त्यांनी म्हटल्याप्रमाणे विनोदबुद्धी हे खरंच शक्तिशाली शस्त्र आहे, हे सिद्ध झालं.

'अशांतते'नंतर (Troubles) दलाई लामांनी उत्तर आयर्लंडमधील बेलफास्टला भेट दिली. त्यांना आपद्ग्रस्त आणि हिंसा करणारे अपराधी यांच्या एकत्रितपणे बोलावलेल्या खासगी बैठकीसाठी आमंत्रित करण्यात आलं होतं. वातावरण खूप तंग होतं. दुःखानं वातावरण भारून गेलं होतं. बैठक सुरू झाल्यावर एक माजी प्रोटेस्टंट दहशतवादी सांगू लागला की, तो मोठा होत असताना इतर कट्टरपंथीयांनी त्याला सांगितलं होतं की, कॅथलिक लोकांच्या विरोधात ते करत असलेलं कृत्य समर्थनीय होतं; कारण ख्रिस्त हा प्रोटेस्टंट होता, कॅथलिक नव्हता. येशू ख्रिस्त हा अर्थातच ज्यू होता हे माहीत असल्यानं दलाई लामा इतके मोठ्यानं हसले की, त्यांनी सगळं वातावरणच बदलून टाकलं. आपल्या पूर्वग्रहाच्या आणि द्वेषाच्या फोलपणाबद्दल इतकं हसल्यावर सगळेजण अधिक प्रामाणिकपणे आणि दयाळू बुद्धीनं एकमेकांशी संवाद साधू शकले.

यावर आर्चबिशप म्हणाले, ''आपण जर गोष्टी कमी गांभीर्याने घेतल्या, तर आपण आपल्यालाच मदत करू शकतो. आपल्यात असलेल्या हास्यास्पद गोष्टी आपल्याला दिसायला लागतात. मी ज्या प्रकारच्या कुटुंबातून आलो, त्यांना इतरांना चिडवायला आवडायचं, इतरांच्या हास्यास्पद वाटणाऱ्या गोष्टी ते उजेडात आणायचे, विशेषतः जर कुणी अतिगर्व किंवा शिष्टपणा करत असेल, तर त्याचं पितळ उघडं पाडण्यात त्यांना मजा वाटायची. लोकांच्या दुराभिमानाचा फुगा फोडण्यात तर ते वाकबगार होते. या पार्श्वभूमीची मला माझ्या भविष्यात खूप मदत झाली.

''अर्थात, उद्याच्या जेवणाची भ्रांत पडणं, ही हास्यास्पद गोष्ट नाही. तुम्ही

सकाळी उठता आणि पाहता तुमची नोकरी गेलेली आहे, ही काही हसण्यासारखी गोष्ट नाही; पण राजकीय मोर्चांमध्ये, अंत्ययात्रांमध्ये सामील होणारे बहुसंख्य लोक अशाच प्रकारचे होते आणि ते लोक स्वतःवरच हसू शकणारे होते; त्यामुळे ते जेव्हा इतरांना हसायचे, तेव्हा त्यात दुष्टपणाचा अंश कमी असायचा. ते ईश्वराच्या बागेतले सर्वोत्कृष्ट प्रकारचे लोक नक्कीच नव्हते; पण जीवनातल्या अनिश्चिततेवर आणि दुष्टपणावर ते हसू शकत होते. विनोदबुद्धी खरोखरच तुमची तारणहार होऊ शकते.

''मला कायम जमिनीवर ठेवण्यात माझ्या पत्नीचा- ली चा- खूप मोठा वाटा आहे. एकदा आम्ही गाडी घेऊन चाललो होतो आणि ती एरवीपेक्षा जरा जास्तच आत्मसंतुष्ट, समाधानी दिसत होती आणि मी जेव्हा आमच्या समोरच्या गाडीकडे नजर टाकली, तेव्हा मला तिच्यावर लिहिलेलं दिसलं : 'पुरुषाशी बरोबरी करण्याची इच्छा असलेल्या स्त्रीला कोणतीही महत्त्वाकांक्षा नसते.' ''

मी म्हणालो, ''आर्चबिशप, विनोदबुद्धी दुष्टपणाही करू शकते; पण तुमची विनोदबुद्धी ही सगळ्यांना एकत्र आणणारी आहे. वेगळं करणारी नाही आणि एक दलाई लामा सोडले तर कुणाचा अधिक्षेप करणारी नाही, हे मी वर्षानुवर्षं पाहत आलो आहे; पण बहुतेक वेळा ती सगळ्यांना जवळ आणते. विनोदबुद्धी आपल्याला कशा प्रकारे एकत्र आणू शकते आणि आपल्याला हास्यास्पद गोष्टी कशा दाखवून देते, हे तुम्ही दोघं सांगता का?''

''हो, का नाही? तुम्हाला जर लोकांना एकत्र आणण्याची इच्छा असेल, तर कडवटपणे वागून हे साध्य होणार नाही. तुम्हाला हे माहीत आहे का? की, आपल्या सगळ्यांमधल्या हास्यास्पद गोष्टी समजणं खूप चांगलं असतं. मग आपण सगळ्यांमध्ये असलेली मानवता पाहू शकतो.

''शेवटी काय, तर स्वतःवर हसण्याची क्षमता आणि गोष्टी अतिगंभीरपणाने न घेणं हे महत्त्वाचं. इतरांना कमी लेखणारा विनोद तुम्हाला उंचावत नाही आणि इतरांना खालच्या स्थानी नेऊन ठेवत नाही. लोकांना एकाच पातळीवर आणून ठेवते ती खरी विनोदबुद्धी!''

''तुम्ही स्वतःच्या कमतरतेवर हसू शकत असाल, इतरांनाही तुमच्यावर हसू देऊ शकत असाल आणि त्यासाठी स्वतःच्या मनात खंत निर्माण होऊ देत नसाल, तर आपण सगळे एक असल्याची भावना तुमच्या आणि त्यांच्या मनात निर्माण होईल. जो विनोद कुणाला कमी लेखण्याच्या भावनेतून केला जात नाही, तो सगळ्यांना त्या हास्यरसात सामील होण्याचं निमंत्रण देत असतो.''

''तुम्ही आणि दलाई लामा जेव्हा एकमेकांना चिडवत असता,'' मी पुस्ती जोडली, ''तेव्हा एकमेकांची उणीदुणी काढता, असं अजिबातच वाटत

नाही.''

''हो, मी आणि दलाई लामा एकमेकांना जे चिडवतो, ते आमच्या नात्यामधील विश्वासाचं द्योतक असतं. ते चिडवणं हे दर्शवतं की, आमच्याकडे चांगुलपणाचा भरपूर साठा आहे आणि म्हणून आम्ही म्हणतो, माझा तुमच्यावर विश्वास आहे आणि तुमचा माझ्यावर. मला हे माहीत आहे की, तुम्ही मला कमी लेखणार नाही किंवा माझ्या बोलण्यानं दुखावले जाणार नाही.''

''मी विचार करत होतो की, आपण इतरांना कमी लेखण्यास मागे-पुढे पाहत नाही, कारण आपल्याला स्वतःबद्दल खात्री नसते आणि आपलं महत्त्व अधोरेखित करण्याचा सर्वोत्तम मार्ग म्हणजे समोरच्याला कमी लेखणं. याउलट, तुम्ही करत असलेला विनोद म्हणतो, 'ये, माझ्याशेजारी उभा राहा आणि आपण दोघं मिळून माझ्यावर हसू, मग दोघं मिळून तुझ्यावर हसू.' यामुळे आम्हा दोघांनाही कमीपणा येत नाही, उलट आम्ही एक उंची गाठतो. आम्ही दोघंही समान पातळीवरची मानवता अनुभवतो आणि हसतो. आमच्या दुर्बलतांना हसतो आणि आमच्यातल्या दोषांना, पराजयांना हसतो. आयुष्याचा प्रवास कठीण आहे आणि या प्रवासात समोर येणाऱ्या अनिश्चिततांचा, दुष्ट प्रवृत्तींचा, औपरोधिक प्रसंगांचा सामना हसतहसत करता आला पाहिजे.''

विनोदबुद्धीवर फार मोठं शास्त्रीय संशोधन झालेलं नाही; पण असं दिसतं की, अज्ञाताची भीती आणि तणाव यांना सामोरं जाण्यासाठी हसणं आणि विनोदबुद्धी हे फार मोठी भूमिका बजावू शकतात. विनोद गमतीदार असतात, कारण आपल्या अपेक्षांपेक्षा वेगळं काहीतरी त्यात सांगितलं जातं आणि ते अनपेक्षिताचा स्वीकार करण्याची मानसिक तयारी करून घेतात. आपल्या आयुष्यात असलेले अन्य लोक हे अनिश्चिततेचं सगळ्यात मोठं उगमस्थान असतात, म्हणून या लोकांचा सामना करण्यात आणि त्यांना हाताळण्यात बरीच विनोदबुद्धी खर्ची घालावी लागते यात काही नवल नाही. अन्य लोकांना भेटल्यावर त्यांना एकत्र बांधण्यासाठी आणि एकमेकांत संबंध प्रस्थापित करण्यासाठी विनोदबुद्धीचा वापर करणं, यात दलाई लामा आणि आर्चबिशप यांचा हातखंडा आहे.

म्हणूनच बहुधा त्यांनी एकत्र घालवलेला वेळ हास्यरसात बुडून गेला होता. एका आठवड्यासाठी धरमशालामध्ये भेटणं, ही घटना अभूतपूर्व होती आणि निःसंशय एक अलौकिक अनुभव होता; तरीही त्यांना एकमेकांसोबत वेळ घालवण्यात परमावधीचा आनंद मिळत होता. त्यापूर्वी ते अर्धा डझन वेळा भेटले होते; तेसुद्धा थोड्या वेळासाठी आणि औपचारिक प्रसंगी जागतिक नेत्यांचं वेळापत्रक व्यग्र असतं आणि त्यांनी एकत्र घालवण्याच्या वेळाबाबत सगळे तपशील आधीच ठरवले जातात. म्हणूनच, एकमेकांसोबत निवांत वेळ घालवणं आणि कोणतंही

दडपण न घेता विनोद करायला मिळणं, अशी संधी त्यांना क्वचितच मिळते.

"जे लोक असं म्हणतात की, आम्ही मजेदार नाही किंवा आम्हाला चांगली विनोदबुद्धी नाही, त्यांना तुम्ही काय सांगता?" मी आर्चबिशपना विचारलं.

"मी असं पाहिलं आहे की, खूप लोकांना असं वाटतं की, गंभीर चेहरा करून वावरलं की, ते कसे भारदस्त दिसतात आणि गंभीर असल्यावरच इतरांकडून आदराची वागणूक मिळते; पण माझा असा ठाम विश्वास आहे की, लोकांच्या हृदयात शिरण्याचा एक मार्ग म्हणजे त्यांना हसवण्याची तुमची क्षमता. तुम्ही जर स्वतःवर विनोद करू शकलात, तर तुम्ही शिष्ट नाही हे सगळ्यांना कळतं. शिवाय, जो स्वतःच स्वतःचा पाडाव करत असेल, तर त्याचा पाडाव तुम्ही करू शकत नाही. ज्यांनी आधीच स्वतःची कत्तल केलेली असते, त्यांना तुम्ही पुन्हा मारू शकत नाही.

"मला असं नाही वाटत की, एक दिवस मी उठलो आणि अचानक विनोदी वागायला लागलो. ही गोष्ट तुम्ही जाणीवपूर्वक, हळूहळू खतपाणी घालून वाढवता, असं मला वाटतं. इतर कौशल्यांसारखंच ते एक कौशल्य आहे. तुमचा उपजत कल, पिंड तसा असेल तर या गोष्टीची मदतच होते आणि विशेषतः तुम्ही स्वतःला हसू शकत असाल तर जास्तच! म्हणून स्वतःला हसायला शिका. सुरुवात करण्याची ही सगळ्यात सोपी जागा आहे. ही बाब नम्रतेशी निगडित आहे. खूप शिष्टपणा करू नका, गंभीरही राहू नका. आयुष्याच्या प्रवासात विनोदाचा शोध घेत निघालात, तर तो तुम्हाला नक्की मिळेल. 'मीच का?' असा प्रश्न विचारणं तुम्ही थांबवाल आणि सगळ्यांनाच जीवनाचे वेगवेगळे अनुभव येतात, हे ओळखायला शिकाल; त्यामुळे सगळ्या गोष्टी सोप्या होतील. इतरांचा स्वीकार करणं आणि जीवनाच्या सगळ्या अंगांचा स्वीकार करणंही!"

४. स्वीकार : असं एकमेव ठिकाण जिथे बदलाला सुरुवात होते...

जानेवारीत आम्ही जेव्हा तिबेटी मुलांच्या गावाला भेट दिली होती, तेव्हा एका भिंतीवर आम्हाला एक बोधवाक्य लिहिलेलं दिसलं. य बोधवाक्याचा संदर्भ संभाषणादरम्यान दलाई लामांनी दिला होता. शांतिदेवाच्या प्रसिद्ध प्रश्नाचं दलाई लामांनी भाषांतर करून सांगितलं होतं, ते मूळ प्रश्नापेक्षा किंचित वेगळं होतं. : 'एखाद्या गोष्टीवर उपाय सापडणं शक्य असेल, तर दुःखी का व्हायचं? आणि जर उपाय नसेलच, तर दुःख करून काय उपयोग?' या छोट्याशा शिकवणीत दलाई लामांच्या जीवनविषयक दृष्टिकोनाचं सार सामावलेलं आहे. आर्चबिशप म्हणाले त्याप्रमाणे, दलाई लामांनी त्यांच्या विजनवासाचं वास्तव मनात कोणत्याही प्रकारचा विषाद, खिन्नता उत्पन्न होऊ न देता स्वीकारलं, त्याच्या मुळाशी हीच शिकवण होती.

एकदा का आपण जीवनाकडे बघण्याचा दृष्टिकोन विशाल केला, या सृष्टीच्या मायाजालातली आपली भूमिका आपल्या लक्षात आली, तिचा विनम्रतेनं स्वीकार केला आणि एकदा का आपण स्वतःवर हसायला शिकलो की, आपण मनाच्या चौथ्या आणि अखेरच्या गुणधर्माप्रत येऊन पोहोचतो, तो म्हणजे जीवनातल्या सगळ्या प्रकारच्या दुःखांसह, दोषांसह आणि सौंदर्यासह त्या जीवनाचा स्वीकार करण्याची क्षमता.

हे स्पष्ट करणं गरजेचं आहे की, स्वीकार म्हणजे अस्वीकार, माघार, पराजय यांच्या विरोधी असलेली बाब. जगातल्या सगळ्या रहिवाशांसाठी अधिक

चांगलं जग निर्माण करण्यासाठी झटणारे, न थकता काम करणारे कार्यकर्ते म्हणजे दलाई लामा आणि आर्चबिशप; पण त्यांची ही सक्रियता 'जे आहे ते असं आहे,' या स्वीकारातून निर्माण झाली आहे. आर्चबिशपनी वर्णभेदाची अपरिहार्यता स्वीकारली नाही; पण ते वास्तव त्यांनी स्वीकारलं.

"आपण आनंदात जगण्यासाठी या जगात आलो आहोत." आर्चबिशपनी स्पष्ट केलं. "याचा अर्थ असा नाही की, आयुष्य सोपं किंवा दुःखविरहित असेल. याचा अर्थ असा की, आपण आपलं तोंड वाऱ्याकडे फिरवून उभं राहू शकतो आणि समोरून येणाऱ्या वादळातून आपल्याला पार पडायचं आहे, या वास्तवाचा स्वीकार करू शकतो. जे आहे, त्याला नाकारून आपण यशस्वी होऊ शकत नाही. वास्तवाचा स्वीकार हे असं एक ठिकाण आहे जिथे बदलाला सुरुवात होते."

आर्चबिशप असं म्हणाले होते की, जेव्हा एखाद्याचा आध्यात्मिक पातळीवर विकास होतो, तेव्हा "तुमच्या बाबतीत घडणाऱ्या कोणत्याही गोष्टीचा तुम्ही स्वीकार करू शकता." आयुष्याच्या प्रवासातले निराशा आणि क्लेश हे अटळ थांबे आहेत, याचा तुम्ही स्वीकार करता. ते म्हणाले होते, प्रश्न हा नाहीच की, आपण यातून सुटका कशी करून घेऊ? प्रश्न हा आहे की, आपण याचा वापर सकारात्मक गोष्टींसाठी कसा करून घेऊ?

आर्चबिशपच्या रोजच्या प्रार्थनेत ग्रंथांमधली अवतरणं वाचणं, तसेच संतांची आणि इतिहासातल्या आध्यात्मिक साधकांच्या वचनांची पारायणं करणं यांचा समावेश असतो. ख्रिश्चनद्रष्टा असलेल्या ज्युलियन ऑफ नॉरविच यांनी १३७३ मध्ये जीवघेण्या आजारातून बाहेर पडल्यानंतर लिहिलेलं 'रेव्हलेशन्स ऑफ डिव्हाइन लव्ह' (Revelations of Divine Love) हे त्यांचं एक लाडकं पुस्तक आहे. इंग्लिश भाषेत एका महिलेनं लिहिलेलं हे पहिलं पुस्तक असल्याचं मानलं जातं. त्यात त्यांनी लिहिलं आहे,

> '...अशा काही कृती केल्या जातात, ज्या अत्यंत वाईट आहेत असं आपल्याला दिसतं आणि लोकांना इतक्या हालअपेष्टा सोसाव्या लागतात की, त्यातून काही चांगलं घडेल असं वाटत नाही आणि आपण सतत त्याचाच विचार करत राहतो; दुःख, शोक करत बसतो; त्यामुळे ईश्वराच्या पवित्र चिंतनानंही आपल्याला मनःशांती लाभू शकत नाही, जी खरं तर मिळायला पाहिजे आणि म्हणूनच की काय, आपली तर्कशक्ती, बुद्धी इतकी आंधळी, हलक्या दर्जाची आणि सामान्य झाली आहे की, आपण त्या उच्चकोटीच्या अद्भुत ज्ञानाला, भगवंताच्या

> चांगुलपणाला आणि सामर्थ्याला ओळखू शकत नाही. तो बोलतो, तेव्हा त्याला म्हणायचं असतं, 'सगळ्या गोष्टी चांगल्याच होणार आहेत, हे तुझं तुलाच कळेल.' जणू काही तो म्हणत असतो, याकडे श्रद्धेनं आणि आत्मविश्वासानं लक्ष दे आणि मग शेवटी तुला ते संपूर्ण आनंदाच्या रूपात दिसेल.'

स्वीकार – तुमचा देवावर विश्वास असो वा नसो - आपल्याला परिपूर्ण आनंदाची कवाडं उघडी करून देतो. आपल्याला हवं होतं, तसं हे आयुष्य नाही अशी भुणभुण करण्याऐवजी हा स्वीकार आपल्याला आयुष्यात गुंतून जायला मदत करतो. दैनंदिन प्रवाहांशी सतत संघर्ष न करता तो आपल्याला जगायला शिकवतो. आपण आयुष्याकडून करत असलेल्या अपेक्षांमुळे तणाव आणि अस्वस्थता निर्माण होते, असं दलाई लामांनी आपल्याला सांगितलं होतं. आयुष्य असंच असलं पाहिजे असा विचार न करता, ते जसं आहे तसा त्याचा स्वीकार केला, तर आयुष्याचा प्रवास आपण सुखकर, सुरळीत करू शकतो. धक्के खात-खात तणाव, क्लेश, अस्वस्थता, चिंता आणि असमाधान यांचा मार्ग सोडून आपण आरामदायी, सुखकर आणि आनंदी मार्ग निवडू शकतो.

आपल्या आयुष्यातल्या लोकांबाबत, ठिकाणांबाबत, गोष्टींबाबत आणि परिस्थितींबाबत सतत प्रतिक्रिया दिल्यानं आपण स्वतःसाठी दुःखी होण्याची कारणं निर्माण करतो. त्यांचा स्वीकार करण्याचा पर्याय आपण नाकारतो. जेव्हा आपण प्रतिक्रिया देतो, तेव्हा स्वतःला मतांच्या आणि टीकेच्या पिंजऱ्यात बंदिस्त करून टाकतो; ज्यात अस्वस्थता आणि निराशा आणि अगदी नाकारणं आणि व्यसनं यांचे भुंगे आपली मनःशांती कुरतडून टाकतात. अशा पिंजऱ्यात अडकून पडल्यानं आनंदाचा, प्रसन्नतेचा अनुभव घेणं अशक्य होऊन बसतं. भावभावनांचं हे नकारात्मक मायाजाल तोडण्यासाठीची तलवार म्हणजे स्वीकार. हे मायाजाल नष्ट करून आपण आरामात स्वस्थ राहू शकतो, स्पष्टपणे पाहू शकतो आणि योग्य प्रतिसाद देऊ शकतो.

पारंपरिक बौद्ध साधना बऱ्याच प्रमाणात, कोणत्याही अपेक्षांशिवाय, कल्पनांशिवाय, विकृतींशिवाय जीवनाचा अचूक वेध कसा घ्यावा हे शिकवते. मनात येणाऱ्या, चित्त विचलित करणाऱ्या विचारांना आणि भावनांना गप्प करण्यासाठी ध्यानधारणा आपल्याला मदत करते, जेणेकरून आपण वास्तव पाहू शकू आणि अधिक कुशलतेनं त्याला प्रतिसाद देऊ शकू. प्रत्येक क्षण भरभरून जगण्याची क्षमता किंवा प्रत्येक क्षणात स्वतःला हजर ठेवण्याची क्षमता म्हणजेच दैनंदिन आयुष्यातली बेचैनी, विकलता आणि दुर्बलता यांचा स्वीकार करण्याची क्षमता.

‘‘वास्तवाची अधिक प्रखर जाणीव झाली की, तुम्ही वरवर दिसणाऱ्या गोष्टींच्या पलीकडे जाऊन जग जास्त योग्य पद्धतीनं, प्रभावीपणे आणि वास्तववादी दृष्टिकोनातून समजून घेऊ शकता. आपल्या शेजाऱ्यांना कसं समजावून घ्यायचं, याचं मी नेहमी एक उदाहरण देतो,’’ दलाई लामांनी स्पष्ट करून सांगितलं. ‘‘अशी कल्पना करा की, तुमचा शेजारी जुळवून घ्यायला कठीण असा माणूस आहे. तुम्ही त्याच्या वागणुकीवरून मतं बनवू शकता आणि टीकाही करू शकता. त्याच्याशी तुमचे संबंध कधीच चांगले होऊ शकणार नाहीत, असे निराशाजनक आणि अस्वस्थ करणारे विचार तुमच्या मनात येतात. एकतर तुम्ही या प्रश्नाकडे दुर्लक्ष करता किंवा तुमचे त्याच्याशी चांगलेच संबंध आहेत, अशी समजूत करून घेता. यांपैकी एकही उपाय लागू पडणारा नाही.

‘‘त्याऐवजी, तुमच्या शेजाऱ्याशी तुमचे संबंध चांगले नाहीत या वस्तुस्थितीचा स्वीकार करा आणि तुम्हाला ते सुधारण्याची इच्छा आहे, हे मान्य करा. तुम्हाला त्यात यश मिळेल किंवा नाही मिळणार; पण तुम्ही प्रयत्न तर नक्की करू शकता. तुम्ही तुमच्या शेजाऱ्यावर नियंत्रण ठेवू शकत नाही; पण स्वतःच्या भावनांवर आणि विचारांवर थोडंतरी नियंत्रण ठेवू शकता. रागावण्याऐवजी, तिरस्कार करण्याऐवजी, घाबरण्याऐवजी तुमच्या मनात त्याच्याविषयी कणव उत्पन्न होऊ द्या. दयाळूपणा, प्रेम उत्पन्न होऊ द्या. संबंध सुधारण्याचा हा एकच मार्ग आहे. कालांतराने, कदाचित तो मवाळ होईलही. कदाचित नाही होणार. हे तुमच्या हातात नाही; पण निदान तुम्हाला मनःशांती तरी मिळेल. तुमच्या शेजाऱ्याच्या वागण्यात फरक पडेल किंवा नाही पडणार; पण तुम्ही मात्र प्रसन्न आणि आनंदी राहू शकाल.’’

आपण आपल्या चर्चेच्या प्रारंभाशी येऊ, म्हणजेच शांतिदेवाने विचारलेल्या प्रश्नापाशी. दलाई लामा आणि आर्चबिशप ज्या प्रकारच्या स्वीकाराचा पुरस्कार करत होते, तो निष्क्रिय स्वीकार नाही. तो शक्तिमान आहे. आयुष्य गंभीरपणे घेण्याचं आणि जे बदलायला हवं आहे, दुरुस्त करायला हवं आहे; ते बदलण्याचं, दुरुस्त करण्याचं महत्त्व हा स्वीकार नाकारत नाही. ‘‘विघातक कृत्य करणाऱ्याचा तुम्ही तिरस्कार करता कामा नये,’’ दलाई लामा म्हणतात. ‘‘त्यांना थांबवण्यासाठी जे करणं शक्य आहे, ते करणं म्हणजे करुणा - कारण असं वागून ते इतरांनाही त्रास देतात आणि स्वतःलाही त्रास करून घेतात.’’

बौद्ध धर्मातला एक प्रमुख विरोधाभास हा आहे की, प्रेरणा मिळण्यासाठी, विकास साधण्यासाठी, वाढवण्यासाठी किंवा अगदी प्रबुद्ध होण्यासाठी आपल्याला काही उद्दिष्टं ठरवावी लागतात; पण त्याच वेळी आपल्याला या आकांक्षांचा मोहसुद्धा व्हायला नको, असंही हा धर्म सांगतो. जर उद्दिष्ट नेक असेल, तर ते

साध्य करण्याची तुमची बांधिलकी तुमच्या क्षमतेवर अवलंबून असता कामा नये आणि ते साध्य करत असताना ते आपण कसं साध्य करायला हवं, याबद्दल तुमच्या मनातल्या दृढ कल्पना तुम्ही सैल सोडायला हव्यात. उद्दिष्टं आणि ते साध्य करण्याची पद्धत यांच्याप्रति असलेला मोह, आसक्ती सोडून दिल्यामुळेच मनःशांती आणि संतुलन यांचा लाभ होतो; हे स्वीकाराचं सार आहे.

उद्दिष्ट साध्य करताना त्याच्या परिणामांची मात्र अपेक्षा करायची नाही, या विरोधाभासाचं स्पष्टीकरण करताना जिनपांनी एक महत्त्वाचा विचार मांडला. आपल्याला जे उद्दिष्ट साध्य करायचं आहे, त्यासाठी शक्य ते सगळे प्रयत्न आपण केले पाहिजेत; त्यात आपण यशस्वी होऊ की नाही, ते आपल्या नियंत्रणाबाहेर असलेल्या अनेक घटकांवर अवलंबून असतं. म्हणून शक्य तितक्या निष्ठेनं, समर्पित वृत्तीनं त्या उद्दिष्टाच्या मागे जाणं ही आपली जबाबदारी आहे. आपल्यातलं सर्वोत्तम ते द्यायचं; पण परिणामांबद्दल काल्पनिक प्रतिमा तयार करायची नाही किंवा त्याकडे डोळे लावूनही बसायचं नाही. काही वेळा, खरं तर बऱ्याचदा, आपल्या प्रयत्नांमुळे अनपेक्षितपणे असा परिणाम घडून येतो की, जो आपण मनात कल्पना केलेल्या परिणामापेक्षा कितीतरी पटींनी अधिक चांगला असतो.

आपली आध्यात्मिक क्षमता वाढायला वेळ लागतो, या आर्चबिशपनी केलेल्या विधानाचा मी विचार केला, ''हे स्नायूंसारखं असतं. त्यांना बळकटी आणण्यासाठी व्यायामाची गरज असते. काही वेळा आपण स्वतःवरच खूप चिडतो, कारण आपण अगदी सुरुवातीपासून, जन्मतःच निर्दोष असायला हवं असा आपला अट्टाहास असतो; पण या पृथ्वीवरच्या वास्तव्यात, अस्तित्वादरम्यान आपण आपला वेळ चांगलं वागायला शिकण्यात, अधिक प्रेमळ होण्यात, अधिक दयाळू होण्यात घालवला पाहिजे आणि तुम्ही नुसतं बोलून किंवा पुस्तकं वाचून हे शिकू शकत नाही. जेव्हा तुमची परीक्षा पाहणारी घटना घडते, तेव्हा तुम्ही शिकता.''

जीवन हे अनाकलनीय, नियंत्रणाबाहेर आणि बऱ्याचदा आव्हानात्मक असतं. एडिथ इव्हा एगर सांगते की, छळछावणीतलं जीवन म्हणजे एक न संपणारी निवडरेषा होती, जिथे आपण मरणार की जगणार हे कुणालाच माहीत नसायचं. माणसांना जिवंत ठेवणारी एकच गोष्ट तिथे होती ती म्हणजे, आपण आत्ता तरी जिवंत आहोत या वास्तवाचा स्वीकार आणि त्या वास्तवाला शक्य तितक्या उत्तम पद्धतीनं सामोरं जाण्याचा केलेला प्रयत्न. पुढे काय होणार या उत्सुकतेच्या जोरावर तिनं, मृत समजून मेलेल्या शरीरांच्या ढिगात टाकून दिल्यानंतरही पुढचा श्वास घेत-घेत कसाबसा तग धरला होता. जे घडत आहे, त्याचा स्वीकार केला तर पुढे काय घडणार आहे त्याची उत्सुकता आपल्या मनात जागी राहू शकते.

स्वीकार हा मनाचा अंतिम स्तंभ होता आणि आता आम्ही हृदयाच्या स्तंभाकडे जाणार होतो : क्षमाशीलता. जर आपण त्या व्यक्तीचा स्वीकार केला, तर आपण इच्छित भूतकाळाची कामना सोडून देऊन क्षमा करू शकतो.

५. क्षमाशीलता : भूतकाळापासून स्वतःची मुक्तता करून घेणं

''**मी** अशा लोकांमध्ये क्षमाशीलतेची उदाहरणं बघितली आहेत, जे कधी असं वागतील याची मी कल्पनाही केली नव्हती,'' आर्चबिशपनी बोलायला सुरुवात केली. '' 'ट्रुथ आणि रिकन्सिलिएशन कमिशन'च्या दरम्यान एका प्रसंगी आमच्या इथे वर्णभेदी व्यवस्थेत काम करणाऱ्या काही लोकांनी ज्या तरुणांना फशी पाडून एका सापळ्यात अडकवलं होतं आणि त्यात ते तरुण मारले गेले होते, अशांच्या माता आलेल्या होत्या. त्यातली एक आई म्हणाली की, मी टीव्ही लावला आणि त्यात माझ्या मुलाचं मृत शरीर ओढून नेलं जाताना मी पाहिलं आणि मुलाच्या मृत्यूचं तीव्र दुःख हृदय विदीर्ण करत असतानाच एखाद्या प्राण्याचा सांगाडा फरपटत न्यावा, तसं आपल्या मुलाला नेताना बघून माझ्या मनात खोल खोल राग उफाळून आला.

''या माता जेव्हा कमिशनरसमोर आल्या, तेव्हा त्यांचं वर्तन अद्‌भुत होतं. खरंच, कारण त्यांनी त्या लोकांना माफ करावं अशी मागणी कुणीच केली नव्हती. अस्करी (Askaris) नावानं ओळखले जाणारे ते लोक पूर्वी आफ्रिकन नॅशनल काँग्रेसचे सदस्य होते, जे नंतर सरकारी सैन्याला जाऊन मिळाले. त्या तरुण मुलांना ज्यानं फशी पाडलं, तो त्या मातांसमोर आला आणि त्यानं त्यांची क्षमायाचना केली.

''रस्त्यावरून फरपटत नेलेल्या तरुणाच्या आईनं या देशद्रोह्याला जेव्हा बघितलं, तेव्हा तिनं तिचं चप्पल काढलं आणि त्याच्या दिशेनं भिरकावलं,''

आर्चबिशप हसत आणि डाव्या हातानं बूट फेकण्याचा अभिनय करत म्हणाले, ''आम्हाला ती सभा काही काळ स्थगित करावी लागली; पण त्या विश्रामकालात एक अत्यंत विलक्षण क्षण आला. ते तिथे बसले होते आणि मातांच्या वतीनं बोलणारी प्रवक्ता म्हणाली...'' आर्चबिशपनी आपले डोळे मिटले, त्या स्त्रीच्या शब्दातली अविश्वसनीय ताकद आठवत ते म्हणाले, ''माझ्या लेकरा, त्या सगळ्या मातांच्या मुलांच्या मृत्यूला जबाबदार असलेल्या त्या माणसाला ती स्त्री 'माझ्या लेकरा' म्हणाली. ती म्हणाली, 'माझ्या बाळा, आम्ही तुला माफ करतो.'

आम्ही जेव्हा तिला या क्षमा करण्याबद्दल विचारलं, तेव्हा ती म्हणाली, 'तो तुरुंगात गेला तरी आमचं काय भलं होणार आहे?' आमची मुलं तर काही त्यामुळे परत येणार नाहीत. त्या शब्दांत इतका उमदेपणा, प्रामाणिकपणा आणि ताकद होती. हो, हे कठीण आहे; पण तसं घडलं. आपण नेल्सन मंडेलाबद्दल बोललो; पण या माता बघा आणि असे आणखी खूप लोक होते ज्यांची नावं सगळ्यांना परिचित नाहीत; ज्यांच्यामध्ये हे औदार्य, विशाल हृदय होतं, मनाचा मोठेपणा होता.

''या मातांच्या गटात, त्यांच्या वतीनं बोलणारी ती स्त्री उठली आणि मुलांच्या मृत्यूला जबाबदार असलेल्या त्या माणसाजवळ गेली. तिनं त्याला मिठी मारली आणि म्हणाली, 'माझ्या बाळा.'

''अलीकडेच मला बेथ नावाच्या एका गोऱ्या महिलेचा संदेश आला होता, जी एका स्वातंत्र्य चळवळीत बॉम्बहल्ल्यात गंभीर जखमी झाली होती आणि स्फोटांचे काही अंश अजूनही तिच्या शरीरात होते. तिचे अनेक स्नेही त्यात मारले गेले होते आणि अनेकजण जखमी झाले होते. तिची मुलं तिला जेवू घालायची, अंघोळ घालायची. बेथ... मला पुढे बोलवत नाही...'' क्षणभर आर्चबिशप थांबले. बेथ म्हणाली... ''त्या हल्लेखोरांबद्दल... मी त्याला क्षमा करते आणि तोही मला क्षमा करेल, अशी मला आशा आहे.''

त्यानंतर आर्चबिशपनी माझ्या एका वर्गमैत्रिणीची - अमी बिएल हिची - प्रसिद्ध गोष्ट सांगितली. युनिव्हर्सिटीतून ग्रॅज्युएट झाल्यानंतर ती दक्षिण आफ्रिकेत मदत करायला गेली होती. एका मित्राला एका गावात सोडण्यासाठी गेलेली असताना तिची निर्घृण हत्या करण्यात आली. ''हल्लेखोरांना कठोर शिक्षा ठोठावण्यात आली होती; परंतु त्यांना माफी देण्याच्या मागणीला पाठिंबा देण्यासाठी तिचे पालक थेट कॅलिफोर्नियाहून दक्षिण आफ्रिकेला आले. ते म्हणाले, 'दक्षिण आफ्रिकेत ही जी उपचारात्मक प्रक्रिया चाललेली आहे, त्याचा भाग होण्याची आमची इच्छा आहे. खुन्यांना क्षमा करण्यात यावी, या आमच्या इच्छेला आमच्या मुलीनंही पाठिंबा दिला असता याची आम्हाला खात्री आहे.' यापेक्षाही जास्त म्हणजे त्यांनी

आपल्या मुलीच्या नावानं एक संस्था सुरू केली आणि तिचा खून करणाऱ्यांना त्यांनी तिथे काम दिलं. त्या गावातल्या लोकांना मदत करण्याच्या प्रकल्पावर काम करण्यासाठी त्यांना नेमलं.

''हे करणं फार सोपं आहे, असं मी खोटं म्हणणार नाही; पण आपल्यामध्ये असे उदार, सच्चे आत्मे असतात. क्षमेचं प्रतीक असलेल्या नेल्सन मंडेलांविषयी आपण बोललो आहोत,'' आर्चबिशप म्हणाले, ''पण तुम्ही, तुम्ही आणि तुम्ही... तुमच्या सगळ्यांमध्ये ही अविश्वसनीय दयाळू वृत्ती आणि क्षमाशीलता वास करते आहे. आपण कुणाबद्दलही असं अजिबात म्हणू शकत नाही की, त्यांना क्षमा करता येत नाही. मला वाटतं, आपल्या सगळ्यांमध्येच दलाई लामा म्हणाले त्याप्रमाणे, आपल्यामधील मानवतेला अशा प्रकारे मलिन करणाऱ्या त्या लोकांबद्दल दयाभाव, कणव निर्माण करण्याची सुप्त क्षमता असते. खरोखर, सगळ्यांमध्ये क्षमाशीलता असतेच आणि कुणीही क्षमा न करण्यासारखा नसतो.''

''मला इथे उत्तर आयर्लंडमधल्या माझ्या एका मित्राबद्दल - रिचर्ड मूरबद्दल - सांगावसं वाटतं,'' दलाई लामा म्हणाले. ''त्याची कहाणी अतिशय हृदयद्रावक आहे. उत्तर आयर्लंडमधल्या संघर्षाच्या वेळी तो नऊ किंवा दहा वर्षांचा होता. शाळेत जात असताना एका ब्रिटिश सैनिकानं त्याला रबर बुलेटनं मारलं.'' दलाई लामांनी दोन्ही डोळ्यांच्या मध्ये कपाळावर बोट टेकवून गोळी कुठे लागली होती, ती जागा दाखवली. ''तो बेशुद्ध पडला आणि शुद्धीवर आला, तेव्हा तो हॉस्पिटलमध्ये होता आणि त्याचे दोन्ही डोळे गेले होते. आता आपल्या आईचा चेहरा आपण कधीच पाहू शकणार नाही, याची त्याला जाणीव झाली.

''तो पुढे शिकत राहिला आणि यथावकाश त्याचं लग्न झालं आणि पुढे त्याला दोन मुली झाल्या. मग त्यानं त्या गोळी मारणाऱ्या ब्रिटिश सैनिकाला शोधून काढलं, जेणेकरून तो त्याला आपल्या मनातली क्षमेची भावना सांगू शकेल. ते दोघं खूप चांगले मित्र झाले आणि एकदा माझ्या आमंत्रणावरून दोघंही धरमशालाला आले. रिचर्डनं त्याची हृदय हेलावून टाकणारी कहाणी तिबेटी लोकांना, विशेषतः 'तिबेटी चिल्ड्रेन्स व्हिलेज'मधल्या विद्यार्थ्यांना सांगावी, अशी माझी इच्छा होती. तिथल्या मुलांना आणि शिक्षकांना रिचर्ड मूरची ओळख करून देताना तो माझा हिरो असल्याचं मी सांगितलं.

''मग रिचर्डनं मला उत्तर आयर्लंडला भेटीसाठी बोलावलं आणि मी जेव्हा त्याला त्याच्या कुटुंबीयांबरोबर तिथे पाहिलं, तेव्हा मी त्याला चिडवलं, 'तुझी बायको खूप सुंदर आहे. तुझ्या दोन्ही मुलीही खूप सुंदर आहेत; पण तू पाहू शकत नाहीस. मी पाहू शकतो; त्यामुळे त्यांचं सौंदर्य पाहण्याचा आनंद मी घेऊ शकतो.' तो माझा खरा हिरो आहे, असं मी नेहमीच म्हणतो. तो खरा माणूस आहे.''

"गुरुदेव, यावरून मला जॅक नावाच्या मुलानं जो प्रश्न पाठवला आहे, तो विचारावासा वाटतो. तो लिहितो, 'गुरुदेव, मी मनापासून तुम्हाला ऐंशीव्या वाढदिवसाच्या शुभेच्छा देतो. तुमचं पुढचं वर्ष आनंदात जावो, यशदायी ठरो आणि त्यात खूप चांगल्या गोष्टी घडोत, अशी सदिच्छा मी व्यक्त करतो. मला तुमच्याबद्दल आणि तुमच्या लोकांबद्दल अतीव आदर आहे आणि तुमच्या दयाळू अंतःकरणाबाबतच्या आणि क्षमाशील असण्याबाबतच्या संदेशाबद्दलही प्रचंड आदर आहे. तरीही मी असा विचार करतो की, ज्या चीननं तुम्हाला आणि तुमच्या लोकांना इतकं दुःख दिलं, हानी पोहोचवली; त्याला तुम्ही माफ करू शकता का? ते या क्षमेला पात्र आहेत का? धन्यवाद गुरुदेव आणि पुन्हा एकदा वाढदिवसाच्या शुभेच्छा!' "

प्रार्थनेसाठी जोडतात तसे हात जोडून दलाई लामांनी बोलायला सुरुवात केली. "त्या दिवशी मी १० मार्च २००८ चा उल्लेख केला, जेव्हा तिबेटमध्ये उत्स्फूर्त विरोधाला सुरुवात झाली. मी जाणीवपूर्वक माझ्या मनात चिनी कट्टरवाद्यांबद्दल करुणा आणि काळजी उत्पन्न केली. मी त्यांचा राग, त्यांची भीती माझ्याकडे घेण्याचा प्रयत्न केला आणि त्यांना माझं प्रेम, माझी क्षमा देण्याचा प्रयत्न केला. ही आमची देण्या-घेण्याची प्रथा आहे - 'टोंग्लेन.'

"माझं मन शांत ठेवायला याचा खूप उपयोग झाला. आमच्या संघर्षात आम्ही आमच्या मनातला राग किंवा तिरस्कार थोपवण्याचा जाणीवपूर्वक प्रयत्न करतो. अर्थात, चिनी लोक खूप चांगले आहेत; पण कट्टर लोकांसाठी, अधिकाऱ्यांसाठीसुद्धा आम्ही मुद्दाम त्यांच्या कल्याणाची चिंता करतो आणि दयाबुद्धी राखतो."

मग दलाई लामा तिबेटी भाषेत बोलले आणि जिनपांनी भाषांतर केलं. "सर्वसाधारणपणे, आम्ही जेव्हा एखाद्याबद्दल मनात करुणा जागवण्याची भाषा करतो, तेव्हा तो त्या क्षणी अतीव दुःखातून आणि क्लेशकारक अनुभवातून जात असतो; पण तुम्ही अशा एखाद्या माणसाबद्दलही दयाभाव उत्पन्न करू शकता जो आत्ता या क्षणी दुःखात नाही; पण जो त्याच्या भविष्यातल्या दुःखाची पायाभरणी आत्ता करत आहे."

"असं बघा," दलाई लामा पुढे बोलू लागले, "हे लोक अशा नकारात्मक कृती करत असतात, नुकसान करणारी कृत्यं करत असतात की, त्यामुळे इतरांना खूप दुःख होतं. ख्रिश्चन परंपरेनुसार तुम्ही असंच म्हणता ना की, ते नरकात जातील?"

काळजीपूर्वक ऐकत असलेल्या आर्चबिशपनी मान डोलवली.

"आमच्या दृष्टीनं, जे लोक अत्याचार करतात, अगदी खूनही करतात; ते

स्वतःचं कर्मच तयार करत असतात, ज्यामुळे अत्यंत गंभीर स्वरूपाचे नकारात्मक परिणाम होतात; त्यामुळे त्यांचं मनापासून भलं चिंतण्यामागे अनेक कारणं असतात. आणि ज्या वेळी तुमच्या मनात त्यांच्या कल्याणाची चिंता जागते, त्या वेळी रागाला आणि तिरस्काराला तिथे जागा उरत नाही.

''क्षमाशीलतेचा अर्थ आपण विसरलो असा होत नाही,'' दलाई लामा पुढे म्हणाले, ''तुम्ही ती नकारात्मक गोष्ट लक्षात ठेवलीच पाहिजे; पण द्वेष निर्माण होण्याची शक्यता असताना आपण स्वतःला त्या दिशेकडे जाण्यापासून रोखलं पाहिजे - आपण क्षमेची निवड केली पाहिजे.'' याबाबत आर्चबिशपचं मतही अगदी स्पष्ट होतं. क्षमा करणं म्हणजे कुणी काय केलं आहे हे विसरणं नाही, 'क्षमा करा आणि विसरून जा.' या उक्तीच्या अगदी विरुद्ध आहे हे. नकारात्मक प्रतिक्रिया न देणं किंवा नकारात्मक भावनांच्या आहारी न जाणं, याचा अर्थ तुम्ही त्या कृतींना प्रतिसाद देत नाही किंवा तुम्ही त्या व्यक्तीला तुम्हाला पुन्हा दुखावण्याची मुभा देता असा होत नाही. क्षमाशीलतेचा अर्थ असा नाही की, तुम्ही न्याय मागत नाही किंवा अपराध्याला शिक्षा होऊ नये.

दलाई लामांनी राग आणि तिरस्कार मनात येऊ न देण्याचा मार्ग स्वीकारला; पण ते चिनी अतिक्रमणाबाबत भाष्य करणार नाहीत, असं नाही. तिबेटी लोकांना जोपर्यंत तिबेटमध्ये मुक्तपणे आणि सन्मानानं राहता येत नाही, तोपर्यंत ते चीनच्या तिबेटमधल्या आक्रमणाचा निषेध करतच राहणार.

दलाई लामा म्हणाले, ''मला हे सांगायला आवडेल की, क्षमाशील वृत्ती आणि इतरांना दुष्कृत्य करू देण्याची मुभा देणं, यात महत्त्वाचा फरक आहे. काही वेळा लोक गैरसमज करून घेतात आणि विचार करतात की, तुम्ही दुष्कृत्यांचा स्वीकार करता किंवा त्यांना संमती देता. नाही, हे असं नसतं. आपण हा महत्त्वाचा फरक केला पाहिजे.'' दलाई लामा प्रत्येक शब्दावर जोर देत म्हणाले. बोलत असताना ते एक हात दुसऱ्या हातावर आपटत होते. ''कृती करणारा आणि कृती किंवा ती व्यक्ती आणि तिनं काय केलं आहे ते. जर गैरकृत्य केलं जात असेल, तर ते थांबवण्यासाठी आवश्यक ती कृती करणं गरजेचं असतं. ते कृत्य करणाऱ्याबद्दल मनात राग आणि तिरस्कार उत्पन्न होऊ न देणं, ही तुमची निवड असते. इथे क्षमाशीलतेची शक्ती दिसून येते- त्या व्यक्तीमधील माणसाला नजरेआड न करता त्यानं केलेल्या गैरकृत्याला स्पष्टपणे आणि ठामपणे प्रत्युत्तर देणं.

''गैरकृत्याबाबत आपण ठाम भूमिका घेतो, ती फक्त ज्यांना त्यामुळे हानी पोहोचणार आहे त्यांचं रक्षण व्हावं म्हणून नाही तर तो इतरांना हानी पोहोचवत आहे त्याचंही रक्षण व्हावं म्हणून; कारण शेवटी त्यालाही त्रास होणारच असतो.

म्हणून, त्यांच्या दीर्घकालीन कल्याणाची इच्छा मनात बाळगून आपण त्यांचं गैरकृत्य थांबवण्याचा प्रयत्न करतो. आम्ही नेमकं हेच करत आहोत. चिनी कट्टरपंथीयांविरुद्ध आम्ही मनात राग आणि नकारात्मक भावना निर्माण होऊ देत नाही; पण दरम्यान त्यांच्या कृत्यांचा आम्ही ठामपणे विरोध करतो.''

''क्षमाशीलता.'' आर्चबिशप म्हणाले, ''हा स्वतःला बरं वाटण्यासाठीचा आणि भूतकाळापासून सोडवून घेण्याचा एकमेव मार्ग आहे. त्यांनी आणि उंफोनं 'द बुक ऑफ फरगिव्हिंग'मध्ये म्हटल्याप्रमाणे, 'क्षमाशील वृत्ती नसेल, तर आपण आपल्याला दुःख देणाऱ्या व्यक्तीशी सतत बांधलेले राहतो.' कडवटपणाचे साखळदंड आपल्याला करकचून आवळून टाकतात. जोपर्यंत आपण आपल्याला त्रास देणाऱ्या व्यक्तीला क्षमा करत नाही; तोपर्यंत आपल्या आनंदाची किल्ली आपण तिच्या हाती सोपवलेली असते, ती व्यक्ती आपली जेलर बनते. आपण जेव्हा क्षमा करतो, तेव्हा आपण आपल्या नशिबाचं आणि भावनांचं नियंत्रण आपल्या हाती घेतो. आपणच आपले मुक्तिदाता होतो.''

''मग तुम्ही अशा लोकांना काय सांगता, जे क्षमाशीलतेला दुर्बलता समजतात आणि सूडाला शक्ती किंवा ताकद?'' मी दलाई लामांना विचारलं.

''काही लोक असे असतात की, जे पशूसारखं वागतात. जर त्यांना कुणी मारलं; तर ते उलट वार करतात, बंड करून उठतात.'' दलाई लामांनी मूठ वळून स्वतःलाच मारण्याचं नाटक केलं. ''आपल्या मानवी मेंदूमुळे आपण विचार करू शकतो. मी जर उलट वार केला, तर त्याचा आज आणि पुढे काय उपयोग होणार आहे?

''जन्मतःच कुणी दुष्ट नसतं, आपल्याला हानी पोहोचवण्यासाठीच जन्माला आलेलं नसतं याचीही आपल्याला जाणीव होते; पण काही कारणानं आता त्याला किंवा तिला आपण आवडत नाही, म्हणून त्यानं/तिनं मला मारलं. कदाचित माझ्या वागण्यामुळे किंवा दृष्टिकोनामुळे किंवा माझ्या चेहऱ्यावरच्या हावभावांमुळे हा माणूस माझा शत्रू बनला असेल. म्हणजे, त्यात माझाही वाटा आहेच की! दोष कुणाला द्यायचा? म्हणून वेगवेगळ्या कारणांचा आणि परिस्थितीचा विचार करत बसलो तर लक्षात येतं की, आपल्याला खरंच राग आला असेल तर त्या कारणांवर आणि परिस्थितीवर आपण रागावलं पाहिजे - म्हणजे त्या माणसाच्या रागावर, त्याच्या अज्ञानावर, त्याच्या अदूरदृष्टीवर, त्याच्या संकुचित वृत्तीवर; मग, त्या माणसाची काळजी वाटू लागते आणि त्याच्याबद्दल कणव निर्माण होते, वाईट वाटतं.

''म्हणूनच हे म्हणणं अत्यंत चुकीचं आहे की, सहिष्णुता आणि क्षमाशीलता म्हणजे दुर्बलता,'' हवेतून जोरात हात फिरवत ते पुढे ठासून म्हणाले. ''पूर्णपणे

चुकीचं. शंभर टक्के चुकीचं. हजार टक्के चुकीचं. क्षमाशीलता हे ताकदीचं लक्षण आहे, नाही का?'' आर्चबिशपकडे वळून दलाई लामा म्हणाले.

''अगदी बरोबर!'' हसत आर्चबिशप म्हणाले. ''मी हेच म्हणणार होतो की, जे क्षमाशीलतेला दुर्बलता समजतात, त्यांनी ती कधी वापरून पाहिलेली नसते.''

''कुणी तुम्हाला मारलं तर स्वाभाविक प्रतिक्रिया उलट मारण्याचीच होते,'' आर्चबिशप म्हणाले. ''पण जे लोक सूडाचा आश्रय घेत नाहीत, त्यांचं आपल्याला कौतुक का वाटतं? आपल्याला या तथ्याची जाणीव होते की, हो ठोशाला प्रतिठोसा दिल्यानं मनाला समाधान वाटतं; पण अशा प्रकारे ठोशाला ठोसा देत राहिलं तर उद्या जगात माणसंच राहणार नाहीत. आपली आदिम प्रेरणा जशी सूडाची आहे, तशीच क्षमेचीही आहे.''

खरंच, या दोन्ही प्रेरणा आणि क्षमता सोबत घेऊनच माणसाची उत्क्रांती झाली. जेव्हा मानसशास्त्रज्ञ मार्टिन डाली आणि मार्गो विल्सन यांनी जगातल्या साठ वेगवेगळ्या संस्कृतींचा अभ्यास केला, तेव्हा त्यांना दिसून आलं की, त्यातल्या ९५ टक्के संस्कृतींमध्ये रक्तरंजित सूड घेतला गेला होता. जेव्हा मायकेल मॅक्युलव्ह या मानसशास्त्रज्ञानं याच संस्कृतींचा आढावा घेतला, तेव्हा त्यातल्या ९३ टक्के संस्कृतींनी कोणत्या ना कोणत्या प्रकारे क्षमाशीलता आणि सामंजस्य आचरलं होतं. क्षमाशीलता इतकी सर्वसामान्य गोष्ट असावी की, उरलेल्या ७ टक्क्यांनी ती गृहीतच धरलेली असावी.

आदिजीवशास्त्रज्ञ फ्रान्स द वाल यांचा असा विश्वास आहे की, प्राणिजगतात अशा शांतता प्रस्थापित करणाऱ्या प्रक्रिया सामान्यपणे घडतात. चिंपांझी चुंबन घेऊन समेट करतात आणि इतरही प्रजाती अशा प्रकारे सलोखा प्रस्थापित करतात. आपल्यासारख्या असणाऱ्या चिंपांझी किंवा गोरिलासारख्या प्रजातीच नाहीत; तर शेळ्या, मेंढ्या, तरस आणि डॉल्फिन्सही! ज्या ज्या प्रजातींचा अभ्यास केला गेला, त्यांपैकी फक्त पाळीव मांजरेच संघर्षानंतर समेट घडवण्यात अपयशी ठरल्याचं दिसून आलं. (ज्यांनी मांजरे पाळली आहेत, त्यांना हे वाचून आश्चर्य वाटणार नाही.)

'द बुक ऑफ फरगिव्हिंग'मध्ये आर्चबिशप आणि उंफो यांनी दोन आवर्तनांचा उल्लेख केला आहे : सुडाचं चक्र/आवर्तन आणि क्षमेचं चक्र/आवर्तन. जेव्हा आपण दुखावले जातो, तेव्हा एकतर आपण उलटा वार करतो किंवा समेट करतो. आपण जर उलट प्रहार करायचं ठरवलं, तर सूड आणि वार यांचं चक्र अव्याहतपणे चालूच राहतं; पण जर आपण क्षमेचा मार्ग स्वीकारला, तर आपण ते चक्र मध्येच तोडतो आणि समेट करू शकतो, एकतर पुन्हा नव्यानं संबंध जोडू शकतो किंवा कायमसाठी सोडून देऊ शकतो.

क्षमा केली नाही तर सतत राग, धिक्कार, हिंसा आणि तिरस्कार यांचे विचार मनात येत राहतात आणि ते अत्यंत विघातक ठरतात. त्यांचं अधूनमधून उफाळून येणंसुद्धा शरीरावर विपरीत परिणाम करतं. एका अभ्यासात शार्लट व्हॅन ओयेन विटब्लिएट या मानसशास्त्रज्ञानं लोकांना अशा व्यक्तीविषयी विचार करायला सांगितलं, जिनं त्यांना दुखावलं आहे, वाईट वागवलं आहे किंवा अपमान केला आहे. तिनं त्या वेळी त्यांच्या हृदयाचे ठोके, चेहऱ्याचे स्नायू आणि स्वेदग्रंथी यांचं निरीक्षण केलं.

लोकांनी जेव्हा त्यांच्या ईर्षा, वैरभाव, शत्रुता यांचं स्मरण केलं, तेव्हा त्यांची प्रतिक्रिया तणावाची होती. त्यांचा रक्तदाब आणि हृदयाचे ठोके वाढले आणि त्यांना घाम फुटला. त्यांना दुःखं झालं, राग आला, त्यांच्या मुठी वळल्या गेली आणि स्वतःवरचा ताबा सुटल्यासारखा झाला. त्यांना जेव्हा त्यांच्याशी गैरकृत्य करणाऱ्यांविषयी मनात समवेदनेची, क्षमेची भावना आणायला सांगण्यात आलं; तेव्हा त्यांची तणावाची प्रतिक्रिया सैलावली आणि सामान्य स्थितीला आली. माणूस हा सामाजिक प्राणी असल्यामुळे आपल्या संबंधांमध्ये बाधा आली किंवा ते तुटले तर त्याचा आपल्याला आणि संपूर्ण गटाला प्रचंड ताण येतो.

क्षमाशीलता आणि आरोग्य या विषयावरील संशोधनाचा आढावा घेताना एवरेट एल. वर्दिंग्टन ज्युनियर आणि मायकेल स्केरर यांना दिसून आलं की, क्षमाशील वृत्ती नसेल तर त्याचा आपल्या प्रतिकारशक्तीवर अनेक प्रकारे परिणाम होतो. महत्त्वाचे हार्मोन्स तयार होण्यात अडथळा येतो आणि रोगांशी दोन हात करणाऱ्या पेशींच्या कार्यातही बाधा येते.

"चहा घेण्याआधी मला तुम्हाला शेवटचा प्रश्न विचारायचा आहे. आर्चबिशप," मी म्हणालो. "बऱ्याचदा ज्यांना क्षमा करणं आपल्याला सगळ्यात जास्त जड जातं, ते आपल्या सगळ्यात जवळचे लोक असतात."

"हो, हो."

"तुम्ही म्हणालात की, तुमचे वडील आईच्या बाबतीत काही वेळा जे वागले, ते पाहून त्यांना क्षमा करणं तुम्हाला जड गेलं होतं आणि त्याचा तुम्हाला त्रासही झाला होता. मी विचार करत होतो की, ते आत्ता आपल्याबरोबर इथे असते, तर त्यांच्या वागण्याचा तुमच्यावर कसा परिणाम झाला असता आणि तुम्ही त्यांना क्षमा केली, हे कसं सांगितलं असतं? यावर तुम्ही काय म्हणाल?"

"ते मद्यधुंद अवस्थेत असताना माझ्या आईशी कसे वागायचे, हे मी त्यांना नक्कीच सांगितलं असतं." मग आर्चबिशपनी डोळे मिटले आणि अत्यंत शांतपणे आणि सावकाश त्यांनी बोलायला सुरुवात केली. जणू त्यांच्या बंद डोळ्यांसमोर

गतकाळाचा जीवनपट उलगडत होता. ''त्यांना मारण्यासाठी मी खूप लहान होतो; या गोष्टीमुळे मला स्वतःचाच खूप राग यायचा. ते शुद्धीत असायचे, तेव्हा माणूस म्हणून ते खूपच चांगले वागायचे; पण माझी आई - मी माझ्या आई-वर अतोनात प्रेम करायचो - ती तर कमालीची बाई होती. खूप सौम्य, मृदू होती आणि त्यामुळे परिस्थिती आणखी बिघडायची आणि जेव्हा तिला त्रास दिला जायचा, तेव्हा मध्ये पडण्यासाठी तिचा मुलगा खूपच लहान होता.

''मला एक फार मोठी खंत आहे, ती सांगितलीच पाहिजे. आम्ही आमच्या मुलांना स्वाझीलँडमध्ये बोर्डिंग स्कूलला घेऊन जायचो. ती शाळा आम्ही राहत होतो तिथून तीनशे मैलांवर होती आणि परत यायलाही तेवढंच अंतर होतं. मग आम्ही रात्री मुक्कामी माझ्या आई-वडिलांच्या घरी थांबायचो, कारण कृष्णवर्णीयांसाठी कोणत्याही हॉटेलमध्ये राहण्याची सोय नव्हती.

''मी जे सांगतोय त्या विशिष्ट वेळी जेव्हा आम्ही स्वाझीलँडहून परत येत होतो, तेव्हा आम्ही लीच्या आईकडे मुक्काम करणार होतो. ते माझ्या आई-वडिलांच्या गावात राहत नव्हते. आम्ही माझ्या आई-वडिलांना गुडनाइट म्हणायला आणि त्यांचा निरोप घ्यायला आलो, कारण दुसऱ्या दिवशी मला केपला जाण्यासाठी लवकर निघायचं होतं. तिथे मी काम करत होतो. त्या वेळी माझ्या वडिलांना माझ्याशी काहीतरी बोलायचं होतं आणि मी प्रचंड दमलो होतो. त्यांना मला काहीतरी सांगायचं होतं.

''मी खूपच दमलो होतो आणि माझं डोकं दुखत होतं, म्हणून मी त्यांना म्हणालो, 'नको, आपण उद्या बोलू या का?' मग आम्ही लीच्या आईकडे जायला निघालो आणि काही वेळा अगदी सिनेमात घडतं किंवा कादंबरीत घडतं तसं झालं. माझ्या भाचीनं पहाटे उठून आम्हाला सांगितलं की, आदल्या रात्री तुमच्या वडिलांचं निधन झालं; त्यामुळे, ते मला काय सांगणार होते, ते मला कधीच समजणार नव्हतं. मला या गोष्टीची फार खंत वाटते. मी कधीकधी त्यावरून रडतो. मला असं वाटतं की, त्यांना बहुधा मृत्यूची चाहूल लागली होती आणि माझ्या आईला त्यांनी ज्या प्रकारे वागवलं, त्याबद्दल त्यांना दिलगिरी व्यक्त करायची असावी.

''आणि म्हणून, मला त्याची खंत वाटते... मी एवढंच म्हणू शकतो की, त्यांच्या आत्म्याला शांती मिळावी. मी ती संधी गमावली, हे मला मान्य करावंच लागेल... ती संधी परत कधीच येणार नव्हती.

''काहीतरी खूप महत्त्वाचं घडणार आहे हे आपल्याला आधी समजत नाही आणि आपण त्या क्षणाकडे पाठ फिरवतो. मी माझ्या मनातली अपराधीपणाची भावना कमी करण्याचा प्रयत्न करतो; पण ती पूर्णपणे निघून जात नाही.

“त्यांनी पुढाकार घेतला होता ही वस्तुस्थिती होती आणि माझ्याकडे कोणतीही समर्थनं असली तरी ती संधी मी गमावली हेच खरं. त्याचं ओझं माझ्या मनावर आणि आत्म्यावर आहे. मी फक्त अशी आशा करू शकतो की, त्यांनी मला माफ केलं असावं... हो...”

काही मिनिटं आम्ही सगळे शांत बसलो. आर्चबिशपच्या दुःखात आणि पश्चात्तापात त्यांना साथ देण्यासाठी. ते शून्यात बघत होते, त्यांचे डोळे पाणावले होते. ते वडिलांचं स्मरण करत असावेत. त्यांनी डोळे मिटले, बहुधा प्रार्थना करण्यासाठी. असं वाटत होतं की, आम्हीही त्यांच्या प्रार्थनेत सामील झालो आहोत. त्यांचं दुःख आणि त्यांचं झालेलं नुकसान जणू आमच्यापर्यंत पोहोचलं होतं आणि आम्ही ते धरून ठेवलं होतं.

सगळ्यात आधी दलाई लामा बोलले, ते जिनपांकडे वळले आणि तिबेटी भाषेत काहीतरी सांगितलं.

“ते असं म्हणताहेत, आर्चबिशप की, जेव्हा तुमचे वडील शुद्धीत असायचे, तेव्हा ते माणूस म्हणून किती चांगले वागायचे असं तुम्ही म्हणालात,” दलाई लामांच्या बोलण्याचं भाषांतर करून जिनपांनी सांगितलं. “ते जेव्हा मद्यपान करत, तेव्हा बाकीच्या गोष्टी घडायच्या. म्हणजे, खरा दोष अल्कोहोलचा होता.”

“म्हणून,” दलाई लामा आता बोलले, “मला वाटतं की, खरं तर ते खूप प्रेमळ होते आणि जेव्हा ते मद्यपान करत, तेव्हा ते खरी व्यक्ती नसत, दुसरी कुणीतरी व्यक्ती बनत.”

“धन्यवाद!” आर्चबिशप म्हणाले.

६. कृतज्ञता : मी नशीबवान आहे की, मी जिवंत आहे

"रोज तुम्हाला सकाळी जाग आली की, विचार करा, 'मी जिवंत आहे; त्यामुळे मी नशीबवान आहे. मला हा मौल्यवान मानवी जन्म मिळाला आहे. मी तो वाया घालवणार नाही," दलाई लामा नेहमी म्हणत आले आहेत. विषय होता 'कृतज्ञता,' आणि हे पाहणं मोठं लोभसवाणं होतं की, दलाई लामा आणि आर्चबिशप एकमेकांबद्दल कृतज्ञता व्यक्त करण्यासाठी किती वेळा थांबत होते. त्यांना एकत्र आणण्यासाठी प्रयत्न केलेल्या सगळ्या लोकांप्रति कृतज्ञता व्यक्त करत होते आणि त्यांना दिसणाऱ्या, अनुभवायला येणाऱ्या प्रत्येक बारीकसारीक गोष्टींविषयी कृतज्ञ भाव व्यक्त करत होते. आर्चबिशप कोणत्याही नवीन अनुभवाचं स्वागत 'अद्भुत' या शब्दानं करतात हे मी बघितलं होतं आणि प्रत्येक अनुभवाकडे, प्रत्येक भेटीकडे आणि प्रत्येक प्रसंगाकडे कुतूहल, आश्चर्य आणि शक्यता या दृष्टिकोनातून बघणं हा तर आनंदाचा, प्रसन्नतेचा गाभाच आहे.

"तुम्ही जगाकडे वेगवेगळ्या दृष्टिकोनांतून पाहू शकता," आर्चबिशप म्हणाले. "जिथे काही लोकांना अर्धा रिकामा ग्लास दिसतो, तिथे तुम्ही अर्धा भरलेला ग्लास पाहू शकता. तुम्ही ज्या प्रकारची न्याहरी करता, तशी न्याहरी न मिळू शकणारे जगात खूप, खूप, खूप सारे लोक आहेत हे पाहून तुम्हाला भरून येईल. जगात लाखो लोक आज उपाशी, भुकेले आहेत. हा तुमचा दोष नाही; पण तुम्ही उबदार बिछान्यात जागे होता, तुम्हाला शॉवरखाली अंघोळ करता येते, स्वच्छ कपडे घालता येतात आणि थंडीतही तुमचं घर उबदार असतं. आता जे

निर्वासित लोक आहेत, त्यांचा विचार करा. ते सकाळी उठतात आणि मुसळधार बरसणाऱ्या पावसापासून रक्षण करण्यासाठी त्यांच्याकडे फार काही नाही. पुरेशी ऊब नाही किंवा अन्न नाही किंवा अगदी पाणीसुद्धा नाही. तुम्हाला किती आणि कशा प्रकारचे आशीर्वाद लाभले आहेत ते तुम्ही मोजायला हवेत, म्हणजेच त्यांची जाणीव ठेवायला हवी.''

आर्चबिशप किंवा दलाई लामा यांच्यापैकी कुणीच जास्त वेळ मनोरंजनावर, करमणुकीवर बोलण्यात घालवला नाही; कदाचित दोघांच्याही परंपरांना इंद्रियांद्वारे मिळणाऱ्या सुखात चिरकाल आनंद मानणं मान्य नाही किंवा त्याचं वावडं आहे. पण, त्यांच्या आध्यात्मिक जीवनात जी सुखं उपभोगणं मान्यताप्राप्त आहे, त्याला त्यांचा विरोध नाही, हे पाहून मला आनंद झाला; मग ते तिबेटचं राईस पुडिंग असो किंवा रम रेझिन आइस्क्रीम. कृतज्ञता हे मनोरंजनाचं अधिक उंचावलेलं रूप, उदात्त रूप होय. एकमननं प्रसन्नतेच्या, परमानंदाच्या केलेल्या व्याख्येत कृतज्ञतेला मुख्य स्थान दिलं आहे.

कृतज्ञता म्हणजे आयुष्याच्या मायाजालात जे जे आपल्याला धरून ठेवतं त्याची जाणीव ठेवणं; आपल्याला जे आयुष्य उपभोगायला मिळालं आहे, ते ज्या बाबींमुळे शक्य झालं त्यांची व आपण अनुभवत असलेल्या वर्तमानातल्या क्षणांची जाणीव ठेवणं होय. आभार व्यक्त करणं, कृतज्ञता व्यक्त करणं, 'थँक्सगिव्हिंग' हा आयुष्याला दिला जाणारा स्वाभाविक प्रतिसाद आहे आणि कदाचित त्याचा आनंद लुटण्याचा एकमेव मार्गही! ख्रिश्चन व बौद्ध या दोन्ही परंपरा किंबहुना सगळ्याच आध्यात्मिक परंपरा कृतज्ञतेचं महत्त्व ओळखतात; त्यामुळे आपली नजर, आपल्याला जे देण्यात आलं आहे आणि आपल्याकडे जे आधीपासून आहे, त्याकडे वळवली जाते; जसं दलाई लामा व आर्चबिशपनी समजावून सांगितलं. दोषांवर आपली वृत्ती संकुचितपणे केंद्रित करण्यापासून कृतज्ञता आपल्याला लांब नेते व लाभ, फायदा आणि विपुलता याकडे आपलं लक्ष वेधते.

बराच मोठा काळ ख्रिश्चन-बौद्ध परस्पर संवाद घडवून आणण्यासाठी झटणारे ब्रदर डेव्हिड स्टेनडल-रास्ट हे कॅथलिक बेनेडिक्टन साधुपुरुष आणि विद्वान म्हणतात, ''आपण कृतज्ञ असण्याला आनंद कारणीभूत नाही, तर कृतज्ञता आपल्याला आनंदी बनवते. प्रत्येक क्षण हा बक्षिसासारखा आहे. तुम्हाला दुसरा क्षण मिळेल याची शाश्वती नाही, अशी संधी मिळेलच याची खात्री नाही. बऱ्याचदा ती संधी आपण आनंदात घालवू शकतो; पण काही वेळा एखादी कठीण परीक्षा आपल्याला भेटवस्तू म्हणून दिली जाते आणि त्या आव्हानासमोर उभं राहून दाखवणं हीच संधी असते.''

विजनवासातसुद्धा उपलब्ध होणाऱ्या संधीच्या प्रति कृतज्ञता बाळगण्याच्या

क्षमतेमुळेच दलाई लामांच्या दृष्टिकोनात इतका मोठा बदल घडून आला; त्यामुळे त्यांनी वास्तवाचा तर स्वीकार केलाच; पण ते प्रत्येक अनुभवामध्ये संधी शोधायला शिकले. स्वीकार म्हणजे वास्तवाशी संघर्ष करणं नव्हे. कृतज्ञता म्हणजे वस्तुस्थितीला जवळ घेणं, आपलंसं करणं. याचा अर्थ स्वतःवरची ओझी मोजत न बसता स्वतःला लाभलेली वरदानं मोजणं. आर्चबिशप म्हणाले, त्याप्रमाणे कृतज्ञता म्हणजे असूयेवरचा उतारा आणि आपल्या आयुष्याचं कौतुक करण्याचा मार्ग होय.

स्वतःला आणि स्वतःच्या लोकांना पन्नास वर्षांचं नुकसान सोसायला लागूनही कृतज्ञ भाव बाळगणाऱ्या दलाई लामांच्या क्षमतेमुळे स्तंभित झालेल्या आर्चबिशपना दलाई लामा म्हणाले, ''मला तुमच्यासारख्या बऱ्याच आध्यात्मिक नेत्यांना भेटण्याची संधी मिळाली. त्यानं मी खूप समृद्ध झालो. त्यांचे अनुभव मला उपयोगी पडले. दुःखसुद्धा तुम्हाला इतरांबाबत समवेदना व करुणा वाटण्यासाठी मदत करतं.

''या विजनवासानं मला वास्तवाच्या जास्त जवळ आणलं. तुम्ही जेव्हा कठीण परिस्थितीत सापडता, तेव्हा कोणतंही सोंग आणता येत नाही. विपरीत किंवा शोकान्त परिस्थितीत तुम्हाला वास्तवाचा सामना करावाच लागतो. तुम्ही जेव्हा निर्वासित असता, तुमचा देश गमावता; तेव्हा तुम्ही ढोंग करू शकत नाही, तुमची भूमिका टाळू शकत नाही. तुम्ही दुःखाच्या समोर उभे ठाकता, तेव्हा सगळं आयुष्य उघडं पडतं. राजाही दुःखात असेल, हालअपेष्टा सहन करत असेल; तेव्हा त्याचं राजेपण मिरवू शकत नाही. तोही मग इतर लोकांसारखा एक माणूस असतो.''

आपल्या शत्रूंबाबतही कृतज्ञभाव बाळगावा, असं बौद्ध धर्म सांगतो. 'आमचे सर्वांत मौल्यवान आध्यात्मिक शिक्षक' असं त्यांना संबोधलं जातं, कारण आपली आध्यात्मिक साधना विकसित करण्यात आणि विपरीत परिस्थितीतही समबुद्धी शाबूत ठेवण्यात ते आपली मदतच करतात. चिनी गुलागात असताना आपला छळ करणाऱ्यांविषयी कणव करणं आपण विसरून जाऊ की काय अशी भीती वाटणाऱ्या दलाई लामांच्या मित्राची कहाणी याचं ढळढळीत उदाहरण आहे.

तुरुंगात असताना नेल्सन मंडेलांचं कसं परिवर्तन झालं होतं, याचं वर्णन आर्चबिशपनी केलं होतं. मंडेला आणि त्यांच्या राजकीय सहकाऱ्यांनी कैदेतला त्यांचा काळ हृदय परिवर्तनासाठी आणि चारित्र्यशुद्धीसाठी वापरला होता, जेणेकरून एक दिवस देशाची सत्ता हाती घ्यायला ते तयार असतील. त्यांनी तुरुंगाकडे एक अनौपचारिक युनिव्हर्सिटी म्हणून बघितलं होतं. तुरुंगातल्या या गोष्टींनी मला माझ्या माहितीतल्या एका व्यक्तीची आठवण करून दिली, जिनं काही काळ कैदेत घालवला होता.

जो गुन्हा त्यानं केलाच नव्हता, त्या गुन्ह्यासाठी मृत्युदंडाची शिक्षा झालेल्या अँथनी रे हिंटन यानं शिक्षेच्या प्रतीक्षेत तीस वर्षं तुरुंगात घालवली. तो एका कुलूपबंद कारखान्यात काम करत होता, त्या वेळात तो गुन्हा घडला होता आणि त्याचा आळ अँथनीवर आला होता. युनायटेड स्टेट्समधल्या आलाबामा इथे पोलिसांनी त्याला अटक करताना सांगितलं की, तो काळा असल्यामुळे त्याला तुरुंगात टाकत आहेत. पाच बाय सातच्या कोठडीत त्यानं एकट्यानं तीस वर्षं घालवली. दिवसातून एक तास फक्त त्याला कोठडीबाहेर जाण्याची मुभा होती. या काळात हिंटन केवळ इतर कैद्यांचाच समुपदेशक आणि मित्र झाला नाही तर, (त्यातील चोपन्न कैद्यांना मृत्युदंडाची शिक्षा भोगावी लागली) तिथल्या रक्षकांचाही झाला. त्यातल्या अनेकांनी त्याच्या सुटकेसाठी ॲटर्नींच्या विनवणी केली.

सुप्रीम कोर्टानं एकमतानं त्याच्या सुटकेचा निकाल दिला आणि तो एकदाचा मुक्त झाला. "जोपर्यंत एखाद्याचं स्वातंत्र्य हिरावून घेतलं जात नाही, तोपर्यंत त्याला त्याची किंमत कळत नाही," त्यानं मला सांगितलं. "लोक पावसापासून लांब पळतात. मी पावसाकडे धावत जातो. स्वर्गातून पडणारी कुठलीही गोष्ट मौल्यवान नाही असं कुणी कसं म्हणू शकतं? इतकी वर्षं पावसात न भिजल्यामुळे पावसाच्या प्रत्येक थेंबाचा मी ऋणी आहे. माझ्या चेहऱ्यावरच्या त्याच्या स्पर्शासाठी मी आसुसलेला असतो."

'सिक्स्टी मिनिट्स' (60 Minutes) या अमेरिकन टेलिव्हिजन शोमध्ये त्याची मुलाखत घेतली, तेव्हा मुलाखतकारानं त्याला विचारलं की, तुरुंगात टाकणाऱ्या माणसांचा तुला राग आला होता का? त्यानं उत्तर दिलं की, त्या सगळ्या लोकांना मी माफ केलं आहे. त्यावर विश्वास न बसून मुलाखतकार म्हणाला, "पण त्यांनी तुमच्या आयुष्याची तीस वर्षं घेतली - तुम्हाला त्यांचा राग कसा आला नाही?"

त्यावर हिंटनचं उत्तर होतं, "मी जर राग धरला असता आणि त्यांना माफ केलं नसतं, तर त्यांनी माझं उरलेलं आयुष्यही घेऊन टाकलं असतं."

क्षमा न करण्यामुळे आपलं आयुष्य मजेत घालवण्यापासून आणि त्याचा आनंद लुटण्यापासून आपण वंचित राहतो, कारण राग आणि कडवटपणा यांनी भरलेल्या भूतकाळातच आपण अडकून पडतो. क्षमाशीलता आपल्याला भूतकाळातून बाहेर काढते, वर्तमानाचा आनंद घ्यायला शिकवते, ज्यात चेहऱ्यावर पडणाऱ्या पावसाच्या थेंबांचाही समावेश असतो.

ब्रदर स्टेन्डल रास्ट म्हणतात, "तुम्हाला आयुष्य जे काही देऊ करतं, त्याला तुम्ही प्रसन्नपणे सामोरं जाऊ शकता. प्रसन्नता हा असा एक आनंद आहे, जो काहीही घडण्यावर अवलंबून नसतो. या क्षणी आयुष्य देऊ करत असलेल्या

संधीला तुम्ही दिलेला तो कृतज्ञ प्रतिसाद असतो.''

भयानक परिस्थितीत सापडलेला असतानाही प्रसन्नतेनं कसा प्रतिसाद देता येतो याचं हिंटन हे चांगलं उदाहरण आहे. आम्ही न्यू यॉर्कमध्ये टॅक्सीनं जात असताना तो मला म्हणाला, ''जगानं तुम्हाला आनंद बहाल केला नाही, म्हणून जग तो हिरावून घेऊ शकत नाही. तुम्ही लोकांना तुमच्या आयुष्यात येऊ देता आणि ते बरबादही करू देता; पण मी माझा आनंद त्यांना हिरावू दिला नाही. मी सकाळी उठतो आणि हसण्यासाठी मला कुणाचीही गरज नसते. मी माझा माझाच हसणार आहे, कारण मला आणखी एक दिवस पाहण्याचं भाग्य लाभलं आहे आणि जेव्हा तुम्हाला पुढचा दिवस पाहण्याचं भाग्य लाभतं, तेव्हा तुम्हाला आपोआप आनंद मिळतो.

''मी असं म्हणत फिरत नाही की, 'बाबांनो, माझ्या खिशात एकही दमडी नाही.' माझ्या खिशात पैसे आहेत की नाही याची मला पर्वा नाही, मला याची नक्कीच पर्वा आहे की, सूर्य उगवताना पाहण्याचं भाग्य मला लाभलं. तुम्हाला माहीत आहे का? कितीतरी लोकांकडे पैसा होता; पण ते ही सकाळ बघू शकले नाहीत? मग, काय जास्त चांगलं आहे - करोडो डॉलर्स असणं आणि न उठणं की कफल्लक असणं आणि उठता येणं? आठवड्याच्या कोणत्याही दिवशी खिशात दमडी नसताना उठणं मी पसंत करेन. मी त्या सीएन्‌एन (CNN)च्या मुलाखतकाराला जूनमध्ये सांगितलं की, माझ्या खिशात तीन डॉलर्स व पन्नास सेंट्स होते आणि काही कारणासाठी मी त्या दिवशी सगळ्यात आनंदात होतो. ती म्हणाली, 'तीन डॉलर्स आणि पन्नास सेंट्स असताना?' मी म्हणालो, 'तुम्हाला माहिती आहे, आमच्या आईनं आम्हाला केवळ बाहेर जाऊन जितके मिळतील तितके पैसे कमावून आणण्यासाठी वाढवलं नाही. माझ्या आईनं आम्हाला खऱ्या आनंदाविषयी सांगितलं. तिनं सांगितलं की, जेव्हा तुम्ही आनंदी असता, तेव्हा तुमच्या आजूबाजूला वावरणारे लोक आनंदी होतात.'

''मी लोकांकडे पाहतो, त्यांच्याकडे सगळं काही असतं; पण ते आनंदी नसतात. हो, मी तीस लांबलचक वर्षं, एकेक दिवस मोजत पाच बाय सातच्या कोठडीत घालवली आणि लोक एक दिवस, एक तास किंवा एक मिनिटही तुरुंगात घालवत नाहीत; पण ते आनंदी नसतात. मी स्वतःलाच विचारतो, 'असं का व्हावं?' ते आनंदी का नाहीत, ते मला माहीत नाही; पण मी आनंदी आहे हे मी सांगू शकतो, कारण मी आनंदी राहण्याची निवड केली आहे.''

ब्रदर स्टेन्डल-रास्ट यांनी सांगितलं, ''जेव्हा तुम्ही कृतज्ञ असता, तेव्हा तुम्हाला भीती वाटत नसते आणि जेव्हा तुम्हाला भीती वाटत नसते, तेव्हा तुम्ही

हिंसक बनत नाही. तुम्ही जेव्हा कृतज्ञ असता, तेव्हा तुमच्या मनात अभावाची नव्हे तर मुबलकतेची जाणीव असते आणि तुम्ही ती मुबलकता वाटून घ्यायला तयार असता. तुम्ही कृतज्ञ असता, तेव्हा लोकांमधल्या वैविध्याचा तुम्हाला त्रास होत नाही, तुम्ही लोकांचा आदर करता. कृतज्ञतेनं भरलेलं जग हे आनंदी जग असतं. कृतज्ञ लोक प्रसन्न असतात. कृतज्ञ जग हे आनंदी जग असतं.''

कृतज्ञता आपल्या सगळ्यांना जोडते. आपण जेवणाप्रति कृतज्ञ असलो तर आपण खात असलेल्या अन्नाप्रति कृतज्ञ असू आणि त्या सगळ्यांप्रति कृतज्ञ असू; ज्यांनी हे अन्न देण्यास हातभार लावला आहे - शेतकरी, वाणी आणि स्वयंपाकी. आर्चबिशप जेव्हा धन्यवाद देतात, तेव्हा आपण नेहमी उबंटूच्या प्रवासाला निघतो, आपल्याला स्नेहबंधात बांधून ठेवणाऱ्या सगळ्या नात्यांना सलाम करत आणि ज्यांच्यावर आपण अवलंबून आहोत त्या सगळ्यांना आठवत. आर्चबिशपनी दलाई लामांना दिलेला 'परमप्रसाद' (Eucharist) हा शब्द अक्षरशः ग्रीक शब्द 'थँक्सगिव्हिंग'वरून आला आहे आणि आपल्याला जे देण्यात आलं आहे, त्याबद्दल आभार व्यक्त करणं हा ज्युडिओ-ख्रिश्चन परंपरेतला एक महत्त्वाचा रिवाज आहे/प्रथा आहे.

हर्ष, उल्हास व्यक्त करणं हे भारतीय आणि तिबेटी बौद्ध धर्मातल्या दैनंदिन आध्यात्मिक आचरणाच्या 'सात अंगां'मधलं एक अंग आहे. आपण जेव्हा हर्षोल्हास व्यक्त करतो, तेव्हा आपण आपलं आणि इतरांचं सद्‌भाग्य साजरं करतो. आपण आपल्या चांगल्या कृती आणि इतरांनी केलेल्या चांगल्या कृती साजऱ्या करतो. हर्ष व्यक्त केल्यानं तुम्ही आयुष्याला गृहीत धरत नाही आणि तुमच्याकडे जे आहे, तुम्ही जे केलं आहे त्याची प्रशंसा करता. जिनपांनी मला सांगितलं की, 'सिंगखापा' (Tsongkhapa) यांचं एक सुप्रसिद्ध वचन आहे. सिंगखापा हे चौदाव्या शतकात होऊन गेलेले तिबेटी विद्वान आहेत. त्यांचे विचार आणि लेखन दलाई लामांच्या औपचारिक शिक्षणाचा एक महत्त्वाचा भाग होतं. ''असं शिकवलं गेलं आहे की, कमीतकमी प्रयत्नानं चांगलं कर्म करण्याचा सर्वोत्तम मार्ग म्हणजे स्वतःच्या आणि दुसऱ्याच्या चांगल्या कृतींची प्रशंसा करणं आणि त्यात आनंद मानणं.'' हर्ष/आनंद मानण्यामुळे ती चांगली कामं भविष्यात पुन्हा करण्यासाठी आपलं मन आधीच तयार असतं.

शास्त्रज्ञांना फार पूर्वीपासून हे माहीत आहे की, आपले मेंदू नकारात्मक पूर्वग्रह घेऊन विकसित झाले आहेत. आपल्या अस्तित्वासाठी ते निःसंशय लाभदायी ठरलं, कारण त्यामुळे आपल्याला चुकीच्या आणि धोकादायक बाबी लवकर लक्षात आल्या. मनाचा हा आपोआप झुकणारा कल कृतज्ञता मोडून काढते. ती आपल्याला केवळ वाईट आणि चुकीच्या गोष्टी दाखवत नाही, तर बरोबर आणि

चांगल्या गोष्टीही बघायला शिकवते.

बहुधा या पूर्वग्रहामुळेच लोक कृतज्ञतेबद्दल शंका घेतात आणि हा फारच भाबडा दृष्टिकोन आहे की काय अशी त्यांना भीती वाटते. आपल्याला जे मिळालं आहे त्याबद्दल आपण कृतज्ञ राहिलो, तर जे मिळवायचं आहे त्यासाठी काम करणं आपण थांबवू का? दलाई लामांनी विजनवासात त्यांना आलेल्या अनुभवांबद्दल कृतज्ञभाव बाळगला, तर चिन्यांनी तिबेटवर केलेल्या आक्रमणाच्या विरोधात ते पवित्रा घेऊ शकतील?

यूसी डेव्हिस प्रोफेसर रॉबर्ट इमॉन्स गेल्या एक दशकापासून कृतज्ञतेवर अभ्यास करत आहेत. त्यांचे सहकारी मायकेल मॅक्युलव्ह आणि जो-ॲन त्सांग यांच्याबरोबर केलेल्या एका अभ्यासात त्यांना असं दिसून आलं की, कृतज्ञ असणारे लोक जीवनाच्या नकारात्मक पैलूंकडे दुर्लक्ष करत नाहीत किंवा त्यांना नाकारत नाहीत, जे शक्य असेल त्याची ते केवळ प्रशंसा करतात : 'ज्या लोकांना उत्कटपणे कृतज्ञभाव जाणवत असतो, त्यांच्यात तद्अनुभूतीची आणि दुसऱ्यांच्या दृष्टिकोनातून विचार करण्याची जास्त क्षमता असते. त्यांच्या सामाजिक वर्तुळात ते उदार आणि मदत करणारे म्हणून ओळखले जातात.' कुणाच्या तरी वैयक्तिक समस्येत त्यांनी मदत केलेली असते किंवा इतरांना भावनिक आधार दिलेला असतो.

इमॉन्स आणि मॅक्युलव्ह यांनी असाही शोध लावला की, जे लोक केवळ त्रासदायक घटनांच्या नोंदी ठेवतात, त्यांच्या तुलनेत जे कृतज्ञतेवर लक्ष केंद्रित करतात, ज्याविषयी त्यांना कृतज्ञता वाटतं त्याची यादी तयार करतात; ते अधिक व्यायाम करतात, त्यांना शारीरिक व्याधी कमी प्रमाणात जडतात, आयुष्याबद्दल चांगले विचार त्यांच्या मनात येतात आणि येणाऱ्या आठवड्याबद्दल ते सकारात्मक विचार करतात. त्याचप्रमाणे ज्यांनी कृतज्ञतेवर लक्ष केंद्रित केलं, त्यांनी व्यक्तिगत ध्येयं गाठण्याच्या दिशेनं चांगली प्रगती केली, असंही त्यांना आढळलं. म्हणजे, असं दिसतं की, कृतज्ञता ही प्रेरणादायी आहे, हतोत्साहित करणारी नाही. कृतज्ञ लोक अधिक सकारात्मक भावना व्यक्त करताना दिसतात. त्यांच्यात जास्त ऊर्जा आणि आशावाद असतो आणि ते आयुष्याबद्दल समाधानी असतात, तसेच त्यांच्यात तणावाची आणि नैराश्याची पातळी कमी असते.

कृतज्ञता हायपोथॅलॅमसला उद्दिपीत करण्याचं काम करू शकते, जे मेंदूमधल्या तणावाचं नियंत्रण करतं, तसेच मज्जारज्जूजवळील भागालाही उद्दिपीत करते, जो बक्षीस जोडण्यांचा एक भाग आहे जो मेंदूत सुखाची भावना जागृत करतो. संशोधनात असं दिसलं आहे की, हसण्याची साधी क्रिया, फक्त वीस सेकंदांची, सकारात्मक भावनांना - प्रसन्नता आणि आनंद - यांना उत्तेजन देते. हास्य

न्यूरोपेप्टाइड्सना स्रवण्यासाठी उत्तेजन देतं, जे तणावाशी दोन हात करून चांगल्या भावना उत्पन्न करणाऱ्या सेरोटोनिन, डोपामाइन आणि एन्डॉर्फिन या न्यूरोट्रान्समीटर्सना मोकळं करतं. सेरोटोनिन नैसर्गिक नैराश्यविरोधक म्हणून काम करतं, डोपामाइन मेंदूच्या बक्षीसकेंद्रांना उद्दिपीत करतं आणि एन्डॉर्फिन हे नैसर्गिक वेदनाशामक म्हणून काम करतं. जे आपल्याला हसताना पाहतात, त्यांनाही या हसण्याचा फायदा होतो, त्यांना बरं वाटतं असं दिसून आलं आहे. हास्य हे सांसर्गिक आहे, इतरांमध्ये ते नकळतपणे हास्य फुलवतं; त्यामुळे सकारात्मक परिणाम होतात. दलाई लामा आणि आर्चबिशप आनंदी होते म्हणून ते हसतात, का ते हसत होते म्हणून ते आनंदी आहेत? 'अंडं आधी की कोंबडी आधी?' यासारखं हे एक न सुटणारं कोडं आहे. दोन्हीही उत्तरं बरोबरच वाटतात. आपण नापसंतीनं नाक मुरडलं काय किंवा कौतुकानं हसलो काय, आपली आपल्या भावनांवर आणि जीवनाच्या अनुभवांवर मजबूत पकड असते.

बदल हा जीवनाचा स्थायिभाव असल्याचं दलाई लामा आपल्या लक्षात आणून देतात. क्षण वाळूसारखे हातातून निसटून जातात आणि अनमोल मनुष्यजीवन मातीमोल होण्याचा धोका असतो. कृतज्ञता आपल्याला प्रत्येक दिवसाची नोंद घ्यायला लावते, आयुष्य साजरं करायला लावते आणि प्रत्येक दिवस आनंदात घालवायला मदत करते.

नकारात्मक घटनांची सकारात्मक पद्धतीनं पुनर्मांडणी करण्याच्या आपल्या क्षमतेबरोबरच कृतज्ञता हा आनंदावर परिणाम करणारा घटक आहे, ही बाब सोन्जा ल्यूबोमर्स्की हिला बहुधा फारशी आश्चर्यकारक वाटली नाही. तिनं शोधलेला अखेरचा घटक म्हणजे इतरांप्रति दयाळूभाव आणि औदार्य दाखवण्याची आपली क्षमता. ज्यांच्याकडे दलाई लामांनी आणि आर्चबिशपनी दोन वेगळे; परंतु एकमेकांशी संबंधित असलेले स्तंभ म्हणून पाहिलं. आपल्याला जे मिळालं आहे, त्याची एकदा जाणीव झाली की, इतरांची काळजी करणं आणि त्यांना काहीतरी द्यावंसं वाटणं हा आपला नैसर्गिक प्रतिसाद असतो.

७. करुणा / कणव / दयाबुद्धी : आपल्याला जे बनावसं वाटतं ते

''स्वतःचा अतिविचार करणं हे दुःखाचं मूळ आहे आणि इतरांची दयाबुद्धीनं केलेली काळजी हे आनंदाचं उगमस्थान आहे.'' या आठवड्याच्या सुरुवातीला दलाई लामा म्हणाले होते. आम्ही करुणा, दयाबुद्धी या विषयाकडे परत वळल्यावर ते विचारात बुडून जाऊन आता दोन्ही हात एकमेकांवर घासत होते. ''या पृथ्वीतलावर, गेल्या तीन हजार वर्षांपासून वेगवेगळ्या धार्मिक परंपरा निर्माण झाल्या. या सगळ्या परंपरा एकच संदेश देतात : प्रेमाचा संदेश. म्हणून या सगळ्या वेगवेगळ्या धार्मिक परंपरांचा उद्देश प्रेमाचं, करुणेचं मूल्य सर्वत्र प्रसारित करणं आणि त्याची शक्ती आणखी वाढवणं हा आहे. म्हणून औषधं वेगवेगळी; पण उद्दिष्ट तेच : आपलं दुःख, आपला आजार बरा करणं. आपण उल्लेख केला त्याप्रमाणेच आता वैज्ञानिकसुद्धा म्हणतात की, करुणा हा माणसाचा स्थायिभाव आहे.'' त्यांनी आणि आर्चबिशपनी ठामपणे हे सांगितलं होतं की, दयाबुद्धीनं इतरांची काळजी करणं हे आपल्यात उपजतच असतं आणि आपण जन्मतःच आपली घडण एकमेकांची काळजी करण्यासाठी आणि संबंध जोडण्यासाठी झालेली असते. मात्र, आठवड्यात यापूर्वी आर्चबिशप सांगत होते त्याप्रमाणे, ''याला वेळ लागतो. दयाळूपणानं कसं वागायचं, काळजी कशी घ्यायची, माणसासारखं कसं वागायचं हे आपण अजून शिकत आहोत, आपण अजून वाढत आहोत.'' बुद्ध असं म्हणाल्याचं मानतात, 'अशी कोणती गोष्ट आहे, जी तुमच्याकडे असली की सगळे गुण तुमच्यात आहेत असं समजावं? ती म्हणजे करुणा.'

एक क्षणभर थांबून करुणा म्हणजे नेमकं काय ते समजून घेणं आवश्यक आहे, कारण या शब्दाचा नेहमी चुकीचा अर्थ काढला जातो. जिनपांनी आपल्या सहकाऱ्यांच्या मदतीनं 'स्टॅनफर्ड युनिव्हर्सिटी स्कूल ऑफ मेडिसिन'मध्ये 'सेंटर फॉर कम्पॅशन अँड अल्ट्रुइझम रिसर्च अँड एज्युकेशन' इथे 'कम्पॅशन कल्टिव्हेशन ट्रेनिंग' म्हणजेच 'करुणा संवर्धन प्रशिक्षण' कार्यक्रम सुरू केला. त्यांनी लिहिलेल्या 'अ फिअरलेस हार्ट : हाऊ द करेज टू बी कम्पॅशनेट कॅन ट्रान्सफॉर्म अवर लाइव्ज' या अतिशय सुंदर पुस्तकात ते म्हणतात, ''आपण जेव्हा दुसऱ्याचं दुःख पाहतो आणि ते कमी व्हावं अशी प्रेरणा आपल्या मनात जागते, तेव्हा जी काळजी उत्पन्न होते, ती म्हणजे करुणा.'' ते पुढे म्हणतात, ''करुणा ही समवेदनेला दयाळूपणाच्या, औदार्याच्या कृतीशी जोडते.'' करुणेसाठीचा बायबलमधील हिब्रू भाषेतला शब्द - रॅचमिम (Rachamim). हा गर्भाशयासाठी वापरल्या जाणाऱ्या मूळ शब्दापासून रेचेम (Rechem) पासून बनला आहे आणि दलाई लामा नेहमी म्हणतात की, आपली आई आपली जी काळजी घेते, त्यातून आपण करुणा शिकतो. आपली काळजी घेतली जाते त्यावरून आणि त्यानंतर आपण आपल्या मुलांची काळजी घेतो त्यावरून आपल्याला करुणेचं खरं रूप सापडतं. मानवजात टिकून राहण्यात प्रमुख भूमिका बजावणारी मातृत्वाची जी प्रेरणा आहे, तिचं व्यापक रूप धारण करून करुणा बनते.

एका रात्री जपानहून सॅनफ्रान्सिस्कोला विमानानं जात असतानाची गोष्ट दलाई लामा सांगतात. त्यांच्याजवळ एक दांपत्य बसलं होतं, त्यांना दोन मुलं होती. एक तीन वर्षांचा चळवळ्या मुलगा आणि एक बाळ. सुरुवातीला, वडील मुलांकडे बघण्याची जबाबदारी सांभाळत होते असं दिसत होतं. छोट्या - इकडेतिकडे धावणाऱ्या - मुलाच्या मागे फिरत होते. मध्यरात्री दलाई लामांनी बघितलं तर वडील गाढ झोपी गेले होते आणि आई एकटीच त्या दमलेल्या आणि चिडचिड करणाऱ्या मुलांना सांभाळण्याचा प्रयत्न करत होती. आईची दमणूक आणि सुजलेले डोळे बघून दलाई लामांनी त्या मुलाला चॉकलेट दिलं. 'खरंच' ते नंतर म्हणाले.

''मी त्याबद्दल विचार केला आणि अशा प्रकारचा संयम माझ्यात असता असं मला वाटत नाही.'' मी जो विषय धर्माच्या काही अभ्यासकांसोबत आणि पालकांसोबत चर्चिला होता, त्याच विषयावर दलाई लामांनी ही टिप्पणी केली– एका आजारी बालकाबरोबर जागवलेल्या एका रात्रीचा आध्यात्मिक विकास म्हणजे अनेक वर्षं मठात राहून केलेली साधना.

दलाई लामा ज्याला 'करुणेचं बीज' म्हणतात, ते इतरांनी केलेल्या आपल्या संवर्धनामुळे आपल्यात रुजलेलं असतं; पण खरं तर ते एक कौशल्य असतं, जे साध्य/आत्मसात केलं जाऊ शकतं. ते आपण शिकू शकतो आणि मग त्याचा

वापर आपल्या निकटच्या कुटुंबीयांपलीकडे विस्तारलेल्या जगाच्या काळजीकरता करू शकतो. आपण एका भल्या मोठ्या जागतिक कुटुंबाचा भाग आहोत याची जाणीव झाली की, हे घडतं.

"आर्चबिशप, गुरुदेव, हा आठवडाभर तुम्ही दोघं करुणेबाबत इतकं बोलला आहात की, तुमच्या एकत्रित पुस्तकाचं नाव बदलून आपण ते 'द बुक ऑफ कम्पॅशन' ठेवायला हवं. या सत्रात आपण करुणेची आणखी खोलवर ओळख करून घेऊ, असं मला वाटतं. मनात करुणा, दयाभाव जागृत करणं हे एक बहुमूल्य उद्दिष्ट आहे, हे प्रत्येकजण मान्य करतो; पण तरीही त्याचं नेमकं स्वरूप समजणं किंवा ते प्रत्यक्ष आचरणात आणणं कित्येकांसाठी कठीण असतं. आपण म्हटल्याप्रमाणे करुणा, कणव याचा शब्दशः अर्थ 'च्या बरोबर सोसणं' असा होतो. तर मग 'मला स्वतःचेच खूप प्रश्न आहेत. मी दुसऱ्यांबाबत दयाबुद्धी बाळगण्याची किंवा इतर दुःखी माणसांचा विचार करण्याची तसदी का घ्यावी?' असं म्हणणाऱ्या व्यक्तीला तुम्ही काय सांगाल?"

"आपण याआधी चर्चा केली त्याप्रमाणे, आपण सामाजिक प्राणी आहोत." दलाई लामांनी बोलायला सुरुवात केली. अगदी राजाराणींसाठी किंवा आध्यात्मिक नेत्यांसाठीही त्यांचं अस्तित्व हे समाजातील अन्य घटकांवर अवलंबून असतं. म्हणून मग, जर तुम्हाला आयुष्यात कमी प्रश्न हवे असतील आणि आनंदी आयुष्य घालवायचं असेल, तर तुम्हाला इतरांच्या कल्याणाची मनोभावे काळजी वाटायला हवी; त्यामुळे जर कुणी कठीण परिस्थितीतून जात असेल किंवा खडतर कालखंडातून जात असेल, तर आपोआप त्यांच्या कल्याणाची काळजी वाटू लागते. जर शक्य असेल, तर तुम्ही लगेच मदत करता आणि जर मदत करणं शक्य नसेल, तर तुम्ही फक्त प्रार्थना करू शकता किंवा त्यांच्या भल्याची कामना करू शकता.

"इतर सामाजिक प्राण्यांनादेखील एकमेकांची काळजी असते. मला वाटतं, मी त्या दिवशी सांगितलं होतं की, शास्त्रज्ञांनी हे शोधून काढलं आहे की, दोन उंदरांना एकत्र ठेवलं आणि त्यातला एक जखमी झाला, तर दुसरा त्याला चाटायला लागतो. एकट्या उंदरापेक्षा तो जखमी झालेला आणि दुसऱ्या उंदराकडून चाटून घेणारा उंदीर लवकर बरा होईल.

"दुसऱ्यासाठी वाटणारी काळजी ही फार मौल्यवान गोष्ट आहे. माणसांना विशेष मेंदू लाभला आहे; पण तो मेंदू खूप जास्त दुःखही निर्माण करतो, कारण तो सतत 'मला, माझं, मी, मी' असा विचार करत असतो. तुम्ही जितका वेळ स्वतःबद्दल विचार करण्यात घालवाल, तितका तुम्हाला जास्त त्रास होणार. विश्वास बसणार नाही; पण इतर लोकांचं दुःखं कमी करण्याचा विचार जेव्हा

आपण करतो, तेव्हा आपलं स्वतःचं दुःखही कमी होतं. हे आनंदाचं खरं गुपीत आहे. ही फार व्यावहारिक गोष्ट आहे. खरं तर हे व्यवहारज्ञान आहे, शहाणपण आहे.''

''मग त्या चाटणाऱ्या उंदराचासुद्धा फायदा होईल का?'' मी विचारलं.

दलाई लामा तिबेटी भाषेत काहीतरी बोलले आणि जिनपांनी भाषांतर केलं. ''असं म्हणू शकता की, चाटणाऱ्या उंदरालाही बरं वाटलं असेल आणि तोही मनःशांती अनुभवू शकत असेल.''

उंदरांवर चाललेल्या या चर्चेचं आणि त्यावरच्या शास्त्रीय समर्थनाचं आर्चबिशपना हसू आलं, कारण ज्या बाबींवर ही चर्चा चालली होती, ती त्यांच्या मते आपल्या मानवतेचा गाभा होती. ''आपल्याला दयाळू होण्याची इच्छा असते, हे दाखवण्याचा एक मार्ग म्हणजे आपल्याला दयाळू लोकांचं कौतुक वाटतं, ही वस्तुस्थिती. तुम्ही सूडबुद्धी असलेल्या लोकांचं कौतुक करत नाही- फार फार कमी लोक ते करतात. लोक दलाई लामांना ऐकायला का येतात?

''त्यामागे महत्त्वाचं कारण असं की, ते जे झाले आहेत; त्यामुळे येतात. त्यांच्या आध्यात्मिक / वैचारिक बैठकीमुळे लोक त्यांच्याकडे आकर्षित होतात. ही बैठक कशी तयार झाली? तर स्वतः विजनवासाचं दुःख भोगत असतानाही ते इतरांची काळजी करतात.''

''तरीही आर्चबिशप, अनेक लोकांपुढे हा प्रश्न असतो की, त्यांच्यापुढे खूप समस्या असतात. ते तुमच्या दोघांचं कौतुक करतील आणि म्हणतील, 'वा! छान आहे हे, ती दोघं फारच पावन माणसं आहेत; पण मला माझ्या मुलांचं पोट भरायचं आहे.' आणि 'मला माझं काम करायचं आहे.' आणि 'माझ्याकडे पुरेसे पैसे नाहीत.' किंवा ते म्हणतील, 'मी जर दयाळूपणे वागलो, तर लोक माझा गैरफायदा उठवतील, कारण हे 'कुत्रा कुत्र्याला खातो' पद्धतीचं जग आहे.' मग, करुणा त्यांच्या हिताची कशी? आणि त्यांच्या आयुष्याची बाकीची ध्येयं साध्य करायला ती त्यांना कशी मदत करते?''

''हो, मी कामना करतो की, ते एकदा तरी तिचा वापर करून बघतील, कारण तिच्याबद्दल नुसतं सैद्धान्तिकदृष्ट्या बोलणं वेगळं आहे. ती तुम्हाला प्रत्यक्ष आयुष्यात आचरणात आणायला पाहिजे. रस्त्यानं चालताना दयाबुद्धी दाखवा आणि जवळून जाणाऱ्या लोकांना अभिवादन करा किंवा त्यांच्याकडे बघून हसा; जरी तुम्हाला तसं करावसं वाटत नसेल तरी करा. मी माझ्याकडच्या शेवटच्या डॉलरची पैज लावायला तयार आहे की, अगदी थोड्या काळात तुम्हाला स्वतःविषयी वाटत असलेल्या गर्वाचा बुरखा गळून पडेल. हे सार्वत्रिक आहे. तुम्ही जेव्हा हे करून पाहता, तेव्हा ते यशस्वी का होईल? कारण आपल्यात

उपजतच दुसऱ्यांची काळजी वाहण्याची क्षमता आहे, आपल्याला उपजतच इतरांबद्दल कणव वाटते. आपल्या अस्तित्वाच्या मूलभूत नियमाच्या विरुद्ध आपण जातो, मग ते आपल्याला आवडो अथवा नावडो, तेव्हा त्याचे आपल्यावर घातक परिणाम होतात.

"जेव्हा तुम्ही 'मी-मी-मी' करता, जसं गुरुदेवांनी दाखवून दिलं, तेव्हा तुम्ही अयशस्वी होता; पण जेव्हा तुम्ही विचारता, 'मी कशी मदत करू शकतो?', तेव्हा अगदी खोल दुःखात बुडालेले असतानाही ही भावना परीसारखी काम करते आणि तुमच्या दुःखाचं आणि वेदनेचं परिवर्तन होतं. ते निघून जात नसेलही; पण ते सुसह्य होतं. जेव्हा तुम्ही स्वतःची कीव करत 'मी किती बिचारा आहे' असं म्हणत स्वतःचाच विचार करत राहता, त्यापेक्षा कितीतरी पटींनी सुसह्य!

"जेव्हा तुमच्या दारावरची बेल वाजते आणि तुम्ही ते उघडायला जाता, तेव्हा एक ख्रिश्चन म्हणून मी त्या दारात उभ्या असलेल्या माणसावर क्रॉसची खूण करतो, जिचा अर्थ 'त्या माणसाचं कल्याण होवो', असा असतो. कदाचित त्याला त्या वेळी कोणत्याच गोष्टीची गरज नसेल; पण कदाचित असेलही. आणि तुम्ही त्या वेळी केवळ स्वतःचाच विचार न करण्याच्या प्रक्रियेतून जात असता, स्वतःच्याच दुःखात न बुडण्याचा प्रयत्न करत असता. तुला बरोबर आठवतंय, करुणा ही अत्यावश्यक बाब आहे. ती ऑक्सिजनसारखी आहे."

"अगदी बरोबर, अगदी बरोबर," दलाई लामा म्हणाले.

"सतत स्वतःचा विचार आपोआप भीतीची, असुरक्षिततेची आणि अविश्वासाची भावना निर्माण करतो. अशा प्रकारची व्यक्ती कधीही आनंदी बनू शकणार नाही आणि या व्यक्तीचं आयुष्य संपलं की, तिचे शेजारी, ही कटकट गेली म्हणून आनंद व्यक्त करतील. हो ना?"

"हो, तुमचं बरोबर आहे," आर्चबिशप म्हणाले.

"जर तुम्ही दुसऱ्यांची काळजी केली, विशेषतः जे गरजू आहेत त्यांची, तर जेव्हा तुम्ही अडचणीत असता, तेव्हा तुम्ही अनेक लोकांकडे मदत मागू शकता. मग शेवटी लोकांना वाटेल की, आपण एक छान माणूस गमावला. म्हणजेच, ही शहाणपणाची गोष्ट आहे, सामान्य व्यवहारज्ञान आहे." स्वतःच्या कपाळाकडे बोट दाखवून दलाई लामा म्हणाले.

"आणि मला असं म्हणायचं आहे," दलाई लामा कळकळीनं आणि शंकेखोरांच्या शंकेचं निरसन करावं तसं म्हणाले, "स्टॅलिनच्या फोटोकडे बघा किंवा हिटलरच्या आणि त्यांची तुलना महात्मा गांधींच्या चेहऱ्याशी करा आणि या माणसाच्या चेहऱ्याशी." ते आर्चबिशपकडे अंगुलीनिर्देश करत होते. "तुम्हाला दिसेल की, ज्या माणसाकडे सगळी सत्ता आहे; पण दयाबुद्धी नाही, करुणा नाही, जो फक्त

स्वतःच्या नियंत्रणात सगळं असावं असा विचार करतो, तो कधीही आनंदी होऊ शकत नाही.'' आपला एक हात दुसऱ्या हातावर रगडत दलाई लामा म्हणाले, ''मला वाटतं, त्यांना रात्री गाढ झोप लागत नसेल. त्यांच्या मनात सतत भीती असते. बरेच हुकूमशहा रोज वेगवेगळ्या ठिकाणी झोपतात.

''अशा प्रकारची भीती कशामुळे निर्माण होते, त्यांच्या स्वतःच्याच विचार करण्याच्या पद्धतीमुळे, त्यांच्या स्वतःच्या मनामुळे, महात्मा गांधींचा चेहरा नेहमी हसरा असायचा आणि मला वाटतं काही प्रमाणात नेल्सन मंडेलांचासुद्धा! कारण ते अहिंसेच्या मार्गानं गेले आणि त्यांच्या मनात सतत सत्तेचे विचार नसायचे, करोडो लोक त्यांचं स्मरण करतात. ते जर हुकूमशहा झाले असते, तर त्यांच्या मृत्यूबद्दल कुणीही शोक केला नसता. हा माझा दृष्टिकोन आहे. अगदी साधा आणि सरळ!''

मी दलाई लामा आणि आर्चबिशप यांना जास्तीतजास्त बोलायला लावत होतो, कारण करुणा आणि दयाबुद्धी ही केवळ संतांची आणि लामांची मक्तेदारी नाही, हे मला सगळ्यांच्या नजरेला आणायचं होतं. आपल्या सगळ्यांसाठी तो प्रसन्नतेचा एक स्तंभ असल्याचं ते सांगत होते, हे मला माहीत होतं आणि मला हे जाणून घ्यायचं होतं की, आपल्या आधुनिक संस्कृतीसाठी दयाळूपणे वागणं इतकं कठीण का वाटावं? ''मग तो खिन्न, भावशून्य माणूस कदाचित म्हणेल, 'जर करुणा ही इतकी नैसर्गिक बाब आहे आणि सगळ्या धर्मांचं नैतिक अधिष्ठान आहे आणि हजारो वर्षांपासून लोक करुणेचं प्रबोधन करत आहेत, इतरांना दयाबुद्धीनं कसं वागावं हे शिकवत आहेत; तर मग जगात करुणेचा इतका अभाव का आहे?''

''आपला मानवी स्वभाव जरासा विचित्र आहे,'' आर्चबिशपनी बोलायला सुरुवात केली. ''म्हणजे, खरं तर मानवजात ही विलक्षण आहे. आमच्या धर्माप्रमाणे मी म्हणजे ईश्वराचीच एक प्रतिमा आहे. मी ईश्वराचा दूत आहे. हे कल्पनातीत आहे. माझी वाढ हळूहळू ईश्वरी गुणधर्मांच्या मार्गानं होत आहे, म्हणजेच मी इतरांचा जास्त विचार करायला लागलो आहे. ज्या ज्या वेळी मी दयाळूपणे वागलो आहे, त्या त्या वेळी मला अशी प्रसन्नता अनुभवायला आली आहे, जशी इतर कशानंही वाटली नाही, हे मी जाणतो.

''आणि अगदी एखाद्या खिन्न, उदास माणसालाही हे मान्य करावं लागेल की, आपण असेच बनलो आहोत. आपली जडणघडण दुसऱ्यांचा विचार करणारी अशीच झाली आहे. आपल्याशिवाय आजूबाजूला दुसरं कुणी नसेल तर आपण शुष्क होऊन जाऊ. इतरांची सोबत असणं, ही किती सुंदर गोष्ट आहे. जेव्हा तुम्ही म्हणता, 'मी फक्त माझाच विचार करणार', तेव्हा तो 'मी' आकस्मिकपणे

व असामान्यपणे आक्रसायला लागतो आणि लहान-लहान व्हायला लागतो आणि मग समाधान, प्रसन्नता तुम्हाला अधिकाधिक हुलकावणी द्यायला लागतात. मग तुम्ही काहीतरी करून ती पकडून ठेवण्याचा प्रयत्न करता; पण शेवटी तुम्हाला ते समाधान मिळत नाहीच.''

आधुनिक जग करुणेकडे संशयाच्या नजरेनं बघतं, कारण आपण हे मनोमन ठरवून टाकलेलं असतं की, ही सृष्टी 'एकमेकांच्या नरडीचा घोट' घ्यायला टपलेल्यांनी भरलेली आहे आणि आपण मूलतः सगळ्या माणसांशी आणि वस्तूंशी स्पर्धा करायलाच जन्माला आलो आहोत. या दृष्टिकोनानुसार 'मिळवणं आणि खर्च करणं' अशीच आयुष्याची व्याख्या माहीत असणाऱ्या जगात करुणा ही चैनीची गोष्ट समजली जाते किंवा वाइटात वाईट म्हणजे दुर्बलांनी स्वतःचाच पराभव करण्याची केलेली चूक समजली जाते. असं असलं तरी उत्क्रांती विज्ञानानं परस्पर सहकार्य आणि त्याच्या गाभ्यात असलेल्या समवेदना, करुणा आणि औदार्य या भावना, मानवजात टिकून राहण्यासाठी आवश्यक असल्याचं मान्य केलं आहे. दलाई लामा ज्या 'स्वहितासाठी करुणेचं' वर्णन करत होते, तिला उत्क्रांतिवादाचा अभ्यास करणारे जैवशास्त्रज्ञ 'परस्परिक निःस्वार्थीपणा' असं संबोधतात. म्हणजे, 'मी आज तुझी पाठ खाजवतो आणि उद्या तू माझी पाठ खाजव.'

ही व्यवस्था आपल्या अस्तित्वाशी इतकी निगडित होती की, अगदी सहा महिन्यांची मुलंदेखील अशाच खेळण्यांची निवड करताना दिसून आली, जी अडचणीची ठरण्याऐवजी मदत करतील. आपण जेव्हा दुसऱ्यांना मदत करतो, तेव्हा आपल्याला 'हेल्पर्स हाय' (Helper's high) म्हणजेच मदत करण्याच्या नशेचा अनुभव येतो, कारण तेव्हा आपल्या मेंदूत एन्डॉर्फिन्स स्रवतात आणि आपण हर्षोन्मादाचा अनुभव घेऊ शकतो. मेंदूतली तीच बक्षीसकेंद्रं उद्दिपीत होतात, तेव्हा आपण दयाळूबुद्धीनं एखादं काम करतो. चॉकलेटचा विचार मनात येतो, तेव्हाही हीच प्रक्रिया होते. इतरांना मदत करताना जी प्रेमळ भावना निर्माण होते; ती ऑक्सिटॉसीनच्या स्रवण्यानं होते, तोच हार्मोन आई बाळाला स्तनपान देतानाही स्रवतो. या हार्मोनमुळे आरोग्याला काही फायदे होताना दिसतात, त्यामध्ये हृदयाला जोडणाऱ्या रक्तवाहिन्यांचा दाह कमी होण्याचा समावेश आहे. करुणा अक्षरशः आपलं हृदय अधिक आनंदी आणि निकोप ठेवते.

करुणा ही सांसर्गिक असल्याचंही दिसतं. आपण जेव्हा इतरांना दयाळूपणे वागताना पाहतो, तेव्हा आपल्या मनातही दयाभाव जागृत होण्याचा जास्त संभव असतो. यामुळे जी भावना निर्माण होते, तिला 'नैतिक उत्थान' म्हणतात आणि प्रसन्नतेचा हा पैलू पॉल एकमन यानं शोधून काढला होता. समाजशास्त्रज्ञ निकोलस

ख्रिस्ताकीज आणि जेम्स फाउलर असं सुचवतात की, हा 'तरंग प्रभाव' म्हणजे पाण्यावर उठणारे तरंग कसे पसरत जातात, तसा अलगतेच्या दुसऱ्या आणि तिसऱ्या वर्तुळापर्यंत पसरत जातो. दुसऱ्या शब्दांत सांगायचं, तर खूप मोठ्या संख्येनं लोकांवर केलेल्या प्रयोगातून असं दिसतं की, तुम्ही जर प्रेमळ आणि दयाळू असाल, तर तुमचे मित्र, तुमच्या मित्रांचे मित्र आणि अगदी तुमच्या मित्रांच्या मित्रांचे मित्र प्रेमळ आणि दयाळू होण्याची शक्यता असते.

आपल्याला करुणेची भीती वाटते, कारण उदार मनाने दाखविलेल्या दयेनं आपल्या आयुष्यात दुःख, दुर्बलता आणि हतबलताही येतील, असं आपल्याला वाटतं. मानसशास्त्रज्ञ पॉल गिलबर्ट यानं असा शोध लावला की, अनेक लोकांना अशी भीती वाटते की, जर आपण दयाभाव दाखवला तर लोक आपला फायदा उठवतील किंवा अनेकजण आपल्यावर अवलंबून राहायला लागतील आणि लोकांची दुःखं, निराशा आपण हाताळू शकणार नाही.

समवेदना आणि करुणा यांच्यातल्या फरकांपैकी एक फरक म्हणजे दुसऱ्यांच्या भावनांचा आपण अनुभव घेणं म्हणजे समवेदना, आणि करुणा म्हणजे अशी सशक्त अवस्था जिथे दुसऱ्या व्यक्तीसाठी जे जे उत्तम त्याची कामना करणं, त्या व्यक्तीला ते मिळावं अशी इच्छा धरणं. दलाई लामांनी वर्णन केलं त्याप्रमाणे, जर एखादा माणूस खडकाखाली सापडला आहे असं दिसलं, तर स्वतः त्या खडकाखाली जाऊन त्या माणसाच्या भावना समजून घेणं हे ध्येय चुकीचं ठरतं; त्या वेळी तो खडक बाजूला करून त्याला बाहेर यायला मदत करणं, हेच उद्दिष्ट असायला हवं.

बऱ्याच लोकांना दुसऱ्यांनी त्यांना दयाळूपणे वागवण्याची भीती वाटते, कारण त्या बदल्यात ती माणसं काहीतरी मागतील असं भय त्यांना वाटतं किंवा आपण त्यांच्या ऋणात राहू असं वाटतं. तात्पर्य काय तर, अनेक लोक स्वतःविषयी करुणा बाळगायला घाबरतात, कारण आपण कमजोर होऊ अशी त्यांना भीती वाटते, आपण कष्ट घेणार नाही किंवा अतिदुःख आणि शोक यात बुडून जाऊ असं त्यांना वाटत असतं. गिलबर्ट म्हणतो, "आपण जेव्हा समजूनउमजून करुणेच्या मार्गातले अडथळे, आपल्या मनातली भीती आणि तिला असलेला विरोध काढून टाकू, तेव्हाच करुणेचा तो प्रवाह सहजपणे वाहायला लागेल. आपल्या सगळ्या प्रेरणांमध्ये करुणा, दयाळूपणा ही सगळ्यात अवघड आणि साहसी/धाडसी/धैर्यवान प्रेरणा आहे; पण ती सगळ्यात जास्त उत्थान करणारी आणि उपचार करणारीसुद्धा आहे."

स्वतःविषयीची करुणा ही स्वतःचा स्वीकार करण्याशी फार जवळून संबंधित आहे, ज्याबद्दल आपण आधीच्या प्रकरणात चर्चा केली; पण स्वतःचा स्वीकार करण्यापेक्षाही ती अधिक आहे. ती खरंतर याची जाणीव आहे की, माणूस म्हणून आपण दुर्बल आहोत, सदोष आहोत आणि इतर माणसांप्रमाणेच आपल्याला काही मर्यादा आहेत. परिणामस्वरूप, इतरांबाबत दयाभाव विकसित करण्यासाठीचा हा पाया आहे. तुम्ही स्वतःवर जसं प्रेम करता, तसं इतरांवर करणं कठीण आहे; पण जसं या दोघांनी सांगितलं, तसं तुम्ही जर स्वतःवरच प्रेम करत नसाल तर इतरांवर कसं करणार?

दलाई लामांनी त्या आठवड्यात उल्लेख केला की, पाश्चिमात्य मानसशास्त्रज्ञांनी त्यांचे अनेक रुग्ण स्वतःचाच कसा तिरस्कार करतात हे सांगितलं, ते ऐकून त्यांना धक्का बसला होता. तोपर्यंत दलाई लामांना असं वाटत होतं की, स्वतःला जपणं, स्वतःवर प्रेम करणं आणि स्वतःची काळजी करणं हा माणसाचा स्वभावधर्म असतो. हे गृहीतक बौद्ध साधनेचा पाया आहे; त्यामुळे त्यांना हे पाहून धक्का बसणं स्वाभाविक होतं की, लोकांना इतरांबद्दलच नव्हे तर स्वतःबद्दलही दयाभाव दाखवायला शिकावं लागतं.

स्वतःविषयी करुणा बाळगणं, ही आधुनिक संस्कृतीत कठीण गोष्ट होऊन बसली आहे. आपण काहीतरी साध्य करण्याच्या पिरॅमिडवर चढण्यात आयुष्याचा इतका मोठा काळ घालवतो की, आपलं सतत मूल्यमापन होत असतं, परीक्षण होत असतं आणि आपण विशेष काहीच करत नाही, असंच जाणवत राहतं. आपण बहुतकरून आपल्या पालकांचे, शिक्षकांचे आणि समाजाचे आवाज, त्यांचं म्हणणं मनात भरून घेत असतो. परिणामी, काही वेळा लोक स्वतःशीच दयाळूपणे वागत नाहीत. लोक दमलेले असतानाही विश्रांती घेत नाहीत आणि सतत पुढे-पुढे जाण्याच्या प्रयत्नात झोप, अन्नग्रहण आणि व्यायाम अशा मूलभूत गरजांकडे दुर्लक्ष करतात. दलाई लामा म्हणतात, त्याप्रमाणे माणसं यंत्रवत काम करत राहतात किंवा घाण्याला जुंपलेल्या बैलासारखे कष्ट उपसत राहतात. सतत अधिकाचा ध्यास घेतल्यामुळे, जास्तीतजास्त साध्य करण्याच्या मोहापायी, स्वतःला अधिकाधिक सिद्ध करण्याच्या अट्टाहासापायी लोक अस्वस्थ असतात आणि निराश होतात. लोक जेव्हा यशस्वी होतात आणि त्यांना हव्या त्या भौतिक गोष्टी मिळवतात, तरीसुद्धा आपण अपयशी आहोत असं त्यांना वाटत राहतं, सतत गरगरणाऱ्या चक्रावरून खाली पडण्याचीच ते जणू वाट पाहत असतात. जिनपा स्पष्ट करतात, "स्व-करुणेचा अभाव स्वतःशीच कठोर आणि निंदात्मक संबंध प्रस्थापित करण्यास कारणीभूत ठरतो. अनेकांची अशी धारणा असते की, ते जर स्वतःवर टीका करत नसतील किंवा स्वतःकडून जास्त अपेक्षा ठेवत नसतील तर

ते अयशस्वी म्हणून गणले जातील, त्यांची ओळख निर्माण होणार नाही आणि ते दुसऱ्यांच्या प्रेमाला पात्र ठरणार नाहीत.''

मानसशास्त्रज्ञ क्रिस्तिन नेफ यांनी स्वतःबद्दल दयाभाव व्यक्त करण्याचे मार्ग सांगितले आहेत. आपण जेव्हा दयाळू नजरेनं स्वतःकडे बघतो, तेव्हा हे मान्य करतो की, आपल्या व्यक्तिमत्त्वाचे काही भाग असमाधानकारक आहेत; पण जेव्हा हे प्रश्न सोडवण्याचा आपण विचार करतो, तेव्हा त्यासाठी आपण स्वतःची खरडपट्टी काढत नाही. आपण जेव्हा कठीण परिस्थितीतून जात असतो, तेव्हा जसं आपण मित्रांशी, नातेवाइकांशी वागू तशाच प्रेमळपणे आणि काळजी घेऊन स्वतःशी वागतो. स्वतःमध्ये आपल्याला काही त्रुटी आढळल्या तर आपण स्वतःला या गोष्टीची आठवण करून देतो की, सगळ्याच लोकांच्या मनात अशी भावना निर्माण होते आणि सगळ्यांनाच मर्यादा असतात. जेव्हा परिस्थिती बिघडते, तेव्हा आपण स्वतःची समजूत घालतो की, लोक अशाच प्रकारच्या आव्हानांना तोंड देत असतात आणि अखेरीस, जेव्हा आपल्याला निराश, उदास वाटत असतं; तेव्हा आपण कुतूहलाच्या नजरेनं आणि स्वीकार करण्याच्या तयारीनं या भावनेकडे बघतो. धिक्काराच्या किंवा निर्भर्त्सनेच्या नजरेनं नाही.

दलाई लामांनी आणि आर्चबिशपनी संपूर्ण आठवडाभर आनंदाबाबतचा विरोधाभास उलगडून दाखवला. आपण स्वतःऐवजी इतरांवर लक्ष केंद्रित केलं तर आपण अधिक प्रसन्न असतो. थोडक्यात काय, तर दुसऱ्यांच्या आयुष्यात आनंद निर्माण करणं, हा स्वतः प्रसन्नतेचा अनुभव घेण्याचा सगळ्यात जलद मार्ग होय. दलाई लामा म्हणाले होते, तसं इतरांच्या कल्याणाचा मनापासून रोज कॉफी पिण्याअगोदर अगदी दहा मिनिटं जरी विचार केला तरी माणूस दिवसभर प्रसन्न राहू शकतो. आपण जर मनाची कवाडं बंद करून घेतली, तर आपण कधीच आनंदी राहू शकणार नाही. याउलट आपण ती उघडी ठेवण्याचं धाडस दाखवलं तर आपल्या आणि दुसऱ्यांच्या व्यथाही आपल्याला जाणवू शकतात आणि शिवाय जास्त आनंदही मिळू शकतो. आपलं मन जितकं मोठं आणि प्रेमळ, तितकीच आपली जिवंतपणाची जाणीव आणि आनंदी वृत्ती तीव्र.

अँथनी रे हिंटनला जेव्हा अन्यायकारक सुनावणीनंतर मृत्यूदंडाची शिक्षा ठोठावण्यात आली, तेव्हा तो स्वाभाविकच खूप चिडला होता आणि अमेरिकन न्यायव्यवस्थेनं त्याचा घात केल्याच्या भावनेनं मोडून पडला होता. ''जेव्हा कुणी तुमचा एकही शब्द ऐकून घ्यायला तयार नसतं, तेव्हा तुम्ही काहीही बोलू शकत नाही, बोलणं बंद करता. मी 'गुड मॉर्निंग' म्हटलं नाही, 'गुड इव्हिनिंग' म्हटलं नाही. मी कुणाचीही विचारपूस केली नाही. रक्षकांना माझ्याविषयी जर काही

माहिती हवी असेल, तर ती मी कागदाच्या तुकड्यावर लिहून द्यायचो. मला खूप राग आला होता; पण शिक्षा झाल्यावर चौथ्या वर्षी माझ्या शेजारच्या कोठडीतल्या एका माणसाचं रडणं मला ऐकू आलं. माझ्या आईकडून मला मिळालेलं प्रेम आणि करुणा माझ्यातून उफाळून आली आणि मी त्याला रडण्याचं कारण विचारलं. तो म्हणाला की, माझी आई मरण पावल्याचं मला नुकतंच समजलं होतं. मी त्याला सांगितलं, 'या घटनेकडे असं बघ. तुझ्यासाठी आता कुणीतरी स्वर्गात देवापुढे तुझी कैफियत मांडायला आहे,' आणि मग मी त्याला एक विनोद सांगितला, तो त्यावर हसला. अचानक, माझा आवाज आणि माझी विनोदबुद्धी परत आली होती. त्या रात्रीनंतर तब्बल सव्वीस वर्षं मी लोकांच्या समस्यांवर लक्ष केंद्रित करण्याचा प्रयत्न केला आणि प्रत्येक दिवशी हे केल्यावर दिवस संपताना माझ्या लक्षात यायचं की, माझ्या समस्येकडे माझं लक्षच गेलं नाही.'' प्रेमाचा लवलेशही नसलेल्या शुष्क जागी हिंटन प्रेमाचं आणि करुणेचं सिंचन करू शकला आणि असं करताना या पृथ्वीतलावरच्या प्रसन्नतेचा, आनंदाचा सर्वाधिक अभाव असलेल्या ठिकाणी स्वतःच्या मनातली प्रसन्नता टिकवून ठेवू शकला.

तो तुरुंगात असताना त्यानं चोपन्न लोकांना, त्रेपन्न पुरुष आणि एक स्त्री यांना त्याच्या कोठडीवरून मृत्युदंडाची शिक्षा भोगण्यासाठी चालत जाताना पाहिलं. ज्या ज्या वेळी शिक्षेची अंमलबजावणी होई, त्या आधी पाच मिनिटं सगळ्या कैद्यांनी कोठडीचे गज बडवावे, असं त्यानं अन्य कैद्यांना सांगितलं. ''त्या तुरुंगवासाच्या काळात मला असा शोध लागला की, मला जसं माझ्या आईकडून निरपेक्ष प्रेम मिळालं होतं, तसं तिथल्या कैद्यांपैकी कुणालाच मिळालं नव्हतं. आम्ही एक कुटुंबच झालो आणि शिक्षा भोगायला जाणाऱ्या कुणाचेही कुटुंबीय आणि मित्र तिथे होते की नाही हे आम्हाला माहीत नव्हतं; म्हणून 'आम्ही तुमच्याबरोबर आहोत, आम्ही शेवटपर्यंत तुमच्यावर प्रेम करत राहू. हे त्या कैद्यांना सांगण्यासाठी आम्ही असं करत असू.''

८. औदार्य : आम्ही प्रसन्नतेनं भरलेले आहोत

‘‘दुसऱ्या कुणालातरी आनंदी केल्यामुळे आपला आनंद कसा द्विगुणित होतो हे बघून आपण सगळेच आश्चर्यचकित होतो, असं मला वाटतं. तुला माहिती आहे, तू गावात जातोस, तू काहीतरी खरेदी करायला गेलेला असतोस आणि घरी येताना रेचेलसाठी तू फुलांचा एक सुंदर गुच्छ घेऊन येतोस. तिनं याची अजिबातच अपेक्षा केलेली नसते. तिच्या चेहऱ्यावर फुललेला आनंद आणि तो पाहून तुला झालेला आनंद यांची कशाशीच तुलना होऊ शकत नाही.

‘‘म्हणून,’’ हसत आर्चबिशप म्हणाले, ‘‘आपलं पुस्तक म्हणतं की, काहीतरी देणं म्हणजेच तुम्हाला काहीतरी मिळाल्यासारखंच असतं, मला अशी आशा आहे– लोक कधी ना कधी हे ओळखतील की, आपले विचार सतत स्वतःभोवती फिरत राहिल्यानेच आपण दुःखी होतो. जेव्हा आपण स्वतःला विसरायला शिकू, तेव्हाच आपलं मन प्रसन्नतेनं भरलेलं आहे हे आपल्याला दिसेल.

‘‘मी काही वेळा विनोदानं हे म्हणतो की, देवाचं गणित कच्चं आहे, कारण तुम्ही जेव्हा दुसऱ्यांना काही देता, तेव्हा तुमच्याकडचा साठा तर कमी व्हायला हवा; पण या अविश्वसनीय प्रकारात - मला हा अनुभव खरा असल्याचा प्रत्यय खूप वेळा आला आहे - तुम्ही देता आणि त्या बदल्यात खूप काही मिळवण्यासाठी खरं तर जागा मोकळी करता.

‘‘निसर्गातलंच एक उदाहरण पाहू या. मध्य पूर्वेतल्या मृत समुद्रात (Dead Sea) ताजं, गोड पाणी येतं; पण त्या समुद्रातून पाणी बाहेर जायला मार्ग नाही; त्यामुळे पाणी बाहेर जाऊ शकत नाही. नद्यांकडून त्या समुद्राला छान पाणी येऊन मिळतं आणि ते पाणी तिथे साठून खराब होतं म्हणून तो समुद्र मृत आहे. तो

फक्त घेतो, देत नाही. आपणही काही बाबतींत असेच बनलो आहोत. म्हणजे, मला म्हणायचं आहे की, आपल्याला जर मिळत असेल तर आपण द्यायला पाहिजे. शेवटी काय, तर अधिकाधिक प्रसन्नता, आनंद मिळवण्याचा सर्वोत्तम मार्ग म्हणजे उदारता, औदार्य!''

आम्ही आता आनंदाच्या, प्रसन्नतेच्या आठव्या आणि शेवटच्या स्तंभाकडे येऊन पोहोचलो होतो.

करुणेचं अधिक विस्तारलेलं रूप म्हणजे औदार्य असं बहुतेक वेळा म्हटलं जातं. अर्थात दोन्हीमधली सीमारेषा फार पुसट असल्याने दोन्हीत फरक करणं तसं कठीण आहे. जिनपांनी म्हटल्याप्रमाणे आपण जर औदार्याची निवड केली, तर मनात करुणा उत्पन्न होईपर्यंत थांबण्याची गरज नसते. औदार्य ही एक कृती आहे, क्रिया आहे; जी केल्यानं आपल्याला आनंद होतो. बहुधा याच कारणामुळे जवळपास सगळ्याच धार्मिक परंपरांनी दान करणं चांगलं असल्याचं प्रतिपादन केलं आहे. इस्लामच्या पाच प्रमुख स्तंभांपैकी हा एक स्तंभ मानला जातो, त्याला 'झकात' म्हणतात. ज्यू धर्मात त्याला 'झेदाका' (Tzedakah) म्हणतात. त्याचा शब्दशः अर्थ 'न्याय' असा होतो. हिंदू आणि बौद्ध धर्मांत त्याला 'दान' असं म्हणतात. ख्रिश्चन धर्मीय त्याला 'चॅरिटी' म्हणतात.

जगातील सगळ्या धर्मांमध्ये औदार्याला फार महत्त्व आहे, कारण त्यातून निःसंशयपणे आपलं एकमेकांवर अवलंबून असणं आणि आपल्याला एकमेकांची असलेली गरज असणं या गोष्टी अधोरेखित होतात. आपल्या अस्तित्वासाठी औदार्य इतकं महत्त्वाचं होतं की, आपल्याला काही मिळाल्यावर मेंदूतली बक्षीसकेंद्रं जशी प्रफुल्लित होतात, तशीच किंबहुना त्यापेक्षाही जास्त आपण कुणाला काही दिल्यावर प्रफुल्लित होतात. याआधी उल्लेख केल्याप्रमाणे रिचर्ड डेव्हिडसन आणि त्यांच्या सहकाऱ्यांनी हे शोधून काढलं की, दीर्घकालीन सुस्थितीत असल्याची भावना जागृत ठेवण्यात ज्या चार मुख्य मूलभूत जोडण्या मेंदूत काम करतात, त्यातली एक जोडणी म्हणजे औदार्य. २०१५ च्या 'वर्ल्ड हॅपीनेस रिपोर्ट'मध्ये डेव्हिडसन आणि ब्रायना स्कायलर यांनी स्पष्ट केलं आहे की, आपल्या नात्यांची गुणवत्ता हे स्वास्थ्याचं जगभरात मान्य केलं गेलेलं भविष्यसूचक चिन्ह आहे. उदार आणि मनमिळाऊ वर्तनामुळे नात्यांचे बंध दृढ होतात, हे सगळ्याच संस्कृतींमध्ये दिसून येतं. औदार्य हे अधिक चांगलं आरोग्य आणि दीर्घायुष्याचं गमक असल्याचं म्हटलं जातं. औदार्यात इतकी ताकद असते की, संशोधक डेव्हिड मेक्लालन्ड आणि कॅरोल कर्शनिट यांच्या मते त्याच्या नुसत्या विचारानं 'सलायव्हरी इम्यूनोग्लोबुलिन 'ए' या संरक्षक प्रतिजैविकाची ठळकपणे वाढ होते; हे प्रथिन

प्रतिकारशक्ती आपल्या शरीरात वापरते.

म्हणजे असं दिसतं की, पैसा आनंद विकत घेऊ शकतो; पण जर तो आपण इतरांसाठी खर्च केला तर... संशोधक एलिझाबेथ डन आणि त्यांच्या सहकाऱ्यांनी असा शोध लावला की, स्वतःपेक्षा इतरांवर पैसा खर्च केल्यामुळे लोकांना जास्त मोठा आनंद मिळतो. डन यांना असंही आढळून आलं की, उच्च रक्तदाब असलेल्या मोठ्या माणसांचा रक्तदाब स्वतःऐवजी दुसऱ्या माणसांवर पैसा खर्च केल्यामुळे कमी झाला. आर्चबिशप म्हणाले त्याप्रमाणे आपण जेव्हा देतो, तेव्हाच आपल्याला मिळतं.

त्यांच्या म्हणण्याला पुष्टी मिळेल अशी एक अद्भुत कहाणी मी ऐकली होती. मी जेव्हा जेम्स डोटी यांना भेटलो, तेव्हा ते स्टॅनफर्डला 'सेंटर ऑफ कम्पॅशन अँड अल्ट्रूइझम रिसर्च अँड एज्युकेशन'मध्ये संस्थापक संचालक म्हणून काम पाहत होते आणि 'दलाई लामा फाउंडेशन'चे अध्यक्षही होते. जिम पूर्णवेळ न्यूरोसर्जन म्हणून काम करते होते. त्याआधी काही वर्षं, वैद्यकीय तंत्रज्ञान उद्योजक म्हणून त्यांनी मोठी संपत्ती कमावली होती आणि तीस दशलक्ष डॉलर्स किमतीचे (स्टॉक्स) रोखे दानधर्मासाठी देण्याची शपथ घेतली होती. त्या वेळी त्यांच्या संपत्तीची किंमत ७५ दशलक्ष डॉलर्सपेक्षा जास्त होती; परंतु जेव्हा रोखे बाजार गडगडला, तेव्हा त्यांनी सगळी संपत्ती गमावली आणि आपण दिवाळखोर झालो असल्याचं त्यांच्या लक्षात आलं. दान करण्यासाठी ठेवलेले रोखे एवढीच काय ती संपत्ती शिल्लक राहिली होती. त्यांच्या वकिलांनी त्यांना सल्ला दिला की, ते दानासाठी ठेवलेल्या रकमेतून काही रक्कम काढू शकतात आणि त्यांची बदललेली परिस्थिती प्रत्येकजण समजून घेईल.

''आपल्या समाजात वर्षानुवर्षं चालत आलेली दंतकथा म्हणते की, पैसा तुम्हाला आनंदी करेल,'' जिम म्हणाले. ''गरिबीत लहानाचा मोठा होताना मीसुद्धा असाच विचार केला होता की, माझ्याकडे जे जे नाही, ते सगळं पैसा मला मिळवून देईल : नियंत्रण, सत्ता, प्रेम! शेवटी मी ज्याचं स्वप्न पाहिलं होतं, तो पैसा मला मिळाला, तेव्हा मला असा शोध लागला की, पैशामुळे मी आनंदी झालो नाही आणि जेव्हा पैसा माझ्यापासून दूर गेला, तेव्हा सगळे खोटे मित्रही मला सोडून गेले.'' जिमनं दान करण्यासाठी ठेवलेले पैसे तसेच दान करण्याचा निर्णय घेतला. ''त्या क्षणी मला जाणीव झाली की, फक्त एकाच मार्गानं पैसा आपल्याला आनंद देऊ शकतो आणि तो म्हणजे तो पैसा देऊन टाकल्यामुळे.''

आपण देत असलेला पैसा म्हणजेच फक्त औदार्य नाही. आपण आपला वेळ कसा देतो, हेसुद्धा महत्त्वाचं असतं. आनंदावरच्या अभ्यासात, उद्देशाची

जाणीव असण्याच्या महत्त्वावरही मोठ्या प्रमाणात संशोधन झालं आहे. आपण कशा प्रकारे योगदान देऊ शकतो आणि इतरांच्या बाबतीत उदारपणा दाखवतो यामागे कोणता उद्देश आहे हे महत्त्वाचं. आपली कुणाला गरज आहे का आणि आपण कुणासाठी कसे महत्त्वाचे आहोत, हे बघणं गरजेचं असतं. अनेक विश्लेषणांचं मोठ्या प्रमाणावर विश्लेषण कार्डिऑलॉजिस्ट रँडी कोहेन यांनी 'माउंट सिनाई सेंट ल्यूक्स मेडिकल सेंटर' इथे केलं, त्यात त्यांना असं दिसून आलं की, उद्देशाची उच्च जाणीव सर्व प्रकारच्या कारणांनी होणारे मृत्यू २३ टक्क्यांनी कमी करते. न्यूरोसायकॉलॉजिस्ट पॅट्रीशिया बॉएल आणि त्यांच्या सहकाऱ्यांनी केलेल्या 'जे.ए.एम.ए. सायकीयाट्री'त (JAMA Psychiatry) प्रकाशित करण्यात आलेल्या एका अभ्यासात असं सिद्ध झालं की, उद्देशाची जाणीव असलेल्या लोकांना सात वर्षांनंतर अल्झायमर होण्याची शक्यता अर्ध्यावर आली; त्यामुळे यात काही आश्चर्य नाही की, आपल्या वेळेबाबत उदारता दाखवणं, हे आपल्या आरोग्यासाठी तितकंच महत्त्वाचं असतं. मॉरिस ओकून आणि त्यांच्या सहकाऱ्यांनी केलेला अभ्यास - स्वेच्छेनं एखादं काम केल्यामुळे मृत्यूचा धोका चोवीस टक्क्यांनी कमी होतो, असं दर्शवतो.

करुणा आणि औदार्य हे केवळ मोठे गुण नाहीत- ते मानवधर्माचा गाभा आहेत; त्यामुळे आपलं आयुष्य प्रसन्न आणि अर्थपूर्ण होतं. "हो, जगात खूप खूप खूप वाईट गोष्टी आहेत," आर्चबिशप समजावून सांगत म्हणाले, "पण, आपल्या जगात विश्वास बसणार नाही अशा सुंदर गोष्टीही आहेत. दक्षिण आफ्रिकेतल्या कृष्णवर्णीयांच्या वस्त्या घाणीनं बरबटलेल्या आणि गलिच्छ आहेत आणि अगदी एच.आय.व्ही.सारख्या रोगांमुळे आणि सर्वत्र पसरलेल्या खिन्न उदासपणामुळे मुलं अनाथ होतात. अशाच एका गावात मला एक अशी माता भेटली, जिनं रस्त्यावर आलेल्या अनाथ मुलांचा सांभाळ केला होता. खरं तर तिच्याकडे उत्पन्नाचं मोठं साधन नव्हतं; पण ज्या क्षणी तिचं हे काम सुरू झालं, त्या क्षणापासून तिच्या या दयाळूपणानं सुरू केलेल्या कामासाठी मदतीचा ओघ सुरू झाला.

"मुळात आपण स्वभावानं चांगली माणसं आहोत. तिरस्कार हे चांगल्या माणसाचं लक्षण नाही; तिरस्कार हे वाईट माणसाचं लक्षण आहे. आपण चांगल्या गोष्टींसाठी बनलो आहोत आणि जेव्हा संधी मिळते, तेव्हा आपण बहुतेक वेळा उदारपणेच प्रतिसाद देतो. तिच्याकडे काहीही नाही; पण त्यामुळे ती थांबली नाही. तिनं तिच्या तीन खोल्यांच्या घरात शंभर मुलं आणून ठेवली होती. लवकरच लोकांना हे समजलं; ते म्हणाले, 'ठीक आहे, आम्ही मदत करू. आम्ही त्यांच्यासाठी छोटं वसतिगृह बांधू.' बाकीचे म्हणाले, 'आम्ही तुम्हाला अन्न देऊ.' तिच्याकडे

घर होतं आणि आता ती एक महान व्यक्ती बनली आहे. हे सगळं तिनं प्रसिद्धी मिळावी म्हणून केलं नाही. तिला केवळ ही मुलं दिसली आणि तिचं मातृहृदय म्हणालं, 'नाही, असं व्हायला नको.' नाकर्तेपणाची जाणीव लोकांना दडपून टाकते, असा समज कुणी करून घेऊ नये. ज्याला जे जे जमेल, जिथे जमेल; ते ते त्यानं केलं पाहिजे.''

आर्चबिशपच्या ऐंशीव्या वाढदिवशी रेचेल आणि मी आर्चबिशप आणि त्यांच्या कुटुंबासोबत त्या अनाथालयात एक भला मोठा केक घेऊन वाढदिवस साजरा करायला गेलो होतो. डझनावारी मुलांनी भरलेल्या या खोलीत आम्ही जमिनीवर काही मुलांना मांडीवर घेऊन बसलो होतो, त्या वेळी त्या सगळ्यांना दत्तक घेण्याच्या अनावर इच्छेला आवर घालणं आम्हाला कठीण गेलं. मोठ्या मुलांनी लहान मुलांना कडेवर घेतलं होतं : त्यांना करुणेच्या आणि औदार्याच्या पदरात लपेटून घेणाऱ्या त्या आईच्या मायेच्या छत्रछायेखाली त्या मुलांनी त्यांची आयुष्यं एकमेकांना बांधून घेतली होती.

आर्चबिशप म्हणाले होते ते मला आठवलं, ते जेव्हा अशा वस्त्यांना भेट द्यायचे, तेव्हा अक्षरशः कफल्लक असलेले लोक त्यांची दारं आणि हृदयं इतरांसाठी उघडायचे. औदार्य आपल्यात खोलवर रुजलेलं आहे.

''तुम्ही जेव्हा एखाद्या मठात जाता किंवा आश्रमात जाता,'' आर्चबिशप पुढे म्हणाले, ''तेव्हा तुम्ही चकित होता, कारण तिथे लोक खूप साधेपणानं आयुष्य जगत असतात आणि तुम्हाला हे मान्य करावंच लागतं की, आपण सतत हव्यास करूनही जी शांती आपल्याला हुलकावणी देते, ती त्यांना मिळालेली असते. आपण आपली संपत्ती आणि प्रतिष्ठा यांची झूल उतरवून ठेवली तरच आपण उदार होऊ शकतो, कारण आपण या संपत्तीचे आणि प्रतिष्ठेचे गुलाम होऊन वावरत असतो.

''म्हणून संपत्ती आणि प्रतिष्ठा यांपेक्षा आपला दृष्टिकोन कसा आहे ते महत्त्वाचं. त्यांचं आपण काय करतो ते महत्त्वाचं. आपण पहिल्याच दिवशी हे बोललो होतो : आपण जेव्हा स्वतःकडेच बघत बसतो, स्वतःचाच विचार करतो; तेव्हा माणुसकीचा ओलावा नसलेल्या शुष्क, कोरड्या आयुष्याचे धनी होतो.

आपला वेळ आणि आपला पैसा यापेक्षा अधिक काही देण्याचे इतर मार्गही असतात. बौद्ध धर्मात तीन प्रकारची औदार्यं सांगितली आहेत, असं जिनपा म्हणाले : वस्तू देणं, भयापासून मुक्ती देणं– यात सुरक्षा पुरवणं, समुपदेशन किंवा सांत्वन करणं– आणि आध्यात्मिक शिक्षण/उपदेश देणं यात स्वतःचं ज्ञान दुसऱ्यांना देणं, नैतिक आणि आचार-विचारांसंबंधी शिकवण देणं आणि लोकांना

स्वावलंबी आणि अधिक आनंदी बनवणं यांचा समावेश होतो. दलाई लामा आणि आर्चबिशप आठवडाभर हेच करत होते.

"हे सगळं आपल्या डोळ्यांसमोर आहे," आर्चबिशप म्हणाले, "आपण ते पाहिलं आहे. आपण ज्या लोकांना मानतो, त्यांनी नेहमी दुसऱ्यांचाच विचार केला. हे असे लोक आहेत, ज्यांना खूप कामं असूनही तुम्हाला जेव्हा त्यांच्याशी बोलायची गरज असते, तेव्हा त्या वेळी त्यांच्यासाठी तुम्हीच सगळ्यात जास्त महत्त्वाची व्यक्ती आहात अशी वागणूक ते तुम्हाला देतात.

"यात कोणत्याही धर्माचा काही संबंध नाही. ही बाब धर्मातीत आहे. ज्या कंपन्या त्यांच्या कामगारांची काळजी घेतात, त्या जास्त यशस्वी होतात. त्या असं म्हणू शकतात की, 'आम्ही त्यांना इतका पगार देतो, एवढी काळजी पुरेशी आहे.' हो! ठीक आहे. करा असं. मग तुमचे कामगार कामगारच राहतील आणि म्हणतील, 'मी इतके ते इतके वाजेपर्यंत काम करतो, बस! एवढंच काम मी करणार, मला बाकी काही घेणं-देणं नाही.' पण जेव्हा त्यांना दिसतं की, तुम्ही त्यांना माणसासारखं वागवता; त्यांची, त्यांच्या कुटुंबाची काळजी घेता किंवा त्यांच्या कल्याणाची काळजी घेणारं, त्यांना माणूस म्हणून वागवणारं कंपनीत कुणीतरी आहे हे त्यांना समजतं, तेव्हा उत्पादकता निश्चितच वाढते. यापेक्षा जास्त पुरावा द्यायची गरज नाही. आपण पाहतो की, अशी काळजी घेणाऱ्या कंपन्या, काळजी घेणारं माणूस नेहमीच चांगली कामगिरी करताना आपल्याला दिसतात."

"अगदी खरं आहे, हे अगदी खरं आहे," दलाई लामांनी त्यांच्या बोलण्याला पुष्टी दिली. "हे अगदी स्वाभाविक आहे. मालक आणि कामगार यांच्यातील चांगल्या संबंधांमुळेच कितीतरी जपानी कंपन्या यशस्वी होतात. कामगारांना 'ही आपली कंपनी आहे,' असं वाटतं, मग ते मनापासून काम करतात. जो मालक नेहमी नफ्याचाच विचार करतो; त्याचे कामगारही जेवणाच्या, चहाच्या सुट्टीचाच विचार करणार, कंपनीचा विचार कधीच करणार नाहीत. एकत्र काम करण्याची संकल्पना तुम्ही खरंच प्रत्यक्षात आणलीत आणि नफा वाटून घेतलात, तरच खरा सुसंवाद घडेल. आपल्याला आता खरं तर याचीच गरज आहे. सात अब्ज लोकांमध्ये सुसंवाद घडवण्याची." दलाई लामा हातांनी विणण्याची कृती करत बोलले, जणू काही आपल्या सुकुमार बोटांनी ते जगाच्या लोकसंख्येत सुसंवादाची वीण गुंफत होते.

"तुम्ही मघाशी जे बोलत होता, त्याकडे मला यायचं आहे, आर्चबिशप. मानवी स्वभाव विकृत बनला आहे. त्याबद्दल तुम्हाला जे वाटतं, ते तुम्ही सांगत होता. आधुनिक जीवनात असं काय आहे, ज्यामुळे आपल्यातली करुणेची आणि

औदार्याची जाणीव विकृत बनली आहे?''

''आपण जंगलाचे कायदे पाळले पाहिजेत, अशी शिकवण घेत आपण मोठे होत आहोत. खा किंवा भक्ष्य व्हा. आपण स्पर्धा करताना दयामाया दाखवत नाही. इतकी की, पोटातला अल्सर आता प्रतिष्ठितपणे मिरवला जातो. आपण किती काम करतो, याचं ते प्रतीक बनलं आहे. आपण जिवापाड मेहनत करतो ते फक्त आपल्या आणि कुटुंबाच्या गरजा पूर्ण करण्यासाठी नाही, तर इतरांच्या पुढे जाता यावं म्हणून. आपण हे तथ्य नजरेआड करतो की, मुळात आपली प्रकृती, स्वभाव हा एकमेकांना पूरक म्हणून काम करण्याचा आहे. आपण अमानुष आणि कसलंही नैतिक अधिष्ठान नसलेलो असे झालो आहोत. मार्टिन ल्यूथर किंग ज्युनिअर म्हणाले त्याप्रमाणे, 'आपण भाऊ-बहिणींसारखं राहायला हवं नाहीतर आपण मूर्ख म्हणून नाश पावू.'

''मला अशी आशा आहे की, या पुस्तकासारखीच अन्य पुस्तकं आपल्यात माणूसपण जागवतील आणि मग आपल्याला जाणवेल की, संरक्षणासाठी आपण जी अब्जावधींची रक्कम बाजूला ठेवतो किंवा त्यातून शस्त्रखरेदी, शस्त्रनिर्मिती करतो, ते किती घृणास्पद आहे. या पैशातला छोटासा जरी अंश... म्हणजे मला म्हणायचं आहे, रोज लहान मुलं मरतात; मरतात, कारण त्यांना स्वच्छ पाणी मिळत नाही. आपल्यातल्या परस्पर संबंधांची जाणीव असेल, आपण सगळे जोडले गेलो आहोत ही भावना मनात असेल तर, असं घडायलाच नको; कोणताही देश स्वतःच्या बळावर समृद्ध होईल, असा एकही मार्ग नाही. तो होऊच शकत नाही. आपण यासाठी बनलेलोच नाही. आपण सगळे एकमेकांशी जोडले जाण्यासाठी, एक कुटुंब म्हणून जगण्यासाठी बनलो आहोत. तुम्हाला जर ही भावनाशीलता वाटत असेल, तर ही भावनाशीलता नाही; हे वास्तव आहे.

''तुम्ही जर भरपूर धान्यउत्पादन केलं आणि तुम्ही असं म्हणाला नाहीत की, 'आजूबाजूला खूप लोक भुकेले आहेत' आणि तुम्ही जास्तीचं धान्य नष्ट केलंत -- आणि जे झालं ते ठीक झालं असं तुम्हाला वाटलं तर ते ठीक असूच शकत नाही, कारण तुम्ही सृष्टीचे मूलभूत नियम मोडले आहेत आणि मग भयानक चुकीच्या गोष्टी घडतील.

''यासाठी तुम्हाला धार्मिक शिकवणीची, पोथ्या-पुराणं वाचायची गरज नाही. हे एक सत्य आहे. तुम्ही एकटे जगू शकत नही. तुम्ही पूर्णपणे स्वार्थीपणानं वागणार असं म्हणालात, तर जो स्वार्थीपणानं वागणारा मनुष्य आहे त्याचा सर्वनाश झालाच म्हणून समजा. माणूस म्हणून जगण्यासाठी तुम्हाला बाकीच्या लोकांची गरज भासते. म्हणूनच, जेव्हा तुम्हाला शिक्षा होते, तेव्हा एकट्याला कोठडीत टाकण्यात येतं, कारण इतर माणसांशिवाय तुम्ही समृद्ध होऊच शकत

नाही. ही माणसं तुम्हाला जे देतात, ते तुम्हीही स्वतःला देऊ शकत नाही; तुमच्याकडे कितीही पैसा असला तरी. म्हणूनच आपण उबंटूबद्दल बोलतो. माणूस हा इतर माणसांमुळे माणूस बनतो. काही लोक नक्कीच असं म्हणत असतील, 'छे, काय मागासलेले विचार आहेत हे!' पण आपल्या अस्तित्वाचा हा मूलभूत नियम आहे; पण आपण त्याची अवहेलना करतो – आपण स्वतःला धोक्यात घालून त्या विचाराची अवहेलना करतो."

आर्चबिशप एकटक नजरेनं बघत होते आणि ओल्ड टेस्टामेंटचा दूत जसा कळकळीनं आणि अधिकारानं बोलून लोकांना विनाशापासून वाचवण्याकरता प्रयत्न करेल, तसं ते बोलत होते. एखाद्या सत्तेला ठासून धैर्यानं सत्य सांगणं किती दमछाक करणारं असतं, हे मी जाणून होतो आणि त्यांनी नेहमीच हे केलं. मात्र, ते कधीही थकलेले वाटले नाहीत. बहुधा, या पृथ्वीरूपी खेड्यातल्या वयोवृद्ध व्यक्तीच्या भूमिकेनं त्यांचा उत्साह अजूनच वाढवला असं वाटतं. एक अशी बुजुर्ग व्यक्ती जिला आपला नैतिक आवाज सगळ्यांपर्यंत पोहोचवण्याची तळमळ होती. काहीही असलं तरी मला त्यांच्या मर्यादित शक्तीचं रक्षण करायचं होतं.

"आर्चबिशप, मला तुम्ही दमून जाऊ नये याची काळजी घेतली पाहिजे. या विषयावरचा शेवटचा प्रश्न आपण घेऊ. तुम्हाला कसं वाटतंय?"

"नाही, नाही; मी बरा आहे."

"आणखी एका प्रश्नासाठी?"

"तुला जेवढे पाहिजेत, तेवढे विचार."

"हा प्रश्न दक्षिण आफ्रिकेतील मिकाकडून आला आहे. ती विचारते, 'आणीबाणीच्या मानसिकतेला शरण न जाता तुम्ही लोकांची, निसर्गाची सेवा आणि गरजेचे असलेले प्रश्न या सगळ्याला कसे सामोरं जाऊ शकता?' आपण जगाला अधिक चांगलं बनवण्यासाठी मदत करू शकतो का आणि त्याच वेळी आपल्या आयुष्यात आनंद शोधू शकतो?"

"माझे धाकटे बंधू, या, तुम्ही आधी बोला." आर्चबिशप म्हणाले.

"मला वाटतं, तुम्हाला जास्त चांगलं माहीत आहे."

आर्चबिशप मोठ्यानं हसले. "सगळ्यांनी कृपया हे ऐका. पहिल्यांदाच यांच्या तोंडून मला जास्त माहीत आहे, असे शब्द निघालेत."

"हा प्रश्न आफ्रिकेसंबंधी आहे का?" दलाई लामांनी विचारलं.

"नाही, एकूणच जगाबद्दल आहे."

"ठीक आहे." उत्तर देण्याच्या तयारीनं दलाई लामा म्हणाले, "मी नेहमीच लोकांना हे सांगत असतो की, आपण आज ज्या समस्यांना सामोरं जात आहोत, त्या सोडवणं फार अवघड आहे. एक सबंध पिढी एका विशिष्ट मानसिकतेतून,

एका विशिष्ट जीवनशैलीतून घडली आहे. म्हणून जेव्हा आपण भविष्याचा विचार करतो की, निकोप मानवता कशी वाढवायची, तेव्हा आपण वेगळ्या प्रकारची मानसिकता असलेली नागरिकांची नवीन पिढी निर्माण करण्याचा विचार करायला हवा. या ठिकाणी शिक्षण ही गुरुकिल्ली आहे. ख्रिश्चन धर्मात फार छान शिकवण दिली आहे, बौद्ध धर्मही सुंदर उपदेश करतो; पण ही शिकवण आणि उपदेश पुरेसे नाहीत.

"आता जगभरात सर्वधर्मसमभावाचं शिक्षण दिलं जातं. म्हणून त्याच्या जोडीला तरुणांना करुणा आणि मूलभूत मूल्यशिक्षण यांचेही धडे दिले जावेत, धार्मिक श्रद्धांवर आधारलेले नव्हे, तर शास्त्रीय संशोधनावर आणि व्यावहारिक ज्ञानावर तसेच आपल्या या जगातल्या अनुभवांवर आधारलेले; सध्याच्या परिस्थितीबाबत नुसते तक्रारीचे पाढे वाचून काहीही साध्य होणार नाही. आपली सर्वसाधारण मानसिकता बरोबर घेऊन सध्याच्या जागतिक आणीबाणीच्या परिस्थितीला सामोरं जाणं खूप कठीण आहे. तुम्ही उल्लेख केलात, त्याप्रमाणे तुमचे वडील एरवी चांगले वागायचे; पण जेव्हा ते मद्यपान करायचे, तेव्हा त्यांचा तोल जायचा. मला वाटतं, आज बरीच माणसं मद्यपान केल्यासारखीच वागतात. त्यांच्या मनावर हावरटपणा, भीती आणि राग अशा कितीतरी नकारात्मक भावनांचा पगडा आहे; त्यामुळे ती मद्यपान केलेल्या व्यक्तीसारखी, तोल गेल्याप्रमाणेच वागतात.

"या नशेतून बाहेर पडण्याचा एकमेव मार्ग म्हणजे मुलांना करुणेचं मोल शिकवणं आणि आपल्या मनाचा उपयोग करायला शिकवणं. आपल्यापुढे उभ्या असलेल्या एकूणच जागतिक आव्हानांना तोंड देण्यासाठी आपल्या विचारसरणीत दीर्घकालीन पद्धत रुजवली पाहिजे. त्यासाठी माणसाच्या जाणिवांमध्ये पायाभूत बदल होणं आवश्यक आहे आणि हे काम फक्त शिक्षणच चांगल्या प्रकारे बजावू शकतं. काळ कुणासाठी थांबत नसतो. म्हणून आपण आतापासूनच सुरुवात करणं महत्त्वाचं आहे. मग कदाचित नवीन पिढी तिच्या संपूर्ण आयुष्यात हे जागतिक प्रश्न सोडवण्याच्या स्थितीत येईल. विसाव्या शतकात आपल्या पिढीनं बऱ्याच समस्या निर्माण करून ठेवल्या आहेत. एकविसाव्या शतकातल्या पिढीनं त्यावर उपाय शोधायला हवेत."

"मला म्हणायचं आहे की, लोक स्वभावतःच दयाळू असतात," आपल्या मूळ मुद्द्याकडे येत आर्चबिशप म्हणाले.

दलाई लामांनीही लगेच त्याला पुष्टी दिली, "हो, या पायावरच आपली आशा टिकून आहे."

"मी बोलतोय ना!" आर्चबिशपनी गमतीनं फटकारलं. दलाई लामा हसले.

"अगदी एखाद्या स्वार्थी माणसालाही," आर्चबिशप आपला मुद्दा आणखी

स्पष्ट करत म्हणाले, ‘‘आपल्या कुटुंबाविषयी काही अंशी करुणा, कणव वाटत असतेच. म्हणजे, आपण काही अगदीच अनोळखी विषयावर बोलत नाही आहोत. आपण असं म्हणतोय की, आपण परस्परांवर अवलंबून आहोत, असा शोध आपल्याला लागला आहे.’’

‘‘वास्तविक, आर्चबिशप,’’ मी मूळ मुद्द्याकडे त्यांचं लक्ष परत वेधताना म्हणालो, ‘‘हा प्रश्न त्या लोकांसाठी आहे, ज्यांना हे परस्परावलंबन तीव्रतेनं जाणवतं आणि ते इतके दयाळू असतात की, त्यांना जगातली परस्परांविषयीची वागणूक पाहून तिटकारा येतो आणि ते अत्यंत निराश होतात. या व्यक्तीला हे जाणून घ्यायचं आहे की, आजूबाजूला इतके लोक दुःखी-कष्टी असताना तिनं तिच्या आयुष्यात आनंद कसा शोधावा?’’

‘‘हो. फार चांगला प्रश्न आहे,’’ विचार करत खाली नजर वळवून ते म्हणाले. ‘‘एक वयोवृद्ध माणूस म्हणून, मी असं म्हणू शकतो. तुम्ही आहात तिथून सुरुवात करा आणि मनाशी ही खूणगाठ बांधा की, हे समस्यांचे ढीग तुम्ही एकटे सोडवू शकणार नाही, तशी तुमच्याकडून अपेक्षाच नाही. तुम्हाला जे शक्य असेल ते करा. हे अगदी उघड आहे आणि तुमचं बघून इतर लोकही तसं करू लागतील, हे पाहून तुम्ही चकित व्हाल.

‘‘जगात असे खूप लोक आहेत, ज्यांना या सगळ्याबद्दल चिंता वाटते. इतके लोक आहेत की, त्यांची संख्या बघून माझं मन आनंदानं भरून येतं. पर्यावरणासाठी किती लोक न्यू यॉर्कमध्ये रस्त्यावर उतरले? अविश्वसनीय होतं ते. त्यांना कुणी यासाठी पैसे देणार नव्हतं; पण ते झुंडीनं आले. खूप खूप लोक आहेत काळजी करणारे. तुम्ही म्हणालात की, मला म्हाताऱ्या माणसांसाठी काहीतरी करायचं आहे, तर तुमच्या मदतीला इतके लोक पुढे येतील की, तुम्ही आश्चर्यानं थक्क व्हाल. इतके एन.जी.ओज का आहेत? म्हणजे, आम्हाला जास्त चांगलं जग बनवायचं आहे, असं म्हणणारे लोक आहेत. आपण फार नकारात्मक विचार नको करायला.

‘‘तुम्ही एकटे नाही हे लक्षात ठेवा आणि तुम्ही हे काम संपवणंही अपेक्षित नाही. या सगळ्याला वेळ लागतो; पण आपण शिकतो आहोत, आपण वाढत आहोत, जसे व्हायला हवे आहोत तसे आपण बनत आहोत. दुसरे दुःखी आहेत, म्हणून तुम्ही तुमच्या आनंदाचा बळी दिल्यानं कुणाचंच भलं होणार नाही. आपल्यासारखे जे लोक इतरांची काळजी करतात; त्यांनी आकर्षक असलं पाहिजे; आनंदी, प्रसन्न असलं पाहिजे म्हणजे इतरांना हे कळेल की, अशी काळजी करणं, दुसऱ्यांना मदत करणं, उदार असणं म्हणजे काही ओझं नाही. तो आनंदाचाच भाग आहे. जगाला तुमचं प्रेम द्या. तुमची सेवा द्या. तुमचा उबदार स्पर्श द्या; पण त्याशिवाय

तुमचा आनंदही देऊ शकता. हीसुद्धा फार मोठी भेटवस्तू होऊ शकते.''

आर्चबिशप आणि दलाई लामा एका विशेष प्रकारच्या औदार्याचं वर्णन करत होते. आत्म्याची उदारता. त्या दोघांकडे असलेला गुणधर्म, इतर कुणाहीपेक्षा जास्त प्रमाणात असलेला गुण म्हणजे आत्म्याची उदारता. ते दोघंही विशाल हृदयी, दिलदार वृत्तीचे, सहनशील, मोठ्या मनाचे, संयमी, क्षमाशील आणि प्रेमळ आहेत. कदाचित हे आत्म्याचं औदार्य म्हणजे आत्मिक विकासाची सर्वांत सच्ची किंवा उच्च अभिव्यक्ती आहे. ती होण्यासाठी वेळ लागतो, असं आर्चबिशप म्हणाले होते.

अशा प्रकारे या जगात जीवन जगण्याच्या मार्गाचं वर्णन आर्चबिशपनी मोठ्या सुरेख शब्दांत केलं होतं. 'आपण शांततेचं मरुद्यान व्हावं, प्रसन्नतेचा पूल व्हावं ज्याचे तरंग आपल्या आजूबाजूच्या लोकांमध्ये पसरत जातील, शांततेचं तळं ज्यातलं शीतल जल त्याच्या आजूबाजूच्या लोकांवर प्रसन्नतेचा शिडकावा करतं.' मनाचं औदार्य असणारे लोक सगळ्यांमध्ये सहजपणे मिसळणारे आणि सगळ्यांना हवेहवेसे असतात. असे लोक आनंद पसरवतात आणि त्यांचा नुसता सहवास इतरांना प्रफुल्लित करतो. अशा गुणांबरोबरच हातात हात घालून ती क्षमता येते, जिचा उल्लेख आर्चबिशप वारंवार करत होते. स्वकेंद्रित वृत्ती कमी करण्याची क्षमता, स्वतःकडे कमी लक्ष देण्याची क्षमता आणि स्वतःला विसरण्याची क्षमता. त्यामुळे स्वतःचीच ओझी वाहणं कमी होतं. आपल्याकडे सिद्ध करण्यासारखं काहीच उरत नाही. आपल्याकडे पाहण्याची इतरांची दृष्टी आपल्यावर दडपण आणत नाही; त्यामुळे ढोंग करण्याची गरज पडत नाही आणि आपण अधिक खुलेपणानं, अधिक प्रामाणिकपणानं वावरू शकतो. साहजिकच आपल्या आजूबाजूला वावरणाऱ्या लोकांच्या वागण्यातही सहजपणा, मोकळेपणा येतो; कारण जसा आपण स्वतःचा स्वीकार करतो, आपल्या दुर्बलतांचा आणि आपल्या माणूसपणाचा स्वीकार करतो, तसंच आपण दुसऱ्यांचं माणूसपणही स्वीकारतो. आपल्या दोषांबद्दल आपल्याला कणव वाटते आणि इतरांच्या दोषांकडेही आपण करुणेनं पाहू शकतो. आपला दृष्टिकोन उदार होतो आणि आपण आपला आनंद दुसऱ्यांना देतो. 'टोंग्लेन' या बौद्ध साधनेसारखाच हा प्रकार आहे. तिबेटमधील उठावानंतर आणि क्रूर आक्रमणानंतर दलाई लामांनी त्या दिवशी हा विचार आचरणात आणला होता. दुसऱ्यांची दुःखं आपल्याकडे घेऊन आपली प्रसन्न वृत्ती आपण त्यांना देऊ शकतो.

आपण जेव्हा आत्म्याची उदारता आचरणात आणतो, तेव्हा आपण अनेक प्रकारे प्रसन्नतेचे इतर सगळे स्तंभ आचरणात आणतो. उदारतेमध्ये अधिक विशाल दृष्टिकोन सामावलेला असतो; ज्यामुळे आपण सगळ्यांशी कशा प्रकारे जोडले

गेलो आहोत ते दिसतं. विनम्रतेमुळे आपल्याला जगात आपलं काय स्थान आहे याची जाणीव होते. कधीतरी आपल्यालाही कोणती न कोणती गरज पडू शकते. मग ती गरज ऐहिक असो, भावनिक असो की आध्यात्मिक याचं भान येतं. विनोदबुद्धी आणि स्वतःवर हसण्याची क्षमता यांमुळे आपण आपल्याला फार गंभीरपणे घेत नाही. आपण जीवनाचा स्वीकार करतो, म्हणून मग जे आहे ते नाकारून आपण जीवनाला दुसरं काहीतरी बनवण्याचा दुराग्रह करत नाही. इतरांबद्दल क्षमाशीलता निर्माण होते. आपल्याला जे मिळालं आहे, त्याबद्दल कृतज्ञता दाटून येते. शेवटी, आपण इतरांकडे करुणेच्या नजरेनं बघतो आणि आपल्या मनात गरजूंना मदत करण्याची इच्छा जागृत होते. या सगळ्यामधून औदार्य जन्म घेतं, जे 'स्वार्थी शहाणपण' असतं, इतरांना मदत करणं म्हणजे स्वतःलाच मदत केल्यासारखं आहे, ही गोष्ट ते ओळखतं. दलाई लामांच्या शब्दांत सांगायचं तर, ''खरं तर, इतरांची काळजी घेणं, इतरांना मदत करणं यातून अखेरीस तुम्हाला तुमचा आनंद शोधता येतो आणि आयुष्य आनंदी बनवता येतं.''

आता वेळ झाली होती, एका 'छोट्याशा' सरप्राइज पार्टीची! ही पार्टी होती 'तिबेटन चिल्ड्रन व्हिलेज'मध्ये, जिथे १७५० मुलं, ३०० शिक्षक व कर्मचारी आणि तिबेटी समाजाचे ७०० प्रौढ पाहुणे दलाई लामांचा ऐंशीवा वाढदिवस साजरा करण्याची उत्सुकतेनं वाट पाहत होते. उदारपणाविषयी आपण आत्ताच जे वाचलं अगदी त्याचप्रमाणे, जे आम्ही तिथे हजर होतो ते - आणि जगभरात जे या कार्यक्रमाचं थेट प्रक्षेपण पाहत होते ते - या असामान्य घटनेचे साक्षीदार म्हणून जे मिळवणार होतो ते, दलाई लामांना आम्ही जे काही देऊ शकलो असतो, त्यापेक्षा कितीतरी पटींनी अधिक होतं.

समारंभ : तिबेटच्या रस्त्यावरचं नृत्य

आम्ही जसे 'तिबेटन चिल्ड्रन्स व्हिलेज'च्या जवळ जात होतो, तसं तिथल्या मुलांच्या उत्साहाचं वारं आमच्यापर्यंत येऊन पोहोचलं, अजून आम्ही त्यांच्या चेहऱ्यावरचा उत्साह पाहिलाही नव्हता. शाळेला भेट देण्यासाठी वेळ काढणं, हा दलाई लामांच्या बाबतीत क्वचितच घडणारा प्रसंग होता. ते आपल्याबरोबर त्यांच्या सन्माननीय पाहुण्यांना घेऊन आले होते; ही घटना शाळेच्या इतिहासात सुवर्णाक्षरांनी लिहिली जाणार होती.

या भेटीची आखणी करण्यासाठी आम्ही जानेवारीत आलो होतो, तेव्हाच दलाई लामांच्या वाढदिवसानिमित्त आम्ही एखादा छोटा समारंभ आयोजित करू शकतो का याची विचारणा केली होती. 'तिबेटन चिल्ड्रन्स व्हिलेज'च्या दोन नेत्यांना, त्सेवांग येशी आणि एन्गोडप वांगडू लिंग्पा यांना भेटलो होतो. हे दोघं तिथलं प्रशासन सांभाळत होते आणि मुलांचे दत्तक पालक म्हणूनही काम बघत होते. सगळे शिक्षकही दत्तक पालकाची भूमिका वठवत होते. कोणतंही मूल या समारंभापासून वंचित राहू नये असं त्यांना वाटत होतं; त्यामुळे लवकरच या छोट्या संमेलनाचं स्वरूप पालटून दोन हजारांपेक्षा जास्त लोक उपस्थित असलेल्या मोठ्या पार्टीत त्याचं रूपांतर झालं. त्यांनी मोठ्या प्रेमानं या वाढदिवसासाठी केक तयार करण्याची तयारी दर्शवली होती. आम्ही आमच्या सामानातून दोन हजार लोकांना पुरेल एवढा मोठा केक आणू शकलो असतो का याची आम्हाला खात्री नव्हती. मात्र, अमेरिकेहून वाढदिवसाच्या मेणबत्त्या आणण्याचं आम्ही कबूल केलं होतं.

दुःखातून आनंद आणि प्रसन्नता कशी शोधायची याचा अभ्यास अनेक महिन्यांपासून स्वतःचंच आयुष्य धुंडाळून ही मुलं करत होती, अगदी लहान वयात, म्हणजे

काही मुलं तर पाच वर्षांचीच होती. तिबेटमधल्या त्यांच्या कुटुंबापासून दूर घेऊन जाणाऱ्या अत्यंत खडतर प्रवासाबद्दल त्यांनी लिहिलं होतं. त्यातली बरीच मुलं कित्येक आठवडे कुटुंबाबरोबर किंवा अनोळखी लोकांबरोबर बर्फाच्छादित खिंडी, रस्ते तुडवत तिबेटबाहेर पडली होती. हा तोच धोकादायक प्रवास होता, जो अर्धशतकापूर्वी दलाई लामांनी केला होता. तिबेटमध्ये काही भागांत तिबेटी भाषेतून शिक्षण घेण्यावर आणि ऐकूनच तिबेटी संस्कृतीवर कडक स्वरूपाची बंदी असल्यामुळे त्या मुलांच्या गरीब आणि अशिक्षित शेतकरी आई-वडिलांनी त्यांना दलाई लामांकडे शिक्षणासाठी पाठवलं होतं. मुलांना सुरक्षितपणे आणून पोहोचवल्यावर त्यांच्या कुटुंबांना किंवा मार्गदर्शकांना तिबेटला परत जाणं भाग होतं. या मुलांना, त्यांच्या कुटुंबांना पुन्हा भेटायची संधी मिळालीच तर ती मोठी झाल्यावरच ते शक्य होणार होतं.

आमच्या मोटारींचा ताफा जवळ आला तसे आम्हाला मुलांचे वाऱ्यावर तरंगणारे आवाज ऐकू यायला लागले, त्यांचं उंच स्वरातलं, व्याकूळ करणारं स्वागतगीत, व्याकूळ तरीही दुर्दम्य आशावादानं भरलेलं आणि आनंदी! हे गाणं त्यांनी दलाई लामांच्या ऐंशीव्या वाढदिवसासाठी खास तयार केलं होतं. गायकवृंद आणि शाळेचे कर्मचारी, शिक्षकवर्ग रस्त्याच्या दुतर्फा उभे होते. त्यांच्या सभोवती गणवेशधारी विद्यार्थ्यांचा समुद्र उसळला होता. मुली पांढरं ब्लाउज, हिरवा स्कर्ट आणि 'व्ही' गळा असलेल्या हिरव्या स्वेटरमध्ये आणि मुलं निळ्या पँट्सवर तिबेटी शर्ट आणि वर पारंपरिक राखाडी अंगरखे घालून होते. आर्चबिशपसाठीही असाच अंगरखा बनवण्यात आला होता, हा उल्लेख पूर्वी येऊन गेला आहेच.

दलाई लामा आणि आर्चबिशप यांना घेऊन येणारी बेज रंगाची SUV गाडी जमलेल्या लोकांमधून निघून दलाई लामा, आर्चबिशप आणि मुलांचं दुपारच्या उन्हापासून संरक्षण करण्यासाठी उभारलेल्या भल्या मोठ्या गोलाकार तंबूमध्ये गेली. अखेर गाडी ग्रंथालयाजवळ येऊन पोहोचली तरी मुलं गळ्याच्या शिरा ताणून उंच पट्टीत गातच होती. आर्चबिशप आणि दलाई लामा गाडीतून उतरल्यावर, लांब 'खाता'- समारंभात घालण्याचे पांढरे स्कार्वज् / स्कार्फ / रुमाल - आर्चबिशपच्या गळ्याभोवती गुंडाळण्यात आले. त्यांना समारंभासाठीच्या एका लाल बॉक्सकडे नेण्यात आलं. त्या बॉक्सची एक बाजू साखर आणि बटर घातलेल्या बार्लीच्या पिठानं भरली होती आणि दुसरी बाजू बार्लीनं भरली होती. उंच, डोंगराळ प्रदेशात पिकणारी बार्ली हे तिबेटचं महत्त्वाचं पीक आहे. बार्लीचं पीठ किंवा त्साम्पा हे भाजलेल्या बार्लीपासून बनवतात आणि तो तिबेटी लोकांच्या आहाराचा मुख्य घटक आहे. रंगीबेरंगी बार्लीच्या दांड्या बॉक्समधून डोकं बाहेर काढत होत्या. एक तरुण स्त्री आणि एक तरुण पुरुष पारंपरिक तिबेटी पोशाख परिधान करून त्या बॉक्सच्या जवळ उभे होते. त्या दोघांचे लांब काळे केस डोक्यावर मुकुटाप्रमाणे

रचले होते आणि पिवळ्या रंगाचे मोठे हार छातीपर्यंत रुळत होते. त्या तरुण स्त्रीच्या हातात दुधानं भरलेला धातूचा वाडगा होता. ते दूध पारंपरिक याकचं नसून गाय किंवा शेळीचं वाटत होतं.

बार्लीचं पीठ हवेत उडवून अंगठी घालतो ते बोट दुधात बुडवून नैवेद्य कसा दाखवायचा, ते दलाई लामांनी आर्चबिशपला दाखवलं. जवळच लांब पिवळ्या, हिरव्या आणि लाल रंगांच्या उदबत्त्या लावलेल्या होत्या. सभोवती वार्ताहर, छायाचित्रकार, सुरक्षारक्षक, भिक्खू आणि अधिकारी, तसेच पिवळी छत्री धरलेले अधिकारी यांची गर्दी दाटली होती. नंतर आम्हाला ग्रंथालयात नेण्यात आलं. तिथे ग्रंथालयातील लोकांनी आर्चबिशपना आणखी रुमाल गुंडाळले आणि त्या पांढऱ्या वस्त्रांमध्ये आर्चबिशप जणू बुडून गेले. मला असं सांगण्यात आलं होतं की, त्या लोकांपैकी एकानं या भेटीसाठी ग्रंथालयाची फरशी तास्‌नतास घालवून लख्ख केली होती.

आर्चबिशप आणि दलाई लामा काही निवडक मुलांजवळून चालले होते. त्यांच्या कहाण्या सांगण्याकरता त्या मुलांची निवड केली गेली होती. मुलं आदरानं पुढे झुकत होती, त्यांच्या हातांभोवती रुमाल गुंडाळलेले होते. एका लहान मुलासमोर दलाई लामा थांबले. त्या मुलाच्या नाकापासून गालापर्यंत एक व्रण होता, जखमेची खूण होती. दलाई लामांनी हळुवारपणे त्याला स्पर्श केला आणि ती जखम कशी झाली, याची चौकशी केली. आपल्या स्वतःच्या डोक्यावरचा व्रण त्यांनी त्या मुलाला दाखवला.

आर्चबिशप आणि दलाई लामा स्थानापन्न झाल्यावर एक तरुण स्त्री पुढे आली. गुलाबी रंगाच्या धातूच्या चष्म्यामुळे ती फार अभ्यासू आणि आकर्षक दिसत होती. "गुरुदेव आणि आर्चबिशप डेस्मंड टुटू, तुम्हाला मी मनापासून अभिवादन करते. माझं नाव तेंझीन डोल्या आहे आणि मी बाराव्या इयत्तेत शिकते. आज मी तुम्हाला माझ्या तिबेट ते भारत या प्रवासाचे काही अनुभव सांगणार आहे. तिबेटमधल्या खाम (Kham) प्रदेशातल्या काझें (Karze) नावाच्या एका छोट्या खेड्यात माझा जन्म झाला. मी माझ्या कुटुंबात सगळ्यात धाकटी आहे. मला आणि माझ्या दोन बहिणींना माझ्या आईनं वाढवलं, ती शेतकरी आहे. माझी सगळ्यात जुनी आठवण माझ्या काकांची आहे, चिनी त्यांचा शोध घेत होते म्हणून ते आमच्या घरात लपून बसले होते. २००२ मध्ये, मी पाच वर्षांची असताना माझ्या आईनं मला माझ्या आजीबरोबर भारतामध्ये जायला सांगितलं.

"मला आजीबरोबर राहायला आवडायचं; त्यामुळे मला खूप आनंद झाला. भारतापर्यंतचा प्रवास खूप लांबचा होता आणि वाटेत खूप अडचणी होत्या. आम्हाला चिनी पोलिसांपासून... म्हणून माझी आजी..." ती मुलगी रडायला लागली आणि तिला पुढे बोलवेना. उंफो टुटू पुढे झाली आणि तिच्या खांद्याभोवती

हात टाकून तिचं सांत्वन करायला लागली.

ती रडत असताना दलाई लामा म्हणाले, "जवळजवळ प्रत्येक तिबेटी कुटुंबातला एकतरी सदस्य मारला गेला किंवा त्याला अटक झाली किंवा त्याचा छळ करण्यात आला."

काही मिनिटांनंतर ती मुलगी सावरली व पुढे बोलू लागली, "म्हणून मग माझी आजी आणि मी सामानाखाली किंवा बसच्या सीटखाली लपलो. नेपाळच्या सीमेवर चिनी पोलिसांनी माझ्या आजीला बाजूला ढकललं. आम्ही नेपाळच्या सीमेवर आठवडाभर अडकून पडलो. एका रात्री माझ्या आजीनं मला एका नेपाळी माणसाबरोबर नेपाळला जायला सांगितलं. मी खूप घाबरले होते; पण त्या अनोळखी माणसाबरोबर मी गेले. दुसऱ्या दिवशी आजी आणि मी पुन्हा एकत्र आलो. भारतात पोहोचल्यावर आधी आम्ही कालचक्रासाठी बोधगयेला गेलो."

"कालचक्र हा एक मोठा बौद्ध समारंभ असतो," दलाई लामांनी स्पष्ट केलं.

"त्यानंतर आम्ही धरमशालाला आलो," तिनं पुढे सांगायला सुरुवात केली. "हिज होलीनेसना बघितल्यावर माझी आजी रडायला लागली. त्यांनी आम्हा दोघींना आशीर्वाद दिले आणि मग ते कोण आहेत, ते माझ्या आजीनं मला सांगितलं. मी टी.सी.व्ही.मध्ये (तिबेटन चिल्ड्रन्स व्हिलेज) दाखल झाले आणि माझी आजी तिबेटला परत गेली. मी अजून तिबेटला गेले नाही आणि... माझ्या कुटुंबाला भेटून मला तेरा वर्षं झाली आहेत." तेंझीन पुन्हा रडू लागली; पण तसाच बोलायचा प्रयत्न करू लागली. ती रडत असताना मला दिसलं की, जिनपाही रडत होते, तिच्या अश्रूंमुळे त्यांनाही नक्कीच गहिवरून आलं होतं, शिवाय त्यांना कुटुंबापासून दूर असतानाचे बोर्डिंग स्कूलमधले दिवस आठवत असणार. दलाई लामांनी आपल्या हातांचे तळवे हृदयावर दाबून धरले होते.

"माझ्या कुटुंबाला सोडून जाताना मला खूप वाईट वाटलं होतं; पण मला नंतर अशा गोष्टी मिळाल्या, ज्यांनी मला आनंद दिला. मला छान मित्र-मैत्रिणी आहेत आणि खूप चांगले शिक्षक आहेत आणि माझ्या वडिलांसारखे असणारे मास्टर लोबसांग आहेत." रडता रडता तेंझीन बोलत होती, तिचं दुःख डोळ्यांवाटे उचंबळून बाहेर येत होतं आणि मला दिसलं की, शाळेचे संचालक एन्गोडप वांगडू त्यांच्या राखाडी अंगरख्याच्या टोकानं स्वतःचे डोळे पुसत होते.

"शाळेच्या या माझ्या शेवटच्या वर्षात, ज्यांनी माझ्याबरोबर एकत्र काम केलं आणि मी आज जी आहे ती बनवण्यात ज्यांनी योगदान दिलं, त्या सगळ्यांचं मी स्मरण करते आणि त्यांचे आभार मानते. हिज होलीनेस दलाई लामांच्या पाठबळाशिवाय टी.सी.व्ही. अस्तित्वातच आलं नसतं. म्हणून, अगदी हृदयाच्या तळापासून मी तुमचे आभार मानते, हिज होलीनेस!" अश्रूंच्या पडद्याआडून तेंझीन मोठ्या हिंमतीनं

बोलत होती. ती मागे सरली आणि पुढची विद्यार्थिनी एक लहान मुलगी- पुढे आली.

"ताशी देलेक, युवर होलीनेस. ताशी देलेक डेस्मंड टुटू," पारंपरिक तिबेटी पद्धतीनं अभिवादन करून तिनं सुरुवात केली, "सगळ्यात आधी मी माझं नाव सांगते. मी योंगझीन ल्हामो आणि मी आठव्या इयत्तेत शिकते. मी २००७ मध्ये भारतात आले. आज मी माझ्या प्रवासाचा अनुभव तुम्हाला सांगायला इथे उभी आहे. माझा प्रवास तिबेटच्या खाम प्रदेशातील तावो इथून सुरू झाला. मी फक्त पाच वर्षांची होते आणि मला माझं कुटुंब सोडून यावं लागलं. माझ्या कुटुंबीयांना सोडून येताना झालेलं दुःखं..." योंगझीन ल्हामो थांबली आणि तिला रडू फुटलं, तिला पुढे बोलवेना; तिच्या कुटुंबाला मागे सोडून तिला यावं लागलं हे सत्यच इतकं विदारक आणि बोलकं होतं. उंफो पुन्हा उठून आली आणि त्या लहान मुलीभोवती हात लपेटून तिला शांत करू लागली.

काही मिनिटं मुलीचं रडणं पाहिल्यावर चेहऱ्यावर काळजी असलेले दलाई लामा तिच्याशी बोलू लागले. तिला इतकं भरून येत होतं की, पुढे बोलणं शक्य होत नव्हतं, हे तर स्पष्टच दिसत होतं. दलाई लामा शाळेचे मानद मुख्याध्यापक आणि पालक या नात्यानं बोलू लागले. "आता तुम्ही असा विचार करायला पाहिजे की, इथे तुम्हाला संपूर्ण स्वातंत्र्य आणि अभ्यास करण्याची संधी आहे - केवळ आधुनिक शिक्षणच नाही तर आपली प्राचीन, हजारो वर्षं जुनी संस्कृती अभ्यासण्याची संधी. अशा दृष्टीनं तुम्ही तुमच्या परिस्थितीकडे बघाल तर तुम्हाला बरं वाटेल.

"आपण तिबेटी लोक संख्येने कमी आहोत, सुमारे सहा दशलक्ष; पण आपल्याला खूप मोठा इतिहास आहे आणि आपली स्वतःची भाषा आहे आणि आपली प्रचंड लिखित परंपरा आहे; त्यामुळे तुम्हाला अभिमान वाटायला हवा. मग तुम्हाला आनंद वाटेल. आता तुम्ही या वाईट आणि कठीण अनुभवांपलीकडे बघू शकता. आता तुम्हाला मान मोडून अभ्यास करायला हवा, कारण तिबेटची पुन्हा नव्यानं उभारणी करण्याची जबाबदारी या नव्या पिढीवर आहे. मग तुम्ही आनंदी व्हाल." दलाई लामा त्या मुलीचं दुःख तिनं सगळ्या तिबेटी लोकांच्या भविष्याला जोडून घ्यावं यासाठी प्रयत्न करत होते, म्हणजे जेणेकरून तिला तिच्या दुःखापलीकडे जाऊन जीवनाचा अर्थ कळावा आणि आश्वासक सूर सापडावा.

"धन्यवाद!" ती मुलगी म्हणाली आणि तिच्या शिक्षकांच्या बाहूंत जाऊन विसावली.

मग एक लहान मुलगा छोट्या राखाडी अंगरख्यात आणि निळ्या रंगाच्या पँटमध्ये पुढे आला. "माझं नाव तेंझीन त्सेरिंग आणि मी सातवीत आहे. मी माझ्या वडिलांबरोबर तिबेटहून कशी सुटका करून घेतली, ते सांगतो. सकाळ उजाडली तरी आकाशात चंद्र दिसत होता. माझी आई आली आणि तिनं मला 'शूर मुलगा बन आणि खूप अभ्यास कर' असं सांगितलं. माझ्याजवळून ती मागे

फिरली, तेव्हा तिच्या डोळ्यांतून अश्रूंचा पूर वाहू लागला. माझे वडील माझ्याजवळ आले आणि माझ्या पाठीवर थोपटून आता निघायची वेळ झाली, असा त्यांनी इशारा केला. मी ओक्साबोक्शी रडू लागलो, मला जायचं नव्हतं; पण माझ्या आईनं अश्रूभरल्या डोळ्यांनी मला जाण्याचा आग्रह केला.

"आम्ही माझ्या घराबाहेर उभं राहून वाट बघत असताना बस आली. जड अंतःकरणानं मी घर सोडलं. बसच्या खिडकीतून उभं राहून मी माझा सुंदर प्रदेश आणि माझ्या जवळचे लोक मनात साठवून घेऊ लागलो, जेणेकरून घराची आठवण आली की, ही दृश्यं मी डोळ्यांपुढे आणू शकेन. रस्त्यांवर बर्फ जमायला लागला तरी मी आणि माझ्या मित्रांनी हार मानली नाही. आम्ही याकच्या पाठीवर बसून निघालो आणि मोठी माणसं बर्फाचे ढीग तुडवत निघाली. डोळ्यांच्या रक्षणासाठी आम्ही गॉगल्स घातले होते. मला एक पूल दिसला, तो आमची त्याच्यावरून पार करून पुढे जाण्यासाठी वाट पाहत होता. माझं हृदय धडधडत होतं.

"आम्ही दिवसभर झोपायचो आणि रात्रीच्या काळोखात चिनी सैनिकांना पार करून चालत जायचो. चालताना माझ्या बहिणीला गंभीर वेदना होऊ लागल्या. चालत आणि लपत तो दिवस पार पडला. भारतात येताना ज्या यातना झाल्या, त्या माझ्या कुटुंबाला सोडून येताना झालेल्या यातनांच्या तुलनेत काहीच नव्हत्या. माझ्या कुटुंबाला सोडून आल्यापासून मला कशातच आनंद वाटेनासा झाला. बसमध्ये गाणी म्हणण्यात मला मजा वाटेना, फुलं बहरलेली पाहून आनंद होईना, इंद्रधनुष्य बघून काही वाटेना - माझ्या आतलं स्वातंत्र्य कुणीतरी काढून घेतलं होतं. दुःखाच्या खोल डोहात मी बुडून गेलो आहे आणि जगण्याची काहीच आशा नाही, असं मला वाटायला लागलं. मी आतल्या आत हळूहळू मरत होतो. भारतापर्यंतचा प्रवास हा माझ्या आयुष्यातला सगळ्यात भीतिदायक आणि खडतर प्रवास होता.

"माझे वडील आणि मी धरमशालाला आलो. ते मला खरेदीसाठी घेऊन गेले आणि मला शाळेत आणून सोडलं. दुसऱ्या दिवशी येतो, असं सांगून ते निघून गेले; पण ते माझ्याशी खोटं बोलले होते. मी त्यांची खूप वाट पाहिली, दर तासाला मी सारखा रडत होतो. लवकरच मला खूप मित्र मिळाले, प्रेम करणारी शाळा मिळाली, काळजी घेणारे शिक्षक मिळाले आणि हिज होलीनेसचे आशीर्वाद मिळाले. माझ्या मनात एक प्रकारचा आनंद निर्माण झाला आणि या निर्वासित आयुष्यात मला मजा वाटायला लागली. आता मला सगळ्या गोष्टींतून आनंद मिळतो. माझ्या प्रेमळ सहकारी विद्यार्थ्यांमध्ये, माझ्या वर्गात शिकताना आता मला पूर्वीचा मी सापडल्यासारखं वाटतं; पण मला माझ्या आईला बघण्याची आणि तिच्याबरोबर माझ्या देशात राहायची तीव्र इच्छा आहे - तो माझ्या आयुष्यातला परमोच्च आनंद असेल. धन्यवाद!"

मुलानं पुढे झुकून अभिवादन केलं आणि मागे जाऊन इतर विद्यार्थ्यांमध्ये उभा राहिला. मुलांच्या कहाण्यांमधली ताकद आणि वेदना पाहून सगळे स्तब्ध झाले होते. सर्वत्र गंभीर शांतता होती. अखेर दलाई लामा आर्चबिशपकडे वळून म्हणाले, ''मग? तुम्ही त्यांचं अभिनंदन करायला हवं. त्यांचं इंग्लिश माझ्यापेक्षा चांगलं आहे!''

''मी काळजीपूर्वक वागलं पाहिजे,'' आर्चबिशप म्हणाले, ''पण, हो. ते फार, फार, फार, चांगलं बोलतात. सुंदर. अगदी त्या लहान मुलीसुद्धा, त्यांची दुःखं मांडताना.'' आर्चबिशपनी इंग्लिश आणि तिबेटी भाषेत धन्यवाद दिले. मग दलाई लामा आर्चबिशपना काही भित्तीचित्रं दाखवायला घेऊन गेले. मुलांनी तिथे आपली चित्रं आणि आनंदाचे अनुभव प्रदर्शित केले होते. पहिल्या चित्राचं नाव 'कुटुंबासमवेतचा आनंद' असं होतं आणि 'संगीतातला आनंद' आणि 'निसर्गातला आनंद' अशी काही चित्रांची नावं होती.

''मला माझ्या आई-वडिलांना मिठी मारायची आहे,'' दलाई लामांनी एका चित्रामधलं वाक्य वाचलं. 'मिठीत उदंड आनंद आणि प्रेम सामावलेलं असतं.' फार छान! अद्‌भुत! 'माझे आई-वडील म्हातारे झाले की, मी त्यांची काळजी घेईन. मी त्यांना कधीही टाकून देणार नाही.' फारच छान!'' कोणत्या गोष्टींनी त्यांना आनंद होतो, हे दर्शवताना मुलांनी त्यांच्या कुटुंबीयांचा किंवा मित्रांचा आणि शाळेतल्या शिक्षकांचा उल्लेख केला होता, ते त्यांचं दुसरं कुटुंबच झालं होतं. सगळ्यात महत्त्वाचं म्हणजे, ती ज्यांच्यावर प्रेम करत होती ते लोकच त्यांच्या आनंदाचं उगमस्थान होते.

एका भित्तीचित्राखाली एक अवतरण होतं : 'केलेल्या चांगल्या कामांमुळे मिळालेली प्रसन्नता आणि नवीन गोष्टी निर्माण करताना येणारी मजा यातूनच खरा आनंद मिळतो.' हे अवतरण 'द लिट्‌ल प्रिन्स' या अँटनी द सेंट – एक्झ्यूपेरी यांच्या पुस्तकातलं होतं. घरापासून खूप दूर असणाऱ्या एका दुसऱ्या मुलाची गोष्ट या पुस्तकात सांगितली आहे.

आम्ही ग्रंथालयातून निघालो, तेव्हा मुलींचा समूह पुन्हा वाढदिवसाचं गीत गाऊ लागला, या वेळी त्यांच्या साथीला सारंगीसारखं वाजणारं तिबेटी वाद्य 'लूट' (Lute) होतं.

त्या प्रचंड तंबूच्या मध्यभागी ठेवलेल्या दोन खुर्च्यांकडे आर्चबिशप आणि दलाई लामांना नेण्यात आलं. छतावर (Endless knot) श्रीवत्स आणि इतर तिबेटी शुभचिन्हं रेखाटली होती. तंबूच्या कनातीला लाल, हिरव्या आणि पिवळ्या झालरी लावलेल्या होत्या आणि त्यांच्या कडांना लाल, हिरव्या, पिवळ्या, पांढऱ्या आणि निळ्या रंगांचे प्रार्थनेचे झेंडे लावलेले होते.

शांतपणे वाट बघत उभ्या असलेल्या सुमारे दोन हजार मुलांना मग 'इफ यू

आर हॅपी अँड यू नो इट'ची तिबेटी आवृत्ती गाण्यासाठी पाचारण करण्यात आलं. ते म्हणताना मुलं त्यांच्या माना हलवत होती, टाळ्या वाजवत होती. कंबर हलवत होती आणि पाय आपटत होती.

दलाई लामा आणि आर्चबिशप यांच्याभोवती मांडी घालून बसलेल्या मुलांचा जणू गालिचा पसरला होता. पाच ते अठरा वर्षांपर्यंतची ती मुलं बालवाडी ते बारावी इयत्तांमधली होती. त्यांच्यामागे या समारंभाचा सुगावा लागलेले काही मोठे लोक घोळका करून उभे होते - त्यातला एकजण देशप्रेमानं भारून जाऊन दक्षिण आफ्रिकेचा झेंडा फडकावत होता.

दलाई लामांनी मग डोक्याला हेडसेट - मायक्रोफोन लावला आणि मुलांना उद्देशून बोलायला सुरुवात करण्याआधी आपल्या मित्राकडे वळून म्हणाले, ''तुमचं इंग्लिश खूप खराब आहे, असं तुम्ही नेहमी म्हणता ना, म्हणून आता मी तिबेटी भाषेत बोलणार आहे.'' दलाई लामांनी आर्चबिशपच्या हातावर गमतीनं हलकी चापट मारली आणि आर्चबिशपनी आपल्याला मार बसल्याचं नाटक केलं. या मोठ्या माणसांना असं वागताना पाहून आणि दोघांची 'बट्टी' होऊन त्यांनी एकमेकांचे हात हातात घेतलेले पाहून मुलं आनंदानं खिदळत होती.

''तर मग, आर्चबिशप टुटू या जगातले माझे सगळ्यात जवळचे मित्र आहेत,'' त्यांनी बोलायला सुरुवात केली. ''आर्चबिशप नेहमीच तिबेटींच्या प्रश्नांवर त्यांच्या मागे ठामपणे उभे राहिले आहेत. तुमच्या आई-वडिलांनी फार कष्ट भोगले आहेत आणि इथे येताना तुम्हालाही फार मोठ्या त्रासातून जावं लागलं आहे. आपल्या तिबेटी लोकांना निर्वासित झाल्या दिवसापासून भारत सरकारनं मदत केली आहे. जगभरातील अन्य संस्थांनीही आपल्याला मदत केली आहे आणि त्यांच्या प्रेमळ, दयाळू वृत्तीमुळे तुम्हाला इथे शिकायची संधी मिळाली आहे आणि म्हणून, तुम्ही मन लावून अभ्यास केला पाहिजे. आपल्या इतिहासातल्या मोठ्या कठीण कालखंडातून आपण जात आहोत; पण आपल्याला एक समृद्ध संस्कृती आणि भाषा लाभली आहे म्हणून, तुम्ही भिक्खू असा नाही तर सामान्य माणसं, या संस्कृतीचं शिक्षणाद्वारे जतन करण्याचं आणि तिचा प्रसार करण्याचं काम तुम्ही मनापासून केलं पाहिजे. आपली संस्कृती केवळ संग्रहालयात दिसता कामा नये. जगात सगळीकडचे लोक अनेक समस्यांनी ग्रासलेले आहेत आणि आपली संस्कृती त्यांना मदत करू शकते.

''आजचे मुख्य पाहुणे मी नाही, तर आर्चबिशप टुटू आहेत.''

आर्चबिशपनी त्यांचा मायक्रोफोन - हेडसेट लावला, त्याची छोटी वायर त्यांच्या गालावर आली होती आणि तो त्यांच्या कानांवर छान बसला होता. ''मी आता बोनोसारखा दिसतोय, नाही?'' मायक्रोफोन नीट बसवला जात असताना ते

हसून म्हणाले.

"गुरुदेव! युवर होलीनेस आणि तुम्ही सगळी छान, छान मुलं! तुमच्यापैकी काहीजण आता लहान मुलं राहिले नाहीत. इथे बोलावून माझा फार मोठा सन्मान केला आहे आणि माझं हे भाग्य आहे की, मी येऊ शकलो. आम्ही सगळे धरमशालाला येऊन खूप, खूप, खूप, खूप धन्य झालो आणि आम्हाला त्याचा अभिमान आहे." दलाई लामांकडे वळून आर्चबिशप म्हणाले, "सगळ्या जगाचे तुम्ही लाडके आहात." ते पुन्हा लक्ष देऊन ऐकणाऱ्या मुलांकडे वळले.

"आणि आम्ही तुम्हाला सांगू इच्छितो, विशेषतः तरुण मुलांना की, कदाचित स्वतंत्र तिबेटमध्ये तुम्ही एक दिवस परताल, अशी शक्यता खूप कमी आहे. आम्ही दक्षिण आफ्रिकेत अन्यायकारी आणि दडपशाही करणाऱ्या व्यवस्थेखाली खूप खूप वर्षं घालवली आहेत आणि आमचे खूप नेते आणि माणसं, तरुण माणसं निर्वासित झाली. असं वाटत होतं की, हे जुलमाचे साखळदंड कधीच तुटणार नाहीत, रॉबेन बेटावर कैदेत असलेले आमचे नेते कधीच जिवंत परतणार नाहीत; पण यो!! ... हा हा ऽऽ !"

आर्चबिशपनी आनंदानं ठोकलेली आरोळी आणि चीत्कार ऐकून श्रोते हसले. "पण ते घडलं; ते घडलं १९९० मध्ये. आमचे नेल्सन मंडेला आणि इतर नेते तुरुंगातून सुटले. निर्वासित झालेले लोक पुन्हा घरी आले." आर्चबिशपनी आपले हात पसरले, जणू काही घरी परतणाऱ्यांना कवेत घेऊन ते स्वागत करत होते. नंतर ते जे बोलले, त्यात सच्चेपणाची ताकद होती; जणू ते दक्षिण आफ्रिकेत असावे तसे एखाद्या देवदूतामध्ये त्यांचं रूपांतर झालं. भविष्यवेधी द्रष्टा, आपल्या शब्दांच्या ताकदीनं आपल्या मनासारखं भविष्य घडवून आणेल, तशा आवेशात ते म्हणाले, "एक दिवस तुम्हीसुद्धा, तुम्ही सगळे, तुमचा लाडका तिबेट देश बघाल. तुम्हाला ज्या दडपशाहीनं इथे यायला भाग पाडलं, त्यापासून तुमची सुटका होईल. चिनी सरकारला हे कळेल की, स्वातंत्र्य हे दडपशाहीपेक्षा स्वस्त आहे." मुलांनी टाळ्यांचा कडकडाट केला.

"दलाई लामांचा मित्र म्हणवून घेण्यात मला माझा सन्मान झाल्यासारखा वाटतो. मी इतर ठिकाणी गेलो असताना बढाई मारतो. मी विनम्र असल्याचं नाटक करतो आणि सगळ्या लोकांना हे सांगत नाही की, ते माझे खूप, खूप जवळचे मित्र आहेत. मी फक्त एवढंच म्हणेन की, ते खोडकर आहेत. ते त्रास देतात. मी जेव्हा माझी टोपी घालतो, तेव्हा ते ती काढून घेतात आणि स्वतःच्या डोक्यावर घालतात.

"तुम्हाला हे माहीत आहे का? की, सगळं जग तुमच्या पाठीशी आहे. जग दलाई लामांवर प्रेम करतं. मी भारत सरकारला धन्यवाद देतो, भारतीय लोकांचे आभार मानतो की, त्यांनी हात पसरून तुमचं स्वागत केलं. आमच्यासाठी हा

मोठा खजिना त्यांनी जपला; एक असा खजिना जो कदाचित आम्ही गमावला असता आणि मी तुम्हाला सांगू इच्छितो, सगळ्यांना सांगू इच्छितो... ओ ऽऽ, तुम्ही किती सुंदर आहात बघा. ओह, यो, यो, यो, यो. ओ, ओ ! एक दिवस तुम्हीसुद्धा तिबेटच्या, तुमच्या मायदेशाच्या रस्त्यांवर नाचत - गात असाल. देव तुमचं कल्याण करो.''

आता मुलांनी मोठ्यानं आरोळ्या ठोकायला सुरुवात केली. ती सभ्यपणे, आदरानं वागायचा प्रयत्न करत होती; पण त्यांच्या आशा कशा पल्लवीत झाल्या होत्या ते दिसत होतं. मी मुलांचे चेहरे न्याहाळत होतो, मोठ्या मुलांपासून आणि मुलींपासून, जे जवळजवळ तरुण आणि तरुणी होण्याच्या मार्गावर होते, ते अगदी लहान मुलांपर्यंत, ज्यांच्या कुटुंबापासून दुरावण्याच्या आठवणी अगदी ताज्या असाव्यात, वियोगाच्या जखमा अजून भरत असाव्यात. माझं हृदय माझ्या घशात आल्यासारखं वाटत होतं. ग्रंथालयात नुकतेच अनुभवलेले उद्विग्न, शोकाकुल क्षण आठवून आणि मुलांप्रमाणेच निराशेच्या गर्तेत ढकलल्या गेलेल्या त्यांच्या पालकांची मनःस्थिती नजरेसमोर येऊन माझ्या गालांवरून अश्रू ओघळू लागले. तिबेटच्या रस्त्यांवर नाचायला मिळणं, त्यांच्या कुटुंबाची पुनर्भेट होणं म्हणजे त्यांच्यासाठी काय असेल याची कल्पना करणं फार अवघड नव्हतं. ते त्यांच्यासाठी सर्वस्व होतं.

मोठ्या विद्यार्थ्यांनी काही प्रश्न विचारल्यानंतर, एक भला मोठा अनेक थर असलेला केक आणण्यात आला. त्याच्यावर आम्ही आणलेल्या जादूच्या मेणबत्त्या (Trick/magic candles) लावल्या होत्या. त्याच वेळी शिक्षकांनी मुलांना केकचे छोटे चौकोनी तुकडे द्यायला सुरुवात केली. केकवाटप करण्याची ही एक चांगली शक्कल होती, कारण प्रत्येक मुलाला एकेक तुकडा वाटायचं आम्ही ठरवलं असतं, तर दिवसभर आम्हाला तिथेच थांबावं लागलं असतं.

आता मोठ्या मुलांचा समूह स्टेजवर आला - या वेळी मुलं गिटार वाजवत होती आणि ड्रम्स वाजवत होती तर मुलींच्या समूहानं ''वुई आर द वर्ल्ड' गायला सुरुवात केली. लवकरच सगळी शाळा त्यांच्याबरोबर गायला लागली : 'वुई आर द वर्ल्ड, वुई आर द चिल्ड्रन. वुई आर द वन्स हू मेक अ ब्रायटर डे! सो लेटस् स्टार्ट गिव्हिंग.'

आर्चबिशपनी उठून त्यांचं दुर्दम्य, कोपरं हलवत करण्याचं बूगी नृत्य सुरू केल्यावर मुलांनी हवेत हात हलवून प्रतिसाद द्यायला सुरुवात केली. आर्चबिशपनी दलाई लामांना उठून नृत्यात सामील होण्यासाठी प्रोत्साहन दिलं. एक तिबेटी बौद्ध भिक्खू असलेल्या दलाई लामांना नृत्य करणं निषिद्ध होतं; पण आज आयुष्यात प्रथमच ते नाचायला उठले. त्यांनी त्यांचे हात मागे-पुढे झुलवायला सुरुवात केली. सुरुवातीला एखाद्या प्रथमच नाचणाऱ्या शाळकरी मुलासारखे

बुजलेले दलाई लामा हसायला लागले, आर्चबिशपच्या प्रोत्साहनानं ते आणखी जोरात हसायला लागले. त्यांनी एकमेकांचे हात पकडले आगि गाण्याच्या तालावर ते पावलं टाकू लागले; मैत्रीचा खरा आनंद साजरा करू लागले. एकमेकांशी एकमेकांचे असलेले अतूट बंध साजरे करू लागले; जणू सगळं जग एक होऊन एकत्र आल्याचा परमानंद होता तो.

त्यांच्या मागे तंबूत विणलेले दोन श्रीवत्स (Endless knots) होते. अशाश्वततेचं आणि परस्परावलंबनाचं प्रतीक, शहाणीव आणि करुणा यांचा मिलाफ. दोन्ही श्रीवत्सांच्या मध्ये मोठ्या डोळ्यांचे दोन सोनेरी मासे होते, जे खुल्या ज्ञानचक्षूंनी आणि दुःखाच्या महासागरात बुडून न जाण्याच्या निर्धारानं आणि निर्भयतेनं हा भवसागर पार करणाऱ्या प्रबुद्ध, संवेदनशील प्राणिमात्रांचं प्रतीक होते.

गाणं संपलं आणि मग आर्चबिशपनी गायला सुरुवात केली. त्यांचा नेहमीचा सूर सोडून खर्जातला स्वर लावला : "हॅपी बर्थ डे टू यू... हॅपी बर्थ डे टू यू... हॅपी बर्थ डे, डियर युवर होलीनेस .... हॅपी बर्थ डे टू यू..."

दलाई लामा मेणबत्त्या घालवण्याचा प्रयत्न करत असताना तिबेटी भाषेतही 'हॅपी बर्थ डे'चा घोष सुरू झाला. मेणबत्त्या लावून बराच वेळ झाला होता; त्यामुळे त्या आता इतक्या कमी उंचीच्या होऊन जळत होत्या की, केकलाच आग लागायची पाळी आली होती.

"थांबा, थांबा," आर्चबिशप म्हणाले. केकच्या वरच्या भागाला लागलेली छोटीशी आग न शमवता मेणबत्त्या योग्य रीतीनं फुंकण्यासाठी दलाई लामांना ते प्रोत्साहित करू लागले. "मेणबत्त्या फुंकण्यात मदत करण्यासाठी आम्हाला एक-दोन मुलं मिळतील का ? हां, आता ठीक आहे!" दोन लहान मुलींना त्या दोघांच्या मध्ये उभं राहण्यासाठी स्टेजवर चढवण्यात आलं, त्यातल्या एकीनं शाळेचा गणवेश घातला होता आणि तिच्यापेक्षा वयानं छोट्या आणि दिसायलाही लहानखुऱ्या असलेल्या मुलीनं हिरव्या रंगाचा ड्रेस घातला होता आणि दोन छोट्या शेंड्या बांधल्या होत्या.

"एक, दोन, तीन!" त्यांनी मेणबत्त्या फुंकल्या; पण मग जादूच्या मेणबत्त्या पुन्हा पेटल्या. त्यांनी पुन्हा फुंकर मारली आणि त्या पुन्हा पेटल्या तसं आर्चबिशपना हसू आवरेना; परंतु तिसऱ्या वेळी, आर्चबिशप हसत असताना दलाई लामा आणि त्या दोन मुली मेणबत्त्या विझेपर्यंत फुंकर मारतच राहिल्या.

मुलांनी नैवेद्याची प्रार्थना म्हणायला सुरुवात केली. केक हातात धरून त्यांनी दोन्ही हात वर उंच धरले होते. आपल्या शिक्षकांचे, त्यांच्या शिकवण्याचे आणि समाजाचे ती आभार मानत होती - आणि कदाचित आपल्या कुटुंबांना पुन्हा भेटायला मिळण्याच्या संधीचेही ती आभार मानत असावीत.

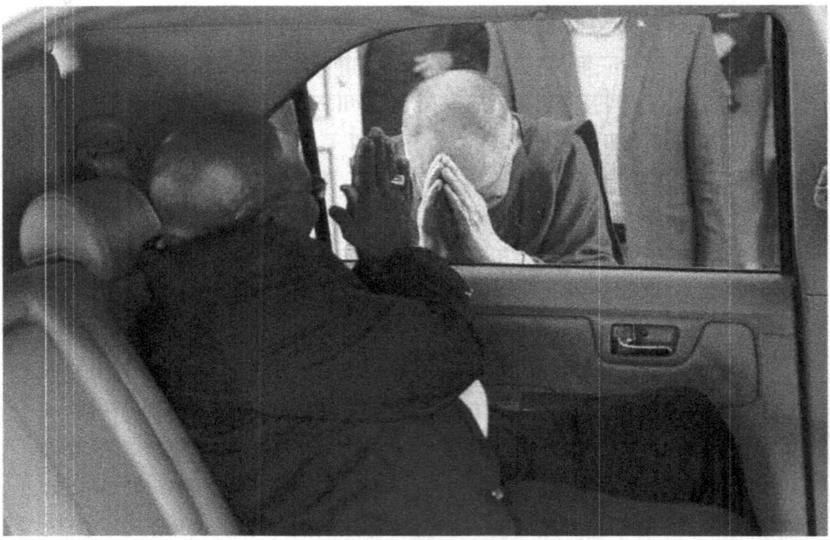

प्रस्थान : अखेरचा निरोप

दुसऱ्या दिवशी सकाळी एक छोटं सत्र पार पडलं. आम्हाला विमानतळावर लवकर पोहोचायचं होतं, कारण आर्चबिशपना त्यांच्या आणखी एका जवळच्या मित्राच्या अंत्यविधींना उपस्थित राहायचं होतं. कितीतरी महान व्यक्ती आम्हाला सोडून चालल्या होत्या.

संपूर्ण आठवडाभर व्यापून राहिलेल्या उबदार प्रकाशाच्या वलयात आम्ही पुन्हा एकदा बसलो आणि आपापले माइक्स लावले. आर्चबिशप कसे ऐंशी पार करून नव्वदीजवळ चालले होते आणि दलाई लामाही आता त्यांना येऊन मिळाले होते त्याचा मी विचार करत होतो. कालच शाळेत झालेल्या वाढदिवसाच्या समारंभाचे विचार आमच्या मनात घोळत होते. या दोन नेत्यांनी आपापली मोठ्या साधनेनं प्राप्त केलेली शहाणीव, ज्ञान विद्यार्थ्यांसमोर कसं उघड केलं आणि पुढच्या पिढीत त्यांना आशेचा दीप कसा दिसला, याचाच विचार प्रत्येकजण करत होता. आपल्या आदर्शांकडून आणि मार्गदर्शकांकडून आपल्याला प्रेरणा मिळते, संदेश मिळतो आणि आपण तो नंतर येणाऱ्यांकडे सोपवतो. आम्ही एकत्र केलेल्या या प्रकल्पाचं तेच ध्येय होतं.

मी आर्चबिशपच्या समोर बसलो होतो आणि त्यांच्या सुंदर, प्रेमळ चेहऱ्याकडे टक लावून बघत होतो, जो गेल्या एक दशकाच्या एकत्रित काम करण्यामुळे आणि मैत्रीमुळे अगदी ओळखीचा झाला होता. ते जणू माझे दुसरे वडीलच झाले होते आणि मार्गदर्शकही! त्यांच्या प्रोस्टेट कॅन्सरशी चाललेल्या लढाईबद्दलचे विचार मनात आले. प्रायोगिक तत्त्वावर केलेल्या औषधयोजनेच्या अखेरच्या सत्राला कॅन्सरनं फार सावकाश प्रतिसाद दिला होता. आम्हाला त्यांचा सहवास अजून

किती काळ लाभणार, ही चिंता काळीज कुरतडत होती. फक्त त्यांना ओळखणाऱ्या आणि त्यांच्यावर प्रेम करणाऱ्या लोकांनाच नव्हे, तर त्यांची आणि त्यांच्या नैतिक आवाजाची गरज असणाऱ्या सगळ्या जगालाच ती चिंता भेडसावत होती.

डॉक्टरांनी आर्चबिशपच्या प्रवास करण्यावर कडक बंधनं आणली होती आणि एके काळी तर आपण दक्षिण आफ्रिकेबाहेर पुन्हा जाणार नाही, असं त्यांनी स्वतःच जाहीर केलं होतं. या सगळ्यामुळे धरमशालाला येण्याचा त्यांचा निर्णय असाधारण होता आणि असा प्रसंग पुन्हा परत घडण्याची शक्यता दुरापास्तच होती. दक्षिण आफ्रिकेचं सरकार दलाई लामांना व्हिसा देणार नव्हतं आणि म्हणून आम्ही सगळे हे जाणून होतो - विशेषतः ते दोघे हे समजून होते की, ही भेट कदाचित त्यांची शेवटचीच भेट होती.

आर्चबिशप आम्हाला नेहमीच बजावत आले होते की, मृत्यू हा अटळ आहे. आयुष्याचा तो एक भाग आहे आणि आयुष्य असंच असायला हवं. प्रारंभ, मध्यांतर आणि शेवट. सतत चालणाऱ्या या चक्रामुळेच जीवन मौल्यवान आणि सुंदर बनतं. तरीसुद्धा, आपल्या प्रिय व्यक्तीच्या वियोगाचं दुःख त्यामुळे कमी होत नाहीच.

''तू इतका गंभीर का दिसतोस?'' आर्चबिशपनी मला विचारलं.

''आपली वेळ संपत आली, त्याबद्दल विचार करत होतो.'' मी म्हणालो.

''प्रत्येक गोष्टीला एक शेवट असतो.''

आर्चबिशपची नित्याची प्रार्थना झाल्यावर, आम्ही चर्चेच्या अखेरच्या टप्प्याला सुरुवात केली.

''आर्चबिशप, गुरुदेव 'द बुक ऑफ जॉय' तयार करण्यासाठीच्या या संवादसत्रात सहभागी होताना किती अद्‌भुत आनंदाचा अनुभव आला, त्यासाठी मी स्वतःला भाग्यवान समजतो. आज फक्त थोडे अखेरचे प्रश्न आहेत. आमच्याकडे आलेला एक प्रश्न आहे, ''द बुक ऑफ जॉय आत्ता लिहिणं इतकं महत्त्वाचं का आहे असं तुम्हाला वाटतं आणि जगभरातील वाचकांसाठी त्याचा काय उपयोग होईल अशी तुम्हाला आशा आहे?''

''हे तर स्पष्टच आहे की, ईश्वराच्या लेकरांना ईश्वराचा दूत म्हणून तुम्ही त्यांना मिळालेल्या वारशाचा उपभोग घेण्यासाठी तयार करण्यात मदत करता, जेणेकरून त्यांना आयुष्यात समाधान मिळेल आणि त्यांना जे बनायचं आहे ते बनता येईल,'' स्वतःलाच उद्देशून बोलण्याच्या त्यांच्या नेहमीच्या सवयीप्रमाणे आर्चबिशप म्हणाले. ''आणि तुम्ही अशी आशा करता की, त्यांना याची जाणीव होईल. हे सगळं तेव्हाच होईल; जेव्हा तुमची दृष्टी उदार बनते, वृत्ती दयाळू होते आणि तुम्ही इतरांची काळजी घेता.

''जेव्हा तुम्ही फार विचार न करता गरजू लोकांना मदत करता, तेव्हा हे घडतं. दुसऱ्या कुणाशीतरी प्रेमळपणाने वागता आणि इतरांना वर आणण्यासाठी आवश्यक असणाऱ्या गोष्टी करता; तेव्हा तुम्ही खऱ्या अर्थानं आनंदाचा/प्रसन्नतेचा अनुभव घेता.''

एक दिवस आधी, 'तिबेटन चिल्ड्रन्स व्हिलेज'मध्ये एका मुलाच्या प्रश्नाला उत्तर देताना आर्चबिशप म्हणाले होते, ''आपण जेव्हा आपल्यापुरत्या आनंदाचा विचार करतो, तेव्हा आपल्याला जाणीव होते की, तो फार संकुचित आणि अल्पजीवी आहे. दुसऱ्यांना आनंद देण्याच्या प्रयत्नांचं बक्षीस म्हणजे खरं तर आपला आनंद! तुम्ही जेव्हा दुसऱ्यांशी दयाळूपणे वागता, दुसऱ्यांविषयी काळजी करता, दुसऱ्यांना प्रेम देता, दुसऱ्यांसाठी काही करता; तेव्हा तुम्हाला अशा अद्भुत आनंदाची, प्रसन्नतेची प्राप्ती होते, जी दुसऱ्या कशानंही मिळत नाही. या गोष्टी तुम्ही पैशानं विकत घेऊ शकत नाही. जरी तुम्ही या पृथ्वीवरची सर्वांत श्रीमंत व्यक्ती असलात तरी. जर तुम्ही फक्त स्वतःपुरताच विचार करत असाल, तर मी पैज लावायला तयार आहे की, तुम्ही आनंदी आणि प्रसन्न होऊ शकत नाही; पण जेव्हा तुम्ही इतरांची काळजी घेता, दयाळूपणे वागता, स्वतःपेक्षा इतरांच्या कल्याणाची काळजी करता तेव्हा आश्चर्यकारकपणे, अगदी अचानक तुमच्या हृदयात स्नेहाची एक ज्योत तेवू लागते, कारण तुम्ही दुसऱ्याच्या डोळ्यांतले अश्रू पुसलेले असतात.''

प्रश्नाच्या दुसऱ्या भागाचं उत्तर देताना ते म्हणाले, ''आत्ताच का? मला वाटतं, दुखावणाऱ्या खूप गोष्टी आहेत. तुम्हाला वर्तमानपत्र वाचायची इच्छा होत नाही किंवा टेलिव्हिजन बघण्याची इच्छा होत नाही, कारण जर तुम्ही टेलिव्हिजन बघायला सुरुवात केली तर कुणाच्या तरी मुलाचा शिरच्छेद झालेला तुम्हाला दिसतो. तुम्हाला अनेक निर्वासित दिसतात. हिंसाचारापासून जिवानिशी दूर पळणाऱ्या माता दिसतात, आपल्यामागे मुलांना ओढत नेणाऱ्या. तुम्ही जरी आरामात राहत असलात, तरी या गोष्टी तुमचं हृदय विदीर्ण करतात. हे सगळं खूप... खूप निराशाजनक आहे. विशेषतः आम्ही जेव्हा असा विचार करतो की, वर्णभेदाविरुद्धच्या आमच्या संघर्षादरम्यान, आमचे लोक निर्वासित होते आणि त्यांना हाकलून देण्यात आलं आणि त्यांचं अशा आफ्रिकन देशांमध्ये स्वागत करण्यात आलं, जे दक्षिण आफ्रिकेपेक्षा गरीब होते. तुम्हाला याचं वाईट वाटत नसेल तर तुमचं मन दगडाचं बनलं आहे, असंच म्हटलं पाहिजे. कोण जास्त क्रूरपणे वागतं याची जणू स्पर्धा चालली आहे असंच आपल्याकडे पाहिल्यावर वाटतं. मला वाटतं की, आपण नेहमी प्रसन्न असावं अशी ईश्वराची इच्छा आहे; पण सध्या ईश्वर खूप रडत असला पाहिजे.'' आर्चबिशप दलाई लामांकडे हात

करत म्हणाले, ''आता तुमची पाळी!''

''हे आपलं शेवटचं सत्र आहे; त्यामुळे मी असं म्हणतो. मी तिबेटच्या उत्तरपूर्व भागातल्या आम्डो प्रदेशातल्या एका अगदी छोट्या खेड्यात १९३५ मध्ये जन्मलेला एक माणूस आहे. त्या वेळी सायनो-जपानी संघर्ष सुरू होण्याच्या बेतात होता. लवकरच, दुसऱ्या महायुद्धाला सुरुवात झाली. मग कोरियन युद्ध सुरू झालं. मग व्हिएतनामचं. या सगळ्या युद्धांमुळे खूप हिंसाचार झाला. त्या काळात माणसाचं मन किंवा युद्धावर ज्यांना जावं लागलं ते लोक तरी, या निष्कर्षावर आले होते की, मतभेदांवरचा सर्वोत्तम उपाय म्हणजे बळाचा वापर करणं.

''दुसऱ्या महायुद्धाच्या दरम्यान, उदाहरणार्थ - जेव्हा एखादा देश दुसऱ्या देशाविरुद्ध युद्धाची घोषणा करायचा, तेव्हा त्या देशाचे नागरिक मनात कोणताही किंतू न आणता मोठ्या अभिमानानं युद्धाशी संबंधित सगळ्या कामांत सामील व्हायचे; पण व्हिएतनामच्या युद्धानंतर आपली विचार करण्याची पद्धत बदलली आहे. आता बरेच लोक सार्वजनिकरीत्या युद्धाचा धिक्कार करतात, आपण हे इराकमधील कोसोवो युद्धाच्या वेळी पाहिलं. खूप लोक युद्ध करण्याच्या विरुद्ध होते आणि ऑस्ट्रेलियापासून अमेरिकेपर्यंत लोकांनी या युद्धांचा निषेध केला. हे मोठं आशादायी चित्र आहे.

''मला वाटतं, जोपर्यंत या पृथ्वीवर माणूस आहे, तोपर्यंत काही प्रमाणात हिंसा होणारच; जशी इतर प्राण्यांमध्ये होते; पण योग्य दृष्टिकोन आणि पद्धत वापरली तर आपण मोठ्या प्रमाणावरील हिंसाचार, सामुदायिक कत्तल, युद्ध हे सर्व टाळू शकतो. मला निश्चित असं वाटतं की, अशा प्रकारची दुःखं नसलेलं जग निर्माण करणं शक्य आहे.''

तिबेटन चिल्ड्रन्स व्हिलेजमध्ये, एक प्रश्न विचारला गेला होता की, प्रसन्नता हा जागतिक शांततेचा स्रोत असू शकतो का? त्यावर दलाई लामांनी उत्तर दिलं होतं, ''हो, मला तसं वाटतं. सर्वप्रथम प्रसन्न असणं म्हणजे नक्की काय हे लोकांनी स्पष्टपणे समजून घेतलं पाहिजे, असं मला वाटतं. तुमच्या शत्रूवर अरेरावी करून किंवा त्याचा नाश करून तुम्हाला तात्पुरता आनंद मिळू शकतो. तुम्हाला कोणत्यातरी प्रकारचं तात्पुरतं समाधान मिळू शकतं; पण खरा आनंद, खरी प्रसन्नता दुसऱ्याला मदत करण्यानं मिळते. या मार्गानं तुम्हाला अधिक जास्त समाधान मिळतं. अशा प्रकारे प्रसन्नतेचा विचार करणं हा आनंदी, शांत समाज निर्माण करण्यातला महत्त्वाचा घटक आहे. एखादं शांत कुटुंब निर्माण करायचं असेल, तर आधी त्या व्यक्तीनं - कुटुंबप्रमुखानं स्वतःच्या मनात शांतता निर्माण करायला हवी, प्रसन्न असायला हवं आणि मग ती शांती, प्रसन्नता इतर सदस्यांबरोबर वाटून घ्यायला हवी. अशा प्रकारे एक कुटुंब, दहा कुटुंबं, शंभर

कुटुंबं तयार होतील. या मार्गानं, आपण समाजात बदल घडवून आणू शकतो, अधिक आनंदी समाज निर्माण करू शकतो आणि मग अधिक आनंदी मानवजात. सात अब्ज लोक, सगळ्यांची एकच इच्छा आहे, सगळ्यांना आनंदी आयुष्य जगण्याचा हक्क आहे.''

मग दलाई लामा या विषयाकडे वळले की, त्यांना 'द बुक ऑफ जॉय' लिहिण्याची इच्छा का होती आणि ते आताच लिहावं, असं त्यांना का वाटलं. ''आपण शिकतो आहोत. १९९६ मध्ये माझी दिवंगत क्वीन मदरशी बातचीत झाली होती. त्या वेळी त्या शहाण्णव वर्षांच्या होत्या. मी लहान असल्यापासून त्यांच्या गोल चेहऱ्याचे फोटो पाहत आलो होतो; त्यामुळे तो चेहरा माझ्या ओळखीचा होता आणि मी या भेटीकडे मोठ्या उत्सुकतेनं बघत होतो. मी त्यांना विचारलं, 'तुम्ही जवळजवळ संपूर्ण विसावं शतक पाहिलं आहे, तर तुम्हाला काय वाटतं की, जग अधिक चांगलं होतं आहे, वाईट होत चाललं आहे की तसंच राहिलं आहे?'

''एक क्षणही न घालवता त्या ठामपणे म्हणाल्या, चांगलं! त्या जेव्हा तरुण होत्या, तेव्हा मानवी हक्क किंवा स्व-निर्धारण हक्क ही संकल्पनाच नव्हती, असं त्या म्हणाल्या. आता या बाबी सार्वत्रिक झाल्या आहेत. जग अधिक चांगलं कसं बनलं आहे, याची दोन उदाहरणंही त्यांनी सांगितली.

''मला वाटतं की, सगळीकडेच बहुतांश लोकांचा असा विश्वास आहे की, रक्तपात चांगला नाही आणि त्यांना शांतता हवी आहे. क्वीन मदरच्या भेटीच्या आसपास माझं संभाषण विख्यात क्वांटम भौतिकशास्त्रज्ञ कार्ल फ्रेडरिक व्हॉन विझसॅकर यांच्याशी झालं होतं. ते तेव्हाच्या पश्चिम जर्मनीच्या अध्यक्षांचे भाऊ होते. व्हॉन विझसॅकर यांनीही असा दावा केला की, जग सुधारत आहे. उदाहरणादाखल त्यांनी सांगितलं की, पूर्वी प्रत्येक जर्मन माणसाला असं वाटायचं की, सगळे फ्रेंच लोक त्याचे शत्रू आहेत आणि प्रत्येक फ्रेंच माणसाला वाटायचं की, सगळे जर्मन लोक त्याचे शत्रू आहेत. आता या कट्टर शत्रूंनी एकत्र येऊन फ्रँको-जर्मन युनिफाइड फोर्स तयार केला आहे. युरोपियन युनियन निर्माण करण्यातही या दोन देशांनी महत्त्वाची भूमिका बजावली आहे. हे सगळं अगदी आदर्श आहे असं नाही; पण ही प्रगती निश्चित आहे.

''मग अखेरीस, बर्लिनची भिंत नाहीशी झाली, बळाचा वापर करून नाही; तर लोकचळवळीमुळे! बदल घडताना दिसतोय. आता चीनही बदलतो आहे. क्यूबा बदलतो आहे. बहुधा उत्तर कोरिया अजून बदलला नाही; पण ही सगळी सकारात्मक चिन्हं आहेत. जसजसा एकमेकांशी संपर्क वाढतो आहे आणि शिक्षणाचा प्रसार होतोय, तसतशी माणसं प्रगल्भ होत चालली आहेत. या सगळ्याला वेळ

लागतोच आणि आपण या गोष्टींकडे व्यापक दृष्टिकोनातून पाहिलं पाहिजे. आपल्या जगाकडे आपण जेव्हा लांब पल्ल्याचं अंतर, कालावधी ठेवून बघू म्हणजे समजा, शंभर वर्षं, तेव्हा आपल्याला एक वेगळं जग दिसेल. एक अधिक चांगलं, दयाळू, आणखी न्यायसंगत, आणखी आनंदी जग; पण ही बदलाची प्रक्रिया आपण आत्ताच सुरू केली पाहिजे, एखादी आदर्श वेळ येईल अशी वाट बघत बसण्यात काही अर्थ नसतो. ती आदर्श वेळ आत्ताच आहे.''

दीर्घ पल्ल्याचा दृष्टिकोन कसा योग्य आहे, हे दलाई लामा पटवून देत असताना मला सर मार्टिन रीस यांनी केलेल्या टिप्पणीची आठवण झाल्याशिवाय राहिली नाही. ते म्हणाले होते की, या ग्रहावर मानवजात म्हणून आपण अजून उत्क्रांतीच्या अर्ध्या टप्प्यावर आहोत. माणसाच्या या दीर्घ प्रवासाचा जेव्हा आपण विचार करतो; तेव्हा आपण येत्या शतकात, सहस्त्रकात किंवा आणखी कितीतरी वर्षांनी कसे होऊ या विचाराने स्तिमित व्हायला होतं.

''इतक्या लोकांना भेटल्यानंतर, विचारवंत, शास्त्रज्ञ, शिक्षणतज्ज्ञ, आरोग्यरक्षक, सामाजिक कार्यकर्ते आणि चळवळींशी जोडले गेलेले कार्यकर्ते, हे स्पष्ट झालं आहे की, जग खरोखरच बदलायचं असेल तर करुणा, दयाळूपणा हे शिकवण्याशिवाय दुसरा मार्ग नाही. आपल्या समाजामध्ये पुरेशा करुणेचा, दयाळूपणाचा, इतरांच्या कल्याणाबद्दल असलेल्या सच्च्या काळजीचा अभाव आहे. म्हणून जे लोक आता मानवजातीच्या प्रश्नांकडे, मानवतेकडे 'गांभीर्यानं पाहतात, त्या सगळ्यांचंही हेच मत आहे.' दलाई लामा पुढे म्हणाले, हे बोलत असताना आपल्या दोन्ही हातांच्या तर्जनी ते कपाळाकडे दाखवत होते आणि त्यांच्या निष्कर्षाचं तर्कशास्त्र अधोरेखित करत होते, ''आपण या मूलभूत मानवी मूल्यांचा प्रसार केला पाहिजे, माणूस म्हणून आपल्या हृदयाच्या आत आत असलेल्या मूल्यांचा!

''धर्म हा या बाबतीत पुरेसा नाही. मानवी इतिहासामध्ये धर्माचं स्थान महत्त्वाचं राहिलं आहे आणि पुढची सुमारे हजार वर्षं कदाचित तो मानवजातीच्या उपयोगी पडत राहील.''

धर्माची दीर्घकालीन उपयुक्तता चर्चेत आणून, या मुद्द्यावर मतभेद होऊ शकतात हे दलाई लामा जाणून होते आणि त्यांनी आर्चबिशपचा हात त्यांना धीर देण्यासाठी हातात घेतला होता, हे पुन्हा ठामपणे सांगण्यासाठी की, त्या दोघांपैकी कुणाचंही काम इतक्यातच कमी करण्याचा आपला कोणताही इरादा नाही.

''म्हणजेच, आपल्याला आता गंभीरपणे विचार करायला हवा. नुसती प्रार्थना करणं किंवा धार्मिक श्रद्धांवर विसंबून राहणं पुरेसं नाही. ती प्रेरणेचा स्त्रोत म्हणून काम करेल; पण सात अब्ज माणसांचा विचार करता ते पुरेसं नाही. कोणताही धर्म कितीही उच्च दर्जाचा असला तरीही तो एक धर्म सगळ्या जगाला मान्य

होऊ शकत नाही. म्हणून या मूल्यांचा प्रसार करण्यासाठी आपल्याला दुसरा एखादा मार्ग शोधला पाहिजे.

''मला असं वाटतं की, आपण म्हटल्याप्रमाणे तो शिक्षणाचा एकमेव मार्ग आहे. शिक्षण हे सार्वत्रिक आहे. आपण लोकांना शिकवलं पाहिजे. विशेष करून आपल्या तरुणांना जे आपल्या आनंदाचा आणि समाधानाचा स्रोत आहेत. सरतेशेवटी आनंदाचं उगमस्थान त्यांच्या स्वतःच्या आतच आहे, हे आपण त्यांना शिकवलं पाहिजे. आनंद यंत्राद्वारे मिळणार नाही. तंत्रज्ञानानं नाही, पैशानं नाही आणि सत्तेमुळेही मिळणार नाही.'

''आपण स्वर्गाबद्दल किंवा नरकाबद्दल बोलत नाही आहोत किंवा बौद्धधर्म किंवा मोक्षाबद्दलही नाही; या खूप दूरच्या गोष्टी आहेत.'' ते हसले. ''म्हणून, आनंद आणि प्रसन्नता यांची उगमस्थानं प्रेम, दयाळूपणा आणि ममता ही आहेत, हा संदेश पोहोचवण्यासाठी मदत करण्याच्या प्रक्रियेचा एक भाग म्हणजे आपलं हे पुस्तक आहे.

''तुम्ही या आधीच स्पष्ट केल्याप्रमाणे, आपला मूळ स्वभाव चांगलाच असतो, सकारात्मक असतो; त्यामुळे आत्मविश्वास आणि धैर्य यांना एक भक्कम बैठक मिळते. म्हणून आपण यावर चर्चा करण्यात इतका वेळ घालवला. काहीतरी ठोस उद्दिष्ट असलं पाहिजे आणि त्यातून काहीतरी चांगला परिणाम दिसला पाहिजे. तो जर नसेल, तर सगळं सोडून झोपलेलं बरं.'' हे बोलून दलाई लामांनी कोपरावर डोकं ठेवून आर्चबिशपकडे झुकत झोपण्याचं नाटक केलं आणि ते हसायला लागले.

आर्चबिशप टुटूंकडे वळत मी बोललो, ''आर्चबिशप, तुमच्या वाचकांशी थेट संवाद साधण्यासाठी आणि त्यांना आशीर्वादाचे दोन शब्द सांगण्यासाठी मी तुम्हाला आमंत्रित करतो.'' मग त्यांनी कॅमेऱ्याकडे बघितलं आणि बोलायला सुरुवात केली.

''ईश्वराच्या लाडक्या लेकरा, तुला अशा प्रेमाकडून प्रेम लाभलं आहे जे कधीही ढळणार नाही. ते असं प्रेम आहे जे तुझ्या निर्माणाच्या आधीपासून तुझ्यावर प्रेमाचा वर्षाव करत आलं आहे; इतर सगळ्या गोष्टी नाहीशा झाल्या तरी ते त्यानंतरही तिथेच असेल. तू अत्यंत बहुमोल आहेस, त्याचं मूल्य कशातही करता येणार नाही आणि तू ईश्वरासारखं व्हावंस, अशी ईश्वराची इच्छा आहे; जीवनरसानं भरलेला, चांगुलपणानं आणि हास्यानं परिपूर्ण आणि प्रसन्न!

''अनादिअनंत कालापासून ईश्वर स्वतःचं संपूर्ण अस्तित्व तुमच्यात ओतत असतो; त्याला तुमची भरभराट बघायची असते. तुम्ही प्रसन्नतेनं ओतप्रोत भरून जावं, उत्साहानं सळसळत राहावं अशी त्याची इच्छा असते. त्यानं निर्माण केलेल्या जगातलं सौंदर्य शोधून काढण्याची तुम्हाला उत्सुकता असावी, असं

त्याला वाटतं : खूप साऱ्या लोकांप्रति करुणा, त्यांची काळजी, त्यांच्याशी गोष्टी वाटून घेणं आणि ईश्वर म्हणतो, माझ्या लेकरा, कृपा करून मला मदत कर, प्रेम आणि हास्य आणि प्रसन्नता आणि करुणा पसरवण्यात मला मदत कर. आणि बाळा, तुला हे माहीत आहे का? तू जेव्हा असं करशील - हे ऽऽ, तुला प्रसन्नता लाभेल. अशी प्रसन्नता जी तू कधी शोधली नसशील, एक बक्षीस म्हणून तुला ती मिळेल; इतरांच्या भल्याची तू निःस्वार्थीपणे कामना केलीस, यासाठी ती एक अनमोल भेट असेल.''

''धन्यवाद! युवर होलीनेस. वाचकांचा निरोप घेताना तुम्ही काय सांगाल, जेणेकरून त्यांना स्वतःला आनंद मिळेल आणि आपल्या जगात ते आणखी आनंद पसरवू शकतील?''

''हे पुस्तक वाचल्यानंतर तुमच्या मनात मोठी आशा निर्माण होईल आणि जबाबदारीची मोठी जाणीव निर्माण होईल, जिचं मूळ इतरांच्या कल्याणाच्या मनापासून केलेल्या काळजीत असेल. बघा, एक आनंदी व्यक्ती बनायचं असेल तर आपल्या स्वभावाचा दयाळूपणा या पैलूचा वापर आपण जास्त करायला हवा आणि इतरांबद्दलच्या आणि आपण राहतो त्या जगाबद्दलच्या जबाबदारीची जाणीव असायला हवी. वास्तववादी प्रयत्न आणि स्वच्छ दृष्टीनं आपण या शतकात प्रयत्न केले, तर कदाचित या शतकाच्या उत्तरार्धात आपलं जग अधिक आनंदी झालेलं आपल्याला दिसेल. अधिक शांत झालेलं दिसेल. अधिक प्रेमळ आणि दयाळू दिसेल. म्हणून, मला अशी आशा आहे की, हे पुस्तक अधिक आनंदी मानवजात बनवण्यात योगदान देईल.

''केवळ हे एक पुस्तक जग बदलू शकेल, अशी अपेक्षा कुणीच करणार नाही. नाही, हे अशक्य आहे; पण जगातल्या सगळ्या भागांमधून, सामुदायिक प्रयत्नांमधून आणि मानवतेसाठी विचार करणाऱ्या दृष्टिकोनामुळे आपण बंधुता आणि भगिनीभाव यांच्या जाणिवेतून ऐक्य आणि सुसंवाद, समन्वय, सुसंगती साधू शकू. सरतेशेवटी आपण इथे तिथे दिसणारे छोटे-मोठे प्रश्न सोडवू असं मला वाटतं; पण आपण मोठ्या प्रश्नांकडे लक्ष दिलं पाहिजे. व्यवस्थेमधल्या मोठ्या समस्या सोडवण्याकडे लक्ष दिलं, तर तुलनेनं छोट्या समस्या सहज सुटतील. म्हणून आध्यात्मिक बंधू आणि भगिनींनो, आपल्यावर विशेष जबाबदारी आहे, आपल्याला एक विशेष भूमिका निभवायची आहे, ती म्हणजे अर्थपूर्ण जीवन जगण्याचं उगमस्थान हे आपल्या स्वतःच्या आतच आहे हे स्पष्ट करण्याची. अशा प्रकारे जगलात तर शेवटच्या श्वासापर्यंत आनंदी राहू शकाल. हे मानवी आयुष्याचं ध्येय आहे - प्रसन्न आणि हेतूपूर्ण आयुष्य जगणं.''

आमचं संवादसत्र संपलं होतं; पण ही भेट संपण्यापूर्वी यात सहभागी झालेल्या

सगळ्यांचे आर्चबिशपनी आभार मानले, खास करून त्यांच्या मित्राचे. "दलाई लामांनी दाखवलेल्या औदार्यासाठी आणि केलेल्या पाहुणचारासाठी मी त्यांचा मनापासून खूप आभारी आहे. तुमच्या घराचे दरवाजे आमच्यासाठी उघडले त्यासाठी, आमची काळजी घेण्यासाठी आणि हा महत्त्वाचा प्रकल्प हाती घेण्यासाठी तुम्हाला खूप खूप धन्यवाद! तुमच्या घरातल्या लोकांना आणि कर्मचाऱ्यांना तुम्ही हा निरोप द्याल का? की, आम्ही त्यांचे खूप ऋणी आहोत." मग माझ्याकडे वळून ते म्हणाले, "आता तुला जे म्हणायचं आहे, ते तू म्हणू शकतोस."

"खरं तर तुम्ही ते खूप छान सांगितलंत. ही भेट, हे संवादसत्र. मुलाखतींची ही मालिका प्रत्यक्षात आणण्यासाठी तुम्ही प्रत्येकाचे आभार मानलेत; पण ज्यांना या कामाचा फायदा होणार आहे, त्या सगळ्यांचा प्रतिनिधी म्हणून मला तुम्ही बोललात, त्या आयुष्य जगायला लावणाऱ्या आणि आयुष्य बदलून टाकणाऱ्या शब्दांबद्दल, अमृतकणांबद्दल तुमच्या दोघांचे खूप मनापासून आभार मानायचे आहेत. या गुणवान पुस्तकाचा सगळ्या ईश्वराच्या लेकरांना आणि सचेतन, बोधक्षम जिवांना फायदा होवो, हीच सदिच्छा!"

आम्ही निघण्याच्या तयारीत असताना दलाई लामा म्हणाले, "तुमच्या वाढदिवसाला हजर राहता आलं नाही म्हणून मला खूप वाईट वाटत होतं. तुम्ही इथे येऊ शकता, हे समजल्यावर मला खरंच आश्चर्य वाटलं होतं. तुमची तब्येत बरी नाही हे मला माहीत होतं आणि तुमचं वयही झालं आहे. शिवाय, इथे पोहोचणं काही सोपं नाही."

"हो," आर्चबिशप म्हणाले, "बरोबर आहे तुमचं."

"पण," दलाई लामा पुढे म्हणाले, "सगळं ठरलं आहे हे मला समजलं आणि भेटीची तारीख आणि वेळ जशी जवळ येत चालली, तसा मला खूप आनंद झाला आणि मी अधीर झालो. तुमची मैत्री माझ्यासाठी खूप मोलाची आहे आणि मानवजातीच्या भल्यासाठी आपण काहीतरी केलं पाहिजे, या जबाबदारीची तुम्हाला जी जाणीव आहे, तिचं मला कौतुक वाटतं."

त्या आठवड्यात सुरुवातीला आर्चबिशप आणि दलाई लामा आपल्या मैत्रीत असं काय खास आहे याचा शोध घेत होते आणि तेही विनोदी पद्धतीनं, जी त्यांची खासियत आहे.

"ते मला नेहमी चिडवत असतात," मोठ्यानं हसून आर्चबिशप म्हणाले. "अगदी पहिल्यांदा आपण भेटलो होतो- तुम्हाला आठवतं? पहिल्या वेळी तुम्ही थोडे अबोल होता; पण दुसऱ्यांदा भेटलो, तेव्हा तुम्ही माझी टोपी काढायला सुरुवात केली. मला असं वाटत नाही की, एका सकाळी तुम्ही उठता आणि

म्हणता की, मी आता दलाई लामांचा मित्र होणार आहे. ते घडतं. कदाचित शास्त्रज्ञ नंतर या बाबींचं विश्लेषण करत बसतील; पण मला असंही वाटत नाही की, ते जागे झाले - तीन वाजता - आणि म्हणाले की, मी आता त्या मोठ्या नाकाच्या काळ्या आफ्रिकन माणसाचा मित्र होणार आहे. मला वाटतं, हा हृदयाचा संवाद आहे. आम्ही जेव्हा गप्प राहिलो, तेव्हा आमच्या हृदयांनी हे जाणलं की, हे कोणतेतरी ऋणानुबंध आहेत.''

''मला त्यांचं प्रचंड कौतुक आहे. पाहा, त्यांना किती अभिमान वाटणार आहे; पण मी नेहमीच लोकांना सांगतो, 'पन्नास वर्षांपेक्षा जास्त निर्वासित आयुष्य जगल्यावर किती लोकांमध्ये अशी मनःशांती दिसून येते? किती लोकांमध्ये अशी प्रसन्नता, जगाला चांगुलपणा आणि दयाळूपणा देण्याची इच्छा असते?'

''मला वाटतं, मी नेहमीच खूप उदास दिसत असणार व माझा एक भाग नेहमीच दुःखी असतो आणि ते माझ्या चेहऱ्यावर दिसत असणार; पण त्यांच्या चेहऱ्यावर असं काही दिसत नाही. म्हणजे, मला असं म्हणायचं आहे की, ते एक असं प्रतीक आहेत, ज्यावरून आपण प्रेरणा घ्यावी. अत्यंत भयानक परिस्थितीतून तुम्ही सहीसलामत बाहेर पडू शकता, हे त्यांनी दाखवून दिलं आहे. म्हणून, ते जगाला मिळालेली एक महान भेट आहेत, असं मला वाटतं आणि कदाचित चिनी लोकांनी, त्यांच्या नकळत जगाला ही अद्‌भुत भेट दिली आहे.''

''धन्यवाद!'' सावकाशपणे दलाई लामा म्हणाले, बहुधा या कौतुकानं ते संकोचले असावेत.

''माझी परतफेड करा, परतफेड करा,'' हात लांब करून बोटांची टोकं एकमेकांवर रगडत आर्चबिशप म्हणाले.

''हो, हो करतो. काहीतरी छान बोलून करतो.''

''आमच्या पहिल्या भेटीत मी त्यांना निरखून पाहिलं. मी सुरुवातीला लोकांकडे मानवी पातळीवरून पाहतो; मी त्यांचा हुद्दा किंवा पद यांना महत्त्व देत नाही. मला दिसलं की, एक व्यक्ती म्हणून हा माणूस फार छान आहे, विनम्र आहे व खूप, खूप आनंदी आणि प्रसन्न!''

त्यांनी आर्चबिशपचा हात धरला होता. ''आणि मग, तुम्ही एकदा माणूस म्हणून संबंध जोडले की तुम्ही जवळचे मित्र होता आणि ती मैत्री कधी बदलत नाही. पण दुसऱ्या पातळीवर ही व्यक्ती फार मजेदार आहे,'' आर्चबिशपच्या हातावर चापटी मारत ते खेळकरपणे म्हणाले.

''मला ते आवडतं. ते मला नेहमी चिडवत असतात आणि मीही त्यांना चिडवत असतो. म्हणून, आमची मैत्री खूप खास झाली आहे.''

''आणि शेवटी, तुम्ही पहिल्यापासून तिबेटच्या प्रश्नाबाबत सत्य आणि

न्यायाची भूमिका घेत आला आहात. एक तिबेटी म्हणून मी या गोष्टीचा खूप आदर करतो.

"ज्या ज्या वेळी ते नोबेल पुरस्कार विजेत्यांच्या सभेला हजर असतात, तेव्हा त्या सभेत खूप मजा येते. वातावरण वेगळंच असतं. मग, गेल्या काही वर्षांत त्यांचं वय झालं म्हणून आणि त्यांच्या शारीरिक स्थितीमुळे त्यांना हजर राहता आलं नाही. अर्थात, इतर अनेक नोबेल पुरस्कार विजेते आहेत आणि त्यातले अनेक विजेते या काही अद्‌भुत महिला आहेत –"

"तुम्ही भिक्खू आहात, लक्षात आहे ना?" आर्चबिशपनी त्यांना खिजवलं.

"पण तुम्ही तिथे नसता, तेव्हा खरंच एक पोकळी निर्माण होते. खरंच, खरंच! बाकीच्या विजेत्यांनाही ते जाणवतं, असं मला वाटतं. म्हणूनच, आपले संबंध एकदम खास आणि वेगळेच आहेत."

"धन्यवाद! मी त्यांची परतफेड केली." कुजबुजण्याचं नाटक करत आर्चबिशप म्हणाले.

दलाई लामा पोट धरून हसू लागले आणि आर्चबिशपकडे बोट दाखवायला लागले. "त्यांचा चेहरा, त्यांचा चेहरा," आर्चबिशपच्या केशविहीन चेहऱ्याकडे हात दाखवत ते म्हणाले, "ते आता भिक्खूसारखे दिसतात, नाही का?" मग दलाई लामांनी बोटांनी डोळ्याचा आकार केला. "मी जेव्हा तुमचे डोळे पाहतो-"

मग त्यांनी गमतीनं आपलं नाक ओढलं - "आणि, अर्थात तुमचं नाक..."

ज्या त्यांच्या नाकावर इतके विनोद व्हायचे, त्या नाकाचा उल्लेख आल्यावर आर्चबिशपना खुदकन हसू आल्याशिवाय राहिलं नाही.

मग दलाई लामांचा खेळकर स्वर बदलला आणि ते प्रेमानं आर्चबिशपचा चेहरा न्याहाळू लागले. "हे चित्र. हे खास चित्र." मग त्यांनी एक दीर्घ श्वास घेतला. "मला वाटतं, माझ्या मृत्यूच्या वेळी..." 'मृत्यू' हा शब्द आकाशवाणी झाल्याप्रमाणे आसमंतात घुमत राहिला... "मी तुमचं स्मरण करेन."

खोलीतल्या सगळ्यांनी, अगदी कॅमेरामननंसुद्धा एक खोल श्वास घेतल्याचं मला ऐकू आलं. आम्ही सगळेच गलबलून गेलो होतो. आर्चबिशप नजर खाली झुकवून गुणगुणत राहिले, दलाई लामांचे शब्द ऐकून तेही हेलावले होते आणि संकोचले होते. मृत्यूसमयी दुसऱ्याचा चेहरा पाहणं, आठवणं यापेक्षा जास्त खरं प्रेमाचं चिन्ह असू शकतं का?

"आभारी आहे, आभारी आहे." एवढंच कसंबसं आर्चबिशप बोलू शकले.

"मग बहुतेक," दलाई लामा म्हणाले, "तुमच्या धार्मिक परंपरेनुसार आपण ईश्वराच्या उपस्थितीत स्वर्गात एकमेकांना भेटू. एक चांगला ख्रिश्चन साधक म्हणून तुम्ही आधी जाल."

आर्चबिशप आता मनापासून हसले आणि खोलीनं पुन्हा श्वास घेतला. ''तुम्ही मला मदत करू शकाल आणि आपण एकत्र येऊ शकू.'' आर्चबिशप पर्ली गेटशी (स्वर्गाच्या दाराशी) उभे राहून दलाई लामांना प्रवेश मिळावा म्हणून सेंट पीटरशी वाटाघाटी करून विशेष परवानगी मागत आहेत, या कल्पनेनं आम्हाला हसू फुटलं.

''पण बौद्ध धर्माच्या अनुषंगानं,'' दलाई लामा आपलं बोलणं पुढे चालू ठेवत म्हणाले, ''आयुष्यात एकदाच तुम्ही एक खूप खास जवळचं नातं जोडता आणि मग त्याचा प्रभाव पुढचे अनेक जन्म जाणवत राहतो. हा बौद्ध दृष्टिकोन झाला. म्हणून तेव्हाही हे घडेल; पण सध्या, मी तुम्हाला भेटण्याची पुढची संधी शोधत राहीन - कुठे ते देवालाच ठाऊक!''

शेवटी निरोपाची काही छायाचित्रं घेऊन झाल्यावर आम्हाला धावत-पळत विमानतळ गाठावा लागला. आर्चबिशप त्यांच्या काठीचा आधार घेऊन चालायला लागले, आधीपेक्षा ते जरा हळू चालत होते. आठवड्याच्या सुरुवातीपेक्षा त्यांचं वय आता जास्त जाणवत होतं, तेव्हा दलाई लामांच्या चेहऱ्यावर काळजी आणि चिंतेच्या रेषा उमटलेल्या मला स्पष्ट दिसल्या. ते म्हणाले होते की, ते दोघं पुन्हा कुठे भेटू शकतील हे देवालाच ठाऊक आणि आता बहुधा ते विचार करत असावेत की, देव त्यांना या आयुष्यात पुन्हा ती संधी देईल का?

या दोन्ही नेत्यांनी आठवडाभर चाललेल्या संवादादरम्यान आम्हाला सांगितलं होतं की, दुःख नसेल तर आनंदाला काही किंमत नसते. खरंतर यातना, दुःख आपल्याला आनंदाचं मोल दाखवून देतात, आनंदाचा अनुभव देतात. खरंच आहे; आपण जेवढे दुःखाकडे वळू, मग ते आपलं असो वा इतराचं; तेवढं आपण आनंदाकडे, प्रसन्नतेकडे वळू शकतो. आपण त्या दोघांचा स्वीकार करू शकतो आणि जीवनगाण्यांचा आस्वाद घेऊ शकतो किंवा जीवनाकडे पाठ फिरवून गाणी कानापर्यंत पोहोचणारच नाहीत, अशी दक्षता घेऊ शकतो. त्यांनी आम्हाला हेही सांगितलं आणि दाखवून दिलं की, खरी प्रसन्नता ही केवळ येऊन नाहीशी होणारी भावना नाही, तर ती जगण्याचा एक मार्ग आहे; अस्तित्वाचा एक भाग आहे. त्यांच्या दीर्घ आयुष्यांमध्ये त्यांनी त्या शाश्वत प्रसन्नतेच्या गुणधर्माचं संवर्धन केलं होतं. प्रसन्नता हे ध्येय ठेवून आपण मार्गक्रमण करू शकणार नाही असा इशारा त्यांनी दिला होता, अन्यथा आयुष्याची बस चुकलीच म्हणून समजा; प्रसन्नता, खरा आनंद हा दैनंदिन विचार, भावना आणि कृतींमधून मिळतो आणि त्यांनी वारंवार हे सांगितले होतं की, त्या बसमध्ये बसण्यासाठी एकच कृती करणं आवश्यक असतं ती म्हणजे : इतरांच्या आयुष्यात आनंद निर्माण करणं.

ते दोन वयोवृद्ध खोडकर मित्र गाडीजवळ विनोद करत होते आणि पुन्हा

हसत होते. गाडीच्या उघड्या खिडकीतून दलाई लामा आर्चबिशपचा हात प्रेमानं कुरवाळत होते. मला त्यांच्या चेहऱ्यावर काळजीच्या रेषा अजूनही दिसत होत्या किंवा कदाचित निरोप घेताना झालेलं ते दुःख असावं. गाडीचं इंजिन सुरू झालं तसं दलाई लामांनी आर्चबिशपकडे पाहिलं, त्यांच्या भेटीच्या शेवटच्य क्षणापर्यंत त्यांना सोबत राहायचं होतं. त्यांनी आपल्या दोन्ही हातांचे तळवे नमस्कारासाठी चेहऱ्यासमोर जोडले आणि अतीव आदरानं व प्रेमानं आपलं मस्तक पुढे झुकवलं.

विमानतळाकडे जाण्यासाठी गाड्यांचा ताफा हलला, तेव्हा दलाई लामा पुढे झुकून तसेच उभे होते. त्यांचे डोळे चमकत होते आणि लहान मुलानं टाटा करावं तसे ते जोरात हात हलवून निरोप देत होते. आम्ही पुढे निघालो तसं आर्चबिशपनी 'एसयूव्ही'च्या खिडकीतून मागे पाहिलं आणि आपल्या अशक्य आणि अमूल्य अशा मित्राकडे बघून शेवटचं स्मितहास्य केलं.

दुसऱ्या दिवशी मुलाखतीचं छायाचित्रण करणारा उरलेला संघ गट स्वच्छ सूर्यप्रकाश असताना धरमशालाचा विमानतळ सोडून निघाला. त्यांच्या विमानानं उड्डाण केल्यावर पंचेचाळीस सेकंदांनी ७.८ रिश्टर स्केलच्या भूकंपानं अवघं नेपाळ हादरलं.

महाप्रचंड भूकंप होता तो आणि त्याचे पडसाद पार धरमशालापर्यंत जाणवले. त्या प्रदेशातील ओळखीच्या आणि आमची काळजी घेणाऱ्या सगळ्या लोकांची आम्हाला आठवण आली आणि गेलेल्या हजारो लोकांप्रति आमच्या मनात शोक दाटून आला. सगळ्या जगभरातून लोक बेघरांना आसरा देण्यासाठी, मोडलेल्यांना सावरण्यासाठी आणि हजारो जखमींना बरं करण्यासाठी धावून आलेले आम्ही पाहिले. संवादसत्राच्या पहिल्या दिवशी दलाई लामांनी केलेलं वक्तव्य विसरणं कठीण होतं. ते म्हणाले होते की, नैसर्गिक आपत्तींमुळे होणारं दुःख आपण टाळू शकत नाही; पण आपली बाकीची दुःखं, त्रास, क्लेश आपण टाळू शकतो. विपरीत परिस्थिती, आजार आणि मृत्यू या गोष्टी खऱ्या आणि अटळ आहेत. या जीवनाच्या अटळ तथ्यांमध्ये आपण आपल्या मनात आणि हृदयात निर्माण केलेल्या दुःखाची भर टाकायची का नाही, याची निवड आपल्या हातात असते. ते आपण निवडलेलं दुःख असतं. आपण जितकी वेगळी निवड करू, आपलं दुःख भरून काढण्याचं ठरवू; तितके आपण इतरांच्या दुःखावर फुंकर घालून त्यांना मदत करू; हृदयाच्या अश्रूभरल्या पण हसऱ्या डोळ्यांनी त्यांचं दुःख टिपून घेऊ आणि आपण जितके स्वतःबद्दलच्या विचारांपासून दूर जाऊ आणि दुसऱ्यांचे अश्रू पुसू, तितकं आपण आपलं स्वतःचं दुःख सहन करू शकू, दूर करू शकू आणि त्याच्या पलीकडे जाऊ शकू. हे होतं त्यांच्या आनंदाचं, प्रसन्नतेचं खरं रहस्य!

प्रसन्नतेची साधना

- **मनाची प्रतिकारशक्ती वाढवताना...**
- **प्रातःकालीन समायोजन**
- **प्रसन्नतेच्या मार्गातील अडथळे पार करताना...**

एकाग्रता आणि तणावमुक्ती – श्वासाचो साधना
प्रातःकालीन ध्यान – चालणं किंवा व्यायाम
भय, क्रोध आणि दुःख – विश्लेषणात्मक ध्यान
निराशा आणि क्रोध – एक प्रार्थना
एकाकीपणा – एक सामुदायिक मानुषी साधना
असूया – एक 'मुदित' साधना
दुःख, विपरीत परिस्थिती आणि आजार – 'लोजोंग' साधना
इतरांचं दुःख, विपरीत परिस्थिती आणि आजार – 'टोंग्लेन' साधना
निःशब्द / मूक एकान्त
मृत्यूचं ध्यान

- **प्रसन्नतेच्या आठ स्तंभांचं संवर्धन...**

दृष्टिकोन/परिप्रेक्ष्य – स्वतःपासून दूर जाण्याची साधना
विनम्रता – 'लोजोंग' साधना
विनोद निर्मितीसाठी स्वतःवर हसणं
स्वीकार – एक ध्यान
क्षमेचा चौपदरी मार्ग
कृतज्ञतेचा लेखाजोखा
करुणेची ध्यानधारणा
करुणा – एक प्रार्थना
करुणा – एक उपवास
औदार्याची साधना
प्रसन्नतेचं ध्यान – आठ स्तंभ

- **तुमच्या दिवसाचा आनंद लुटताना...**
- **नातं/संबंध आणि समुदाय – परमानंदाची अनुभूती**

मनाची प्रतिकारशक्ती वाढवताना :

आठवडाभर चाललेल्या संवादसत्राच्या दरम्यान दलाई लामा आणि आर्चबिशप यांच्यात कोण लवकर उठतं आणि कोण दुसऱ्यापेक्षा जास्त वेळा प्रार्थना आणि ध्यान करतं यावरून जी विनोदांची देवाणघेवाण चालायची, त्यावरून हे स्पष्ट झालं होतं की, आध्यात्मिक साधना हा त्यांच्या अस्तित्वाचा आवश्यक असा पाया होता. त्यांच्या जीवनभर त्यांना तग धरून राहण्यासाठी साहाय्यकारी ठरलेला आधारस्तंभ होता, असा त्या दोघांचा ठाम विश्वास होता.

प्रार्थनेच्या आणि ध्यानाच्या दैनंदिन वेळांमुळे त्या दोघा परमसाधकांना आध्यात्मिक मार्गावरून प्रवास करणं सोपं गेलं. जे आध्यात्मिक शिक्षक नाहीत, त्यांच्यासाठी या साधनांचं महत्त्व आणखी जास्त असल्याचं प्रतिपादन आर्चबिशपनी केलं होतं, त्याची मला आठवण झाली. दैनंदिन धकाधकीच्या, बाजारीकरण झालेल्या आयुष्यात वावरणाऱ्या लोकांसाठी तर ही साधना फार महत्त्वाची असल्याचं त्यांचं मत होतं. त्या आठवड्यादरम्यान त्यांच्या प्रसन्नतेचं, आनंदाचं संवर्धन करणाऱ्या आणि ते टिकवून ठेवणाऱ्या साधनांबाबत चर्चा करण्याची संधी आम्हाला मिळाली होती.

या ठिकाणी आम्ही प्रसन्नतेच्या मार्गातले अडथळे पार करण्यास मदत करणाऱ्या आणि प्रसन्नतेच्या आठ स्तंभांना साहाय्यभूत ठरणाऱ्या काही सोप्या साधनांचा/ परिपाठांचा आढावा घेणार आहोत. पुस्तकाच्या शेवटी जोडलेल्या या विभागात तिबेटी बौद्ध भिक्खू दिवसाच्या सुरुवातीला आणि दिवस संपताना आचरत असलेल्या साधना दिल्या आहेत. इतर साधना नियमितपणे किंवा जेव्हा गरज असेल, तेव्हा आचरल्या जाऊ शकतात. शारीरिक व्यायामाप्रमाणे आध्यात्मिक साधना या उद्दिष्ट म्हणून केल्या जात नाहीत. आपल्या मानसिक आरोग्याला आणि प्रतिकारशक्तीला

त्या साहाय्य करतात. आपण जितकी साधना करू, तितका आपल्याला फायदा होतो. अध्यात्माची कोणतीही स्पर्धा नसते. जास्तीतजास्त फायदा होण्यासाठी त्या साधनांना तुमच्या जीवनाचा भाग बनवा आणि त्यासाठी आवश्यक ते सगळं करा. (दलाई लामांनी त्यांच्या वयोमानाप्रमाणे दुखणाऱ्या गुडघ्यांनुसार त्यांच्या साधनेत आवश्यक तो बदल केला, ते आठवा.)

दलाई लामा म्हणाले की, सकाळी गजर वाजल्यावर लगेच उठावं की गजर पुढे ढकलावा (snooze) हे ठरवताना विज्ञानाकडून फार प्रेरणा मिळते. ध्यान करतानाच्या मेंदूचं जे स्पष्टीकरण डॅनिएल सीगलनं दिलं आहे, त्याचा उल्लेख आपण याआधी केला आहे. असं दिसतं की, neural firing patterns तयार करण्यासाठी आपण अक्षरशः आपलं लक्ष आणि जाणीव यांचा वापर करतो. ही स्वरूपं किंवा साचे आपल्याला विध्वंसक प्रतिक्रियाशीलता टाळण्यास मदत करतात. दलाई लामांच्या मते अशी प्रतिक्रियाशीलता इतकी विषारी असते की, ती आपल्या मानसिक आणि शारीरिक आरोग्यासाठी घातक ठरू शकते. वर उल्लेख केलेल्या साधना मेंदूमधील प्रक्रियांमध्ये समन्वय साधतात आणि त्यांच्यात सुसंगती ठेवण्यास मदत करतात; जेणेकरून आपण आयुष्यात येणाऱ्या आव्हानांचा सामना विखंडतेनं नाही तर एकात्मकतेनं करू शकतो; क्रोध आणि भीती यांची तीव्रता कमी करून अधिक सहजतेनं आणि प्रसन्नतेनं करू शकतो; पण खरं ज्ञान आणि शहाणपण मिळवायला वेळ लागतो. सततच्या प्रयत्नांनी या साधना फळ देतात आणि आपल्यात खोलवर रुजतात.

सहसा आपण जेव्हा ध्यान किंवा प्रार्थना करायला सुरुवात करतो, तेव्हा आर्चबिशप ज्याला 'आध्यात्मिक मिठाई' म्हणतात, त्याचा अनुभव आपल्याला येऊ लागतो. आपल्या आत - मनात डोकावून तिथल्या भावविश्वाकडे लक्ष द्यायला सुरुवात केल्यावर एक प्रगाढ शांतता मिळते आणि हव्याहव्याशा झिणझिण्या येतात. मिठाईप्रमाणेच ही अनुभूती स्वादिष्ट असते; पण तिचे खरे फायदे तेव्हा दिसतात, जेव्हा आपण एक तात्पुरतं पात्र तयार करतो, ज्यामध्ये आयुष्यातल्या सुख-दुःखांचा अनुभव घेत असताना आपण आपलं हृदय आणि मन रिकामं करतो.

चिंतनात्मक जीवनाचं स्वरूप असं आहे की, ते खूपच व्यक्तिगत असतं आणि सगळ्या साधनांचा प्रत्येकाला उपयोग होईलच असं नाही. तुमच्यासाठी काय उत्तम आहे, ते शोधून काढा. इथे देण्यात आलेले परिपाठ हे अगदी सोपे परिपाठ आहेत, जे दलाई लामा आणि आर्चबिशप नेमानं उपयोगात आणतात. यामुळे तुम्हाला साधना करताना प्रेरणा मिळेल, अशी आम्हाला आशा आहे.

सकाळची साधना

जाणीवपूर्वक केलेली प्रत्येक कृती ही कोणत्यातरी हेतूनं केली जाते, म्हणजेच कोणतंतरी ध्येय समोर ठेवलं जातं. अनेक तिबेटी भिक्खू त्यांचा रोजचा दिवस घालवण्यासाठी, स्वतःच्या मनाला आणि हृदयाला तयार करण्यासाठी रोज सकाळी ही साधना करतात. ते स्वतःचे हेतूही नियमितपणे तपासून पाहतात. ध्यानासाठी बसताना किंवा एखादं महत्त्वाचं काम करण्याआधी ते हे तपासतात. तुमच्या उद्दिष्टांवर लक्ष केंद्रित करण्याचा आणखी एक मार्ग म्हणजे तुमच्या उच्चतम आदर्शांना पाठबळ देणारा एखादा प्रेरणादायी उतारा वाचणं. आर्चबिशप रोज सकाळी प्रार्थना करतात (Eucharist), त्यात बायबलमधल्या उताऱ्यांचं वाचन आणि त्यांचं मनन यांचा समावेश असतो. ते सकाळ, दुपार आणि संध्याकाळच्या प्रार्थना करतात, त्यासाठी ग्रंथांमधले विशिष्ट प्रकारचे उतारे ठरवून घेतलेले असतात, त्यांचं वाचन ते करतात. त्यांच्या मनाला आणि हृदयाला मार्गदर्शन करणाऱ्या महान आध्यात्मिक ग्रंथांमधले उतारे वाचायला त्यांना आवडतं.

१) **आरामात बसा, खुर्चीवर बसलात तर तुमच्या पायांचे तळवे जमिनीला टेकलेले हवेत किंवा मांडी घालून बसा.** तुम्ही सकाळी उठण्यापूर्वी बिछान्यावर पडल्या पडल्याही व्यायाम करू शकता– गजर झाल्यानंतर आणि दिवसभराची धावपळ सुरू होण्यापूर्वी. तुमचे हात तुम्ही पायांवर किंवा पोटावर ठेवू शकता.

२) **डोळे बंद करा आणि नाकानं अनेक वेळा दीर्घ श्वास घ्या.** तुमच्या मध्यपटापासून (diaphragm) श्वास घेत असताना पोट वरखाली होत असतानाची जाणीव अनुभवा.

३) **आता स्वतःला विचारा : 'माझ्या मनातली इच्छा काय आहे? माझ्यासाठी, माझ्या प्रिय व्यक्तींसाठी आणि सगळ्या जगासाठी मी काय करू इच्छितो/इच्छिते?'** आपल्या खोलवर दडलेल्या इच्छा या सामान्यतः आपल्या तात्पुरत्या इच्छा आणि गरजांच्या पलीकडे असतात. त्या सहसा गहन मानवी मूल्यांशी निगडित असतात, ज्या आपल्याला सर्वोच्च आनंदाकडे घेऊन जातात. आयुष्याच्या महावस्त्रातल्या आपल्या जागेकडे त्या आपल्याला बोलावून घेतात. आपली उद्दिष्टं तपासून पाहण्याची दलाई लामांची एक अतिशय सोपी पद्धत आहे. 'हे फक्त माझ्यासाठी आहे का? की, इतरांसाठीसुद्धा आहे? थोड्या लोकांच्या

फायद्यासाठी आहे की जास्त लोकांच्या? आतासाठी आहे की भविष्यासाठी?' ही 'लिटमस टेस्ट' आपल्याला खऱ्या इच्छेकडे जाण्याचा मार्ग दाखवते.

४) **मग तुमची दिवसभराची उद्दिष्टं स्पष्ट करा** : उदाहरणार्थ 'माझ्या हृदयात असलेल्या प्रेमानिशी मी आज प्रत्येकाला अभिवादन करणार आहे.' किंवा 'आज मी कुणाबद्दलही मत बनवताना काळजी घेईन.' किंवा 'मी आज माझ्या मुलांशी संयमानं आणि प्रेमानं वागेन.' उद्दिष्टं विशिष्टही असू शकतात किंवा सर्वसाधारणही असू शकतात. तुम्हाला जर तुमचे हेतू माहीत नसतील, तर तुम्ही पुढे दिलेल्या चार ओळी म्हणू शकता. या ओळी पारंपरिक तिबेटी प्रार्थनेतून 'द फोर इम्मेजरेबल्स' (Four Immeasurables) मधून घेतलेल्या आहेत. त्यांनी आजवर अनेकांना अधिक दयाळूपणानं आणि आनंदाकडे जाणाऱ्या प्रवासात मार्गदर्शन केलं आहे :

सगळ्या प्राणिमात्रांना आनंद लाभो.
सगळ्या प्राणिमात्रांना दुःखापासून मुक्तता मिळो.
कुणीही प्राणिमात्र प्रसन्नतेपासून वंचित न राहो.
सर्व प्राणिमात्र समबुद्धीचं पालन करोत.

प्रसन्नतेच्या मार्गातले अडथळे पार करताना

एकाग्रता आणि तणावमुक्ती – श्वासाची साधना

अनेक धार्मिक परंपरांमधल्या आध्यात्मिक साधनांमध्ये श्वास हा मध्यवर्ती मानला गेला आहे, कारण तो जगामध्ये आणि आपल्या स्वतःमध्ये एक दुवा म्हणून काम करतो. आपला श्वास जसा आंतरिक असतो, तसा तो बाहेरचाही असतो. श्वास हा ऐच्छिक असतो आणि अनैच्छिकही असतो. म्हणूनच, स्वतःचं संवर्धन, वाढ करण्यासाठीचं ते एक आदर्श महाद्वार असतं, ज्यामधून जाऊन आपण आपला विकास साधू शकतो. एकाग्रता ही इतकी महत्त्वाची आहे की, तुम्हाला आठवत असेल न्यूरोसायन्टिस्ट रिचर्ड डेव्हिडसन यांनी असा शोध लावला की, आपल्या स्वास्थ्याचा चार तांत्रिकीय जोडण्यांपैकी एक जोडणी पूर्णतः आपलं मन एकाग्र करण्याच्या क्षमतेशी संबंधित आहे. केवळ एकान्तवासाचं काही वेळ पालन केल्यानं किंवा 'मूक कालावधी'चं पालन केल्यानं आपलं मन

एकाग्र होऊ शकतं; तणाव कमी होऊ शकतो आणि महत्त्वाच्या गोष्टींवर लक्ष केंद्रित करता येतं. आर्चबिशप असा 'मूक कालावधी' पहाटेच्या आधी, दुपारी आणि संध्याकाळी व्यतीत करतात.

१) **एक शांत जागा निवडा, जिथे तुम्ही सातत्यानं साधना करू शकता.** अशा प्रकारे ते प्राकृतिक ठिकाण, जागा, वस्तू– खोली, कोपरा, एखादी उशी– तुमच्या शरीराला इशारा देईल की, आता तुमच्या साधनेची वेळ झाली.
२) **आरामात बसा.** तुम्ही जर एखाद्या उशीवर, गादीवर किंवा खुर्चीवर बसला असाल तर किंचित पुढे झुकून बसा, म्हणजे तुमची पाठ खुर्चीला टेकणार नाही, ती सरळ राहील. तुम्हाला जर पाठीचं दुखणं असेल, तर त्यानुसार शरीराची स्थिती ठेवा.
३) **डोळे मिटा किंवा आरामदायी अवस्थेत थोडे किलकिले ठेवा.**
४) **हात हळूवारपणे गुडघ्यांवर किंवा मांडीवर ठेवा.**
५) **श्वासावर लक्ष केंद्रित करा.**
६) **नाकानं श्वास घ्या म्हणजे तुमचं पोट पुढे येईल. पाण्याचा एखादा जग जसा खालून भरत जातो, तशी तुमची फुफ्फुसं हवेनं खालून भरू द्या.**
७) **हळूहळू श्वास सोडा.**
८) **प्रत्येक श्वासाबरोबर 'आत' विचार करा आणि प्रत्येक उच्छ्वासाबरोबर 'बाहेर' विचार करा. प्रत्येक उच्छ्वासाबरोबर तुम्ही श्वासही मोजू शकता.**
९) **तुम्ही पाच ते दहा श्वास मोजू शकता आणि पुन्हा सर्व क्रिया करू शकता.** तुमची एकाग्रता ढळली आणि तुमचं मन भरकटायला लागलं; कारण मन भरकटू शकतं, तर हळुवारपणे तुमचं लक्ष श्वासाकडे परत आणा. पाच ते दहा वेळा असं करून तुम्ही सुरुवात करू शकता आणि जसजसा सराव होईल, तसतसा कालावधी वाढवू शकता.
१०) **तुम्ही जर विशेष तणावात असाल, तर कल्पना करा की, प्रत्येक श्वासागणिक शांत, थंड हवा आत येत आहे आणि तुमच्या शरीरात पसरत आहे.** आणि मग, जेव्हा तुम्ही श्वास सोडाल, तेव्हा अशी कल्पना करा की, तणाव मानेतून, खांद्यामधून, पाठीतून, पोटातून किंवा जिथे जिथे तुम्ही तो ताण धरून ठेवला आहे, तिथून तो तुमच्या शरीराबाहेर जात आहे.

सकाळी ध्यानधारणेचा फेरफटका

आर्चबिशप रोज सकाळी ध्यानधारणेचा फेरफटका मारतात किंवा आरोग्यासाठी चालायला जातात आणि वर्णभेदाविरुद्ध चाललेल्या संघर्षादरम्यान, जिवे मारण्याच्या धमक्या आल्या असतानाही त्यांनी हा नेम चुकवला नाही. आम्ही फ्लोरिडामध्ये एकत्र काम करत होतो, तेव्हा मला त्यांच्याबरोबर या ध्यानधारणेच्या फेरफटक्यामध्ये सामील होण्याची संधी मिळाली. आम्ही अर्धा तास मूकपणे चालले असताना रस्ता अचानक संपला आणि समोर भिंत आली. मी हे दृश्य कधीच विसरणार नाही, ते रस्त्याच्या अगदी शेवटच्या टोकापर्यंत चालत गेले, अगदी भिंतीशी जाऊन उभे राहिले. त्यांचं नाक अक्षरशः भिंतीला टेकलं होतं. त्या क्षणी मी तो माणूस पाहिला, जो वर्णभेद समूळ नष्ट व्हावा म्हणून जगाच्या अंतापर्यंत जायला तयार होता, तिथे कुठलाही शॉर्टकट नव्हता; मागे फिरणं नव्हतं. चालणं, हायकिंग, धावणं किंवा अन्य कोणताही व्यायाम हा ध्यानाचा अनुभव होऊ शकतो. यात मेख अशी आहे की, मन भरकटण्यासाठी सज्ज असलेली बाह्य आकर्षणं – जसं बोलणं, संगीत, टेलिव्हिजन – टाळली पाहिजेत. फक्त शरीराच्या शहाणीवेतून सामान्यतः येणाऱ्या आत्म्याच्या शहाणीवेला कान देऊन ऐकणं, हे उद्दिष्ट असलं पाहिजे.

भय, क्रोध आणि दुःख : विश्लेषणात्मक ध्यान

दलाई लामांनी म्हटल्याप्रमाणे भय, क्रोध आणि दुःख हे स्वाभाविक मानवी प्रतिसाद आहेत. भय आणि क्रोध हे तणावाला स्वाभाविकपणे दिले जाणारे प्रतिसाद आहेत आणि या भावना आपल्याला महत्त्वाची माहिती पुरवतात. दुःखसुद्धा आपल्याला हे सांगू शकतं की, आपल्या आयुष्यातल्या कोणत्यातरी गोष्टीमुळे आपण आनंदी नाही. या तीन भावना आपल्याला परिस्थिती बदलण्यास उद्युक्त करण्यासाठी उत्क्रांत झाल्या आहेत यात काही शंका नाही. आर्चबिशपच्या म्हणण्याप्रमाणे भावना जाणवणं, हे माणूसपणाचं लक्षण आहे आणि आध्यात्मिक पातळीवर तुम्ही कितीही प्रभुत्व मिळवलं तरी अधूनमधून या भावना डोकं वर काढणारच. तरीही एखाद्या परिस्थितीला तुम्ही सतत भीतीनं, क्रोधानं किंवा दुःखी अंतःकरणानं प्रतिसाद दिलात, तर नकारात्मक ऊर्जा तयार होते. या भावनांमधले आसक्त आणि अतार्किक, पछाडून टाकणारे घटकच जास्त विध्वंसक असतात. आपल्यामध्ये नैसर्गिकपणे असणारे 'लढा किंवा पळा' प्रतिसाद बाजूला सारण्याची क्षमता विकसित करण्याचा एक विद्वत्तापूर्ण मार्ग म्हणजे 'ध्यान.' प्रेरक आणि

प्रतिसाद यांच्यातला कालावधी वाढवण्याचं काम ध्यान करतं; ज्यामुळे आपण भावनेच्या आहारी जाऊन प्रतिक्रिया न देता हेतूतः एखादी कृती करतो.

" 'ध्यान' हा शब्द खूप व्यापक आहे," दलाई लामांनी स्पष्ट केलं. "उदाहरणच द्यायचं झालं तर ध्यानाच्या एका प्रकारात विचारशून्यता आढळते. मी सकाळी पडदे बाजूला सारतो आणि खिडकीत मला कबुतरं दिसतात, तेव्हा ती अशाच प्रकारचं ध्यान करत असावीत, असा विचार माझ्या मनात येतो. ती झोपलेली नसतात; पण विचारशून्य अवस्थेत असतात. ध्यानाच्या दुसऱ्या एका प्रकारात एकाग्रचित्त अवस्थेचा समावेश असतो. उदाहरणार्थ, धर्मावर श्रद्धा असणाऱ्यांसाठी देवावर चित्त एकाग्र करणं हा ध्यानाचा एक शक्तिशाली प्रकार आहे आणि मन शांत करण्याचा एक मार्ग.

"माझ्या स्वतःच्या साधनेच्या वेळी मी जास्त करून विश्लेषणात्मक ध्यान करतो. ही एक प्रकारची मानसिक शोधप्रक्रिया आहे, अन्वेषण आहे; ज्यामध्ये तुम्ही तुमच्या विचारांकडे विचार म्हणून पाहता आणि त्यांच्याशी स्वतःला बांधून न घ्यायला शिकता, त्यांच्याशी एकरूप न व्हायला शिकता– तुम्हाला याची जाणीव होते की, तुमचे विचार सत्य मांडतच असतील असं नाही. विश्लेषणात्मक ध्यानात तुम्ही सतत हे विचारत असता, 'वास्तव काय आहे? हा जो कुणी 'मी' आहे, ज्याला आपण हृदयाशी कवटाळून बसतो आणि आपल्या सगळ्या काळज्यांचं जो केंद्रस्थान आहे, तो कोण आहे?' या प्रकारच्या ध्यानात आपण आपल्या अस्तित्वाच्या अशाश्वततेवर आणि बदलत्या स्वरूपावर चिंतन करतो.

"ध्यानाचे काही प्रकार केवळ विचारशून्य अवस्था निर्माण करण्याचा प्रयत्न करतात. एखाद्या वेदनाशामक औषधासारखं ते काम करतात, जिथे भीती आणि राग काही काळासाठी लांब पळतात; पण ध्यान संपल्यावर ते परत येतात. विश्लेषणात्मक ध्यानप्रकारात आपण त्या भीतीचं आणि रागाचं मूळ कारण शोधून काढू शकतो. उदाहरणार्थ, आपला नव्वद टक्के राग हा मनाचं प्रक्षेपण असतो, कल्पनेनं तयार केलेला असतो, हे आपल्याला समजतं. रागानं बोललेले शब्द भूतकाळात जमा झाले; आता ते अस्तित्वात नाहीत, ते फक्त आपल्या स्मरणात आहेत, हे आपल्याला समजतं. या बाबींचा विचार केला तर रागाची तीव्रता कमी होते आणि तुम्ही मनाची प्रतिकारशक्ती वाढवता; ज्यामुळे राग येण्याचं प्रमाण कमी होतं.

"बऱ्याच लोकांना असं वाटतं की, ध्यान म्हणजे नुसतं बसणं आणि डोळे बंद करणं," डोळे मिटून, ताठ बसत दलाई लामा म्हणाले, "अशा प्रकारचं ध्यान तर माझी मांजरही करू शकते. ती अगदी शांतपणे 'म्याँव म्याँव' आवाज काढत बसते. एखादा उंदीर जरी जवळून गेला, तरी त्याला चिंतेचं काही कारण

नसतं. आम्ही तिबेटी लोक इतक्या वेळा इतके मंत्र म्हणतो, जसा, 'ओम पद्मे हुम', करुणासागर बुद्धाचं नामस्मरण करणारा हा मंत्र की, आपल्या दुःखाची मूळ कारणं शोधून काढायला आम्ही विसरतो. कदाचित माझी मांजरही 'ओम मनी पद्मे हुम' मंत्रच म्हणत असावी.'' तिबेटी बौद्धभक्त असलेल्या मांजरीच्या विचारानं दलाई लामा पोट धरून हसले. त्यांच्या विश्लेषणात्मक अन्वेषणांच्या आणि विनोदबुद्धीच्या आड बौद्ध परंपरेला अत्यंत पवित्र मानला गेलेला मंत्रही आला नाही. दलाई लामांना फक्त सत्य जाणून घेण्यात रस होता. मग ते कुठे का दडलेलं असेना आणि विश्लेषणात्मक ध्यान हे त्यांचं सत्य शोधून काढण्यासाठीचं एक सर्वांत प्रभावी अस्त्र होतं.

१) **आरामात बसा.**

२) **तुम्ही डोळे बंद करू शकता किंवा उघडेही ठेवू शकता. जर तुम्ही डोळे उघडे ठेवले** तर नजर सौम्य ठेवा आणि लक्ष स्वतःच्या आतमध्ये केंद्रित करा. दलाई लामा ध्यान करतात, तेव्हा त्यांचे डोळे उघडे असतात; पण त्यांची नजर किंचित खाली झुकलेली असते, ते कुठल्याही विशिष्ट ठिकाणी बघत नसतात.

३) **आता तुम्हाला त्रासदायक ठरणारा एखादा विषय किंवा अनुभव निवडा किंवा फक्त तुमचे विचार आणि भावना कशा निर्माण होतात ते बघा आणि त्या तात्पुरत्या आहेत हे ओळखा, त्यावर कोणतंही मत बनवू नका किंवा त्याच्याशी तादात्म्य पावू नका.** त्यातले काही विचार आल्हाददायक आणि प्रसन्न करणारे असतील आणि काही दुःखी, निराशाजनक आणि वादळी असतील; पण ते लवकरच निघून जातील. आकाशात ढग जात असतात, तसे ते तरंगत तुमच्या मनातून जाऊ द्या.

४) **आता स्वतःला विचारा, 'माझा विचार खरा आहे का? मला हे नक्की, खात्रीपूर्वक कसं माहीत असेल? यामुळे परिस्थितीत काही फरक पडेल का?** यापेक्षा अन्य विचार करण्याची किंवा परिस्थितीला तोंड देण्याची आणखी चांगली पद्धत आहे का?' आता, माणसापुढे नेहमीच आव्हान उभं करणाऱ्या आणि नकारात्मक असणाऱ्या तीन मूलभूत भावनांचं विश्लेषण आपण कसं करू शकतो, ते बघू.

- **भयासाठी : भीतीचा थेट सामना करण्यासाठी ते साहाय्यभूत ठरतं. तुमची भीती खरी ठरली तर वाइटात वाईट काय घडू**

शकेल याचा विचार करा. तसं झालं तर तुम्ही किंवा तुमचे प्रियजन त्यातून बाहेर पडू शकतील का? ते तुमच्यासाठी किंवा त्यांच्यासाठी खरोखर फायद्याचं ठरू शकेल का? ते घडणार असेल, तर त्यातून तुम्ही किंवा ते शिकू शकतील का? एक व्यक्ती म्हणून तुमची किंवा त्यांची वाढ होण्याला ते किती साहाय्यकारी ठरू शकेल? उदाहरणार्थ, तुमचा मुलगा शाळेच्या अभ्यासात फारसा बरा नाही. म्हणून काहीतरी वाईट घडेल अशी तुम्हाला भीती वाटते. स्वतःला विचारा, 'असं काही खरंच होईल का? मला हे खात्रीपूर्वक कसं समजणार? मी काळजी केल्यानं परिस्थितीत काही फरक पडेल का? याबद्दल आणखी दुसऱ्या मार्गानं विचार करता येईल का? किंवा परिस्थिती हाताळण्याचा दुसरा एखादा मार्ग आहे का? या अनुभवातून माझा मुलगा काय शिकू शकेल? तो एक व्यक्ती म्हणून कसा विकसित होईल?' ज्या गोष्टीची भीती वाटते, तिच्याकडे वळून आपण तिलाच कवटाळलं, तर आपल्याला घाबरवण्याची तिची शक्ती कमी होते. आपल्याला तिच्याशी संघर्ष करायची गरज उरत नाही. त्याऐवजी आपण तिच्याबरोबर काम करू लागतो.

- **क्रोधासाठी : या क्रोधाचा काय उपयोग आहे, हे तुम्ही स्वतःला विचारू शकता.** दलाई लामांच्या ड्रायव्हरची गोष्ट इथे विचारात घेऊ. गाडीवर डोकं आपटल्यामुळे त्याला इतका राग आला की, रागाच्या भरात त्यानं पुन्हा गाडीवर डोकं आपटलं. रागात नेहमी कोणतीतरी निराशा किंवा अपेक्षाभंगाचं दुःखं सामावलेलं असतं. स्वतःला विचारा, 'माझी काय अपेक्षा होती? मी ती सोडून देऊ शकतो का आणि जे जसं आहे किंवा जे जसे आहेत, तसा त्यांचा मी स्वीकार करू शकतो का? मला त्यांनी जसं असायला हवं आहे, तसे ते नाहीत ही गोष्ट मी स्वीकारू शकतो का? या संघर्षात माझा कसा सहभाग आहे, हे मी बघू शकतो का? ज्या परिस्थितीचा मला राग येत आहे, तिच्यात माझं काय योगदान आहे, हे मी पाहू शकतो का? जे काही बोललं गेलं त्याचा मला राग आला असेल तर ते केवळ शब्द होते, जे आता अस्तित्वात नाहीत, इतर गोष्टींप्रमाणेच ते अशाश्वत आहेत, या भावनेतून मी त्यांच्याकडे पाहू शकतो का? माझ्या रागाचा माझ्यासह कुणाला फायदा होणार आहे का?' राग जर शांतवला गेला नाही, तर तो विध्वंसक कृतीमध्ये परिवर्तित होऊ शकतो, यावर तुम्ही विचार करू शकता. रागानं काही बोलण्यापासून ते जिचा आपल्याला नंतर खेद

होऊ शकतो अशा हिंसक कृतीपर्यंत राग व्यक्त होऊ शकतो, याची जाणीव स्वतःला करून देऊ शकता. रागामुळे नाती कशी तुटू शकतात, इतर लोक दूर जाऊ शकतात आणि तुमची मनःशांती भंग पावते, याचा विचार करू शकता.

- **दुःखासाठी : आपण दिलासा देऊ शकतो, सांत्वन करू शकतो.** आपल्याला ज्या ज्या चांगल्या, सुखकर गोष्टी लाभल्या आहेत, त्या लक्षात घेऊ शकतो. थोडक्यात काय, तर अर्धा ग्लास भरलेला आहे, यात समाधान मानू शकतो. आपण हे बघितलं की, दुःख ही अशी भावना आहे जिला एकमेकांच्या आधाराची गरज असते, दुःख वाटलं की, कमी होतं. इतर भावनांपेक्षा दुःख जरी जास्त काळ रेंगाळत असलं, तरी ते कधी ना कधी दूर जाईल हे आपण ओळखलं पाहिजे. उदासी, खिन्नता आणि दुःख यांच्यासह सगळं जीवनच अशाश्वत आहे आणि त्याला अंत आहे. जीवनात, एखाद्या दिवसात, एखाद्या वर्षात चढ-उतार हे असायचेच. आपण ज्यावर लक्ष केंद्रित करतो, त्यानुसार आपली मनःस्थिती बनते. आपल्या आणि आपल्या लोकांच्या आयुष्यात ज्या चांगल्या गोष्टी घडत आहेत, त्यावर आपण लक्ष केंद्रित करू शकतो. ज्या गोष्टींबद्दल कृतज्ञता वाटते, त्यांच्याकडे लक्ष देऊन आपण दुःखात बुडून किती वेळ घालवतो, त्यापेक्षा किती लवकर आपण प्रसन्नचित्त होऊ शकतो, हे बघावं. निर्वासित आयुष्य जगावं लागत असताना आपण काय गमावलं याचा विचार करत न बसता दलाई लामांनी, त्यातून काय मिळवून आपण आयुष्य समृद्ध करू शकतो याचा विचार केला म्हणून ते दुःख, शोक आणि औदासिन्य यांच्या पलीकडे जाऊ शकले.

निराशा आणि क्रोध – एक प्रार्थना

वर्णभेदाविरुद्ध चाललेल्या संघर्षादरम्यान आर्चबिशप त्या सरकारी अधिकाऱ्यांसाठी रोज प्रार्थना करायचे, जे दडपशाही व्यवस्था राबवत होते. त्यांचं हृदयपरिवर्तन व्हावं आणि त्यांनी तयार केलेली वर्णभेदी व्यवस्था संपुष्टात यावी यासाठी ही प्रार्थना होतीच; पण त्या लोकांच्या कल्याणासाठीही ती होती आणि मनापासून केलेली होती. यामुळे त्यांचा द्वेष करण्याऐवजी ते त्यांच्यावर प्रेम करत होते आणि म्हणूनच देशात लोकशाही व्यवस्था प्रस्थापित करताना ते त्याच लोकांबरोबर काम करू शकले.

१) डोळे मिटा आणि तुमच्या आत लक्ष केंद्रित करा.
२) ज्या व्यक्तीमुळे तुम्ही अस्वस्थ आहात तिचा विचार करा आणि तिच्यासाठी प्रार्थना करा. त्यांच्या आनंदाची कामना करा. त्यांचं मनापासून भलं चिंता. त्यांच्याकडे ईश्वराची लेकरं म्हणून बघा, जी त्याच्या प्रेमाला लायक आहेत किंवा एक माणूस म्हणून बघा, जो तुमच्याप्रमाणेच दुःख टाळून आनंदी आयुष्य जगण्याची इच्छा बाळगतो.
३) दोन आठवडे प्रत्येक दिवशी हे करण्याचा प्रयत्न करा. बघा, तुमचे संबंध कसे सुधारतात ते.

एकाकीपणा – एक सामुदायिक मानुषी साधना

दलाई लामा सतत 'पहिल्या / प्राथमिक स्तरा'वरच्या सामुदायिक मानवतेबद्दल बोलत असतात. ज्या गोष्टी आपल्यात भेदभाव निर्माण करतात (आपला वंश, आपली जात, आपला देश, अगदी आपलं लिंगही), त्या आपल्याला एकत्र आणणाऱ्या गोष्टींपेक्षा, म्हणजे आपली सामुदायिक मानवता, आपल्या मानवी भावभावना आणि दुःख टाळण्याची आणि आनंदी बनण्याची आपली मूलभूत इच्छा यापेक्षा कमी महत्त्वाच्या आहेत. आपल्या सगळ्यांना मानवी शरीर लाभलं आहे, मानवी मेंदू आणि मानवी हृदय लाभलं आहे; त्यामुळे प्रत्येकाच्या मानवी इच्छाही त्याच आहेत आणि आर्चबिशप म्हणाले त्याप्रमाणे मानवी दोष आणि दुर्बलताही त्याच आहेत. सामुदायिक मानुषी साधना आपल्याला याच गोष्टीची आठवण करून देते की, वरवर दिसणारे भेद असले तरी आणि नाकारले जाण्याची भीती असली तरी आपण एकमेकांशी आतून, खोलवर कुठेतरी जोडलेलो आहोत' जरी ते दिसत नसलं तरी.

मानवजातीचा जन्म झाला असं मानलं जातं, त्या 'क्रॅडल ऑफ ह्युमनकाइंड' (मानवजातीचा पाळणा) या ठिकाणापासून जवळच आर्चबिशप जन्मले होते. केवळ हजार पिढ्यांमध्ये आपण जगभर पसरलो आहोत. आर्चबिशपच्या म्हणण्यानुसार, "आपण सगळे एकमेकांचे भाऊबंद आहोत, फक्त मधली काही हजार वर्षं काढून टाकली तर."

१) **तुम्हाला प्रिय असणाऱ्या व्यक्तीचा विचार करा** – मूल, पालक, जवळचा मित्र किंवा लाडका पाळीव प्राणी. त्यांची प्रतिमा मनात आणा आणि तुमच्या त्यांच्यावर असलेल्या प्रेमाला अनुभवा. त्या प्रेमाच्या जाणिवेनं तुमच्या मनात निर्माण झालेली ऊब आणि खुलेपणा यांची अनुभूती घ्या.
२) **त्यांची दुःख टाळण्याची आणि आनंदी होण्याची इच्छा यांची**

कल्पना करा. या आकांक्षा पूर्ण करण्यासाठी ते कसं आयुष्य जगतात, यावर विचार करा.

३) **तुम्ही ज्यांना ओळखता; पण फार चांगलं ओळखत नाही, त्यांचा विचार करा.** तुम्ही तुमच्या कामाच्या ठिकाणच्या सहकाऱ्याचा विचार करू शकता, तुमच्या वर्गातल्या कुणाचातरी विचार करू शकता किंवा तुम्ही ज्या दुकानातून खरेदी करता, तिथल्या कुणाचातरी विचार करू शकता. तुमच्या मनात असलेल्या व्यक्तीसाठी ज्या भावना आहेत, त्यापेक्षा या व्यक्तीसाठीच्या भावना कशा वेगळ्या आहेत त्याचा विचार करा. आपण ज्यांना परके समजतो, त्यांच्यासाठी आपल्या मनात समवेदना नसते. कदाचित तुम्ही त्यांच्या बाबतीत उदासीन असता, तुमच्या मनात अलगपणाची भावना असते किंवा तुम्ही काही मतं बनवलेली असतात. आता ती व्यक्ती तुम्ही आहात, अशी कल्पना करून पाहा. त्यांच्या आयुष्याची, त्यांच्या आशा-आकांक्षांची, त्यांच्या स्वप्नांची, त्यांच्या भीतींची, त्यांच्या निराशांची आणि दुःखांची कल्पना करून पाहा. तुमच्याप्रमाणेच त्यांना किंचितही दुःख नको आहे आणि आनंद हवा आहे, हे ओळखा. या जाणिवेभोवती तुमचं मन घुटमळत राहू द्या आणि हे समजून घ्या की, त्यांच्याशी तुमची ओळख असण्याची काहीच गरज नाही, कारण तुमच्यात ते बंध आधीपासूनच आहेत – मानवतेचे. कदाचित ते तुमच्यासारखे एकाकी असतील आणि तुम्ही पुढे केलेला स्नेहाचा हात त्यांना कदाचित वरदानासारखा वाटेल.

४) **ही जाणीव घेऊन जगात जा.** या नवीन जोडलेल्या संबंधांची जाणीव घेऊन तुमच्याभोवती असलेल्यांसाठी तुमचं मन खुलं करा. दुसऱ्या व्यक्तीकडे हसून बघत आणि मान डोलवून ओळख दाखवत तुम्ही याची सुरुवात करू शकता. वेगवेगळ्या संस्कृतींत ओळख दाखवण्याच्या वेगवेगळ्या पद्धती असू शकतात; पण तुमच्या परिस्थितीत काय योग्य आहे ते शोधा आणि तुमच्या जागतिक कुटुंबाला अभिवादन करायला सुरुवात करा. कुणीतरी त्यांच्या दुःखात, एकटेपणात चूर असतील आणि तुमच्या अभिवादनाचा स्वीकार करत नसतील तर धीर सोडू नका. तुमच्या मनातल्या एकाकीपणाच्या भावनेतून तुम्हाला त्या व्यक्तींबद्दल सहानुभूती वाटेल. अधिक विश्वासानं, दयाळूपणानं आणि करुणेनं जगाला अभिवादन करा आणि जग तुम्हाला अधिक विश्वासानं, दयाळूपणानं आणि करुणेनं अभिवादन करेल. तुम्ही जगाकडे हसून बघता, तेव्हा जगही तुमच्याकडे बघून हसतं.

असूया - एक 'मुदित साधना'

आपल्याला जेव्हा एखाद्याबद्दल असूया वाटते, तेव्हा सतत एक असमाधान आपल्या मनात अशांतता निर्माण करत असतं. त्याचा परिणाम आपल्या प्रसन्नतेवर होतो, कारण आपल्याकडे जे आहे त्याकडे न पाहता, जे नाही त्याकडेच आपलं लक्ष असतं. असूया हे अपराधीपणाची चव असणारं विष आहे व त्या विषाला स्व-निंदेची फोडणी दिलेली असते. ते आनंदाचा नाश करतं आणि जगातील समृद्धी आणि अद्भुत गोष्टी आपल्याला दिसत नाहीत. वर सांगितलेल्या सामुदायिक मानुषी साधनेसारखीच बौद्ध धर्मात आणखी एक साधना आहे जी अलगतेची, एकाकीपणाची आणि मत्सराची बंधनं तोडून टाकते, तिचं नाव 'मुदित' साधना असं आहे. इतरांच्या सद्भाग्यामध्ये ती आनंद मानते. आपल्या मुलाच्या कल्याणात पालकांना जसा आनंद मिळतो, तसा इतरांचं भलं झालं की, आपण त्यात आनंद मानू शकतो. आपली ओळख विस्तारून इतरांना त्यात सामावून घेतलं आणि त्यांचा आनंद आपला मानला की, ही साधना सफल झाली, असं समजावं.

१) **तुम्हाला असूया वाटते अशी गोष्ट असणाऱ्या माणसाची कल्पना करा.**

२) **तुम्ही इतरांबरोबर वाटून घेतलेल्या मानवतेला ओळखा.** याआधीची साधना तपासून पाहा किंवा ज्या माणसाचा हेवा वाटतो त्याच्या आशांवर, स्वप्नांवर, भीतींवर, निराशांवर आणि दुःखांवर लक्ष केंद्रित करा. तुमच्याप्रमाणेच तो माणूस अगदी क्षुद्रातलं क्षुद्र दुःख टाळू पाहत आहे आणि आनंद व्हावा अशी कामना करत आहे, हे ओळखा.

३) **त्यांच्याकडे जे आहे त्यामुळे ते किती आनंदात असतील, याची कल्पना करा.** तुम्हाला ज्या गोष्टीचा हेवा वाटतो, ती त्यांच्यासाठी किती महत्त्वाची आहे याचा विचार करा. गाडी, घर किंवा चांगली नोकरी हे समाधानाचे स्रोत असू शकतात. त्यांना आणि त्यांच्या चांगल्या नशिबाला तुमचं मन विशाल करून त्यात सामावून घ्यायचा प्रयत्न करा. त्यांच्या भाग्यात आनंद माना. त्यांना तुमच्या मदतीची गरज नाही, कारण त्यांनी स्वतःला मदत केली आहे यात आनंद माना.

दुःख, विपरीत परिस्थिती आणि आजार – 'लोजोंग' साधना :

मनाला प्रशिक्षित करण्याच्या तिबेटी पद्धतीला 'लोजोंग'चा मूलाधार आहे.

तुम्ही अनुभवलेल्या कोणत्याही प्रकारच्या विपरीत परिस्थितीला आणि दुःखाला तुमच्या आध्यात्मिक साधनेत सामील करून घ्यायचं आणि स्वतःचा विकास करण्यासाठी त्याचा वापर करायचा. समजा, तुमचे वरिष्ठ खूप त्रास देतात. या परिस्थितीला आव्हान समजून अधिक जबाबदार, कणखर आणि अधिक लवचीक बनण्याचा तुम्ही प्रयत्न करायचा. तुम्ही जर कार अपघातात सापडला असाल आणि तुमच्या गाडीचं मोठं नुकसान झालं, तर त्या नुकसानीबद्दल ऊर बडवत बसण्यापेक्षा तुम्ही सहीसलामत राहिलात, यात आनंद मानला पाहिजे. तुम्हाला एखादा आर्थिक फटका बसला, अगदी दिवाळखोरी जाहीर करायची वेळ आली तरी या अनुभवांकडे एक संधी म्हणून पाहता आलं पाहिजे. अशाच परिस्थितीतून जाणाऱ्या दुसऱ्या लोकांबद्दल सहानुभूती वाटण्याची आणि इतरांबाबत करुणा वाटण्याची तुमची क्षमता वाढवण्याची संधी मिळाली, या भावनेनं तुम्ही या अनुभवाकडे बघितलं पाहिजे. आर्चबिशप म्हणाले त्याप्रमाणे, समवेदनेचे आणि करुणेचे असे काही पैलू आहेत, जे फक्त दुःखदायक परिस्थितीतून गेल्यावरच सापडतात.

१) **तुम्हाला कुठे दुःखाचा आणि विपरीत परिस्थितीचा अनुभव आला आहे, याचा विचार करा.**
२) **अशाच परिस्थितीतून जाणाऱ्या इतरांचा विचार करा.** अशाच प्रकारच्या परिस्थितीतून जात असलेल्या किंवा याहीपेक्षा वाईट परिस्थिती असणाऱ्या कुणाचा विचार तुम्ही करू शकता का? तुम्हाला त्यांच्याबद्दल सहानुभूती आणि करुणा वाटते का?
३) **ही परिस्थिती तुमच्या कशी उपयोगी पडू शकेल?** या अनुभवातून काय मिळवता येईल? कोणते धडे घेता येतील? ही परिस्थिती तुम्हाला एक माणूस म्हणून आणखी प्रगल्भ कशी बनवेल?
४) **या दुःखानं आणि विपरीत परिस्थितीनं तुम्हाला जी संधी दिली आहे, त्याबद्दल कृतज्ञता बाळगा.**
५) **हे वाक्य म्हणायचा प्रयत्न करा : 'माझ्या दुःखासारखं दुःख इतरांना भोगावं लागू नये.'** इतरांचं दुःख कमी करण्यासाठी तुम्ही तुमच्या दुःखाचा कसा उपयोग करू शकता? तुम्ही केलेल्या कृती इतरांना असं दुःख भोगण्यापासून परावृत्त करू शकतात का? किंवा ते कमी करू शकतात का?

इतरांचं दुःख, विपरीत परिस्थिती आणि आजार – 'टोंग्लेन' साधना :

ही सुप्रसिद्ध 'टोंग्लेन' साधना इतरांच्या दुःखाच्या प्रसंगी, विपरीत परिस्थितीच्या वेळी किंवा आजारपणात आपल्याला उपस्थित राहण्यासाठी उद्युक्त करते. व्यापक प्रमाणावर पसरलेल्या आणि शक्तिशाली बौद्ध साधनेवर आधारित 'करुणा संवर्धन प्रशिक्षणा'चा चरमबिंदू म्हणजे ही साधना होय. या साधनेत आपण इतरांचं दुःख घेतो आणि त्यांना आपलं प्रेम, आपलं धैर्य, आपलं बळ आणि आपली प्रसन्नता देतो. 'अ फिअरलेस हार्ट' या पुस्तकात जिनपा 'टोंग्लेन'ची एक शक्तिदायी गोष्ट सांगतात. करुणा संवर्धन प्रशिक्षण घेतलेली एक व्यक्ती एका हॉस्पिटलमध्ये अधिकारपदावर होती. एका मुलगा बुडून अपघात झाला, तेव्हा ही आणीबाणीची परिस्थिती हाताळताना त्या साधनेचा तिला कसा उपयोग झाला, हे तिनं सांगितलं.

"अशा प्रकारच्या परिस्थितीचं गांभीर्य माहीत असल्यामुळे मला मनातल्या मनात धडकी भरली होती – जेव्हा लहान मुलाचा प्रश्न असतो, तेव्हा उपस्थित असलेल्या संबंधित सगळ्यांसाठी परिस्थिती फारच अवघड बनते. घाईनं इमर्जन्सी रूमकडे जाताना मी शक्ती मिळावी म्हणून प्रार्थना केली. आर.एन.नं (रेसिडेंट नर्स) मला सांगितलं की, खरं तर दोन मुलं होती, भावंडं होती आणि डॉक्टर सी.आर.आर. (हृदयाला जोरजोरात मसाज) देत होते; पण अवस्था फारशी चांगली नव्हती. त्या मुलांची तरुण आई पुढे झुकून ओक्साबोक्शी रडताना पाहून माझं शरीर ताठरलं... ती सगळी परिस्थिती मला असह्य व्हायला लागली. जणू काही त्या दुःखाच्या आणि माझ्या कामगिरीच्या ओझ्याखाली मी मोडून पडेन, असं मला वाटलं. मी काय देऊ शकणार होते? मग मला 'टोंग्लेन'चं 'देणं आणि घेणं' हे तंत्र आठवलं... म्हणून ते दुःख एखाद्या काळ्याकुट्ट ढगाला शोषून घ्यावं, तसं श्वासामार्गे मी आत ओढून घेतलं व उच्छ्वासावाटे माझ्या हृदयातला सोनेरी प्रकाश त्या खोलीत आणि मला जे दिसतील त्यांच्यात फुंकला. एकात्मतेची एक नवीन पातळी उघडी झाली. मी त्या दुःखाच्या अनुभवाला सामोरी जायला सज्ज झाले आणि मला टिकवून ठेवणारं काहीतरी आवश्यक आणि मौल्यवान मला सापडलं. ते दुःख प्रत्येक श्वासागणिक द्रवरूप झालं आणि माझं अंतरंग त्यात धुवून निघालं आणि मी मोकळी, सुटी झाले. दुःखाच्या त्या अनुभवात न अडकता माझ्यात मुक्त झाल्याची भावना निर्माण झाली. त्या अनुभवात सक्रिय सहभाग घेत असल्याचा परिणाम म्हणून मला ही मुक्तता अनुभवता आली."

स्वतःबद्दलची अतिकाळजी करण्यापासून टोंग्लेन साधना आपली सुटका करते; त्यामुळे दुःखाची तीव्रता कमी होते आणि इतर लोकांकडे आपलं लक्षं देण्यास मदत होते. जिनपा आणखी एक वेगळी गोष्ट सांगतात. तिबेटी संगीतकार

नावांग खेचोग याच्या गाडीला भयंकर अपघात झाला आणि त्याच्यावर अनेक जीवरक्षक शस्त्रक्रिया कराव्या लागल्या. वेदनांनी तळमळत अनेक आठवडे पार पाडताना आणि जगण्याची हमी नसताना टोंग्लेन साधना त्याच्या मदतीला धावून आली. शारीरिक आणि भावनिक वेदना अनुभवत असलेल्या लोकांबद्दल विचार करत तो तासन्‌तास बिछान्यात पडलेला असायचा. तो त्यांचं दुःख श्वासावाटे आत घ्यायचा आणि त्यांच्याविषयी वाटणारी करुणा आणि ते बरे व्हावेत ही काळजी तो उच्छ्‌वासावाटे आसमंतात पसरायचा. खेचोग पूर्णपणे बरा झाला आणि पुन्हा संगीताकडे वळू शकला.

आपल्याला शांती आणि स्वास्थ्य यांचं मरुद्यान बनवण्याची क्षमता टोंग्लेनमध्ये आहे. दलाई लामांनी या साधनेचा वापर २००८ सालच्या निदर्शनांमध्ये जखमी झालेल्या तिबेटी निदर्शकांचे क्लेश रूपांतरित करण्यासाठी तर केलाच; पण निदर्शकांवर तुटून पडलेल्या चिनी सैनिकांचा राग आणि द्वेष रूपांतरित करण्यासाठीही केला. दलाई लामांनी स्पष्ट केल्याप्रमाणे, प्रत्यक्ष त्या संघर्षाला याचा खरोखर उपयोग झाला की नाही ते माहीत नाही; पण दलाई लामांचं त्या दुःखाशी असलेलं नातं बदललं आणि त्यामुळे त्यांना अधिक प्रभावीपणे प्रतिसाद देता आला.

१) **नाकानं खूप वेळा दीर्घ श्वास घेऊन मन स्वस्थ करा.**
२) **जे कुणी दुःखी असतील, त्यांचा विचार करा.** तुम्ही एखाद्या प्रिय व्यक्तीची, मित्राची किंवा माणसांच्या एखाद्या गटाची –जसे निर्वासित – निवड करू शकता.
३) **त्यांनाही तुमच्याप्रमाणेच दुःखातून बाहेर पडून प्रसन्न राहायचं आहे, या गोष्टीचा विचार करा.** तुम्ही ज्या व्यक्तीवर किंवा गटावर लक्ष केंद्रित करण्याचा प्रयत्न करत आहात, त्यांच्या कल्याणाची काळजी असल्याची भावना मनात आणून बघा. ते दुःखमुक्त व्हावेत, अशी इच्छा तुमच्या हृदयात खोलवर जाणवू द्या.
४) **त्यांचं दुःख घेत असताना.** श्वास घेताना त्यांच्या शरीरातली वेदना तुम्ही आत शोषून घेत आहात अशी कल्पना करा आणि तुमच्या अंतःकरणातल्या उबेमुळे आणि करुणेच्या प्रकाशात ती वेदना विरघळून जात आहे, असं चित्र मनात रेखाटा. वेदना म्हणजे काळे ढग असून तुमच्या हृदयातल्या प्रखर प्रकाशात ते विरघळून जात असताना तुम्ही पाहू शकता. दुसऱ्यांची दुःखं स्वतःच्या आत घेण्याची कल्पना अस्वस्थ करणारी किंवा काळजीत टाकणारी वाटत असेल, तर तुम्ही अशीही

कल्पना करू शकता की, तुमच्या दयाळू हृदयातून बाहेर पडणाऱ्या तेजोमय प्रकाशाच्या प्रभेत त्यांचं दुःख विरघळून जात आहे.

५) **तुमची प्रसन्नता बाहेर टाका.** उच्छ्वास करताना, तुमच्या प्रेमानं आणि करुणेनं भरलेले प्रकाशकिरण तुम्ही त्या व्यक्तीकडे पाठवत आहात. त्याचबरोबर तुमचं धैर्य आणि तुमचा आत्मविश्वास, तुमची ताकद आणि तुमची प्रसन्नताही पाठवत आहात.

६) **दुःखं आत घेणं आणि तुमचा आनंद देऊन त्या दुःखाचं रूपांतर करणं, ही साधना पुनःपुन्हा करा.** ही साधना तुम्ही एखाद्या व्यक्तीसाठी किंवा तुमच्या प्रियजनांसाठी केली असेल, तर ती तुम्ही जगभरात पसरलेल्या दुःखी लोकांसाठीही करू शकता. इतरांकडून छळ झालेल्या एखाद्या माणसाचं दुःख तुम्ही घेत असाल, तर त्या छळामागे असलेलं क्रौर्य आणि द्वेषही तुम्ही घेऊ शकता आणि त्या बदल्यात तुमचं प्रेम आणि दयाळूपणा देऊ शकता. तुमच्यात जर ती क्षमता असेल, तर सगळ्या सजीवांचं दुःख घेण्याची आणि तुमची दया आणि प्रसन्नता त्यांना देण्याची साधना तुम्ही करू शकता. तुमच्या हृदयातून तुमचं प्रेम आणि प्रसन्नता उत्सर्जित होत असताना शांत राहा.

निःशब्द / मूक एकान्त

वर्षातून एकदा किंवा दोनदा आर्चबिशप सात ते दहा दिवसांच्या मूक एकान्तवासात जातात. ते एका आध्यात्मिक मार्गदर्शकासोबत काम करतात, जो या एकान्तवासाची त्यांच्या गरजांनुसार आखणी करतो. आर्चबिशपसाठी हा निःशब्द एकान्त म्हणजे उत्कट प्रार्थनेचा, चिंतनाचा, आत्मपरीक्षणाचा आणि गाढ विश्रांतीचा बाधारहित काळ असतो. असा एकान्तवास हा दलाई लामांच्या आयुष्याचासुद्धा एक महत्त्वाचा भाग आहे. ते त्यांच्या निवासस्थानी छोट्या कालावधीचे अनेक एकान्तवास घालवत असले तरी त्याशिवाय मॉन्सूनच्या काळात ते बहुधा लडाखमध्ये एक महिन्याचा काळ एकान्तात घालवतात. आपल्या आयुष्याच्या चक्रावून टाकणाऱ्या गतिमानतेत या एकान्तवासाच्या कालावधीला कधी नव्हतं इतकं महत्त्व प्राप्त झालं आहे; त्यासाठी तुम्हाला जागतिक स्तरावरचा नेता असण्याची गरज नाही.

मृत्यूचं ध्यान

सगळ्या आध्यात्मिक परंपरा आपल्याला आठवण करून देत असतात की, मृत्यू हा आपल्या आयुष्याचा एक अटळ भाग आहे आणि आपल्या मर्त्यपणाचं

चिंतन आपल्याला अत्यावश्यकतेची, एकंदर परिप्रेक्ष्याची आणि कृतज्ञतेची जाणीव करून देत असतं. सेंट बेनेडिक्टचं एक सुप्रसिद्ध वाक्य आहे : ''तुमचा मृत्यू तुमच्या नजरेसमोर ठेवा.'' इतर सगळ्या भीतींप्रमाणे मृत्यूचं भय अंधारातच वाढत जातं. मृत्यू आपल्याला जीवनाच्या अशाश्वततेची आणि क्षणभंगुरतेची जाणीव करून देतो. तो आपल्याला आठवण करून देतो की, वाया घालवायला आपल्याकडे दिवस नाहीत आणि प्रत्येक क्षण महत्त्वाचा आहे. दलाई लामांनी वर्णन केलेल्या मृत्यूच्या ध्यानापेक्षा हे ध्यान कमी दुर्बोध, जटिल आहे; पण त्याचं उद्दिष्ट मात्र तेच आहे. आपण खरंच जगावं म्हणून मृत्यूची आठवण करून देणं.

१) **या शब्दांचं मनन करा : 'ज्याला जन्म आहे, त्याला मृत्यू आहे आणि मीही त्याला अपवाद नाही.'**
२) **पुढील वाक्य विचारात घ्या : 'अनेक प्रकारे मृत्यू येऊ शकतो. मृत्यूला कधीही कुणीही थांबवू शकत नाही.** अटळ मृत्यूला कोणतीही गोष्ट परावृत्त करू शकत नाही.'
३) **तुम्ही मृत्युशय्येवर आहात, अशी कल्पना करा.** स्वतःला पुढील प्रश्न विचारा : 'मी इतरांवर प्रेम केलं का? मी इतरांना आनंद, करुणा दिली का? माझं आयुष्य इतरांसाठी महत्त्वाचं आहे का?'
४) **तुमचे अंत्यविधी होत आहेत, अशी कल्पना करा.** तुमचे प्रियजन तुमच्या अंत्यसंस्कारांची तयारी करत आहेत आणि तुमचा उल्लेख 'दिवंगत/कैलासवासी' असा करत आहेत, अशी कल्पना करा.
५) **लोक तुमच्याबद्दल काय बोलतील त्याविषयी विचार करा.** ते जे बोलतील त्याबद्दल तुम्ही आनंदी व्हाल का? ते तेव्हा जे बोलतील असं तुम्हाला वाटतं, त्यात बदल करण्यासाठी आता तुम्हाला तुमच्यात काही बदल करावासा वाटतो का?
६) **या निर्धारानं समारोप करा :** 'मी नेहमीच माझं आयुष्य हेतुपूर्वक जगेन. काळ कधीही थांबत नाही आणि तो अर्थपूर्ण पद्धतीनं कसा घालवायचा, ते माझ्यावर आहे. माझ्या इच्छा-आकांक्षा-महत्त्वाकांक्षा यांच्याशी सुसंगत असं मी आयुष्य घालवेन, म्हणजे जेव्हा माझा अखेरचा दिवस येईल, तेव्हा मी सहजपणे आणि कोणताही खेद, खंत न बाळगता या जगाचा निरोप घेऊ शकेन.'

प्रसन्नतेच्या आठ स्तंभांचं संवर्धन करताना

दृष्टिकोन / परिप्रेक्ष्य – स्वतःपासून दूर जाण्याची साधना.

याआधी चर्चिल्या गेलेल्या अनेक साधना दृष्टिकोनाचं संवर्धन करण्यासाठी उपयुक्त आहेत. ध्यान-धारणा, आध्यात्मिक साधना आपल्याला प्रतिक्रियात्मक भावनिक मेंदूपासून आपलं परिप्रेक्ष्य हटवून ते अधिक चिंतनशील, अधिक प्रगल्भ मेंदूच्या केंद्रांकडे घेऊन जाते. दलाई लामा ज्याला 'विस्तृत/व्यापक दृश्य' म्हणतात, ते बघण्यासाठी आपल्या स्थितीपासून चार पावलं मागे जावं लागतं. शास्त्रज्ञ या साधनेला 'स्वतःपासून अंतर राखणं' असं म्हणतात. यामुळे प्रश्नांबाबत आपण अधिक स्पष्टपणे विचार करू शकतो; तसेच त्यामुळे ताणाला दिला जाणारा प्रतिसाद आणि नकारात्मक भावनाही कमी व्हायला मदत होते. हा विशाल दृष्टिकोन आपल्याला आपल्या स्वतःच्या मर्यादित आणि त्वरित स्वार्थापासून दूर जायला मदत करतो आणि इतरांच्या हिताचा विचार करायला लावतो. आर्चबिशप म्हणतात त्याप्रमाणे, आपण 'ईश्वराच्या नजरेतून' जेव्हा बघतो, तेव्हा ईश्वराच्या लेकरांसाठी काय हिताचं आहे ते पाहू शकतो. कोणत्याही नेत्यासाठी, मग तो एखाद्या राष्ट्राचा असेल, संस्थेचा असेल वा कुटुंबाचा, आपल्या स्वार्थापलीकडे विचार करण्याची ही क्षमता आवश्यक आहे.

१) **तुमच्यासमोर असलेल्या प्रश्नांचा किंवा परिस्थितीचा विचार करा.**

२) **दुसऱ्या कुणाच्यातरी समस्यांचं कराल तसं स्वतःच्या समस्यांचं वर्णन करा –** त्यासाठी 'मी', 'मला', किंवा 'माझं' हे शब्द न वापरता तुमचं नाव वापरा.

३) **त्या समस्येकडे तुम्ही एका आठवड्याच्या, एका वर्षाच्या किंवा एका दशकाच्या कालावधीनंतर पाहत आहात, अशी कल्पना करा.** या विषयाचा किंवा प्रसंगाचा अजूनही तुमच्या मनावर ठसा आहे का? तुम्हाला तो आठवेल तरी का? तुम्ही त्या अनुभवावरून काय शिकला असता?

४) **'ईश्वराच्या नजरे'तून किंवा वैश्विक परिप्रेक्ष्यातून तुमच्या आयुष्याकडे पाहा.** या दृष्टिकोनातून तुमच्या भीतींकडे आणि निराशांकडे पाहा. आता संबंधित सगळे लोक सारखेच महत्त्वाचे आहेत आणि प्रेम

व आदराला पात्र आहेत, अशा दृष्टीनं विचार करा. मग सगळ्यांचं भलं कसं होईल, सगळ्यांचे हेतू साध्य कसे होतील हा प्रश्न विचारा.

विनम्रता : एक 'लोजोंग' साधना :

विनम्रता आपल्याला आपण सगळे एकाच अनुबंधाने बांधले गेले आहोत, याचं स्मरण करून देते. एकान्तवास, अलगाव, मत बनवणं आणि उदासीनता टाळण्यासाठी ती आपल्याला मदत करते. आपण सगळे ईश्वराची लाडकी लेकरं आहोत, असं आर्चबिशप म्हणतात, त्याचं स्मरण विनम्रता करून देते. पृथ्वीवरच्या सात अब्ज लोकांपैकी आपण एक आहोत, याची आठवण करून देते. आपण सगळे एकमेकांसोबत आहोत, याची जाणीव करून देते.

१) तुमच्या आयुष्याला जबाबदार असलेल्या सगळ्या लोकांबाबत विचार करा. ज्यांनी तुम्हाला जन्म दिला त्या पालकांचा विचार करा, तुम्हाला शिकवणाऱ्या शिक्षकांचा विचार करा, तुमच्यासाठी अन्नधान्य पिकवणाऱ्या लोकांचा आणि तुमचे कपडे शिवणाऱ्यांचा आणि रोज - प्रत्येक दिवशी तुम्ही जे जगता त्याला जबाबदार असणाऱ्या अगणित लोकांचा विचार करा. आपण ज्या कितीतरी गोष्टी ग्राह्य धरतो, त्यांचा शोध लावणाऱ्या आणि त्या निर्माण करणाऱ्या लोकांचा विचार करा; जसं घरं, पिकं, (तुम्हाला जगवणारी) औषधं.
तुमचा जन्म व्हावा, तुम्ही सुरक्षित राहावं म्हणून काबाडकष्ट करून, अडचणींचे डोंगर पार करणाऱ्या पूर्वजांचं स्मरण करा. तुमच्या आयुष्याला अर्थ आणि उद्दिष्ट देणाऱ्या कुटुंबाचं आणि मित्रांचं स्मरण करा.

२) तुमचं मन उघडं करा आणि या सगळ्या लोकांविषयी वाटणारं प्रेम आणि कौतुक अनुभवा. तुम्हाला जे जे काही मिळालं आहे, त्या सगळ्याच्या संपर्कात असल्यामुळे होत असणारा परमानंद आणि प्रशंसा यांचा अनुभव घ्या. आपण इतरांवर किती अवलंबून आहोत, याची मनाला जाणीव होऊ द्या. तसेच, इतरांपासून अलग होऊन आपण किती दुर्बल होतो आणि एकत्र असण्याने आपली शक्ती कशी वाढते, ते बघा.

विनोदनिर्मितीसाठी स्वतःवर हसणं

विनोद हा उत्स्फूर्त, स्वाभाविक असायला हवा, तो मुद्दाम निर्माण करता येत नाही; पण स्वतःवर हसण्याची क्षमता आणि आपल्या आयुष्यातले विरोधाभास आणि हास्यकारक वास्तव पाहणं हे खरं तर परिप्रेक्ष्यासारखं आपण काळाबरोबर सरावानं शिकत जातो.

१) **तुमच्या एखाद्या मर्यादेबद्दल, मानवी दोषांबद्दल किंवा अवगुणांबद्दल एखाद्या मजेदार गोष्टीचा विचार करा.** दलाई लामा त्यांच्या कामचलाऊ इंग्लिश बोलण्यावर हसू शकतात. आर्चबिशप त्यांच्या मोठ्या नाकाला हसतात. तुम्ही तुमच्या कोणत्या गोष्टीवर हसता? तुम्ही जेव्हा स्वतःला हसता, तेव्हा तुम्ही इतर लोकांना तुमच्या जवळ येऊ देता आणि त्यांच्या स्वतःच्या मर्यादा, दोष आणि चुका स्वीकारण्यासाठी त्यांना प्रेरित करता.

२) **स्वतःला हसा.** पुढच्या वेळी तुम्ही जेव्हा एखादी मजेदार गोष्ट कराल किंवा काहीतरी गमतीदार बोलाल किंवा अगदी निर्दोष नसाल, एखादी चूक कराल; तेव्हा स्वतःशीच हसा आणि त्या गोष्टीचं विनोदात रूपांतर करा. एखादा संघर्ष समाप्त करण्याचा सर्वोत्तम मार्ग म्हणजे विनोद करणं; विशेषतः तुम्ही स्वतःचीच जेव्हा खिल्ली उडवू शकता किंवा तुम्ही मूर्खासारखं वागलात किंवा फार तीव्र प्रतिक्रिया दिलीत हे मान्य करता तेव्हा भांडणं, मतभेद संपू शकतात.

३) **आयुष्याला हसा.** तुम्हाला काही कारणानं कुणी उशीर केला किंवा एखादी गोष्ट मनासारखी घडली नाही, तर परिस्थितीविषयी राग किंवा संताप व्यक्त न करता तिची गंमत वाटू द्या. तुमच्या विनोदनिर्मितीनं किंवा परिस्थिती हसत-खेळत हाताळण्यानं इतरांना तुम्ही तणावमुक्त करता आणि परिस्थितीही हाताळायला सोपी होते; हे तुमच्या लक्षात येईल. त्याचप्रमाणे, तुमच्या रोजच्या आयुष्यात तुम्ही जेव्हा विरोधाभास अनुभवता, तेव्हा त्यातला विनोद बघण्याचा प्रयत्न करा.

स्वीकार – एक ध्यान

प्रसन्नतेसाठी वस्तुस्थितीचा स्वीकार करणं आवश्यक असतं. आर्चबिशप आणि दलाई लामांच्या म्हणण्याप्रमाणे या ठिकाणापासून आपण व्यक्तिगत पातळीवर

किंवा जागतिक पातळीवर, बदल घडवण्याच्या दिशेनं काम सुरू करू शकतो. ध्यान ही अशी साधना आहे, जी आपल्याला कोणतंही मत न बनवता आयुष्य दर क्षणाला जसं आहे तसं स्वीकारायला शिकवते किंवा आहे त्यापेक्षा वेगळ्या आयुष्याची अपेक्षा करू देत नाही.

१) **आरामात बसा, खुर्चीवर पाय खाली सोडून, जमिनीला पाय टेकवून बसा किंवा जमिनीवर मांडी घालून बसा.** तुम्ही तुमचे हात पायांवर किंवा मांडीवर ठेवू शकता.

२) **डोळे मिटा आणि नाकानं खूप वेळा दीर्घश्वसन करा.** श्वास घेताना/सोडताना तुमचं पोट वर-खाली होताना अनुभवा.

३) **आसपास काय ऐकू येत आहे, त्याकडे लक्ष द्या.** जगात किती प्रकारचे ध्वनी आहेत ते ऐका. जगाचा जिवंतपणा अनुभवा. या आवाजांनुळे जे विचार मनात येतील – मतं, विश्लेषणं, चिडचिड– ती सगळी निरीक्षणं आणि मूल्यमापनं निघून जाऊ द्या.

४) **तुमचं श्वासावरचं लक्ष शिथिल करा आणि वर्तमानात राहून कोणकोणते विचार आणि भावना निर्माण होत आहेत, ते लक्षात घ्या.** कदाचित, तुम्हाला शरीर अस्वस्थ झाल्याचं जाणवेल किंवा एखादी भावना मनात उमटेल किंवा आजच्या दिवसात तुम्ही एखादं काम करणार असाल किंवा एखादं काम पूर्ण करण्याची गरज असेल तर ते आठवेल.

५) **विचार उमटत असताना, कोणतंही मत न बनवता किंवा त्यात अडकून न पडता ते तसेच तरंगत जाऊ द्या.** विचारांना कोणतीही ओळख न चिकटवता ते केवळ विचार आहेत, या भावनेनं त्यांच्याकडे बघा. कोणतंही मत न बनवता प्रत्येक क्षणाचं निरीक्षण करा.

६) **जी परिस्थिती स्वीकारायला तुम्हाला जड जातं, तिच्याबद्दल विचार करा.** कदाचित ती नोकरी शोधण्यात येणारी किंवा आयुष्याचा जोडीदार शोधण्यात येणारी अडचण असेल किंवा एखाद्या मित्राचं आजारपण असेल किंवा सगळ्यांवर ओढवलेली युद्धासारखी स्थिती असेल.

७) **हे वस्तुस्थितीचं स्वरूप आहे, याचं स्वतःला स्मरण करून द्या.** हे वेदनादायी वास्तव आपल्या वाट्याला येतं, आपल्या प्रियजनांच्या वाट्याला येतं आणि आपल्या अवतीभोवती असलेल्या जगाच्याही वाट्याला येतं.

८) **एखादी घटना घडायला कारणीभूत ठरलेले सगळेच घटक तुम्हाला माहीत असणं शक्य नाही, हे तथ्य मान्य करा.**

९) **जे घडलं ते घडून गेलं आहे, हे सत्य स्वीकारा.** तुम्ही भूतकाळ बदलू शकत नाही, हे मान्य करा.

१०) **स्वतःला हे सांगा : 'या परिस्थितीत सकारात्मक योगदान द्यायचं असेल, तर या परिस्थितीची वस्तुस्थिती मला स्वीकारलीच पाहिजे.'**

११) **खाली दिलेल्या दोनपैकी एका उताऱ्यावर तुम्ही मनन करू शकता किंवा तो जसाच्या तसा म्हणू शकता.** एक बौद्ध परंपरेतला आहे आणि दुसरा ख्रिश्चन परंपरेतला :

जर त्यासाठी काही करता येत असेल तर,
विषाद बाळगण्याची काय गरज?
आणि जर त्यासाठी काहीच करता येत नसेल तर,
विषाद बाळगूनही काय उपयोग ?

– शांतिदेवा, 'द वे ऑफ द बोधिसत्त्व'

ईश्वरा, ज्या गोष्टी बदलल्या जाऊ शकत नाहीत
त्या स्वीकारण्याची,
ज्या गोष्टी बदलल्या पाहिजेत त्या बदलण्याचं
धाडस करण्याची,
आणि दोन गोष्टींमध्ये फरक करण्याची
क्षमता आम्हाला प्रदान करण्याची
कृपा कर.

– रेनहोल्ड नीबर, शांति-प्रार्थना

क्षमेचा चौपदरी मार्ग

दक्षिण आफ्रिकेचे तेव्हाचे अध्यक्ष नेल्सन मंडेला, यांनी आर्चबिशप यांना 'ट्रूथ अँड रिकन्सिलिएशन कमिशनचं अध्यक्षपद स्वीकारण्याची विनंती केली, तेव्हा आर्चबिशप क्षमेविषयीचे जगातले आघाडीचे प्रवक्ते बनले. त्यानंतरची अनेक दशकं हिंसक संघर्षाच्या पलीकडे जाण्यासाठी सत्य, क्षमाशीलता आणि सामंजस्य यांचा वापर करताना जो अग्रगामी प्रयत्न करण्यात आला, त्याबद्दल

आर्चबिशपना विचारण्यात आलं की, आपण क्षमा नेमकी कशी करतो?

आर्चबिशप आणि दलाई लामा यांच्यासह बहुतेक आध्यात्मिक नेते क्षमाशीलतेच्या महत्त्वाबाबत फार कमी बोलतात. 'द बुक ऑफ फरगिव्हिंग' या पुस्तकात आर्चबिशप आणि त्यांची मुलगी उंफो टुटू यांनी क्षमेकडे जाणारा एक सर्वव्यापी चौपदरी मार्ग सादर केला. ही टप्प्या-टप्प्याची प्रक्रिया 'ग्लोबल फरगिव्हनेस चॅलेंज' (forgivenesschallenge.com) मध्ये जगाला उपलब्ध करून देण्यात आली आहे आणि आजवर १७० देशांमधील लोकांनी तिचा लाभ घेतला आहे. क्षमाशीलता ही गुंतागुंतीची प्रक्रिया असू शकते आणि वर उल्लेख केलेली दोन साधनं वेदना आणि आघात यांच्या मुख्य स्रोतांना क्षमा करण्याच्या कामी गुंतलेल्यांना खूप उपयुक्त ठरू शकतात. आपण इतरांची क्षमा कशी मागू शकतो आणि स्वतःला क्षमा कशी करू शकतो याची शिकवणही या दोन साधनांद्वारे मिळते. या चौपदरी मार्गाचे काही मूलभूत टप्पे पुढे दिले आहेत, त्यात न्यूरोसायन्समधली काही अद्ययावत संशोधनं समाविष्ट केली आहेत.

१) **तुमची कहाणी सांगणं –** क्षमाशीलतेची सुरुवात सत्याचा सामना करूनच झाली पाहिजे. तुम्ही एखाद्या वहीत काय काय झालं ते लिहू शकता किंवा एखाद्या विश्वासू मित्राला सांगू शकता. स्वतःची कहाणी सांगताना तुमच्या जाणिवेत सुसंगत रीतीनं आठवणी संकलित होऊ शकतात आणि भावनिक प्रक्रियाशीलता काही प्रमाणात शमवली जाते. आठवणींनी केलेल्या जखमा भरून येण्यासाठी एखाद्या चित्रपटात विशिष्ट घटना पाहतो आहोत, अशी कल्पना करणं उपयुक्त ठरतं. या मार्गानं तुम्ही मेंदूचा तांत्रिकीय तणाव प्रतिसाद उद्दिपीत करण्याच्या शक्यतांना लगाम घालू शकता. एका शास्त्रीय विज्ञप्तीमध्ये इथन क्रॉस आणि त्यांच्या सहकाऱ्यांनी तुमचा अनुभव पुन्हा आठवण्याची एक पद्धत सांगितली आहे : तुमचे डोळे मिटा. त्या भावनिक अनुभवाच्या काळाकडे आणि ठिकाणाकडे जा आणि तुमच्या अंतश्चक्षूंसमोर ते दृश्य आणा. आता काही पावलं मागे जा. त्या घटनेपासून अशा एका अंतरावर जाऊन थांबा, जिथून ती घटना लांबून उलगडताना तुम्ही पाहू शकाल आणि तुम्ही लांबून स्वतःला तिच्यात पाहू शकाल. त्या दूरवरच्या तुमच्या प्रतिबिंबात ती घटना पहिल्यापासून घडतानाचा अनुभव घ्या. तुमची दूरवरची प्रतिमा निरखा.

२) **त्या ठसठसणाऱ्या वेदनेला नाव द्या; ती अधोरेखित करा :** तथ्यं ही तथ्यं असतात; पण या अनुभवांनी तीव्र भावना आणि दुःख, वेदना

दिलेल्या असतात, त्यांना नाव देणं गरजेचं असतं. तुमच्या दूरच्या 'स्व'च्या भोवती ती घटना उलगडताना तुम्ही पाहत असता, तेव्हा तिच्या किंवा त्याच्या भावना समजून घेण्याचा प्रयत्न करा. त्या भावना तिच्या किंवा त्याच्या मनात का निर्माण झाल्या? त्यामागे कोणती कारणं होती? जर ती वेदना ताजी असेल तर स्वतःला हे विचारा की, ती वेदना, दुःख तुम्हाला तुमच्यासोबत पुढे न्यायचं आहे की त्यापासून तुम्हाला स्वतःची सुटका करून घ्यायची आहे.

३) **क्षमा करणं** – आपली सामुदायिक मानवता ओळखण्यातून आणि माणूस म्हणून आपण एकमेकांकडून दुखावले जाणार हे मान्य करण्यातून क्षमा करण्याची क्षमता निर्माण होते. ज्या माणसानं तुम्हाला दुखावलं, त्याचं माणूसपण तुम्ही स्वीकारू शकता का? आणि त्याच्या स्वतःच्या दुःखामुळे त्यांनी तुम्हाला दुखवलं असावं, हे तुम्हाला मान्य आहे का? तुमची सामुदायिक मानवता तुम्ही स्वीकारू शकलात, तर सूड घेण्याचा तुमचा हक्क तुम्ही सोडून देऊ शकता आणि विद्रोहाऐवजी हातमिळवणी करण्याकडे वाटचाल करू शकता. आपल्याला हेही माहीत असतं की, निकटच्या दोन व्यक्ती अनेक कारणांमुळे दुखावल्या जातात आणि त्यांची क्षमा मागणं आणि त्यांना क्षमा करणं हे एकाच वेळी करावं लागतं म्हणजेच मानवी नाट्यामधली आपली भूमिका स्वीकारावी लागते.

४) **नव्यानं संबंध जोडणं किंवा तोडून टाकणं**– तुम्ही एखाद्याला क्षमा केलीत की, ते नातं किंवा संबंध तुम्हाला तोडून टाकायचा आहे की नव्यानं पुन्हा जोडायचा आहे, हा महत्त्वाचा निर्णय घेणं तुम्हाला भाग असतं. तो आघात जर खूप मोठा असेल तर त्या नात्याकडे परत जाणं शक्य नसतं; पण नव्यानं संबंध जोडण्याची संधीही उपलब्ध असते. आपण नव्यानं संबंध जोडतो, तेव्हा आपलं कुटुंब आणि समुदाय पुन्हा जोडला जाण्याचा फायदा आपल्याला मिळतो. आपण संबंध तोडतो, तेव्हा आपण भूतकाळ मागे टाकून पुढे निघतो; विशेषतः ज्या व्यक्तीनं आपल्याला दुखावलं आहे तिचं मनापासून भलं चिंतलं तर आणि आपल्याप्रमाणेच त्या व्यक्तीलाही दुःख टाळायचं आहे आणि आनंदी आयुष्य जगायचं आहे हे ओळखलं तर...

कृतज्ञतेचा लेखाजोखा

आपण बघितलं की, कृतज्ञता हा प्रसन्नतेचा एक अत्यंत महत्त्वाचा भाग आहे, कारण त्यामुळे आपण आयुष्याचा आनंद उपभोगू शकतो आणि आयुष्यातल्या अनेक चांगल्या गोष्टी आपल्या आजूबाजूच्या लोकांमुळे आपल्याला मिळतात, याची जाणीव आपल्याला होते. कृतज्ञतेची साधना अगदी सोपी आहे. ती विस्तारानं करायची असेल तर तुम्ही विनम्रतेच्या साधनेकडे जाऊ शकता; त्यामध्येही कृतज्ञतेची साधना समाविष्ट असते आणि आपण जे आहोत ते घडवण्यामागे ज्या ज्या लोकांचा हात असतो, त्या सगळ्यांप्रति प्रशंसेची भावना असते. पुढे दिलेली कृतज्ञतेची साधना तुम्ही रोजही करू शकता. तुम्हाला लाभलेल्या छोट्या आणि मोठ्या वरदानांची, आशीर्वादांची कदर करू शकता; त्यांचे ऋण फेडू शकता. ही साधना दिवस संपतानाही केली जाऊ शकते. सकाळी ठरवलेली उद्दिष्टं तुम्ही पूर्ण केली आहेत की नाही यावर तुम्ही विचार करू शकता. ही साधना तुम्ही तुमच्या जोडीदाराबरोबर किंवा मित्राबरोबर करू शकता.

१) **डोळे बंद करा आणि दिवसभरात घडलेल्या ज्या तीन गोष्टींबद्दल तुम्ही कृतज्ञ आहात, त्यांचं स्मरण करा.** मग त्या घटना एखाद्या मित्रानं दाखवलेल्या प्रेमळपणाशी आणि उदारतेशी संबंधित असतील किंवा अन्नदानाशी किंवा सूर्यानं दिलेल्या उबेशी किंवा रात्रीच्या आकाशाच्या सुंदरतेशी! तुम्ही कशाबद्दल कृतज्ञ आहात, त्या गोष्टींचं तपशिलात जाऊन स्मरण करा.

२) **या तीन गोष्टी एखाद्या वहीत लिहून ठेवा.** ही साधना तुम्ही मनातल्या मनातही करू शकता, तरी तुम्ही कृतज्ञ असलेल्या गोष्टींची यादी केल्यानं अनेक शारीरिक आणि भावनिक फायदे होतात, असं निदर्शनास आलं आहे. दरवेळी वहीत लिहिताना तीन वेगवेगळ्या गोष्टी लिहा. विविधता ही प्रभावी लेखाजोखा ठेवण्याची गुरुकिल्ली आहे.

करुणेची साधना

दलाई लामा आणि आर्चबिशप जेव्हा गुणांच्या जोपासनेविषयी बोलतात, तेव्हा सगळ्यात जास्त ते 'करुणे'विषयी बोलतात. थोडक्यात सांगायचं तर, जगात परिवर्तन घडवून आणायचं असेल तर मुलांना दयाळूपणाची, करुणेची शिकवण देणं ही एकमात्र महत्त्वाची बाब आहे, असं दलाई लामांचं स्पष्ट मत

आहे. करुणेची फळं चाखण्यासाठी आपल्याला पुढची पिढी मोठी होण्याची वाट पाहण्याची गरज नाही. रोज दहा मिनिटं जरी करुणेची साधना केली तरी चोवीस तास आपण प्रसन्न राहू शकतो, असं दलाई लामा म्हणाले. आपल्या भल्यासाठी आणि आपल्या जगताच्या भल्यासाठी, आपल्या काळजीचं, सहानुभूतीचं वर्तुळ आणखी विस्तारणं गरजेचं आहे. पुढे दिलेली साधना ही 'करुणा संवर्धन प्रशिक्षण कार्यक्रमा'तून (Compassion Cultivation Training program) घेण्यात आली आहे. जिनपांच्या 'अ फिअरलेस हार्ट'मध्ये अधिक विस्तारित स्वरूपात करुणेच्या साधना दिल्या आहेत.

१) **आरामदायक स्थितीत बसा.**

२) **नाकानं अनेक वेळा दीर्घश्वसन करा आणि त्यानंतर एक किंवा दोन मिनिटं श्वासाच्या जाणिवेचं ध्यान करा.**

३) **तुम्हाला अत्यंत प्रिय असणाऱ्या व्यक्तीचा, नातेवाइकाचा किंवा मित्राचा किंवा अगदी पाळीव प्राण्याचा विचार मनात आणा.** तुमच्या मनश्चक्षूंपुढे त्याचा चेहरा आणा किंवा त्यांचं अस्तित्व जाणवू द्या आणि त्यांचा विचार केल्यावर तुम्हाला कसं वाटतं, याचं निरीक्षण करा.

४) **जे काही मनात येईल, ते जाणवू द्या.** तुम्हाला जर प्रेम, स्नेह किंवा ममता वाटत असेल, तर ती भावना मनात तशीच ठेवा. जर जमत नसेल, तर तुमच्या प्रिय व्यक्तीचा विचार मनात राहू द्या.

५) **मनातल्या मनात खालील ओळी म्हणा :**
- तुला दुःखापासून मुक्ती मिळो.
- तू निरोगी असावास.
- तू आनंदी असावास.
- तुला शांती आणि प्रसन्नता लाभो.

६) **श्वास घ्या आणि श्वास बाहेर सोडताना तुमच्या हृदयाच्या केंद्र स्थानापासून एक उबदार प्रकाश बाहेर पडत आहे अशी कल्पना करा,** तो प्रकाश तुमच्या प्रियजनांपर्यंत तुमच्या मनातलं प्रेम पोहोचवत आहे आणि त्यांच्या आयुष्यात शांती आणि प्रसन्नता आणत आहे, अशी कल्पना करा.

७) **एक मिनिट किंवा त्यापेक्षा अधिक काळ तुमच्या प्रियजनांच्या आनंदामध्ये आनंद माना.**

८) **त्या व्यक्तीच्या आयुष्यात संकटाचा काळ कधी आला होता, त्याचं स्मरण करा.**

९) **त्यांचं दुःख तुम्ही अनुभवता, तेव्हा कसं वाटतं, ते निरखा.** तुमच्या हृदयाला क्लेश होतात? तुमच्या पोटात अस्वस्थ वाटायला लागतं? किंवा त्यांना मदत करण्याची इच्छा होते? केवळ भावना निरखा आणि त्या तशाच राहू द्या.

१०) **खालील वाक्यांश मनातल्या मनात म्हणा :**

- तुला दुःखापासून मुक्ती मिळो.
- तू निरोगी असावास.
- तू आनंदी असावास.
- तुला शांती आणि प्रसन्नता लाभो.

११) **तुमच्या हृदयाच्या गाभ्यातून एक उबदार प्रकाश प्रकट होत आहे आणि तुमच्या मनातल्या व्यक्तीला तो स्पर्श करत आहे आणि तिचं दुःख हलकं करत आहे, अशी कल्पना करा.** त्यांना दुःखापासून मुक्ती मिळो, अशी मनापासून इच्छा व्यक्त करून साधनेची समाप्ती करा.

१२) **तुम्हाला जेव्हा दुःख जाणवलं होतं आणि संकटातून जावं लागलं होतं, तो काळ आठवा – जेव्हा तुम्ही लहान होता किंवा कदाचित आताही.**

१३) **तुमचा हात तुमच्या हृदयावर ठेवा आणि स्वतःविषयीच स्नेहाची, प्रेमाची आणि काळजीची, सहानुभूतीची भावना निर्माण होताना निरखा.**

१४) **या तथ्यावर काही विचार करा की, इतर लोकांप्रमाणेच तुम्हालाही दुःखापासून मुक्त आणि आनंदी व्हायचं आहे.**

१५) **मनातल्या मनात पुढील वाक्यांश म्हणा :**

- दुःखापासून मला मुक्ती मिळो.
- मी निरोगी राहावे.
- मी आनंदी असावे.
- मला शांती आणि प्रसन्नता लाभो.

१६) **तुम्हाला कुणीतरी आवडतही नाही आणि नावडतही नाही, अशी कल्पना करा.** अशी एखादी व्यक्ती जी तुम्हाला नेहमी कामाच्या ठिकाणी किंवा दुकानात किंवा व्यायामशाळेत दिसते; पण तिच्याविषयी कोणतेही सकारात्मक किंवा नकारात्मक भाव तुमच्या

मनात उमटत नाहीत.

१७) हे तथ्य मनात घोळवा की, इतर लोकांप्रमाणेच ही व्यक्तीदेखील आनंदी आणि दुःखापासून मुक्त राहू इच्छिते.

१८) या व्यक्तीलाही कोणतंतरी दुःख असेल, अशी कल्पना करा. प्रिय व्यक्तीशी पटत नसेल किंवा निराश वाटत असेल, तर तुमच्या हृदयात तिच्याविषयी स्नेह, ममता व काळजी उत्पन्न होऊ द्या आणि तिला मदत करण्याची इच्छा जागृत होऊ द्या.

१९) आता मनातल्या मनात पुढील वाक्यांश म्हणा :

- दुःखापासून तुम्हाला मुक्ती मिळो.
- तुम्ही निरोगी राहावे.
- तुम्ही आनंदी असावे.
- तुम्हाला शांती आणि प्रसन्नता लाभो.

२०) हे तथ्य मनात घोळवा की, या पृथ्वीवरील प्रत्येकाला आनंदी राहण्याची आणि दुःखापासून मुक्त होण्याची मूलभूत स्वाभाविक इच्छा आहे.

२१) सगळ्यांना दुःखापासून मुक्ती मिळो, ही इच्छा हृदयात भरून घ्या. तुमचं ज्यांच्याशी फारसं जमत नाही, अशांच्या बाबतीतही ही इच्छा करा आणि मनातल्या मनात हे वाक्यांश पुन्हा म्हणा.

- सगळ्या प्राणिमात्रांना दुःखापासून मुक्ती मिळो.
- सगळे निरोगी राहोत.
- सगळे आनंदी राहोत.
- सगळ्यांना शांती आणि प्रसन्नता लाभो.

२२) तुमच्या मनातल्या करुणेच्या, सहानुभूतीच्या आणि काळजीच्या भावनांनी तुमचं हृदय भरून घ्या आणि ती ऊब, स्नेह, ममता आणि काळजी जाणवू द्या. ही करुणेची भावना सगळ्या जगात पसरवा.

करुणा – एक प्रार्थना

आर्चबिशप प्रार्थना करताना गरजू लोकांची एक भलीमोठी प्रार्थनायादी त्यांच्याकडे असते. चर्चमधल्या आणि व्यक्तिगत प्रार्थनेच्या वेळी हे घडतं. आपल्याला नावानिशी ज्ञात असलेल्या किंवा पूर्णतः अज्ञात असलेल्या दुःखी लोकांसाठी आपलं हृदय उघडं करण्याची ही क्षमता आपल्या दैनंदिन धबडग्यात स्वतःपुरतीच काळजी

घेण्याच्या सवयीतून आपल्याला बाहेर काढते आणि ती सहानुभूती, कणव जगाकडे वळवते. तुम्ही देवाला त्यांना मदत करण्याची विनंती करू शकता किंवा त्यांना जे हवं आहे ते देण्याची विनंती करू शकता. देवानं त्यांना आशीर्वाद द्यावेत अशी मागणी तुम्ही करू शकता किंवा त्यांना पूर्णत्व यावं आणि ते आनंदी व्हावेत, असे आशीर्वाद तुम्ही पाठवू शकता.

करुणा – एक उपवास

आर्चबिशप दर आठवड्याला उपवास करतात. उपवासामुळे केवळ शिस्त लागणं आणि स्वनियंत्रण यांचाच आपल्याला फायदा होतो असं नाही; तर करुणा, दयाळूपणाही जागृत होतो, कारण उपवास करत असताना आपल्याला जी भूक लागते, ती इतरांनी स्वेच्छेनं निवड न करताही त्यांच्यावर लादली जाते, या गोष्टीची आपल्याला जाणीव होते. अन्नावरचं लक्ष कमी होतं आणि चिंतन व प्रार्थना यांच्यासाठी अधिक वेळ देता येतो, कारण बरेच लोक खाण्यासंबंधी विचार करण्यात बराच वेळ घालवतात. आर्चबिशपचं वय वाढत गेलं, तसं डॉक्टरांनी त्यांना उपवासादरम्यान काहीतरी पिण्याचा सल्ला दिला, तेव्हा त्यांनी 'हॉट चॉकलेट उपवास' सुरू केले. तुमच्या शरीराला, मनाला आणि हृदयाला रुचेल अशा प्रकारे तुम्ही उपवास करू शकता.

औदार्याची साधना

आपण चर्चा केली त्यानुसार करुणा आवश्यक आहे; पण पुरेशी नाही. इतरांना मदत करण्याची उत्स्फूर्त प्रेरणा म्हणजे करुणा; पण त्या इच्छेच्या मागून होणारी कृती म्हणजे औदार्य. औदार्याचं आचरण इतकं महत्त्वाचं असतं की, जगातल्या बऱ्याच धर्मांमध्ये त्यांचा औपचारिकपणे आणि अनिवार्यपणे समावेश करण्यात आला आहे. आम्ही इथे दानाची तीन स्वरूपं सादर केली आहेत, जी बौद्ध धर्मात सांगितली आहेत; त्यात वस्तूचं (भौतिक स्वरूपातलं) दान, भयापासून मुक्तीचं दान आणि आध्यात्मिक दान यांचा समावेश आहे. बरेच ख्रिश्चन लोक त्यांच्या कमाईचा दहावा हिस्सा दान म्हणून देतात आणि बाकीचे त्याचाच विस्तार करून वेळ, प्रतिभा आणि संपत्ती यातला दहावा हिस्सा देतात. इतरांची नियमितपणे काळजी केल्यामुळे आपल्याला सगळ्यात जास्त प्रसन्नता लाभते.

१) **वस्तूंचं (भौतिक स्वरूपातलं) दान :** जगात कायम दिसत असलेली असमानता आणि अन्याय कमी करण्यासाठी मदत करण्यावाचून पर्याय नाही. तुम्ही दान देत असलात तरी, ही इतरांना तुम्ही काय देऊ शकता या विचाराची दर आठवड्याला किंवा दर दिवशी साधना करण्याची सुरुवात आहे.

२) **भयापासून मुक्तीचं दान :** यामध्ये संरक्षण, समुपदेशन व दिलासा देणं यांचा समावेश होतो. अशा प्रकारे आपण आपला वेळ आणि लक्ष इतरांना देऊ शकतो. तुमची उपस्थिती कुणासाठी गरजेची आहे? तुमच्या मुलांना, जोडीदाराला, आई-वडिलांना, सहकाऱ्यांना, मित्रांना किंवा रस्त्यावरच्या अनोळखी लोकांना तुमच्या करुणेची आणि काळजीची गरज आहे का? कुणाकुणासाठी तुम्ही मदतीचा हात पुढे करू शकता?

३) **आध्यात्मिक दान :** अशा प्रकारे दान देण्यासाठी तुम्ही कुणी साधुपुरुष किंवा आध्यात्मिक गुरू असणं गरजेचं नाही. आध्यात्मिक दानात गरजूंना ज्ञान आणि शिकवण देणं याचा समावेश तर असतोच; पण तुमच्या मनाच्या औदार्याद्वारे इतरांना मदत करण्याचाही समावेश असतो. तुमचं आयुष्य जगत असताना सहानुभूती आणि काळजी यांची हिरवळ बनण्याचा प्रयत्न करा. समाजात वावरत असताना रस्त्यानं चालणाऱ्या लोकांकडे पाहून केवळ स्मितहास्य केल्यानं मानवी देवाणघेवाणीच्या गुणवत्तेत कमालीचा फरक पडतो. या आपल्या उत्तरोत्तर गजबजत जाणाऱ्या आणि एकाकी ग्रहावरच्या आणि समृद्ध तरीही अजून दारिद्र्यावस्थेत असलेल्या जगातल्या मानवी आयुष्याची गुणवत्ता टिकवून ठेवण्याची सर्वांत जास्त जबाबदारी या देवाणघेवाणीवर आहे.

प्रसन्नतेचं ध्यान – आठ स्तंभ

आठ स्तंभांचं पुनरावलोकन करण्याची संधी हे ध्यान तुम्हाला देतं आणि आयुष्यातल्या मोठ्या आव्हानांदरम्यान किंवा दैनंदिन दुःखांमध्ये, समस्यांमध्ये, वेदना किंवा क्लेश झाल्यावर त्या आठ स्तंभांचा उपयोग करायला शिकवतं. खाचखळग्यांनी भरलेल्या जीवनाच्या रस्त्यांवरून सुखानं मार्गक्रमण करण्यासाठी हे ध्यान आहे. ते आधीच्या ध्यानांवर बेतलेलं आहे; पण स्वतंत्रपणेही आचरणात आणलं जाऊ शकतं. हे आठ स्तंभ म्हणजे अधिक मनःशांती आणि अधिक प्रसन्नता यांच्याकडे घेऊन जाणाऱ्या साधना.

१) **आरामदायी अवस्थेत बसा.** पाय जमिनीवर टेकवून तुम्ही खुर्चीत बसू शकता किंवा खाली मांडी घालून बसू शकता. हात आरामात पायांवर किंवा मांडीवर ठेवा.

२) **नाकानं बरेच वेळा श्वास घ्या.** तुमचं शरीर शिथिल होऊ द्या. प्रत्येक स्तंभावर विचार करा आणि तुमचं शरीर आणखी शिथिल होत आहे आणि हृदय हलकं होत आहे, याकडे लक्ष द्या.

३) **तुमची समस्या मनात आणा.** तुम्हाला ज्या घटनेमुळे, व्यक्तीमुळे किंवा आव्हानामुळे क्लेश किंवा दुःख होत आहे, त्याचा विचार मनात आणा.

४) **परिप्रेक्ष्य/दृष्टिकोन.** तुमच्या स्वतःकडे आणि तुमच्या समस्येकडे व्यापक दृष्टीनं बघा. स्वतःपासून आणि समस्येपासून मागे सरकण्याचा प्रयत्न करा. एखादा चित्रपट पाहावा, तसं स्वतःकडे आणि समस्येकडे पाहा. आता भविष्याच्या दृष्टीनं, एक वर्ष किंवा एक दशक पुढे जाऊन तुमच्या समस्येकडे बघा. तुमची समस्या निघून जाईल, हे ओळखा. तुमच्या आयुष्याच्या व्यापक पटावर तुमची समस्या छोटी होत जाताना तुम्हाला दिसेल.

५) **विनम्रता.** सात अब्ज लोकांपैकी तुम्ही फक्त एक माणूस अहात अशा दृष्टीनं स्वतःकडे बघा आणि तुमचं दुःख, वेदना हा इतर अनेक लोक अनुभवत असलेल्या दुःखाचा एक भाग आहे, हे समजून घ्या. तुम्ही तुमच्या समस्येकडे या ग्रहावरच्या आयुष्याच्या न उलगडलेल्या आणि परस्परावलंबी नाट्याचा एक भाग म्हणून पाहू शकाल, तुम्ही स्वतःला अंतराळातून पाहू शकाल, ईश्वराच्या नजरेतून पाहू शकाल. आपण एकमेकांशी किती आतून जोडले गेलो आहोत, हे पाहा. विशिष्ट काळात आणि विशिष्ट ठिकाणी या सृष्टीच्या बहरण्याच्या काळाचा तुम्ही एक भाग आहात. तुमचे इतरांशी असलेले अतूट संबंध तुम्हाला समस्या सोडवण्याचं बळ आणि क्षमता प्रदान करतात. तुमच्या अस्तित्वात योगदान देणाऱ्या आणि तुम्हाला आधार देणाऱ्या सगळ्या लोकांबाबत मनात प्रेमाची आणि प्रशंसेची भावना जागू द्या.

६) **विनोदबुद्धी.** हसा आणि तुमच्या समस्येवर, तुमच्या दुर्बलतेवर, तुमच्या चुकांवर तुम्ही हसू शकता का, ते बघा. परिस्थितीत व तुमच्या संघर्षात विनोद शोधण्याचा प्रयत्न करा. जरी परिस्थिती गंभीर असली, तरीही कुठेतरी थोडासा विनोदाचा कवडसा सापडू शकतो. मानवी जीवनाचं नाट्य हे बहुधा विनोदी प्रहसनासारखं असतं आणि

हसणं ही संजीवनी असते. हसण्याची क्षमता आपल्याला आयुष्य जसं आहे तसं स्वीकारायला शिकवते, मोडकंतोडकं, सदोष. आपण जरी यापेक्षा चांगल्या आयुष्याची आणि चांगल्या जगाची अपेक्षा करत असलो, तरी हसण्यामुळे आपण वास्तवात राहतो.

७) **स्वीकार.** तुम्ही संघर्ष करत आहात व मनुष्याला मर्यादा असतात, हे स्वीकारा. वेदनादायी वास्तववादी घटना आपल्या आयुष्यात, आपल्या प्रियजनांच्या आयुष्यात व आपल्या भोवतीच्या जगात घडतात, याचं स्वतःला स्मरण करून द्या. या घटनांना कारणीभूत ठरणारे सर्व घटक तुम्हाला माहीत असणं शक्य नाही, हे मान्य करा. जे घडलं ते घडून गेलं व हा भूतकाळ तुम्ही बदलू शकत नाही, ही वस्तुस्थिती स्वीकारा. आता स्वतःला आठवण करून द्या : 'या परिस्थितीला सकारात्मक योगदान द्यायचं असेल, तर तिचं अस्तित्व मी स्वीकारलंच पाहिजे.'

८) **क्षमाशीलता.** ही समस्या किंवा ही परिस्थिती निर्माण करण्यात जर तुमचा काही वाटा असेल, तर त्यासाठी स्वतःच्या हृदयावर हात ठेवून स्वतःला क्षमा करा. तुम्ही एक माणूस आहात आणि तुमच्या सगळ्या महत्त्वाकांक्षा पूर्ण होणं शक्य नाही, हे ओळखा. तुम्ही इतरांना दुखवाल आणि इतरांकडून दुखावले जाल. या परिस्थितीला कारणीभूत असलेल्यांमधील माणसं ओळखा. त्यांच्या सहभागासाठी आणि मानवी मर्यादांसाठी त्यांना माफ करा.

९) **कृतज्ञता.** या समस्येत किंवा तुमच्या आयुष्यात सध्या तुम्ही ज्या व्यक्तींबद्दल किंवा गोष्टींबद्दल कृतज्ञ आहात अशा तीन किंवा अधिक गोष्टींचा विचार करा. तुमच्या आयुष्यात किंवा तुमच्या वाढीत ही समस्या प्रत्यक्षात काही योगदान देऊ शकते, असं तुम्हाला वाटतं का? या आव्हानाचा सामना करताना तुमच्या मदतीसाठी लोक किंवा इतर गोष्टी आहेत का?

१०) **करुणा.** तुमचा हात हृदयावर ठेवा किंवा दोन्ही हात हृदयाशी जोडा. स्वतःसाठी आणि तुम्ही करत असलेल्या संघर्षासाठी मनात दयाभाव, कणव जागवा. प्रगल्भ व्हायला आणि शिकायला वेळ लागतो, याची आठवण ठेवा. तुम्ही अगदी निर्दोष आणि परिपूर्ण असू शकत नाही. दुःख भोगणं अटळ आहे. जीवनाच्या वस्त्राचा तो अविभाज्य घटक आहे. आयुष्यात निराशा येणारच. तिचा सकारात्मक वापर करणं, हे उद्दिष्ट असायला हवं. तुमच्या हृदयापासून निघालेले प्रेमळ - दयाळू

प्रकाशकिरण तुमच्या शरीरभर पसरत आहेत, हे जाणवू द्या. आता ती करुणा तुमच्या प्रियजनांकडे पोहोचवा, तुम्ही ज्यांच्याशी संघर्ष करत आहात त्यांच्याकडे पाठवा आणि ज्यांना प्रेमाची आणि करुणेची गरज आहे त्या सगळ्यांकडे पाठवा.

११) **औदार्य.** तुमच्या हृदयातली उत्कट उदारता जाणवू द्या. तुमच्यातलं औदार्य तुम्ही सगळीकडे पसरवत आहात, अशी कल्पना करा. तुम्ही इतरांना भेटवस्तू कशी देऊ शकाल? संकटांचं संधीत रूपांतर करून ती तुम्ही इतरांना कशी देऊ शकता? आपण जेव्हा दुसऱ्यांना आनंद देतो, तेव्हा आपण खरा आनंद अनुभवू शकतो.

तुमच्या दिवसाचा आनंद लुटताना

आपण दिवस कसा संपवतो आणि झोपायला जातो, हा आपल्या साधनेतला महत्त्वाचा भाग आहे. बौद्ध आणि ख्रिश्चन धर्मांतले साधू आणि भिक्खू, इतर परंपरांमधल्या लोकांप्रमाणेच दिवसभरात घडलेल्या घटनांचं चिंतन करतात. सेंट इग्नाटिअस लोयोला या साधनेला 'डेली एक्झामेन' (दैनंदिन परीक्षण) म्हणायचे. बौद्ध भिक्खू तिला 'मेकिंग अ डेडिकेशन' (दैनंदिन समर्पण) म्हणतात. या साधनेचे वेगवेगळे पैलू आहेत; पण त्या सगळ्यात दिवसभरातील घडामोडींवर दृष्टिक्षेप टाकणं, आपली उद्दिष्टं साध्य झाली आहेत की नाही हे तपासणं, आपल्याला लाभलेल्या गोष्टींबाबत कृतज्ञ भाव बाळगणं आणि जीवनाच्या प्रवासातील पुढच्या दिवसाकडे वळणं यांचा समावेश असतो. दोन्ही परंपरांमधल्या मुख्य घटकांचा समावेश असलेली सहभागी साधना पुढे दिली आहे. तुमची धर्मावर श्रद्धा असेल तर तुम्ही रोजच्या प्रार्थनेत या साधनेचा समावेश करू शकता, ज्यामध्ये तुम्ही परमात्म्याशी संवाद साधू शकता.

१) **दिवसभराच्या घटनांचं मनन करा.** झोपी जाण्यापूर्वी किंवा बिछान्यावर पडल्यापडल्या काही मिनिटं वेळ काढून दिवसभर काय काय घडलं, त्याचा विचार करा. महत्त्वाचे अनुभव, संभाषणं, भावना आणि विचार यांचा विचार करा. अर्थात तुम्ही काय केलं किंवा काय केलं नाही, यावर जास्त लक्ष देण्याची गरज नाही. मुद्दा हा आहे की, दिवसातल्या ठळक क्षणांची नोंद घ्या आणि सकाळी तुम्ही मनाशी जी काही उद्दिष्टं ठेवली होती, त्यांना सुसंगत असा तो दिवस गेला का हे बघा.

२) **तुमच्या भावनांकडे लक्ष द्या आणि अनुभवांचा स्वीकार करा.** दिवसभरात मनात कोणकोणत्या भावना उमटल्या, त्यावर विचार करा. जर नकारात्मक विचार किंवा भावना निर्माण झाल्या असतील, तर नुसते त्यांच्यासोबत राहा. नकारात्मकतेला बाजूला ढकलण्याचा किंवा सकारात्मकतेला जवळ ओढण्याचा प्रयत्न करू नका. काय घडलं, त्याचा फक्त स्वीकार करा. तुमच्या काही कृतींनी जर तुम्ही निराश झाला असाल, तर हृदयावर हात ठेवा आणि म्हणा, 'मी जसा आहे तसा मी स्वतःचा स्वीकार करतो, इतरांसारखाच दोषयुक्त आणि मानवी.' कोणतं उद्दिष्ट पूर्ण करण्यात तुम्ही कमी पडलात ते बघा, कारण यामुळेच तुम्ही शिकू शकाल आणि प्रगल्भ व्हाल. दिवसभरात काही दुःखकारक घटना घडली असेल, तर हळुवारपणे ती मान्य करा आणि म्हणा, 'हे दुःखकारक होतं; पण मी एकटा नाही. आपण सगळेच कधी ना कधी दुःख भोगतो.'

३) **कृतज्ञतेची जाणीव ठेवा.** दिवसभरातील घटनांकडे बघताना सगळ्यात महत्त्वाचा गुणधर्म तुमच्यात असला पाहिजे, तो म्हणजे तुम्हाला जे जे अनुभवाला आलं, त्याविषयी कृतज्ञ भाव बाळगणं, मग ती गोष्ट स्वीकारायला कितीही कठीण असो आणि ज्यामुळे तुम्ही आणखी शिकण्यासाठी आणि प्रगल्भ होण्यासाठी सज्ज झालात. ज्या गोष्टींबद्दल तुम्हाला कृतज्ञता वाटते त्यांची नोंद जर तुम्ही वहीत ठेवत असाल, तर दिवसभरातील या गोष्टींचीही नोंद ठेवण्याची इच्छा तुम्हाला होऊ शकेल.

४) **दिवसाचा आनंद घ्या.** दिवसभरात ज्या गोष्टींमुळे तुम्हाला छान वाटलं, त्या निवडा– कुणालातरी मदत केली, कोणत्यातरी मतभेदांमध्ये तुमचा तोल ढळू दिला नाही; वगैरे. जर काहीच आठवलं नाही, तर ही साधना तुम्ही करत आहात, या तथ्यामध्येही तुम्ही आनंद मानू शकता. आता तुमच्या दिवसाचं श्रेय समर्पित करा आणि ते सगळ्यांसाठी आशीर्वाद ठरू द्या.

५) **उद्याकडे नजर ठेवा.** तुमच्या साधनेची समाप्ती दुसऱ्या दिवसाकडे लक्ष देऊन आणि त्या दिवसात येणाऱ्या आव्हानांना तुम्ही कसं तोंड देणार आहात, त्याचा विचार करून तुम्ही करू शकता. दुसऱ्या दिवशी जे समोर येईल ते तुम्ही समर्थपणे हाताळू शकता, यावर विश्वास ठेवा. झोपायला जाताना सगळ्या चिंता बाजूला ठेवून झोपी जा.

नातं/संबंध आणि समुदाय – परमानंदाची अनुभूती

वर उल्लेख केलेल्या जवळजवळ सर्व साधनांना एकान्तवासाची गरज असते; पण संपूर्ण आठवडाभर दलाई लामांनी आणि आर्चबिशपनी सांगितलेला आणि आयुष्यभर आचरणात आणलेला संदेश आपण लक्षात घेतला नाही तर त्यांची शिकवण आपल्याला कळलीच नाही, असा अर्थ होईल. तो संदेश म्हणजे, खरी प्रसन्नता मिळवण्याचा मार्ग म्हणजे माणसाचा इतर लोकांशी असलेला संबंध, नातं. दोन्ही नेत्यांचं, त्यांनी पोषण केलेल्या आणि त्यांचं पोषण करणाऱ्या समुदायांशी घट्ट आध्यात्मिक नातं आहे. तुमच्या प्रेमाचा आणि तुमच्यासोबत साधना करू शकणारा समुदाय शोधा आणि त्यांना कोणत्याही अर्थपूर्ण मार्गानं प्रसन्नतेची शिकवण द्या. तो समुदाय तुमचा सध्याचा धार्मिक समुदाय असू शकतो किंवा तुमच्या मदतीनं निर्माण होणारा समुदाय असू शकतो; मग तो तुमचा मित्र असेल, नातेवाईक असेल किंवा एखादा गट असेल, ज्यांच्यासोबत तुम्ही हे पुस्तक वाचू शकाल आणि त्यावर चिंतन करू शकाल. फक्त स्वतःच प्रसन्नतेची साधना करण्याऐवजी तुम्ही इतरांनाही ही साधना करण्यासाठी आमंत्रित केलंत, तर तुम्ही जास्त प्रसन्नता अनुभवू शकाल. परस्परसंबंध हा आध्यात्मिकतेचा अनुभवसिद्ध पाया आहे. अंततः, प्रसन्नता ही शिकण्याची गोष्ट नाही, तर जगण्याचा मार्ग आहे आणि इतरांसोबत असलेल्या उत्कट, खोल, प्रेमळ आणि उदार संबंधांतच आनंदाची, प्रसन्नतेची परमावधी आहे.

(या पुस्तकासंबंधी अधिक माहिती हवी असल्यास आणि धरमशालात व्यतीत केलेल्या त्या आठवड्याचे व्हिडिओ चित्रण बघायचे असल्यास कृपया bookofjoy.orgला भेट द्या.)

• • •